रॉबिन कुकच्या थरारक कादंबरीतील कथानक न्यूयॉर्क शहरातली वैद्यकीय तपासनीस लॉरी मॉन्टगोमेरीच्या चौकसपणातून सुरू होते. मॅनहटन भागातली तीन हॉस्पिटल आणि तिच्या समोर आलेल्या मृतदेहांचा काहीतरी संबंध आहे, हे तिच्या लक्षात येते. ही तिन्ही हॉस्पिटल एंजल्स हेल्थकेअर या कंपनीची असतात. ही कंपनी लवकरच भांडवल बाजारात उतरणार असल्याने कंपनीला वाईट प्रसिद्धी परवडणारी नसते. कंपनीचा मुख्य भागधारक हा आपली गुंतवणूक वाचवण्यासाठी कोणत्याही थराला जायला मागे-पुढे न पाहणारा एक मोठा माफिया डॉन असतो. पण या सगळ्याची काहीही कल्पना नसलेली लॉरी आणि तिचा नवरा जॅक स्टेपलटन हे यात गुंतत जातात. रॉबिन कुक यांच्या कथानकात वेगवान घटना, मनाची पकड घेणारा थरार आणि वैद्यकीय क्षेत्रातील काही समस्या यांचे उत्तम मिश्रण आहे.

— **पब्लिशर्स विकली**

रॉबिन कुक यांच्या 'क्रायसिस' या कादंबरीत कॉन्सिएर्ज वैद्यकीय पद्धतीच्या सामाजिक परिणामांवर भाष्य होते. स्वत: डॉक्टरांच्या मालकीची स्पेशॅलिटी हॉस्पिटल असणे, हा या कादंबरीचा विषय आहे. अ‍ॅन्जेला डॉसन या हुशार डॉक्टरने आपली प्रॅक्टिस खालावल्यानंतर एंजल्स हेल्थकेअर ही कंपनी सुरू केलेली असते. भांडवल बाजारात उतरण्याच्या काही आठवडे अगोदर अ‍ॅन्जेला आर्थिक अडचणीतून बाहेर पडण्यासाठी कसोशीने प्रयत्न करत असताना कंपनीच्या हॉस्पिटलांमध्ये संसर्ग फैलावून मृत्यूंची मालिका सुरू होते. याच हॉस्पिटलमध्ये वैद्यकीय तपासनीस लॉरी मॉन्टगोमेरीचा नवरा जॅक स्टेपलटन याच्या गुडघ्यावर शस्त्रक्रिया होणार असल्याने तिला या प्रकरणात वैयक्तिक रस असतो. चौकशी करण्यासाठी लॉरी मॉन्टगोमेरी एंजल्सच्या हॉस्पिटलमध्ये गेल्याने घाबरलेली अ‍ॅन्जेला आपल्या माजी नवऱ्याची मदत घेते. तो कंपनीचा मुख्य भागधारक असलेल्या माफिया डॉनकडे जातो. आपली गुंतवणूक बुडणार या कल्पनेतून माफिया डॉन त्याच्या पद्धतीने काम सुरू करतो. यामधून कादंबरीतल्या पात्रांवर येणारी संकटे आणि वैद्यकीय क्षेत्रातल्या रहस्यमय घडामोडी वाचकांना खिळवून ठेवतात.

– ख्रिस्तीन हंटली (बुकलिस्ट)

आपल्या स्नेहीजनांना पुस्तके भेट द्या

क्रिटिकल

डॉ. रॉबिन कुक

अनुवाद
डॉ. प्रमोद जोगळेकर

मेहता पब्लिशिंग हाऊस

✆ +91 020-24476924 / 24460313

Email : info@mehtapublishinghouse.com
production@mehtapublishinghouse.com
sales@mehtapublishinghouse.com

Website : www.mehtapublishinghouse.com

- *या पुस्तकातील लेखकाची मते, घटना, वर्णने ही त्या लेखकाची असून त्याच्याशी प्रकाशक सहमत असतीलच असे नाही.*

CRITICAL by ROBIN COOK

© Copyright 2007 by Robin Cook

Translated in Marathi Language by Dr. Pramod Joglekar

क्रिटिकल / अनुवादित कादंबरी

अनुवाद : डॉ. प्रमोद जोगळेकर
४१ बी / ९३, जाधवनगर, वडगाव (बु.), पुणे – ४१.
E-mail : pramjog@yahoo.co.in

मराठी अनुवादाचे व प्रकाशनाचे हक्क मेहता पब्लिशिंग हाऊस, पुणे ३०.

प्रकाशक : सुनील अनिल मेहता, मेहता पब्लिशिंग हाऊस,
१९४१, सदाशिव पेठ, माडीवाले कॉलनी, पुणे – ४११०३०.

अक्षरजुळणी : एच्. एम्. टाईपसेटर्स, ११२०, सदाशिव पेठ, पुणे – ४११०३०.

मुखपृष्ठ : चंद्रमोहन कुलकर्णी

प्रथमावृत्ती : जुलै, २०१२ / जुलै, २०१५

ISBN 9788184984026

भय आणि जय यांचे नेहमी हाडवैर असते.

कॅमेरून आणि त्याच्यामुळे
मिळणाऱ्या आनंदाला अर्पण

प्रारंभ

मार्च-एप्रिल २००७ मधल्या एका आठवड्यात एकमेकांना अजिबात न ओळखणाऱ्या तीन माणसांच्या आरोग्याच्या संदर्भात सर्वस्वी अनपेक्षित अशा घटना घडल्या. ह्या घटनांमध्ये दोघांचा जीव गेला आणि शिवाय हजारो लोकांच्या जीवनांवर गंभीर परिणाम झाले.

या घटनांमध्ये बळी पडलेल्या लोकांना असं काही होणार, याची पुसटशीही कल्पना नव्हती. हे सगळे जरी साधारण एकाच वयाचे विवाहित पुरुष असले तरी, तिघांचे व्यवसाय सर्वस्वी निराळे होते. या तिघांमधला एक गोरा डॉक्टर होता. दुसरा आफ्रिकन-अमेरिकन असून तो कॉम्प्युटर प्रोग्रॅमर होता. तिसरा माणूस आशियाई वंशाचा होता. व्यवसायानं अकाउंटंट असणाऱ्या या तिसऱ्याची निर्घृण हत्या झाली होती.

इतर कोणाही माणसाप्रमाणेच आपला गुडघा ही काय चीज आहे, हे डॉ. जॅक स्टेपलटनच्या कधीही लक्षात आलं नव्हतं. पण २६ मार्च २००७ ह्या दिवशी संध्याकाळी गुडघ्यांनी त्यांचं काम थांबवल्यावर मात्र त्याला गुडघ्यामधल्या अजब रचनेची महती पटली. न्यूयॉर्क शहराच्या मुख्य वैद्यकीय तपासनिसाच्या कार्यालयात जॅक त्या दिवशी सकाळपासून सतत काम करत होता. तो दररोज कामावर जाताना त्याची कॅननडेल माऊंटन सायकल वापरायचा. सायकल चालवताना आपले गुडघे किती महत्त्वाचे आहेत, हा विचार त्याच्या मनाला

कधीही शिवला नव्हता. त्या दिवशीही जॅक सायकलवरून कामावर हजर झाला होता. त्या दिवशी सकाळी त्यानं तीन शवविच्छेदनं केली होती. त्यामधलं एक शवविच्छेदन खूपच अवघड होतं. कारण त्यात अनेक गोळ्यांच्या जखमांचा फार काळजीपूर्वक माग काढावा लागला होता. परिणामी जॅक त्या दिवशी सकाळी जवळपास चार तास उभा होता. शवविच्छेदन करण्याच्या जागेला त्यांच्या परिभाषेत ते लोक 'खड्डा' म्हणत असत. त्याचं काम नेहमीच्या सवयीमुळे एकापाठोपाठ एक असं चाललं होतं. हे सगळं चालू असताना आपले गुडघे आणि त्यांना जोडलेले स्नायूबंध इमानेइतबारे किती मदत करत आहेत, हे त्याला जाणवलं नाही. ह्या स्नायूबंधांमुळेच प्रचंड ताण पडूनही गुडघ्याचे सांधे बिनबोभाट काम करू शकत होते. शिवाय पायांवर येणारा प्रचंड ताण मांडीच्या खालच्या भागावर पडू नये, म्हणून उशीसारखं काम करणारे 'मेनिसी' हे भागही त्यांची चोख भूमिका बजावत होते.

त्या दिवशी नेहमीप्रमाणे संध्याकाळी खूप उशिरा प्रकाशझोतानं झगमगणाऱ्या मैदानावर खेळताना ती आपत्ती ओढवली. जॅक राहत होता, त्या भागात जवळच तो संध्याकाळी बास्केटबॉल खेळायला जायचा. त्या दिवशी त्याचे मित्र असणारे वॉरेन आणि फ्लॅश यांच्यासारखे उत्कृष्ट खेळाडू त्याच्या टीममध्ये असूनदेखील त्यांना एकही डाव जिंकता आला नव्हता. त्यामुळे त्यांना सतत मैदानाबाहेर बसून, खेळायची पुढची संधी मिळण्याची वाट पाहत थांबावं लागलं होतं.

संध्याकाळी खेळ जसा पुढंपुढं जात होता, तसतसा जॅकचा वैताग वाढत चालला होता. त्या दिवशी अनेकदा जॅकला पास नीट देता आला नाही किंवा त्याचा सोपा नेम चुकला होता. पण हे पुन्हापुन्हा सांगायची जरुरी नसताना वॉरेन जॅकला सतत टोचून बोलत होता. वॉरेनचं म्हणणं चूक होतं असं मात्र नव्हतं. त्यातच एकदा स्कोअर बरोबरीत असताना अडखळल्यामुळे जॅकला नीट खेळता आलं नव्हतं. जॅक त्यामुळे शरमिंदा झाला होता. अशा तऱ्हेने त्या दिवशी संध्याकाळी सगळं काही चुकत असताना खरं संकट खेळ संपत असताना उद्भवलं होतं. त्यावेळी स्कोअर पुन्हा एकदा बरोबरीत आलेला होता. आता पुढची फेक जर सरळ बास्केटमध्ये गेली तर ती गेम जिंकायची संधी होती. वॉरेननं खूप लांबून फेकलेला चेंडू जॅकला व्यवस्थित घेता आला होता. आता जॅकसमोर फक्त एकचजण होता. त्याचं नाव स्पिट. हे नाव त्याला त्याच्या थुंकण्याच्या सवयीमुळे पडलं होतं.

उंच आणि लुकडा स्पिट जॅकच्या अंगावर येत असताना वॉरेन जॅकला प्रोत्साहन देण्यासाठी ओरडला. जॅकनं स्पिटला चकवण्यासाठी डोक्याची डावीकडे हालचाल केली. मग चपळाईनं तो उजवीकडे झेपावला. जॅकनं उडी मारली

आणि मग दूरवर तो खाली पाय टाकत असताना त्याच्या शरीराचं सगळं वजन अचानक त्याच्या उजव्या पायावर आलं. खरं तर आपला गुडघा बावन्न वर्षं काम करतोय, हे लक्षात घेऊन जॅकनं उडी मारताना विचार करायला हवा होता. त्याच्या पायातील पुढचा स्नायुबंध वयोमानानुसार सैल पडलेला होता. ज्याला वैद्यकीय परिभाषेत कोलाजेन म्हणतात ती उतीची अरुंद पट्टी त्याच्या पायाचं मांडीचं हाड नडगीच्या हाडापासून वेगळं होऊ न देण्याचा आटोकाट प्रयत्न करत होती. पण जॅकच्या उडी मारण्याचा आघात एवढा जास्त होता की, त्याच्या मांडीचं हाड सांध्यातून निखळलं.

जॅक उजव्या पायात कोलमडून कठीण पृष्ठभागावर काही फूट घसरत गेला. त्याला बरंच खरचटलंही होतं. जॅक कळवळत हातानं गुडघा दाबत अक्षरश: लोळागोळा होऊन पडला. आपल्याला नेमकं किती लागलंय, याचा जॅक विचार करत होता.

"ए मॅन! तू वाईट खेळत होतासच. पण आता तर फारच वाईट खेळलास," वॅरेन म्हणाला. तो उडी मारून जॅकच्या जवळ येऊन त्याला किती लागलंय, हे पाहात होता. त्याच्या स्वरात थोडी सहानुभूती आणि थोडाफार वैताग होता, "डॉक... मला वाटतं की तू या तऱ्हेच्या खेळाच्या दृष्टीनं म्हातारा झालेला आहेस. मी काय म्हणतोय ते लक्षात येतंय ना?"

"माफ कर." जॅक कसाबसा म्हणाला. सगळेजण आपल्याकडं बघत आहेत, हे पाहून त्याला अवघडल्यासारखं झालं होतं.

"आजपुरतं तुझं खेळणं संपलं का?" वॅरेननं विचारलं.

जॅकनं खांदे उडवले. सुरुवातीची वेदना जरा कमी झाली होती. त्यामुळे आपल्याला फारशी गंभीर दुखापत झाली नसावी, असं जॅकला उगीचच वाटून गेलं. तो धडपडत उठला आणि त्यानं दुखावलेल्या पायावर जोर देऊन एक-दोन पावलं टाकली.

जॅकनं पुन्हा खांदे उडवले. "तसं फारसं लागलेलं दिसत नाही." त्यानं कोपर आणि गुडघ्यावर जिथं खरचटलं होतं, तिकडं नजर टाकली आणि कितपत लागलंय याचा अंदाज घेतला. जॅकनं पुन्हा दोन-चार पावलं टाकली. आपण नीट चालू शकतोय, असं त्याला वाटलं. पण हे समाधान फक्त क्षणभरच टिकलं. कारण डावीकडं वळताना जॅक जागीच बसला. पुन्हा एकदा पायात तीव्र वेदना जाणवली होती.

"नाही. आता मी खेळू शकणार नाही," जॅक कसाबसा उभा राहत कसनुसा चेहरा करत म्हणाला, "हे साधं मुरगळलेलं दिसत नाही."

इतर बहुसंख्य लोकांप्रमाणेच डेव्हिड जेफ्रीज यालाही जीवाणूंच्या आत किती अजब रासायनिक क्रिया चालतात, याची पुसटशीही कल्पना नव्हती. इतकंच नाही, तर एकदा जंतूसंसर्ग सुरू झाला की तो वाढणार की कमी होणार, हे जीवाणूंचे आक्रमक घटक आणि माणसाच्या शरीरातील संरक्षण यंत्रणा यांच्यामधील घनघोर लढाईवर अवलंबून असतं हेही त्याला माहीत नव्हतं. आधुनिक वैद्यकशास्त्राकडे जीवाणूंशी मुकाबला करण्यासाठी प्रभावी प्रतिजैविक औषधं उपलब्ध असूनही जीवाणू मानवजातीपुढं किती जबरदस्त आव्हान उभं करू शकतात, याची त्याला जराही कल्पना नव्हती. पूर्वीच्या काळी प्लेगसारख्या जीवघेण्या साथी येत असत हे त्यानं ऐकलं होतं. पण तो आता इतिहास झाला होता. प्रसिद्धी माध्यमांमध्ये सतत गाजणाऱ्या बर्ड फ्ल्यू, एबोला किंवा एड्सला कारणीभूत ठरणाऱ्या विषाणूंइतकी त्याला जीवाणूंबद्दल धास्ती वाटत नव्हती. शिवाय चीझ किंवा दही बनवण्यासाठी उपयोगी पडणारे 'चांगले' जीवाणूदेखील असतात, हे त्यानं कधीतरी उडत उडत ऐकलेलं होतं. म्हणूनच त्या दिवशी सकाळी तो जेव्हा आपल्या पायावर उपचार करून घेण्यासाठी एंजल्स ऑर्थोपेडिक हॉस्पिटलमध्ये दाखल झाला, तेव्हा त्याला जीवाणूंबद्दल जराही भीती वाटत नसणं स्वाभाविकच होतं.

डेव्हिड हॉस्पिटलमध्ये दाखल झाला तेव्हा त्याच्या मनात वेगळीच धास्ती होती. ऑपरेशनसाठी आपल्याला भूल दिली जाईल. आपण त्यानंतर शुद्धीवरच आलो नाही तर? त्याच्या एका मित्रानं त्याला सांगितलं होतं की, ह्या सगळ्यात त्याला खूप वेदना तर होतीलच, पण शिवाय हे सगळं करूनही त्याचा उपयोग होईलच असं नाही. याचा अर्थ डेव्हिड पुन्हा त्याचा आवडता खेळ, टेनिस खेळू शकणार नव्हता.

डेव्हिड मॅनहटन भागातल्या एका प्रचंड प्रगती करत असलेल्या सॉफ्टवेअर कंपनीत प्रोग्रॅमर म्हणून काम करत होता. डेव्हिडच्याच शब्दात सांगायचं तर त्याला मॉनिटरसमोर बूड रुतवून तासन्तास बसावं लागे. लहान असल्यापासून खेळांची आवड असल्यानं त्याला हे बंधन जाचक वाटे. म्हणूनच चांगला व्यायाम होण्यासाठी डेव्हिड टेनिस खेळत असे. जखमी होऊन शस्त्रक्रियेसाठी दाखल होण्याअगोदर, म्हणजे साधारण एक महिना अगोदरपर्यंत, डेव्हिड आठवड्यात किमान चार वेळा खेळायचा. त्यानं त्याच्या वयात येण्याच्या सीमारेषेवर असणाऱ्या दोन मुलांनाही टेनिसची आवड लागावी म्हणून प्रयत्न केले होते.

आपल्याला नेमकं काय झालंय याची त्याला कल्पना नव्हती. खरं तर

त्यानं स्वत:ला तंदुरुस्त ठेवण्याचा प्रयत्न केला होता. त्याला त्या प्रसंगाबद्दल आठवतं ते असं की, तो एक शॉट परतवण्यासाठी नेटपाशी धावत आला होता. त्यानं शॉट परतवला होता खरा, पण तो तितकासा यशस्वी ठरला नव्हता. त्याच्या प्रतिस्पर्ध्यानं त्याच्या डावीकडे जोरदार फटका लगावला होता. हा फटका परतवण्यासाठी बॉलकडे जाताना डेव्हिड मधेच कोलमडला होता. त्याला त्यावेळचं एवढंच आठवतं की, तो गुडघा धरून कळवळत खाली पडला होता आणि गुडघा वेगानं सुजू लागला होता.

डेव्हिडला जराही कल्पना नव्हती. पण शस्त्रक्रियेनंतर अवघ्या काही तासांमध्ये अगदी फार कमी जीवाणूंनी डेव्हिडच्या गुडघ्यात प्रवेश मिळवला होता. हे जीवाणू स्टॅफिलोकोकस प्रकारचे होते. डेव्हिडच्या गुडघ्यात आणि त्याच्या फुफ्फुसांमध्ये घुसखोरी केलेल्या ह्या जीवाणूंनी त्यांचं रासायनिक चेटूक करायला सुरुवात केली होती.

स्टॅफिलोकोकस हे अगदी सर्वसामान्य प्रकारचे जीवाणू आहेत. नेहमी जगातल्या एक तृतियांश, म्हणजे साधारणपणे दोन अब्ज लोकांमध्ये ते आढळतात. ते शरीरावर ओलसर भागात राहतात. डेव्हिडच्याही अंगावर असे स्टॅफिलोकोकस जीवाणू भरपूर प्रमाणात होते. पण त्याच्या गुडघ्यात जे जीवाणू घुसले होते ते मात्र त्याच्या शरीरावरचे नव्हते. ती स्टॅफिलोकोकस ऑरियस या जातीच्या जीवाणूंची एक उपजात होती. या उपजातीनं स्टॅफिलोकोकस जातीच्या एका वैशिष्ट्याचा फायदा उठवला होता. या जीवाणूंमध्ये त्यांचे जनुकीय संच आपापसात बदलण्याचा गुणधर्म असतो. जनुकीय भागांची अशी अदलाबदल झाली की, त्यांचा आक्रमकपणा वाढतो. या गुणधर्मामुळे स्टॅफिलोकोकस जीवाणूंना स्पर्धेत टिकून राहता येतं. जी उपजात डेव्हिडच्या शरीरात शिरली होती, ती पेनिसिलीनसारख्या अनेक प्रतिजैविकांना दाद देणारी तर नव्हतीच, पण शिवाय ह्या उपजातीचे जीवाणू अनेक खतरनाक रेणू बनवण्यात सक्षम होते. डेव्हिडच्या पेशींना चिकटून बसण्यात यामधल्या काही रेणूंचा उपयोग जीवाणूंना होत होता. तसेच काही रेणू असे होते की, या जीवाणूंचा बंदोबस्त करण्यासाठी डेव्हिडच्या शरीरात ज्या संरक्षक पेशी तिथं जाणार होत्या, त्यांनाच हे रेणू नष्ट करून टाकणारे होते. अशा प्रकारे डेव्हिडच्या शरीरातली संरक्षक यंत्रणा लुळीपांगळी झाल्यामुळे आक्रमण करणाऱ्या जीवाणूंची संख्या अतिप्रचंड प्रमाणात वेगानं वाढत गेली. आता हे जीवाणू 'स्त्रवण्याच्या' स्थितीत आले होते. या स्थितीत स्टॅफिलोकोकस जीवाणूंच्या जनुकांमधील आणखी काही जनुकांचं काम सुरू झालं होतं.

या जनुकांमुळे जीवाणू आणखीन भयंकर प्रकारचे रेणू तयार करू शकतात. या खतरनाक रेणूंना **टॉक्सिन** असं म्हणतात. एकदा हे रेणू तयार व्हायला लागल्यानंतर त्यांनी डेव्हिडच्या शरीरात विध्वंसक धुमाकूळ घालायला सुरुवात केली होती. त्यांच्या ह्या विध्वंसक परिणामांमधील एक परिणाम 'मांस खाणं' या नावानं ओळखला जातो. शिवाय बघता बघता डेव्हिडच्या शरीरात 'टॉक्सिक शॉक सिंड्रोम' म्हणजे ह्या विषारी रेणूंमुळे बसणाऱ्या धक्क्याची लक्षणं दिसू लागली होती.

डेव्हिडला आपल्या शरीराच्या आत काय वादळ घोंघावतंय याची कल्पना नव्हती. फक्त त्याला शस्त्रक्रियेनंतर सहा तासांनी ताप जाणवू लागला होता. त्यावेळी अर्थातच जीवाणू 'स्रवण्याच्या' अवस्थेत गेले नव्हते. डेव्हिडनं आपल्याला आलेल्या तापाकडं फारसं लक्ष दिलं नाही. इतकंच नाही तर त्याची शुश्रूषा करणाऱ्या नर्सच्या मदतनिसानंही त्याची फारशी दखल घेतली नव्हती. त्यानं तापाची नोंद करण्याचं काम चोखपणानं बजावलं होतं.

काही वेळानं डेव्हिडला छाती जड झाल्यासारखी वाटू लागली होती. त्याला वेदनाशमक औषधांचा जो डोस दिला होता त्यामुळे त्याला वेदना जाणवत नव्हती. त्यानं ही सुरुवातीची लक्षणं फारशी गांभीर्यानं घेतली नव्हती. पण काही वेळानं त्याला श्वासोच्छ्वास करणं अवघड वाटू लागलं. तसंच त्याला कफामध्ये थोडंसं रक्तही पडलेलं दिसलं. आता मात्र डेव्हिडला एकदम फार काळजी वाटू लागली. त्यानं आपल्याला त्रास होतोय हे सांगताच, नर्स व इतरांनी भराभरा कामाला सुरुवात केली. त्या लोकांच्या चेहऱ्यावरची काळजी पाहून डेव्हिड आणखीनच घाबरला. त्याच्या रक्ताचा नमुना घेण्यात आला. त्याच्या सलाईनमध्ये प्रतिजैविकाचा डोस दिला गेला. गरज पडली तर डेव्हिडला युनिव्हर्सिटी हॉस्पिटलमध्ये नेण्यासाठी भराभरा फोन करण्यात आले. ही सगळी गडबड पाहून डेव्हिडनं भीतभीतच 'आपण ठीक होऊ ना' असा प्रश्न विचारला.

एक नर्स 'तुम्ही ठीक व्हाल' असं म्हणाली खरी, पण ते ती नेहमीच्या

टॉक्सिन (Toxin)

काही सूक्ष्मजीव रुग्णाच्या शरीरात शिरल्यानंतर प्राणघातक ठरणारे अत्यंत विषारी रासायनिक पदार्थ तयार करतात. या रासायनिक द्रव्यांना टॉक्सिन असं म्हणतात. याच विषयावर डॉ. रॉबिन कुक यांची स्वतंत्र कादंबरी असून, अधिक माहिती या कादंबरीतून मिळू शकेल. 'टॉक्सिन'. अनुवाद – डॉ. प्रमोद जोगळेकर, २००५, मेहता पब्लिशिंग हाऊस, पुणे.

सवयीनुसार तसं म्हणाली होती. अर्थात नर्सनं कितीही आश्वासक शब्द उच्चारले असले तरी त्यानंतर काही तासांनी डेव्हिड मरण पावला. त्याला दुसऱ्या अधिक चांगल्या सुविधा असणाऱ्या हॉस्पिटलकडं नेत असताना, अनेक अवयवांमधील बिघाड आणि सेप्टिक यामुळे त्याचा मृत्यू झाला.

डेव्हिड जेफ्रीज जीवाणूंविरुद्ध लढाई हरत असताना पॉल यांगला खरंतर त्याच्या भवितव्याबद्दल काळजी वाटायला हवी होती. पण त्याला त्याविषयी जराही चिंता वाटली नव्हती हे खरं. सगळ्यांनाच 'मृत्यू येणार' ही वस्तुस्थिती जशी माहीत असते तशी ती पॉललाही माहीत होती. आपण वयानं वाढतोय ह्याची कल्पना असूनदेखील पॉल यांगच्या मनात मरणाचा विचार जराही आलेला नव्हता. वयाच्या एकावन्नाव्या वर्षी त्याला कितीतरी काळज्या होत्या. त्याची उधळपट्टी करण्यात प्रवीण असणारी बायको कायम नाखूष असायची. त्याची दोन मुलं कॉलेजात होती आणि एक जण या वर्षी कॉलेजात जाणार होता. त्याचं उपनगरातलं घर असं झालं होतं की सतत काही ना काही लहानमोठ्या दुरुस्त्या कराव्या लागत. घराचे हप्तेही चांगलेच घसघशीत होते. हे सगळं कमीच आहे म्हणून की काय, गेल्या तीन महिन्यांत त्याचं ऑफिसच्या कामावरचं लक्ष उडत होतं.

पाच वर्षांपूर्वी पॉल एका प्रथितयश फॉर्च्युन-५०० प्रकारच्या कंपनीत काम करत होता. ती नोकरी सुखाची होती, पण काम कंटाळवाणं होतं. पॉलनं ती नोकरी सोडून एका नव्यानं उदयाला येणाऱ्या कंपनीत नोकरी घेतली होती. या कंपनीत तो मुख्य अकाऊंटंट होता. तो पूर्वी ज्या ठिकाणी काम करायचा, तिथल्या त्याच्या बॉसला एका अत्यंत हुशार डॉक्टरनं नवीन कंपनीत कामाची ऑफर दिली होती. तिचं नाव ॲन्जेला डॉसन. त्याच्या जुन्या कंपनीतल्या बॉसनं पॉलला नोकरी बदलण्याची संधी दिली होती. पॉलची वृत्ती धाडस करण्याची किंवा पैज लावण्याची नव्हती. साहजिकच नोकरी बदलणं त्यानं फार मनापासून केलेलं नव्हतं. पण त्याच्या गरजा मोठ्या होत्या आणि या झपाट्यानं वाढणाऱ्या, वैद्यकीय सेवा क्षेत्रात उभ्या राहणाऱ्या नवीन कंपनीत भरपूर पैसा मिळण्याची संधी त्याला मोठी वाटली होती. ह्या संधीमधील जोखीम आणि अनिश्चितता यावर भरपूर पैसा मिळवण्याच्या आशेनं मात केली होती.

एंजल्स हेल्थकेअर या कंपनीत सर्व काही अगदी ठरल्याप्रमाणे घडत होतं. अर्थात त्याचं कारण म्हणजे डॉ. ॲन्जेला डॉसनचं जन्मजात व्यवसायकौशल्य. कंपनीचे शेअर, गुंतवणुकीचे इतर पर्याय हे सगळं माहीत असल्यानं आपण

इतर संस्थापकांप्रमाणे लवकरच भरपूर श्रीमंत होणार याची त्याला कल्पना होती. एंजल्स हेल्थकेअरचे गुंतवणूकदार आणि कंपनीचे शेअर हाती असणारे पाचशेपेक्षा थोडे जास्त डॉक्टर, अवघ्या काही आठवड्यांच्या आत श्रीमंत होण्याच्या वाटेवर होते. ***आय.पी.ओ.*** *ची तारीख अगदी जवळ आलेली होती. कंपनीनं नुकतीच केलेली जबरदस्त जाहिरात मोहीम पाहून गुंतवणूक करू इच्छिणाऱ्या संस्थांच्या तोंडाला पाणी सुटलं होतं. या बरोबरच कोणाच्याही अपेक्षेपेक्षा कंपनीच्या शेअरची किंमत कितीतरी जास्त झाली होती.*

बाजारातून भांडवल उभारण्याच्या पहिल्या फेरीत पाचशे दशलक्ष डॉलर मिळण्याची शक्यता होती. हे सगळं पाहता पॉलचे हात स्वर्गाला लागणं अपेक्षित होतं. पण तसं घडलं मात्र नव्हतं. उलट तो आयुष्यात कधीही नव्हता एवढा चिंतेत पडला होता. त्याचं कारण म्हणजे अलीकडच्या काळात बाहेर येणारे अनेक घोटाळे. एन्रॉनच्या घोटाळ्यानं गेली पाच-सहा वर्षं अर्थविश्व कमालीचं ढवळून निघालं होतं. तसेच अनेक आर्थिक घोटाळे गाजत होते. या सगळ्यामुळे पॉलच्या मनाची ओढाताण होत होती. आपण अकाऊंट्स लिहिताना कसलाही गडबड घोटाळा केलेला नाही हे माहीत असलं तरी, ते पुरेसं नाही असं त्याला उगीचच वाटत होतं. तो त्याच्या क्षेत्रात सर्वसाधारणपणे पाळले जाणारे सारे नियम अगदी मनोभावे पाळत असे. आपण तयार केलेले सगळे हिशेब अगदी एक सेंट इतके अचूक आहेत याची त्याला पक्की खात्री होती. पण खरी अडचण निराळीच होती. त्यानं तयार केलेला कंपनीचा आर्थिक ताळेबंद बाहेरच्या कोणी पाहू नये असं त्याला वाटत होतं. याचं कारण त्याचं चोख काम हेच होतं. बाहेरच्या कोणी त्याचे हिशेब तपासले असते तर कंपनीत पैशांचा तुटवडा असण्याची परिस्थिती लगेच सहज लक्षात आली असती.

कंपनीत ही परिस्थिती उद्भवण्याची सुरुवात साधारण साडेतीन महिन्यांपूर्वी झाली होती. आय.पी.ओ.साठी माहितीपत्रक बनवण्याच्या अगोदर स्वतंत्रपणानं लेखा परीक्षण करून घेण्यात आलं होतं. त्या वेळी सुरुवात अगदी साध्या, छोट्या प्रकारानं झाली, पण बघता बघता परिस्थितीनं वादळाचं रूप धारण केलं. पॉल पेचात पडला होता, कारण आपल्या मुख्य वित्त अधिकाऱ्याला

आय.पी.ओ. (IPO)

आय.पी.ओ. हे 'इनिशियल पब्लिक ऑफरिंग' या इंग्रजी शब्दाचं लघुरूप आहे. जेव्हा एखादी कंपनी पहिल्यांदा आपले शेअर सर्वसामान्य लोकांसाठी खुले करते त्या प्रक्रियेला आय.पी.ओ. असं म्हणतात.

आर्थिक अडचणीची कल्पना देणं ही त्याची जबाबदारी होती. त्यानं ती पारही पाडली होती. पण शिवाय **सिक्युरिटीज अँड एक्स्चेंज कमिशन***लाही माहिती देणं त्याच्यावर बंधनकारक होतं. त्याच्या मुख्य वित्त अधिकाऱ्यानं म्हटल्याप्रमाणे जर अशी माहिती कळवली तर आय.पी.ओ. खलास होणार हे अगदी उघड दिसत होतं. तसं झालं तर त्यांनी गेलं वर्षभर घेतलेली सारी मेहनत मातीमोल होणार होती आणि त्याचबरोबर कंपनीचं भविष्य संपूर्णपणे खलास होणार होतं. त्याच्या मुख्य लेखा अधिकाऱ्यानं आणि स्वत: डॉ. डॉसन यांनी पॉलला समजावलं होतं की पैशाची चणचण ही तात्पुरती परिस्थिती होती. त्यांच्या म्हणण्यानुसार या अडचणीवर मात करण्याचे सर्वतोपरी प्रयत्न त्यांनी सुरूही केले होते.*

आपल्या कंपनीमधील आपले वरिष्ठ अधिकारी जे काही सांगत होते ते बहुधा खरं आहे, याची त्याला कल्पना होती. पण त्याचबरोबर आपण माहिती सिक्युरिटीज अँड एक्स्चेंज कमिशनला न कळवणं यात कायद्याचा भंग होतोय हे त्याला माहीत होतं. एका बाजूला जबाबदारीची नैतिक जाणीव आणि दुसऱ्या बाजूला त्याच्या कुटुंबाच्या गरजा यांच्यात नेमकं काय महत्त्वाचं हे न कळल्यानं त्याची मन:स्थिती द्विधा झाली होती. त्याची ही मानसिक कोंडी एवढी गंभीर झाली होती की, पॉल पुन्हा त्याच्या जुन्या व्यसनाकडे, म्हणजे दारू पिण्याकडे वळला होता. त्यानं पूर्वी दारूचं व्यसन यशस्वीपणानं सोडलं होतं. आताही आपला पिण्यावर ताबा आहे असं पॉलला खात्रीनं वाटत होतं. तो न्यूजर्सीला घरी परतण्यासाठी गाडी पकडायला जायच्या अगोदर दोन-चार पेग कॉकटेल घेऊ लागला होता. पण पूर्वीप्रमाणे रात्ररात्र पिणं, झिंगणं किंवा छचोर पोरींबरोबर रात्रीबेरात्री मौजमजा करणं हे काही सुरू झालं नव्हतं.

दोन एप्रिल २००७ च्या संध्याकाळी तो घसा ओला करण्यासाठी त्याच्या नेहमीच्या 'जागी' थांबला होता. तिथून तो गाडी पकडण्यासाठी स्टेशनवर जायचा. बारपाशी बसून व्होडकाचा तिसरा पेग घेत असताना त्या संध्याकाळी त्याने अचानक निर्णय घेतला. दुसऱ्या दिवशी सकाळी त्यानं तो आवश्यक अहवाल पाठवून देण्याचं ठरवलं. गेले काही दिवस त्याच्या मनाची स्थिती दोलायमान होती. पण त्या दिवशी मात्र त्याला वाटलं की, आता आय.पी.ओ.ची तारीख इतकी जवळ आहे की, आपण जरी अहवाल पाठवला तरी तो लाल फितीच्या कारभारात इथंतिथं पडून राहील. तो कमिशनमधून प्रत्यक्ष गुंतवणूकदारांपर्यंत

एस.ई.सी. (SEC)

सिक्युरिटीज ॲन्ड एक्स्चेंज कमिशन ही अमेरिकेतील फेडरल संस्था असून, ती शेअर बाजार आणि रोखे बाजारातील व्यवहारांचे नियंत्रण करते.

लगेच पोहोचणार नाही असा युक्तिवाद त्यानं मनाशीच केला. अशा तऱ्हेनं आपण आपली जबाबदारी पार पाडू, पण तरीही आय.पी.ओ. संकटात सापडेल असं आपल्या हातून घडणार नाही, असा विचार त्यानं केला होता. आपण निर्णय घेतला याचा त्याला एवढा आनंद झाला की, तो साजरा करण्यासाठी त्यानं चौथा पेग घेतला.

त्यानं घेतलेला हा व्होडकाचा शेवटचा पेग त्याला पूर्वीच्यापेक्षा जास्त सुखद वाटला. पण बहुधा या शेवटच्या व्होडकामुळेच त्यानं त्या दिवशी असं काही केलं की, जे त्यानं इतर वेळी अजिबात केलं नसतं. स्टेशनहून घराकडं चालत येताना घराच्या अगदी जवळ असताना तो दोन अनोळखी लोकांशी बोलण्यासाठी थांबला. हे दोघं जण एका मोठ्या काळ्या कॅडिलॅक गाडीतून उतरले होते. त्यांचे पोशाख जरी ठीक असले तरी त्यांच्यात काहीतरी भयप्रद होतं. पण पॉलनं तिकडं दुर्लक्ष केलं होतं.

''मिस्टर पॉल यांग?'' एकानं किंचित घोगऱ्या आवाजात विचारलं. पॉल थांबला.

ही त्याची पहिली चूक होती. ''हं.... कोण?'' पॉलनं दुसरी चूक केली होती. खरं तर त्यानं न थांबता चालत रहायला हवं होतं.

पॉल एकदम थांबल्यामुळे त्याचा जरासा झोक गेला. पण त्यानं स्वत:ला सावरत डोळ्यांची उघडझाप करून नजर समोर स्थिर करण्याचा प्रयत्न केला.

समोर उभी असणारी माणसं साधारण एकाच वयाची होती. त्यांचे चेहरे कंगोरेदार होते. त्यांनी त्यांचे काळेभोर केस चापून मागे फिरवून बसवले होते. त्यांच्यामधल्या एकाच्या चेहेऱ्यावर बरेच व्रण होते. दुसरा माणूस पॉलला म्हणाला, ''तुम्ही तुमचं एखादं मिनिट आम्हाला देण्याची कृपा कराल का?''

''तसं वाटतंय खरं...'' पॉल म्हणाला. पण शब्दांची विनयशील वाटणारी रचना आणि त्या माणसाचा जडसर स्वर यांच्यात तफावत आहे, हे त्याला जाणवलं होतं.

''तुम्हाला थांबवल्याबद्दल माफ करा.'' तो माणूस पुन्हा तशाच स्वरात म्हणाला, ''तुम्ही घरी जायला उत्सुक आहात याची कल्पना आहे.'' पॉलनं वळून समोर दिसणाऱ्या आपल्या घराच्या दाराकडे पाहिलं. त्या दोघा अनोळखी लोकांना आपण कुठं राहतो हे माहीत आहे, हे पाहून तो जरासा अस्वस्थ झाला.

''माझं नाव आहे फ्रॅन्को पॉन्टी आणि हे सभ्य गृहस्थ आहेत मिस्टर अॅन्जेलो फॅसिओलो.''

पॉलनं चेहेऱ्यावर खूप व्रण असणाऱ्या त्या दुसऱ्या माणसाकडे नजर टाकली. त्याला भुवया जवळजवळ नव्हत्या. त्यामुळे तिथल्या मंद प्रकाशात तो दुसऱ्या कुठल्यातरी जगातून आलेल्यांसारखा विचित्र दिसत होता.

''आम्ही मिस्टर व्हिनी डॉमिनिक यांच्यासाठी काम करतो. तुम्ही बहुधा मिस्टर डॉमिनिकना ओळखत नाही.''

पॉलनं मान डोलावली. त्याच्या आठवणीनुसार तो या कोणा व्हिनी डॉमिनिकला पूर्वी भेटलेला नव्हता.

"मिस्टर डॉमिनिक यांनी तुम्हाला काही माहिती सांगायची परवानगी मला दिलेली आहे. एंजल्स हेल्थकेअर कंपनीतल्या कोणालाही ही महत्त्वाची आर्थिक माहिती कळलेली नाही. ही माहिती तुम्हाला जाणून घेणं आवडेल असं मिस्टर डॉमिनिकना वाटतं. ती तुम्हाला सांगितली तर त्या बदल्यात तुम्ही ती इतर कोणालाही न सांगता मिस्टर डॉमिनिक यांचा खासगीपणा जपाल असं त्यांना वाटतं. हे तुम्हाला मान्य आहे का?"

पॉल विचार करू लागला. पण त्या परिस्थितीत त्याला विचार करणं फार अवघड जात होतं. पण एंजल्स हेल्थकेअरविषयी महत्त्वाची आर्थिक माहिती नेमकी काय आहे, हे जाणून घेण्याची त्याला उत्सुकता होतीच. "ठीक आहे," पॉल काही वेळानंतर म्हणाला.

"हं, आता मला तुम्हाला एक गोष्ट स्पष्टपणानं बजावणं भाग आहे. मिस्टर डॉमिनिक लोकांनी दिलेल्या शब्दावर विश्वास ठेवतात. पण जर तुम्ही तुमचा शब्द मोडला तर ते तुम्हाला फार महागात पडेल. मी काय म्हणतोय ते कळलं का?"

"तसं वाटतंय..." पॉल म्हणाला. त्याला तोल सावरण्यासाठी एक पाऊल मागे यावं लागलं होतं.

"मिस्टर डॉमिनिक हे एंजल्स हेल्थकेअरचे एक गुंतवणूकदार आहेत. 'एंजल गुंतवणूकदार'."

"वॉव!" पॉल म्हणाला. त्याच्या कंपनीतल्या पदामुळे त्याला कल्पना होती की, कोणीतरी एका 'एंजल' गुंतवणूकदारानं जवळपास दीड कोटी डॉलरची गुंतवणूक केली होती. या माणसाचं नाव कोणालाच माहीत नव्हतं. इतकंच नव्हे, तर अलीकडेच याच माणसानं तात्पुरत्या स्वरूपाचं कर्ज, म्हणजेच 'ब्रीज लोन' म्हणून कंपनीला अडीच लाख डॉलर कर्जाऊ दिले होते. सध्या असणारी रकमेची कमतरता भरून काढण्यासाठी ही व्यवस्था करण्यात आली होती. कंपनीच्या दृष्टीनं आणि पॉलच्या वैयक्तिक मतानुसार हा मिस्टर डॉमिनिक एखाद्या देवदूतासारखाच धावून आला होता.

"आता मिस्टर डॉमिनिक यांना तुमच्याकडून थोडी मदत हवी आहे. त्यांना तुम्हाला काही मिनिटं भेटण्याची इच्छा आहे. ही भेट कंपनीच्या मुख्य लोकांच्या नकळत व्हायला हवीय. त्यांनी मला तुम्हाला हे सांगायला पाठवलंय की, कंपनीचे मुख्य लोक कायद्याचं पालन करताना दिसत नाहीत. त्याबद्दल मिस्टर डॉमिनिकना काळजी वाटते. याचा अर्थ काय ते मला माहीत नाही. पण मिस्टर डॉमिनिक म्हणाले की, तुम्हाला तो नक्की कळेल."

पॉलनं पुन्हा मान डोलावली. तो त्याची नशा झटकून स्वच्छ विचार करण्याचा प्रयत्न करत होता. नेमक्या याच बाबतीत तर तो गेले कित्येक आठवडे मनोमन झगडत होत आणि आता अचानक त्याला अनपेक्षितपणे आधाराचा हात मिळत होता. त्यानं घसा खाकरला आणि विचारलं, "त्यांना ही भेट कधी घ्यायची आहे?" पॉलनं हे म्हणताना काळ्या गाडीच्या काचेत डोकावून पाहण्याचा प्रयत्न केला. पण त्याला काहीच दिसलं नाही.

"आत्ता लगेच," तो माणूस म्हणाला, "मिस्टर डॉमिनिक यांची बोट होबोकेनमध्ये किनाऱ्यापाशी उभी आहे. आपण तिथं पंधरा मिनिटांत पोहोचू शकू. तिथं तुमचं बोलणं झालं की, आम्ही तुम्हाला इथंच पुन्हा तुमच्या दारापाशी आणून सोडू. जाऊन येऊन फार फार तर एखादा तास लागेल."

"होबोकेन?" पॉल म्हणाला. आपण एवढी दारू ढोसायला नको होती असं त्याला वाटलं, कारण बुद्धीला ताण देण्याचा प्रयत्न करूनही त्याला होबोकेन म्हणजे कुठं ते लक्षात येईना. "आपण तिथं पंधरा मिनिटांत पोहोचू शकू." तो माणूस पुन्हा म्हणाला.

पॉलला ही कल्पना तशी फारशी आवडली नव्हती. त्याचा स्वभाव एकदम अशा प्रकारचे निर्णय घेण्याचा नव्हता. त्याला सावकाशपणानं आकडेवारी बघून मगच निर्णय घेण्याची सवय होती. सर्वसामान्य परिस्थितीत पॉल अशा प्रकारे रात्रीच्या वेळी, कोणातरी अनोळखी माणसांच्या गाडीतून, कधीही नाव न ऐकलेल्या माणसाला भेटायला, त्या माणसाच्या बोटीवर जायला तयार झाला नसता. पण त्याची त्या वेळची द्विधा मनःस्थिती आणि कंपनीच्या एका महत्त्वाचा गुंतवणूकदाराची भेट होण्याची शक्यता, यामुळे तो मोहात पडला. अखेर त्यानं एकवार मान डोलावली आणि मग तो लडखडत पावलं टाकत गाडीच्या उघड्या दारातून आत शिरला. ॲन्जेलोनं पॉलला आत बसायला मदत केली. त्यानं त्याचा लॅपटॉप पॉलला तो आत बसल्यावर परत दिला.

न्यूयॉर्कच्या दिशेनं जाताना पॉल आणि त्या दोघांमध्ये काहीही संभाषण झालं नाही. फ्रॅन्को आणि ॲन्जेलो पुढच्या सीटवर बसले होते. पॉलला अंधारात फक्त दोघांच्या डोक्यांचे आकार दिसत होते. ते स्थिर होते आणि समोरून येणाऱ्या दिव्यांच्या उजेडात ते पुठ्ठ्याच्या चित्रांसारखे दिसत होते.

पॉल खिडकीतून बाहेर पाहत बसला होता. घरात शिरून आपल्या बायकोला आपण कुठं जातोय हे सांगायला हवं होतं, असा विचार त्याच्या मनात डोकावून गेला. त्यानं गाडीत इकडंतिकडं नजर फिरवली. गाडीत सगळीकडे सिगारेटची थोटकं पडली होती खरी, पण अद्याप तरी फ्रॅन्को किंवा ॲन्जेलो कोणीही सिगारेट शिलगावली नव्हती, हे पाहून त्याला बरं वाटलं.

किनाऱ्यापाशी त्यावेळी कोणीही नव्हतं. फ्रॅन्कोनं गाडी सरळ मुख्य धक्क्यापर्यंत नेली. तिथं तिघं खाली उतरले. सध्या हंगाम चालू नसल्यानं बहुतेक बोटी पाण्याबाहेर काढून ठेवलेल्या होत्या. त्यांच्यावर पांढऱ्या रंगाची, कफनाप्रमाणे वाटणारी प्लॅस्टिकची आवरणं घातलेली होती.

तिघंही धक्क्यावरून खालच्या दिशेनं निघाले. कोणीही एकमेकांशी बोलत नव्हतं. तिथल्या थंड वाऱ्यानं पॉल जरासा ताजातवाना झाला होता. त्यानं आजूबाजूला नजर टाकली. हडसन नदीचं पाणी त्यावेळी जरी घाणेरड्या तेलकट रंगाचं वाटलं, तरी एकूणात न्यूयॉर्क शहारतल्या दिव्यांनी उजळलेलं आकाश त्याला खूपच छान वाटलं. सौम्य स्वरूपाच्या लाटा बाजूच्या भिंतींना थडकून थप् थप् असा आवाज येत होता. हवेत किंचित प्रमाणात सडक्या माशांची दुर्गंधी येत होती. अचानक पॉलला आपण करतोय ते बरोबर आहे का असा प्रश्न पडला. पण आता फार उशीर झालाय हेदेखील त्याच्या लक्षात आलं.

ते धक्क्यावरून खाली अर्ध्यावर उतरले आणि एका अतिशय देखण्या बोटीपाशी थांबले. उंची महोगनी लाकडाने बनलेल्या त्या बोटीचं नाव 'फुल स्पीड अहेड' असं होतं. ते बोटीवर मोठ्या सोनेरी अक्षरांनी लिहिलेलं दिसलं. बोटीच्या मुख्य केबिनमध्ये सगळे दिवे चालू होते, पण आत मात्र कोणीच दिसत नव्हतं. बोटीच्या दोन्ही बाजूला मोठमोठ्या दांड्यांना मासेमारीचे गळ अडकवलेले दिसले. त्यामुळे बोट एखाद्या राक्षसी आकाराच्या केसाळ कीटकाप्रमाणे दिसत होती.

फ्रॅन्को बोटीत शिरला आणि बाजूला लावलेल्या एका शिडीवरून चढून आत निघून गेला.

"मिस्टर डॉमिनिक कुठं आहेत?" पॉलनं विचारलं. पॉल आता चांगलाच अस्वस्थ झाला होता.

"तुम्ही दोन मिनिटांतच त्यांच्याशी बोलणार आहात," ॲन्जेलोनं हे म्हणत पॉलला फ्रॅन्कोप्रमाणे फळीवरून बोटीत शिरण्यासाठी खूण केली. काहीशा नाराजीनंच पॉल फळीवरून बोटीत शिरला. बोट लाटांवर हलत होती त्यामुळे पॉलला तोल सांभाळण्यासाठी प्रयत्न करावा लागला.

पॉल आत शिरताच फ्रॅन्कोनं बोटीचं इंजीन सुरू केलं होतं. त्याचा खर्जातला मोठा आवाज घुमला. त्याचवेळी ॲन्जेलोनं चपळाईनं बोटीचे दोर सोडले होते आणि आत येऊन त्यानं फळी आत ओढून घेतली होती. त्यांच्या हालचाली पाहाता हे दोघं बोट चालवण्यात वाकबगार होते हे स्पष्ट दिसत होतं.

पॉलला वाटलं की, मिस्टर डॉमिनिकची भेट बोट धक्क्यापाशी उभी असतानाच होईल. बोट धक्क्यापासून हळूहळू आत जाताना पॉलनं एकदा उडी मारून बाहेर पडावं की काय असा विचार केला. पण त्याच्या पटकन निर्णय न

होण्याच्या नेहमीच्या सवयीमुळे तो विचार लगेचच मागे पडला. आपण जरी तसं करायचं ठरवलं असतं, तरी चार पेग पोटात गेल्यानंतर आपल्याला ते जमलं असतं की नाही, असंही त्याला वाटलं.

पॉलनं मुख्य केबिनच्या खिडकीतून आत डोकावून पाहिलं. मिस्टर डॉमिनिक कुठं दिसतोय का हे तो पाहात होता. मग त्यानं दार उघडलं आणि मागे वळून ॲन्जेलोकडे पाहिलं. तो दोरखंड गुंडाळत होता. त्यानं पॉलला 'आत जा' अशी खूण केली. इंजीनचा आवाज मोठा असल्यानं बोलणं अवघड जात होतं.

दार उघडून आत शिरल्यानंतर इंजीनचा आवाज कमी झाला हे पाहून पॉलला बरं वाटलं. पण बोट मात्र जोरात हलतच होती. पॉलनं मुख्य केबिनमध्ये नजर फिरवली. आतली सजावट भडक प्रकारची होती. एक मोठा फ्लॅट स्क्रीन टी.व्ही. होता आणि त्याच्यासमोर निवांत बसण्यासाठी असतात तशा काही खुर्च्या होत्या. एक खेळण्यासाठी बनवलेलं टेबल होतं. त्याच्या भोवती चारपाच खुर्च्या होत्या. एका बाजूला इंग्रजी 'एल' आकाराचा कोच होता आणि शेजारी गच्च भरलेला एक बार दिसत होता. पॉल आता आणखी पुढे गेला. त्याला टोकापाशी एक छोटा पॅसेज दिसला. त्याच्या पलीकडे दोन्ही बाजूला काही दारं होती.

"मिस्टर डॉमिनिक...?" पॉलनं हाक मारली. पण त्याला कोणी उत्तर दिलं नाही. आता बोटीचा वेग वाढलाय हे इंजीनच्या आवाजावरून त्याच्या लक्षात आलं. बोट चांगलीच कलली होती. पण मग ती सरळ झाली. पॉलनं खिडकीबाहेर पाहिलं. बोटीनं आता चांगलाच वेग घेतला होता.

अचानक मोठा आवाज झाल्यानं पॉलनं मागे वळून पाहिलं. ॲन्जेलो दार उघडून आत आला होता. दार बंद करून तो पॉलकडे आला. तिथल्या प्रकाशात पॉलला त्याचा चेहरा पूर्ण दिसला. तो फारच भयंकर दिसत होता. त्याला भुवया तर नव्हत्याच, पण पापण्यांनाही केस नव्हते. शिवाय त्याचे पातळ ओठ अशा चमत्कारिकपणे मागे खेचले गेल्यासारखे होते की, त्याचं तोंड बंद होतच नसावं असं वाटत होतं. त्याचे पिवळे दात ठळकपणानं दिसत होते.

"मिस्टर डॉमिनिक..." ॲन्जेलोनं सेलफोन उघडून पॉलच्या समोर धरला. हे सगळं जे चाललंय ते बरोबर नाही याची नाराजी लपवत पॉलनं तो ॲन्जेलोच्या हातातून खेचून घेतला. त्यानं हातात असलेला लॅपटॉप टेबलवर दाणकन ठेवला आणि फोन कानाला लावला. ॲन्जेलो बाजूच्या एका आरामखुर्चीत जाऊन बसला. "मिस्टर डॉमिनिक," पॉल फटकारत म्हणाला. आपला वैताग आणि निराशा त्याला स्वरात जाणवून द्यायची होती. शिवाय भेटायला न येता फोनवरच बोलणं हे त्याला फसवल्यासारखं वाटलं. फोनवरच बोलायचं होतं, तर त्यासाठी बोटीवर आणण्याची काही गरज नव्हती. तसंच त्या दोघांमधलं

बोलणं अॅन्जेलोला ऐकू जाऊ नये अशी त्याची इच्छा होती आणि हे सगळं तो व्हिनी डॉमिनिक नावाचा जो कोणी फोनवर बोलत होता त्याला सांगणार होता.

"हे पाहा...." व्हिनीनं पॉलचं म्हणणं मध्येच तोडलं होतं, "तुम्ही मला व्हिनी म्हणालात तरी चालेल. अखेर तुम्ही नि मी, आपल्या दोघांना मिळून एंजल्स हेल्थकेअरमधली सगळी भानगड निस्तरावी लागणार आहे. पण आणखी काही बोलण्याअगोदर मला दिलगिरी व्यक्त करायची आहे. मी प्रत्यक्ष तिथं येऊ शकलो नाही. खरं म्हणजे मी तसं करणार होतो, पण अचानक माझ्या व्यवसायात काही समस्या उद्‌भवली. मला तत्काळ तिकडं लक्ष देणं भाग पडलं. मला वाटतं की तुम्ही मला ह्याबद्दल माफ कराल."

"मला वाटतं..." पॉलनं सुरू केलं, पण व्हिनीनं पॉलचं म्हणणं पुन्हा तोडलं होतं.

"मला वाटतं की, फ्रॅन्को आणि अॅन्जेलो तुमचा योग्य पाहुणचार करत असावेत. मुळात बेत असा होता की, ते दोघं मला घ्यायला जेकब जाव्हिट्स सेंटरपाशी येणार होते. पण मी इकडं क्वीन्स भागात अडकून पडलोय... बरं, मला सांगा, त्या दोघांनी तुम्हाला एखादं ड्रिंक दिलं की नाही?"

"नाही. पण मला ड्रिंकची गरज नाही," पॉल हे म्हणाला खरा, पण खरं तर त्याला एखादं ड्रिंक मिळालं तर हवं होतं. उलट तो म्हणाला, "मला त्यांनी परत मी आलो तिथं नेऊन सोडायला हवं. आपण आम्ही तिकडं जात असतानाही फोनवर बोलू शकतो."

"मी अगोदरच फ्रॅन्को नि अॅन्जेलो यांनी तुम्हाला सोडावं असं सांगितलं आहे," व्हिनी म्हणाला, "हं... तर आपण आता आपल्या कामाचं बोलू या. मला वाटतं की, माझे हितसंबंध हेल्थकेअरमध्ये किती गुंतलेले आहेत याची तुम्हाला कल्पना आली असेल."

"मला ती कल्पना आहे आणि तुम्ही मनाचा जो दिलदारपणा दाखवला आहे, त्याखेरीज कंपनी आज जिथवर आलीय, तिथवर येऊच शकली नसती. त्यासाठी धन्यवाद."

"नाही. माझ्या हितसंबंधांशी दिलदारपणाचा काहीही संबंध नाही. मी इथं फक्त व्यवसाय ह्याच दृष्टीनं बघतोय. फक्त व्यवसाय."

"होय.... ते बरोबरच आहे."

"माझा संचालक म्हणून थेट संबंध नसला तरी माझ्या कानावर काही गोष्टी आल्या आहेत. मी ऐकलंय की रोख रकमेची कमतरता निर्माण झाली आहे. हे खरं आहे का?"

"मी याचं उत्तर देण्याअगोदर एक गोष्ट विचारू इच्छितो," पॉल बाजूला

बसून ऐकणाऱ्या अॅन्जेलोकडे नजर टाकत म्हणाला, ''तुमचा माणूस हे सगळं ऐकतोय. ते ठीक आहे का?''

''काहीच हरकत नाही,'' व्हिनीनं ताबडतोबत उत्तर दिलं, ''फ्रॅन्को आणि अॅन्जेलो अगदी माझ्या घरातल्या माणसांसारखेच आहेत.''

''तसं असेल तर मी सांगतो. तुमच्या कानावर आलेल्या अफवा नाहीत, तर ते सगळं खरं आहे. कंपनीमधली रोख रकमेची समस्या खरोखरच फार गंभीर स्वरूपाची आहे,'' पॉल म्हणाला. त्याची जीभ जराशी जड झालेली होती.

''आणि मी हेदेखील ऐकलंय, की कंपनीच्या आर्थिक स्थितीत असा काही बदल झाला तर सिक्युरिटीज अॅन्ड एक्स्चेंज कमिशनच्या नियमांनुसार त्यांना ठराविक वेळात अहवाल पाठवावा लागतो.''

''होय. हे देखील बरोबर आहे.'' पॉल किंचित अपराधी स्वरात म्हणाला, ''ही माहिती कळवण्यासाठी एक फॉर्म असतो. त्याला आठ-के म्हणतात. हा आठ-के फॉर्म चार दिवसांच्या आत भरून पाठवावा लागतो.''

''आणि माझ्या हेसुद्धा कानावर आलंय की, हा फॉर्म अद्याप भरून पाठवण्यात आलेला नाही.''

''ही माहितीही अगदी बरोबर आहे,'' पॉल कबुली देत म्हणाला, ''हा फॉर्म भरून झालेला असला तरी अजून तो पाठवलेला नाही. तो पाठवू नये अशी माझ्या बॉसनं मला सूचना केलेली आहे.''

''हा फॉर्म सर्वसाधारणपणे कसा पाठवायचा असतो?''

''ऑनलाईन प्रकारे,'' पॉल हे म्हणत असताना बाहेर पाहत होता.

अजूनही बोट परतीच्या दिशेनं का निघाली नाही हा विचार त्याच्या मनात आला आणि तो कमालीचा अस्वस्थ झाला.

''म्हणजे याचा अर्थ मला कळला तो असा, की फॉर्म पाठवला नसल्यानं आपण त्या नियमांचा भंग केलेला आहे.''

*''होय.'' पॉलनं किंचित नाखुषीनं कबूल केलं. फॉर्म पाठवू नको असं जरी पॉलला त्याच्या बॉसनं सांगितलं असलं, तरी त्यामुळे पॉल त्याच्या जबाबदारीतून निश्चितच मुक्त होत नव्हता. नवीन **सर्बनेस-ऑक्सले** नियमांनुसार हे बेकायदेशीर*

सर्बनेस-ऑक्सले (Sarbanes - Oxley)

अमेरिकेत अनेक बड्या कंपन्यांमध्ये झालेल्या आर्थिक घोटाळ्यांनंतर सर्वसामान्य गुंतवणूकदारांच्या हिताच रक्षण करण्यासाठी कंपन्यांच्या व्यवहाराचे नियंत्रण करण्यासाठी संमत करण्यात आलेला कायदा सर्बनेस-ऑक्सले अॅक्ट (२००२) या नावाने ओळखला जातो. सिनेटर पॉल सर्बनेस आणि मायकेल ऑक्सले या दोघांनी हा कायदा व्हावा म्हणून पुढाकार घेतला होता.

होतं. पॉलनं ॲन्जेलोकडे नजर टाकली. त्यानं तिथं हजर राहून हे सगळं ऐकलं. त्याला अजूनही रुचलेलं नव्हतं. जरी मिस्टर डॉमिनिकनं काहीही आश्वासन दिलं असलं तरी ह्या गंभीर विषयावरचं संभाषण आणखी कुणी ऐकू नये असं त्याला अजूनही वाटत होतं.

"फॉर्म योग्य वेळेत न पाठवणं हा गुन्हा आहे असं मी ऐकलंय. तेव्हा आता मला हे विचारायचं आहे की तुम्ही हा फॉर्म पाठवण्याचा विचार करता आहात का? म्हणजे मग आपण दोघंही गुन्ह्यात सामील आहोत असं कोणी म्हणू शकणार नाही."

"मी उद्या पुन्हा माझ्या बॉसशी या विषयावर बोलणार आहे. मग तो काहीही म्हणाला तरी मी फॉर्म पाठवून देणार आहे. माझ्या जबाबदारीवर. तेव्हा तुमच्या प्रश्नाचं उत्तर होय असं आहे."

"ओहो... हे ऐकून मला सुटल्यासारखं वाटलं." व्हिनी म्हणाला, "बरं, ती तुमची फाईल कुठं आहे?"

"इथंच, माझ्या लॅपटॉपमध्ये."

"आणखी कुठं ती फाईल आहे का?"

"ती ***यु.एस.बी. ड्राईव्हमध्ये*** *आहे. माझ्या सेक्रेटरीजवळ." पॉल म्हणाला. हे बोलत असताना त्याला इंजिनाची घरघर कमी झाल्याचं जाणवलं. त्यानं बाहेर नजर टाकली. बोटीचा वेग कमी झाल्याचं त्याच्या लक्षात आलं.*

"तिच्याकडं ती फाईल असण्याचं काही खास कारण आहे का?"

"काही नाही. आणखी कुठंतरी त्या फॉर्मची प्रत असावी म्हणून. माझं आणि बॉसचं या विषयावर पटत नाही हे तर उघडच आहे आणि खरं म्हणजे हा लॅपटॉप कंपनीच्या मालकीचा आहे."

"आपण हे बोललो म्हणून मला फार बरं वाटतंय," व्हिनी म्हणाला, "कारण या बाबतीत आपल्या दोघांचं जमतंय असं मला वाटतं. तुम्ही नैतिक भूमिकेतून विचार केलात याबद्दल मी तुमचा आभारी आहे. जरी आपण जे काही करतोय त्यामुळे थोडा काळ आय.पी.ओ. पुढं जाणार असला, तरी आपलं वागणं अगदी योग्यच आहे. बरं तुमच्या सेक्रेटरीचं नाव काय आहे?"

यु.एस.बी. ड्राईव्ह (USB Drive)

सध्याच्या काळात संगणकातील माहिती साठवून ठेवण्यासाठी आणि इकडून तिकडे नेण्यासाठी वापरण्यात येणारे अत्यंत सुटसुटीत माध्यम. यातील यु.एस.बी. ही अद्याक्षरे 'युनिव्हर्सल सिरियल बस' यासाठी वापरली जातात. या छोट्या माध्यमांनाच पेन ड्राईव्ह किंवा फ्लॅश ड्राईव्ह असंही म्हणतात.

"ॲमी ल्युकास.''

"ती निष्ठावंत आहे ना?''

"अगदी नक्की.''

"ती कुठं राहते?''

"न्यूजर्सीत कुठंतरी.''

"ती दिसते कशी?''

पॉल विचारात पडला. त्याला खरोखरच त्याबद्दल विचार करावा लागत होता. "ती तशी नीटनेटकी आणि बारकुडी आहे. ती तिच्या वयाच्या मानानं तरुण दिसते. तिच्या बाबतीय सांगायचं तर तिचे केस वैशिष्ट्यपूर्ण आहेत. सध्या तिनं ते सोनेरी केलेले असून त्यात लिंबाच्या रंगाची हलकी छटा आहे.''

"हे खरंच वैशिष्ट्यपूर्ण दिसतंय. बरं, तिला त्या ड्राईव्हमध्ये काय आहे याची कल्पना आहे का?''

"आहे.'' पॉल म्हणाला. आता इंजिनांचा आवाज पूर्णपणे थांबला होता आणि बोट जवळजवळ एका जागी स्थिर झाली होती. पॉलनं बाहेर पाहिलं तेव्हा त्याला प्रकाशझोतात न्हाऊन निघालेल्या स्वातंत्र्यदेवतेचा पुतळा दिसला.

"हा आठ-के फॉर्म भरण्याच्या कामात आणखी कुणाचा सहभाग होता का? किंवा असा फॉर्म तयार झालेला आहे हे आणखी कुणाला माहीत आहे का? तुम्ही हा फॉर्म पाठवण्याआधी कोणी तो पाठवून दिला तर घोटाळा होऊ नये, अशी माझी इच्छा आहे.''

"मला तसं वाटत नाही. माझ्या बॉसनं ही माहिती आणखी कुणाला सांगितली असण्याची शक्यता आहे. पण मला तसं होईल असं वाटत नाही; कारण ही माहिती गुप्त रहावी असंच त्याचं म्हणणं आहे.''

"उत्तम.''

"मिस्टर डॉमिनिक, मला परत नेऊन सोडण्याबद्दल तुम्ही पुन्हा तुमच्या माणसांना सूचना देण्याची गरज आहे.''

"म्हणजे?'' व्हिनीनं एकदम आश्चर्य दाखवलं, "बरं... मी त्या दोघा ठोंब्यांपैकी एकाशी बोलतो.''

पॉल ॲन्जेलोला बोलावणार होता. इतक्यात फ्रॅन्को धाडकन दार उघडून आत आला आणि जणू पुढं काय करायचं हे माहीत असावं अशा तऱ्हेनं त्यानं सेलफोनसाठी पॉलपुढे हात केला. बहुदा फ्रॅन्को त्यांचं संभाषण चोरून ऐकत असावा असं पॉलला वाटलं.

फ्रॅन्को फोन घेऊन मागे गेला. ॲन्जेलो उठून उभा राहिला. परत जायचं हे ऐकून तो खूष झाला होता. जरी त्याला फुल स्पीड अहेडवर अनेकदा येणं भाग

पडत असलं, तरी अजून तो बोटीवर वावरायला सरावला नव्हता. त्याला नेहमी रात्रीच बोटीवर यावं लागायचं. कारण दक्षिण अमेरिका किंवा मेक्सिको इथून येणाऱ्या जहाजांवरून येणारी मादक द्रव्यं उतरवून घेण्याची कामगिरी तो करत असे. त्याची मुख्य अडचण अशी होती की, त्याला पोहता येत नव्हतं. त्यामुळे रात्री बोटीचा प्रवास त्याला भीतिदायक वाटे. त्या वेळी अँन्जेलोला एक कडक ड्रिंक हवं होतं.

अँन्जेलो बारपाशी गेला आणि त्यानं एका जुन्या पद्धतीच्या ग्लासमध्ये दोन बोटं स्कॉच ओतून घेतली. त्याला फ्रॅन्कोचं फोनवरचं बोलणं ऐकू येत होतं. तो पुन्हा पुन्हा 'होय', 'ठीक आहे', 'नक्की' असं म्हणत होता. त्याचा स्वर आपण जणू आपल्या आईशी बोलतोय असा नम्र होता. अँन्जेलोनं एका दमात ग्लास रिकामा केला आणि तो पुन्हा मागे वळून पाहू लागला.

आता फ्रॅन्कोनं 'काम झालंच असं समजा' असं म्हणून सेलफोन बंद केला होता. मग तो पॉलकडे वळून म्हणाला, "तुम्हाला आता घरी पोहोचविण्याची वेळ झाली आहे."

"उशीरच झालाय." पॉल कुरकुरला.

"आता वेळ झालीच आहे तुम्हाला घरी सोडायची." फ्रॅन्को स्वतःशीच पुटपुटला. त्यानं आपल्या जाकिटाच्या आतल्या खिशात हात घातला. त्यानं त्याच्या वॉल्थर टी.पी.एच. पॉईंट टू टू सेमी ॲटोमॅटिक रिव्हॉल्व्हरवर पकड पक्की केली.

१

२ एप्रिल २००७
संध्याकाळी ७ वाजून २० मिनिटं

जरी न्यूजर्सीमधल्या इंगलवूड उपनगरातल्या उच्च मध्यमवर्गीय सुरक्षित वातावरणात वाढली असली, तरी सदतीस वर्षांच्या ॲन्जेला डॉसनला प्रतिकूल परिस्थिती आणि संकटं नवीन नव्हती. तिला मिळालेले उच्च मध्यमवर्गीय वातावरणाचे सगळे फायदे, एम.डी. आणि एम.बी.ए. या उच्च पदव्या, उत्तम निरोगी शरीर हे सगळं पाहता ती राहत होती त्या न्यूयॉर्क शहरातलं तिचं आयुष्य खरं तर निवांत आणि सुखासीन असायला हवं होतं. विशेषत: उच्च राहणीमानासाठी लागणाऱ्या सगळ्या गोष्टी तिच्या हाताशी होत्या, हे पाहता तसं असायला हरकत नव्हती. शहरात एक उत्तम फ्लॅट आणि मार्थाज् व्हाईनयार्डमध्ये समुद्राकाठी एक देखणं घर तिच्या मालकीचं होतं.

हे सगळं असलं तरी परिस्थिती निराळी होती. त्या एप्रिल महिन्यात ॲन्जेला तिच्या आयुष्यातल्या सर्वांत कठीण आव्हानाचा सामना करत होती. तिच्यावर ह्यामुळे प्रचंड ताण आला होता. ती सतत चिंतातुर झालेली होती. तिनं गेल्या पाच वर्षांच्या अवधीत एंजल्स हेल्थकेअर ही कंपनी स्थापन करून ती वाढवली होती. आता ही कंपनी अशा टप्प्यावर होती की, एकतर तिला अभूतपूर्व यश मिळणार होतं किंवा सर्वनाश होणार होता. पुढच्या काही आठवड्यांत कंपनीचं भवितव्य ठरणार होतं आणि काय होणार याची सगळी जबाबदारी तिच्या एकटीच्या खांद्यावर होती.

जणू हा सगळा पेचप्रसंग पुरेसा नव्हता म्हणून की काय, तिची दहा वर्षं

वयाची मुलगी मिशेल कॅलाब्रीज निराळ्याच पेचप्रसंगातून जात होती. आत्ता या वेळी तिच्या तिन्ही हॉस्पिटलचे अध्यक्ष, मुख्य वित्त अधिकारी आणि नुकतीच कामावर ठेवलेली संसर्ग प्रतिबंध विषयामधली तज्ज्ञ हे सगळे वाट पाहत थांबले असताना अॅन्जेला तिच्या मुलीशी फोनवरून गेली पंधरा मिनिटं बोलत होती.

"होय, पण ते शक्य नाही," अॅन्जेला तिचा आवाज सौम्य ठेवण्याचा प्रयत्न करत, पण कणखरपणानं म्हणाली, "नाही. माझं उत्तर नाही असंच आहे! आपण ह्या विषयावर चर्चा केलेली आहे. मी त्याबद्दल विचार केलाय आणि माझं उत्तर ना-ही असं आहे. ना-ही!"

"पण मॉम, माझ्या सगळ्या मैत्रिणींनी–"

"माझा त्यावर विश्वास बसत नाही. तुम्ही पोरी अवघ्या दहा वर्षांच्या आहात आणि पाचव्या इयत्तेत. अनेकांच्या आईबापांना नक्कीच माझ्यासारखं वाटत असणार."

"डॅड म्हणाले की 'चालेल.' तू इतकी दुष्ट आहेस! मी त्यांच्याकडेच रहायला जायला हवं होतं."

अॅन्जेलानं दातावर दात रोवून आपल्या मुलीला काहीतरी फटकारून बोलण्याचा मोह आवरला. तिनं खुर्ची फिरवून कोपऱ्यातल्या खिडकीतून बाहेर नजर टाकली. एंजल्स हेल्थकेअरचं ऑफिस फिफ्थ अव्हेन्यूवर असणाऱ्या ट्रम्प टॉवर नावाच्या इमारतीत बाविसाव्या मजल्यावर होतं. अॅन्जेलाला खिडकीतून फिफ्थ अव्हेन्यूवरची प्रचंड रहदारी दिसत होती. हजारो गाड्यांचे मागचे दिवे माणकांप्रमाणे चमचम करत होते. रहदारीकडे पाहत असताना अॅन्जेलाच्या मनात मुलीबद्दलचेच विचार चालू होते. आपल्या आईबापानी घटस्फोट घेतला याचा संताप तिच्या मुलीच्या वागण्यातून व्यक्त होत होता, याची अॅन्जेलाला कल्पना होती. आईला डिवचून आपलं काम करवून घ्यायचा तिचा प्रयत्नही अॅन्जेलाच्या लक्षात आला होता. या पूर्वी अशा प्रकारे नवऱ्याबद्दल बोलण्यानं अॅन्जेला संतापली होती. पण या वेळी मात्र अॅन्जेलानं शांत रहायचं असं पक्कं ठरवलं होतं. विशेषत: आता तिला अत्यंत महत्त्वाच्या मीटिंगला जायचं असल्यानं ती रागाला आवर घालत होती. घर आणि कोट्यवधी डॉलर उलाढालीची कंपनी या दोन गोष्टी तिला एकमेकांत गुंतवून घ्यायच्या नव्हत्या.

"मॉम, तू ऐकते आहेस का?" मिशेलनं विचारलं. आपण आपली मर्यादा ओलांडली आहे याची तिला जाणीव झाली होती. आपण तसं बोलायला नको होतं हे तिच्या लक्षात आलं होतं. चित्रविचित्र गर्लफ्रेंडबरोबर राहणाऱ्या बापासोबत त्याच्या घरी राहण्याची कल्पना भयंकर होती.

"मी ऐकते आहे," अॅन्जेलानं खुर्ची फिरवली, "मला मघाशी तू जे काही

बोललीस, ते अजिबात आवडलेलं नाही.''

''पण मॉम तू माझ्यावर अन्याय करते आहेस. म्हणजे मला असं म्हणायचं आहे की, तू मला कान टोचून घ्यायला परवानगी दिली होतीस....''

''कानाची गोष्ट वेगळी आहे... बेंबीत रिंग अडकवणं ही फार निराळी बाब आहे. मला त्याबद्दल अजिबात बोलायची इच्छा नाही. म्हणजे निदान आत्ता तर नाहीच नाही. बरं, तुझं जेवण झालं का?''

''हो,'' मिशाल वैतागलेल्या स्वरात म्हणाली, ''हेडीनं पेल्ला बनवला होता.''

'ही हेडी आहे याबद्दल देवाचे आभारच मानले पाहिजेत,' असा विचार ॲन्जेलाच्या मनात आला. हेडी फिग्युरेडो हे तिच्या घरी काम करणाऱ्या कोलंबियन बाईचं नाव होतं. आपला नवरा मायकेल कॅलाब्रीज याच्यापासून विभक्त राहायला लागल्यापासून ॲन्जेलानं हेडीला घरी ठेवून घेतलं होतं. मिशेल त्या वेळी अवघी तीन वर्षांची होती आणि अजून ॲन्जेलाच्या रेसिडेंटशिपचे सहा महिने बाकी होते. त्यावेळी हेडीसारखी बाई मिळणं ही ॲन्जेलाला अक्षरशः दैवी देणगी वाटत होती.

''तू घरी कधी येणार आहेस?'' मिशेलनं विचारलं.

''अजून काही तास तरी नाही. मला एक अतिशय महत्त्वाची मीटिंग आहे.''

''तू नेहमीच तुझ्या मीटिंगबद्दल हेच म्हणतेस.''

''तसं असेलही. पण ही आजची मीटिंग ह्या सर्वांपेक्षा खरोखरच फार महत्त्वाची आहे. तुला घरचा अभ्यास आहे ना?''

''त्यापेक्षा असं विचार की आकाश निळं असतं का?''

मिशेलचा स्वर आणि तिच्या बोलण्यातला हेटाळणीचा सूर ॲन्जेलाला खटकला. पण तिनं तिकडं दुर्लक्ष करायचं ठरवलं.

''तुला तुझ्या एखाद्या विषयात काही मदत हवी असेल तर मी घरी आल्यावर तुझा अभ्यास घेईन.''

''मला वाटतं, मी त्यावेळी झोपलेली असेन.''

''का? इतक्या लवकर का झोपणार आहेस तू?''

''मला उद्या अभ्याससहलीला क्लॉईस्टर्स इथं जायचंय. त्यासाठी मला सकाळी लवकर उठावं लागेल.''

''होय, खरंच की! मी विसरून गेले होते.'' ॲन्जेला किंचित वरमून म्हणाली. आपल्या मुलीबद्दलच्या महत्त्वाच्या गोष्टी आपण विसरतो याबद्दल तिला स्वतःचाच राग आला, ''बरं, मी घरी आले, की तू जर झोपली असशील

तर मी हळूच आत शिरून तुझा पापा घेईन. मग आपण सकाळी भेटू.''

''ठीक आहे मॉम.''

यानंतर काही वेळ दोघींनी इकडच्या तिकडच्या गप्पा मारल्या. जरी थोडा वेळापूर्वी त्यांच्या स्वरात कडवटपणा आला असला तरी आता मात्र मायलेकींनी एकमेकींची गोड गोड शब्दात विचारपूस केली. मग अॅन्जेलानं फोन ठेवून दिला. नंतर काही क्षण अॅन्जेला तशीच बसून राहिली. तिला आजच्या संभाषणावरून मागचा असाच एक कडवट प्रसंग आठवला होता. त्या वेळी अॅन्जेलाच्या घटस्फोटाच्या दाव्याचं कामकाज चालू होतं आणि त्याचवेळी अॅन्जेलाची शहरात असणारी प्रॅक्टिस डबघाईला येऊन तिच्यावर दिवाळखोरीचा प्रसंग ओढवला होता. पण त्या भयंकर संकटामधून वाचल्यानंतर तिचा आत्मविश्वास वाढला होता. त्यामुळे आपण आत्ताच्या वेळीही निभावून नेऊ शकू असं तिला खात्रीनं वाटत होतं.

अॅन्जेला उठून उभी राहिली. तिनं टेबलावरची टिपणं गोळा केली आणि ती तिच्या खोलीतून बाहेर पडली. आपली सेक्रेटरी लॉरेन स्टासीन अजून टेबलपाशी बसलेली आहे, हे पाहून तिला आश्चर्य वाटलं. गेले तीन तास अॅन्जेला तिला जणू विसरूनच गेली होती.

''तू अजून इथंच आहेस?'' अॅन्लेजानं अपराधी स्वरात विचारलं.

लॉरेननं किंचित खांदे उडवले, ''मला वाटलं की तुम्हाला कदाचित माझी गरज भासेल...''

''नाही! जा, खरंच घरी जा तू. उद्या सकाळी भेटू आपण.''

''सकाळी मॅनहटन बँकेत मीटिंग आहे. त्या आधी मिस्टर कॅलाब्रीज यांना त्यांच्या ऑफिसात भेटायचं आहे, याची मी आठवण करून द्यायची आवश्यकता आहे का?''

''बिलकूल नाही,'' अॅन्जेला म्हणाली, ''पण तू आठवण करून दिलीस म्हणून आभार आणि आता घरी जा!''

''धन्यवाद, डॉ. डॉसन.'' असं म्हणत लॉरेननं हातातली कादंबरी हळूच बाजूला ठेवली.

अॅन्जेला रिकाम्या पॅसेजमधून आत जाऊ लागली. तिला दुसऱ्या दिवशी सकाळच्या भेटीगाठींबद्दल फारसा उत्साह वाटत नव्हता. तिला नेहमीच पैसे उभे करण्याचं काम खूप अवघड वाटत असे. तिला ते करताना अपमानास्पद वाटायचं आणि आता तर सध्याच्या परिस्थितीत आपल्याला खूपच अपमान सोसावा लागणार असं तिला वाटू लागलं होतं. त्याचं मुख्य कारण म्हणजे ती ज्यांच्याकडे पैशासाठी हात पसरायला जाणार होती, त्यातला एक तिचा 'माजी

नवरा' होता. कोणत्याही कारणासाठी जरी त्याची भेट झाली तरी प्रत्येक वेळी तिच्या मनात घटस्फोटाच्या वेळचे भयंकर प्रसंग उफाळून येत असत. आपण त्याच्याशी लग्न का केलं याबद्दल तिला स्वत:चीच चीड येई. आपल्याला अगोदरच कळायला हवं होतं. आपला नवरा आपल्या बापासारखाच वागू लागणार याच्या कितीतरी खुणा तिला दिसत होत्या. तिचं यश पाहून तो वाईट वागायला लागणार हे खरं तर तिला कळायला हवं होतं.

मीटिंग होणार होती, त्या बोर्डरूमच्या बंद दारासमोर ॲन्जेला क्षणभर उभी राहिली. एक दीर्घ श्वास घेतला आणि मग ती आत शिरली. तिच्या खोलीप्रमाणेच बोर्डरूममधली सजावट अत्याधुनिक होती. बोर्डरूमच्या मधोमध असणारं भव्य टेबल लक्ष वेधून घेणारं होतं. पांढऱ्या संगमरवरी पायांवर दोन इंच जाडीची प्रचंड मोठी काच लावलेली होती. बोर्डरूमची जमीनही पांढऱ्या संगमरवरी फरशांची बनवलेली होती. बोर्डरूममध्ये दोन्ही बाजूच्या भिंतींत पॉवरपॉईंट प्रेझेंटेशनसाठी मोठ्या आकाराचे फ्लॅट स्क्रीन बसवलेले होते. बोर्डरूमची मागची बाजू म्हणजे संपूर्ण मोठी काच होती. त्यामधून खालच्या फिफ्थ अव्हेन्यूचं दृश्य दिसत होतं. सुप्रसिद्ध क्राऊन बिल्डिंगवर लावलेल्या चकचकीत पृष्ठभागावरून परावर्तित होणाऱ्या उजेडानं बोर्डरूममध्ये एक मंद, पण डोळ्यांना सुखावणारा प्रकाश पसरलेला होता.

बोर्डरूमच्या मध्यभागी असणारं गोलाकार टेबल ही ॲन्जेलाची खास कल्पना होती. तिच्या मते व्यवस्थापनात अधिकार श्रेणीपेक्षा सर्वांनी मिळून काम करणं महत्त्वाचं होतं. त्यामुळे गोलाकार टेबलाभोवती सोळा खुर्च्या सारख्याच प्रकारे मांडलेल्या होत्या. जरी सोळा जण बसण्याची सोय असली तरी, त्यावेळी फक्त सहा जण तिथं बसलेले होते. कंपनीचा मुख्य वित्त अधिकारी काचेच्या भिंतीकडे पाठ करून एका टोकाला बसला होता. ॲन्जेलाच्या उजव्या बाजूला काही खुर्च्या सोडून कंपनीचा प्रशासकीय अधिकारी कार्ल पालांको बसलेला होता. ॲन्जेलाच्या डाव्या बाजूला तिन्ही हॉस्पिटलचे अध्यक्ष बसलेले होते. ॲन्जेलाच्या कंपनीत पुरवठा, देखरेख, जनसंपर्क, प्रयोगशाळा, शुश्रूषा आणि वैद्यकीय सेवा वगैरे विभागांच्या प्रमुखांना मुद्दाम त्या वेळी बोलावलेलं नव्हतं. तसंच बोर्डाचे बाहेरचे सदस्यही हजर नव्हते. कारण त्यांना बोलावणं पाठवणं दूरच, त्यांना तर अशा मीटिंगची कल्पनाही देण्यात आली नव्हती.

ॲन्जेलानं प्रसन्न स्मित करत सर्वांकडे नजर फिरवली. तिनं नजरेनंच सर्वांना वैयक्तिकपणे अभिवादन करून त्यांची दखल घेतली होती. कंपनीचा मुख्य वित्त अधिकारी बॉब फ्राम्पटन वगळता इतर सर्वांच्या चेहऱ्यावर सौम्य उत्सुकता दिसत होती. बॉबचा गुबगुबीत चेहरा मात्र असा होता की, त्याला जणू

कित्येक दिवस झोप मिळालेली नसावी. तो नेहमी तसाच दिसायचा. कार्ल पालांकोच्या चेहऱ्यावर सतत कशाचं तरी आश्चर्य वाटल्यासारखी छटा होती.

"गुड इव्हिनिंग," ॲन्जेला खाली बसत म्हणाली. तिनं पुन्हा एकवार सर्वांकडे नजर फिरवली, "सर्वांत अगोदर मी तुम्हाला ताटकळत ठेवलं याबद्दल दिलगिरी व्यक्त करते. उशीर झालेला आहे आणि तुम्हा सर्वांनाच आपापल्या घरी परतण्याचे वेध लागले आहेत याची मला कल्पना आहे. तेव्हा आपण ही मीटिंग शक्य तेवढी झटपट संपवणार आहोत. आपण अजून व्यवसायात टिकून आहोत ही चांगली बातमी आहे." ॲन्जेलानं तिन्ही हॉस्पिटल्सच्या अध्यक्षांकडे नजर टाकली. त्यांनी हलकेच मान डोकावली. "आणि वाईट बातमी अशी आहे की, आपली रोख रकमेच्या पुरवठ्याची समस्या आता काळजी करण्याजोगी राहिलेली नसून आता ती गंभीर झालेली आहे. एक महिन्यापूर्वी परिस्थिती चिंताजनक वाटत होती, पण आता ती फारच उग्र झाली आहे."

ॲन्जेलानं बॉब फ्राम्पटनकडे पाहिलं. त्यानं हलकेच डोकं हलवलं. जणू तो तसं करून झोपेला दूर सारण्याचा प्रयत्न करत होता. तो पुढे झुकला आणि त्यानं कोपरं टेबलावर ठेवून दोन्ही हात जुळवले. मग तो बोलू लागला, "जरी आपण मॅनहटन बँकेच्या कर्जाची ऐंशी टक्क्यांची सीमारेषा ओलांडली नसली, तरी आपण तिकडं फार वेगानं जातो आहोत. आपल्याला कार्डियाक स्टेन्टचा पुरवठा करणाऱ्यांची बिलं भागवण्यासाठी आपल्याला काही बॉन्ड विकावे लागले आहेत. नाहीतर त्यांनी पुरवठा थांबण्याची धमकी दिली होती."

"आपली आर्थिक स्थिती इतकी नाजूक असताना तुम्ही हे केलंत याबद्दल मी तुमचे वैयक्तिक आभार मानते," डॉ. नाईशा पॅट्रीक म्हणाली. नाईशा ही तरुण आफ्रिकन-अमेरिकन डॉक्टर ॲन्जेलाप्रमाणेच एम.डी. होती आणि शिवाय तिनं एम.बी.ए.ची पदवीही मिळवलेली होती. पश्चिम किनाऱ्यावरच्या एका बड्या कंपनीत काम करत असलेल्या नाईशाला ॲन्जेलानं तिच्या कंपनीत आणलं होतं. नाईशा एंजल्स हार्ट हॉस्पिटलची प्रमुख होती.

"आपली ऑपरेशन थिएटर्स अधूनमधून बंद असतात हे पाहता इंव्हेजिव्ह ॲन्जिओग्राफी आणि कार्डिओप्लास्टी हे दोनच आपल्या सध्याच्या उत्पन्नाचे मुख्य स्रोत झाले आहेत. जर स्टेन्टचा पुरवठा बंद झाला असता तर मात्र काही खरं नव्हतं."

"होय. इंव्हेजिव्ह ॲन्जिओग्राफी आणि कार्डिओप्लास्टी यामुळे कदाचित आपण सध्या तग धरून आहोत," ॲन्जेला म्हणाली आणि तिनं नाईशा आणि डॉ. स्टेवर्ट सलीव्हान यांच्याकडे पाहून किंचित मान लववली. तिचा हेतू

त्यांच्या कामाची दखल घेणं हा होता. डॉ. सलीव्हान एंजल्स कॉस्मेटिक सर्जरी ॲन्ड आय हॉस्पिटल चालवत असे.

''आम्ही आम्हाला जे काही शक्य आहे ते सर्व करतो आहोत.'' स्टेवर्ट म्हणाला.

''सध्या वैद्यकीय सेवेसाठी खर्च केलेला पैसा परत मिळण्याच्या युगात विशेष सेवा पुरवणारी हॉस्पिटलं ह्या सोन्याच्या खाणीसारखी आहेत हे खरं, पण त्यांची ऑपरेशन थिएटर्स बंद असतील तर मात्र त्यांना तोटा होतो.'' ॲन्जेला म्हणाली.

''पण आता सगळी ऑपरेशन थिएटर्स सुरू झालेली आहेत,'' डॉ. सिंथिया सार्पौलस काहीशा बचावात्मक स्वरात म्हणाली. सिंथिया आणि ॲन्जेला मेडिकल कॉलेजात एका वर्गात शिकत होत्या. नंतर सिंथियानं संसर्गजन्य रोगविज्ञानात विशेष शिक्षण घेतलं होतं. साडेतीन महिन्यांपूर्वी एंजल्स हेल्थकेअरच्या हॉस्पिटलांमध्ये **नॉसोकॉमियल संसर्गाची** समस्या उद्‌भवल्यानंतर ॲन्जेलानं सिंथियाला कामावर घेतलं होतं. काळ्या केसांची आणि जराशी सावळी असणारी सिंथिया किंचित तापट स्वभावाची होती. संसर्गजन्य रोगाच्या समस्यांनी मरणासन्न अवस्थेत असणाऱ्या अनेक हॉस्पिटलांना वाचवलं अशी तिची ख्याती असल्यानंच केवळ ॲन्जेला तिचा तिखट स्वभाव आणि जहरी बोलण्याच्या पद्धतीकडे दुर्लक्ष करत होती.

''ऑपरेशन थिएटर्स सुरू आहेत, हे खरं. पण आपले डॉक्टर त्यांचा फारसा वापर करताना दिसत नाहीत.'' डॉ. हर्मन स्ट्रॉस म्हणाला. हर्मन बोस्टनच्या एका सार्वजनिक हॉस्पिटलमध्ये प्रशासक होता. उत्तम प्रशासक अशी त्याची प्रतिमा होती. ॲन्जेलानं त्याला तिथून निवडून एंजल्समध्ये आणलं होतं. एखाद्या खेळाडूसारखी शरीरयष्टी असणारा धिप्पाड हर्मन खुल्या स्वभावाचा होता. ऑर्थोपेडिक सर्जन लोकांना हाताळण्यात तो विशेष प्रवीण होता. त्यामुळेच एंजल्स ऑर्थोपेडिक हॉस्पिटलसाठी तो आदर्श प्रमुख ठरेल असं ॲन्जेलाला वाटलं होतं आणि ते बरोबर आहे हे त्यानं आपल्या कामानं सिद्धही केले होतं.

''का बरं?'' ॲन्जोलानं विचारलं. आपल्यापुढे सध्या अडचणी आहेत, हे त्यांना पहिल्यापासून माहीत आहे तरीही असं का? सिंथिया, काय काय

नॉसोकॉमियल संसर्ग (Nosocomial infection)

हॉस्पिटलमध्ये होणाऱ्या संसर्गाचा नॉसोकॉमियल संसर्ग म्हणतात. वैद्यकीय क्षेत्रात ही एक मोठी समस्या आहे. या विषयावर डॉ. रॉबिन कुक यांनी 'कंटेजन' (अनुवाद : डॉ. प्रमोद जोगळेकर, मेहता पब्लिशिंग हाऊस, २००२) ही कादंबरी लिहिलेली आहे.

करण्यात आलंय हे जरा पुन्हा सगळ्यांना सांग.''

''जे शक्य आहे ते सगळं,'' सिंथिया फटकारत म्हणाली. जणू कोणी तिला वैयक्तिक आव्हान दिलंय असा तिचा आविर्भाव होता. ''प्रत्येक ऑपरेशन थिएटर सोडियम हायपोक्लोराईटनं स्वच्छ करण्यात आलंय. मग प्रत्येक थिएटरमध्ये एन.ए.व्ही.–सी.ओ.टू. नावाचं द्रव्य वापरून धुरानं जंतूविरहित करण्याची 'फ्युमिगेशन' प्रक्रिया पूर्ण करण्यात आली आहे. हे किमान एकदा करण्यात आलंय. यात कार्बन डायऑक्साईड वायूत मिसळलेली, पेट न घेणाऱ्या अल्कोहोलची वाफ वापरली जाते.''

''आणि हे करण्यासाठी कमी खर्च आलेला नाही,'' बॉब मध्येच म्हणाला.

''हेच विशिष्ट द्रव्य वापरण्याचं कारण काय?'' कार्लनं विचारलं.

''कारण मिथिसिलीनला दाद न देणारे स्टॅफिलोकोकस ऑरियस, ज्यांना नेहमी एम.आर.एस.ए. म्हणतात, ते जीवाणू ह्याच द्रव्यामुळे खलास होतात.'' सिंथिया जोरदारपणे म्हणाली. ही साधी गोष्ट सर्वांना माहीत असणारी आहे असा तिचा स्वर होता.

''आपण वादविवादात पडायला नको,'' अॅन्जेला म्हणाली. तिला ही मीटिंग खेळकर वातावरणात व्हायला हवी होती आणि मुख्य म्हणजे त्यातून काहीतरी निघायला हवं होतं. आपण सगळेजण एकाच बाजूचे आहोत इथं. कोणीही कसलाही आक्षेप घेतलेला नाही. बरं, आणखी काय उपाय करण्यात आले आहेत?''

''हॉस्पिटलच्या ज्या खोल्यांमध्ये संसर्ग आढळून आला होता, त्या सर्व खोल्या उत्तम प्रकारे साफ करण्यात आल्या आहेत,'' सिंथिया म्हणाली, ''सगळ्यांत महत्त्वाचं म्हणजे सर्व वैद्यकीय कर्मचारी आणि हॉस्पिटलमधे काम करणाऱ्या प्रत्येक माणसांचे नमुने नियमितपणे घेण्यात येतात. जर कोणी पॉझिटिव्ह आहे असं आढळलं, तर चाचणी निगेटिव्ह येईपर्यंत त्यांना मुपिरोसीन देण्यात येतं. अर्थात हे सगळं तुम्हाला माहीत असेलच म्हणा.''

''ह्यालाही प्रचंड खर्च येतोच,'' बॉब म्हणाला.

''प्लीज बॉब,'' अॅन्जेला म्हणाली, ''या सगळ्या पेचप्रसंगाच्या आर्थिक बाजूची आपल्या सगळ्यांना कल्पना आहे. सिंथिया, पुढे बोल! कर्मचाऱ्यांचे नमुने घेणं आणि त्यांना औषधं देणं, हे अत्यंत महत्त्वाचं आहे असं तुला वाटतं का?''

''नक्कीच. इतकंच नाही, तर नवीन रुग्णांना भरती करून घेतानाही आपण हे करायल हवं. हॉलंड आणि फिनलंडमध्ये एम.आर.एस.ए.मुळं मोठी गंभीर परिस्थिती उद्भवली होती. त्यांनी हॉस्पिटलचे कर्मचारी आणि रुग्ण या

सर्वांवर लक्ष ठेवूनच त्या प्रसंगातून निभावून नेलं होतं. पण माझी मुख्य काळजी वेगळ्याच बाबतीत आहे. आपल्या तिन्ही हॉस्पिटलमध्ये एम.आर.एस.ए. उद्‌भवले आहेत याचा अर्थ काय? त्याचा अर्थ असा आहे की, जर इथं कोणी 'वाहक' असेल तर ती व्यक्ती या तिन्ही हॉस्पिटलमध्ये नियमितपणानं ये-जा करणारी आहे. म्हणूनच मी आता या मुख्य ऑफिसातल्या, हॉस्पिटलमध्ये नियमितपणानं जाणाऱ्या सगळ्या कर्मचाऱ्यांची चाचणी घेण्याचा आदेश दिला आहे.''

''आणखी काही?''

''रुग्णाशी संबंध आल्यानंतर प्रत्येकानं काळजीपूर्वक हात धुतले पाहिजेत असा नियम जारी केलेला आहे,'' सिंथिया म्हणाली, ''विशेषत: हे वैद्यकीय कर्मचारी आणि शुश्रूषा करणाऱ्यांनी काळजीपूर्वक करायला हवं. एम.आर.एस.ए. आढळलेल्या रुग्णांना इतरांपासून वेगळं ठेवावं अशी सूचना देण्यात आली आहे. वैद्यकीय कर्मचाऱ्यांनी त्यांचे कामावर वापरण्याचे कोट वगैरे वारंवार बदलण्याची गरज आहे. तसंच उपकरणांचा वापर झाल्यानंतर ती प्रत्येकवेळी अल्कोहोलनं साफ करायला हवीत. रक्तदाब तपासणीसाठी वापरण्याची पट्टीदेखील अशी स्वच्छ करण्याची आवश्यकता आहे. तिन्ही हॉस्पिटलमधल्या हवा खेळवणाऱ्या यंत्रणेतील गाळण्यांमधूनही आम्ही चाचणीसाठी नमुने घेतले आहेत. तिन्ही ठिकाणी चाचणीचे निष्कर्ष नकारात्मक आहेत. थोडक्यात सांगायचं तर आम्ही जे काही शक्य आहे ते सर्व काही करतो आहोत.''

''असं असेल तर मग आपले डॉक्टर रुग्णांना भरती का करून घेत नाहीत?'' बॉबनं विचारलं, ''आपले डॉक्टर स्वत: मालक आहेत. तेव्हा असं करण्यानं आपण आपल्याच खिशाला भोक पाडून घेतोय हे त्यांना कळायला हवं. विशेषत: जर दिवाळखोरीची वेळ आली–''

''मला हा शब्द ऐकायचा नाही!'' ॲन्जेला म्हणाली. तिनं एकदा त्या भीषण गोष्टीचा अनुभव घेतला होता.

''ते रुग्णांना का भरती करून घेत नाहीत ह्याचं कारण अगदी स्वच्छ आहे,'' स्टेवर्ट म्हणाला, ''संसर्ग टाळण्याचे सगळे उपाय जरी केले जात असले तरी आपल्या रुग्णांना शस्त्रक्रियेनंतर संसर्ग होईल, अशी भीती आपल्या डॉक्टरांना वाटते. सध्याच्या बिल मिळण्याच्या पद्धतीत जर रुग्णाला शस्त्रक्रियेनंतर संसर्ग झाला, तर त्याचा विपरित परिणाम त्यांच्या उत्पन्नावर होतो. शिवाय अयोग्य प्रॅक्टिस केल्याबद्दल न्यायालयात खेचलं जाण्याची धास्ती आहेच. आपल्या इथं शस्त्रक्रिया करणाऱ्या डॉक्टरांपैकी दोन डोळ्यांचे सर्जन आणि अनेक प्लॅस्टिक सर्जन सध्याच्या स्टॅफ संसर्गामुळे न्यायालयात अगोदरच खेचले गेले आहेत. तेव्हा कारण अगदी

साधं आहे. म्हणूनच जरी डॉक्टरांकडे कंपनीचे शेअर असले, तरी निदान काही काळासाठी तरी रुग्णांना विद्यापीठाच्या हॉस्पिटलमध्ये किंवा मॅनहटन जनरल हॉस्पिटलमध्ये घेऊन जाणं हे त्यांना आर्थिकदृष्टीनं परवडणारं वाटतं.''

''पण सगळ्याच हॉस्पिटलमध्ये स्टॅफमुळे काहीतरी अडचणी येतात. अगदी विद्यापीठाचं हॉस्पिटल किंवा मॅनहटन जनरलही त्याला अपवाद नाही,'' कार्ल म्हणाला.

''पण गेल्या तीन महिन्यांत आपल्या इथं जेवढ्या प्रमाणात हे घडलंय तेवढ्या प्रमाणात तरी नक्कीच नाही,'' हर्मन म्हणाला, ''आणि डॉ. सार्पौलस यांनी जी काही उपाययोजना करवून घेतलीय ती पाहता, संसर्ग कमी व्हायला हवा होता. पण तसं झालेलं नाही. आमच्या इथं एंजल्स ऑर्थोपेडिकमध्ये आजच दुपारी आणखी एक केस आढळली आहे. रुग्णाचं नाव डेव्हिड जेफ्रीज आहे.''

''ओह्!'' ॲन्जेला निराशाजनक स्वरात म्हणाली, ''मला हे माहीत नव्हतं. ही बातमी खरोखर सुन्न करणारी आहे. गेला एक आठवडा चांगला गेला होता.''

''इतर केसप्रमाणेच आम्ही ही बाब शक्य तेवढी गुपचूप ठेवायचा प्रयत्न करतोय,'' हर्मन म्हणाला, ''शिवाय मी म्हणालो त्याप्रमाणे ही केस आजच दुपारी उघडकीस आली आहे.''

काही क्षण सगळेजण गप्प बसून होते. सगळेजण सिंथियाकडे पाहू लागले होते. त्यात उत्सुकता, निराशा आणि राग या सगळ्या भावनांचा समावेश होता. ''आपण केवढी जबरदस्त उपाययोजना करतोय हे सिंथियानं नुकतंच सांगितलं होतं. तसं असतानाही असं कसं झालं?''

''अजून या केसमध्ये मिथिसिलीनला दाद न देणारे स्टॅफ आहेत की नाही हे समजलेलं नाही,'' सिंथिया काहीशा बचावात्मक स्वरात म्हणाली. तिला या केसची माहिती मीटिंगला यायच्या अगोदर काही मिनिटांपूर्वीच मिळाली होती.

''संवर्धन करून तसं आहे की नाही, याची खात्री झालेली नाही, असं म्हणायचं असेल तर ठीक आहे,'' हर्मन म्हणाला, ''पण आपल्याकडच्या **व्हायटेक** प्रणालीनं तशी सूचना दिलेली आहे. माझ्या प्रयोगशाळेच्या पर्यवेक्षकांचं म्हणणं आहे की आजवर कधीही पॉझिटिव्ह निष्कर्ष चुकीचे असल्याचं आढळलेलं नाही.''

''गुड लॉर्ड!'' ॲन्जेला स्वत:ला सावरण्याचा प्रयत्न करत म्हणाली, ''ह्या रुग्णावर आज शस्त्रक्रिया झाली होती का?''

व्हायटेक (VITEK)

व्हायटेक ही विशिष्ट जीवाणू ओळखणे व तो कोणत्या औषधामुळे मरू शकेल याची तपासणी करणारी स्वयंचलित यंत्रणा आहे.

"होय. आज सकाळी. गुडघ्यातल्या स्नायूसंबंधीची शस्त्रक्रिया."

"तो कसा आहे आता? की मी हा प्रश्न विचारणं अयोग्य आहे?"

"त्याला विद्यापीठाच्या हॉस्पिटलमध्ये नेताना त्याचा मृत्यू झाला. त्याला संसर्गानंतरचा 'सेप्टिक शॉक' बसला आहे हे कळल्यानंतर त्याच्यावर त्या ठिकाणीच अधिक चांगले उपचार होऊ शकतात हे लक्षात आलं होतं."

"गुड लॉर्ड!" अॅन्जेला पुन्हा म्हणाली. ती एकदम खचून गेली होती.

"मला वाटतं, तुमच्या लक्षात हे आलं असेल की हा निर्णय योग्य नव्हता. रुग्णांना सतत तिकडं पाठवण्यानं प्रसिद्धी माध्यमांना सुगावा लागण्याचा धोका आहे. त्यांना जर अशी काही स्टोरी मिळाली तर मग संपलंच. मला आत्ताच आपल्या विरोधी बातम्यांचे मथळे दिसू लागले आहेत. याचा विपरित परिणाम आपल्या आय.पी.ओ.वर व्हायला मग काय वेळ लागणार..."

हर्मननं खांदे उडवले. "हा माझा निर्णय नव्हता. हा वैद्यकीय निर्णय होता आणि मी काहीही करू शकत नव्हतो."

"जेफ्रीजच्या कुटुंबीयांनी काय प्रतिक्रिया दिलीय?"अॅन्जेलानं विचारलं.

"जशी अपेक्षा करता येईल तशीच."

"तू त्यांच्याशी स्वत: बोलला आहेस का?'

"होय."

"मग तुझं मत काय आहे? ते न्यायालयात जातील असं वाटतंय का?" अॅन्जेलानं विचारलं. आता नुकसान कमी करणं एवढंच हाती आहे हे तिच्या लक्षात आलं होतं.

"ते एवढ्यात सांगणं कठीण आहे. पण मी मला जे करायचं ते केलंय. मी हॉस्पिटलच्या वतीनं सगळी जबाबदारी स्वीकारली. मी त्यांची क्षमा मागितली. अशी दुःखद घटना घडू नये म्हणून आपण काय काय करतोय हे सगळं त्यांना सांगितलं."

"बरोबर आहे. तू हे इतकंच करू शकतोस." अॅन्जेला म्हणाली. असं म्हणून ती हर्मनपेक्षा स्वत:लाच धीर देण्याचा प्रयत्न करत होती. तिनं पटकन काहीतरी लिहून घेतलं. "ठीक आहे. मी आपल्या मुख्य वकिलांच्या कानावर घालते. ते जितक्या लवकर काम सुरू करतील तितकं जास्त बरं होईल."

"जर आणखी कुणा रुग्णाच्या बाबतीत शस्त्रक्रियेनंतर संसर्ग झालाच, तर त्याचा दुःखद मृत्यू निदान लवकर तरी व्हावा. तसं झालं तर आपला खर्च तरी कमी होईल." बॉब म्हणाला.

अॅन्जेला सिंथियाकडे वळली, "ह्या रुग्णावरची शस्त्रक्रिया अलीकडंच साफ केलेल्या ऑपरेशन थिएटरमध्ये झाली होती का ते शोधून काढ. काहीही

असलं तरी पुन्हा योग्य ती साफसफाई करावीच लागेल. पण सगळ्याच शस्त्रक्रिया बंद ठेवू नका. शिवाय ह्या शस्त्रक्रियेत सहभागी असणाऱ्या माणसांपैकी कोणी वाहक तर नाही ना हे काळजीपूर्वक तपासून पहा.'' सिंथियाने मान डोलावली.

''काहीही करून भरपूर प्रमाणात रुग्ण येतील अशी काही व्यवस्था आपले डॉक्टर करू शकतील का?'' बॉबनं विचारलं. ''तसं झालं तर त्याचा खूप उपयोग होईल. काहीच आठवड्यांचा अवधी मध्ये असेल तर मी मेडिकेअरला अगोदरच बिल भरायला सांगू शकतो.''

तिन्ही हॉस्पिटलच्या अध्यक्षांनी एकमेकांकडे 'कोण बोलणार' अशा अर्थी नजर टाकली. अखेर हर्मननं सांगून टाकलं, ''आज एम.आर.एस.ए.ची आणखी एक केस झाली. हे पाहता रुग्णांचा आकडा वाढवणं मला तरी शक्य वाटत नाही. माझ्या इतर सहकाऱ्यांचं काय मत आहे हे मला माहीत नाही. पण ऑर्थोपेडिक सर्जन शस्त्रक्रियेनंतरच्या संसर्गाला फार बिचकतात. हाडं आणि सांध्यांमधला संसर्ग दीर्घकाळ टिकतो आणि त्यामुळं सर्जनचा फार वेळ खर्च होतो. मी माझ्या मुख्य वैद्यकीय अधिकाऱ्यांशी बोललो आहे. त्यानंच मला बरीच माहिती पुरवली आहे.''

''मी माझ्या मुख्य वैद्यकीय अधिकाऱ्याशी बोलले आहे आणि त्याचं मतही तसंच आहे,'' नाईशा म्हणाली.

''माझ्याकडेही तसंच आहे,'' स्टेवर्ट म्हणाला. ''सगळेच सर्जन संसर्गाचा प्रश्न आला की टाळाटाळ करतात.''

''आता बहुदा बराच उशीर झालाय,'' ॲन्जेला स्वत:ला बसणाऱ्या धक्क्यातून सावरण्याचा प्रयत्न करत म्हणाली, ''पण बॉबचा प्रश्न फार महत्त्वाचा आहे. मी ही आजची मीटिंग याचसाठी बोलावली आहे, की डॉ. सापौंलसनं एम.आर.एस.ए. समस्येवर मात करण्यासाठी काय काय केलंय ते तुम्हा सर्वांना कळावं. अर्थात आज आणखी एक केस उद्‌भवलीय याची मला कल्पना नव्हती. सर्व काही ठीक झालंय अशीच माझी समजूत होती. ते काहीही असो. आता पुढचे काही आठवडे आपण निभावून न्यायला हवेत.''

ॲन्जेला मग सिंथियाकडे वळली. ''आजची ही केस झाली असली तरी तू एंजल्स हेल्थकेअरसाठी सातत्यानं जी मेहनत घेत आहेस त्याबद्दल कंपनी तुझी आभारी आहे. आता आम्ही कंटाळवाणी आर्थिक चर्चा करणार आहोत, तेव्हा तू बाहेर गेलीस तर हरकत नाही ना?''

सिंथियानं क्षणभर प्रतिसाद दिला नाही. तिनं आपल्या काळ्याभोर डोळ्यांनी ॲन्जेलाकडे क्षणार्ध रोखून पाहिलं. तिनं उठून उभी राहत खुर्ची मागे सरकवताना

इतरांकडे पटकन नजर फिरवली. मग ती एकही शब्द न बोलता बाहेर निघून गेली. तिनं लावलेल्या दाराचा जोराचा आवाज झाला.

काही क्षण कोणीही काही बोललं नाही.

"हिचं डोकं जरा गरम आहे," बॉब शांततेचा भंग करत म्हणाला.

"गरम डोक्याची असली तरी मनापासून काम करते," कार्ल म्हणाला.

"तिनं ही सगळी समस्या वैयक्तिक आव्हानासारखी घेतली आहे. आता ही नवीन केस आढळल्यानंतर आपण तिच्याविरुद्ध चर्चा करणार अशीच तिची कल्पना झाली असणार."

"मी उद्या तिच्याशी बोलेन," ॲन्जेला म्हणाली. "हं, आता आपण या परिस्थितीच्या गाभ्याला हात घालू या. तुम्हाला कल्पना आहेच की आपला आय.पी.ओ. बंद होणं आता अवघ्या दोन आठवड्यांवर आलंय. आपण तिथपर्यंत कसं जायचं हा मुख्य प्रश्न आहे. आपली सध्याची पैशाची तंगी आपल्या संभाव्य गुंतवणूकदारांना किंवा सिक्युरिटीज ॲन्ड एक्स्चेंज कमिशनला न कळता हे कसं साध्य करता येईल? आपण एका बाबतीत सुदैवी आहोत की, अयोग्य प्रॅक्टिसचे खटले झाले. पण त्याचा फारसा परिणाम झाला नाही. ही स्टॅफची समस्याही बाहेरचं लेखापरीक्षण झाल्यानंतर उद्भवली. त्यामुळेच आय.पी.ओ.साठी बनवलेल्या माहितीपत्रकात ती बाब दिसली नाही. या बाबतीतही आपण सुदैवी ठरलो. तुम्ही सर्वांनीच वैयक्तिक त्याग केला आहे याची मला कल्पना आहे. उच्च पदावरच्या कोणीही गेल्या दोन महिन्यांत पगार घेतलेला नाही. त्यात अर्थात मीसुद्धा आहेच. आपण सगळेजण आपली वैयक्तिक पत वापरून खर्च भागवतोय. मी त्यासाठी तुमचे आभार मानते. मी तुम्हाला खात्री देते की, आम्ही आपल्या सर्व गुंतवणूकदारांकडून जास्तीत जास्त रक्कम मिळावी म्हणून भीक मागितली आहे. आपल्या 'एंजल गुंतवणूकदार' गटाकडूनही आम्ही अडीच लाखाचं कर्ज मिळवलं आहे.

"ह्या सगळ्या परिस्थितीमधला विरोधाभास मोठा आहे. जर आय.पी.ओ. ठरल्याप्रमाणे पार पडला, तर आपल्याला खात्रीनं पन्नास कोटी डॉलर मिळणार आहेत. आपण सगळेच श्रीमंत होऊन जाऊ. मग आपली मायामीमधली तीन आणि लॉस एंजलीसमधली तीन नियोजित हॉस्पिटलं सुरू होण्याच्या दिशेनं पाऊल पडेल. त्यांचं बांधकाम सुरू झालं की आपण आणखी फायदेशीर व्यवसायात शिरलेलो असू. मग नफ्याला कसलीही सीमा राहणार नाही. फक्त आपण तिथवर जायला हवं."

ॲन्जेला क्षणभर थांबली. उपस्थित कोणाही माणसाच्या मनात शंका नाही ना हे पाहण्यासाठी तिनं त्यांच्या नजरेत नजर मिळवली. सारेच जण गप्प बसून

पाहत होते. तिनं हातातल्या टिपणावर एक नजर टाकत पुन्हा बोलायला सुरुवात केली, ‘‘ह्या परिस्थितीचा दोष आपण कोणालाच देऊ शकणार नाही. आपली सगळी ऑपरेशन थिएटर्स एकाच वेळी बंद पडून उत्पन्न शून्यावर येईल याची कल्पना आकडेवारीतून येऊच शकत नव्हती. खर्च तर आहे तेवढाच राहतो आणि त्यामुळे आपल्या आपत्कालीन राखीव निधीमधून झपाट्यानं खर्च सुरू आहे. तुम्हा सर्वांच्या मदतीमुळे आपण अद्याप टिकून राहिलो आहोत. आपण अगदी जमेल तेवढं मालाचा पुरवठा करणाऱ्यांना तंगवत ठेवलं आहे. पण हेदेखील पुरेसं ठरणार नाही. बॉब, आपल्याला आय.पी.ओ.मधून सहीसलामत बाहेर पडायला किती भांडवलाची गरज आहे?’’

‘‘माझ्या मते किमान दोन लाख डॉलर लागतील,’’ बॉब म्हणाला. ‘‘पण जर ह्यात कमतरता आली तर मात्र मी खात्री देऊ शकणार नाही.’’

‘‘दोन लाख डॉलर!’’ अॅन्जेलानं एक सुस्कारा टाकला, ‘‘ही रक्कम फार मोठी आहे आणि आता माझ्याजवळच्या सर्व कल्पना संपुष्टात आल्या आहेत. तेव्हा आता तुम्हा लोकांपैकी कोणी नवीन काही सुचवू शकता का?’’

‘‘आपण टॅक्स देणं थांबवलं तर?’’ स्टेवर्ट म्हणाला. ‘‘अवघ्या दोन आठवड्यांचा तर प्रश्न आहे.’’

‘‘ही कल्पना वाईट आहे,’’ बॉब म्हणाला, ‘‘उत्पन्नावरचा टॅक्स आणि कर्मचाऱ्यांना देण्याच्या निधीची रक्कम या दोन्हीचा भरणा वायर ट्रान्स्फरनं होतो. जर आपण भरणा थांबवण्याचा प्रयत्न केला तर बँकेला कळेल. असं करणं हे धोक्याचं ठरेल.’’

‘‘आपण आपल्या मुख्य एंजल गुंतवणूकदाराकडे परत प्रयत्न केला तर?’’ नाईशानं सुचवलं.

‘‘मी उद्या सकाळी जाऊन प्रयत्न करणार आहे. पण मला जराही खात्री वाटत नाही,’’ अॅन्जेला म्हणाली. ‘‘ज्या एजंटनं हा गुंतवणूकदार आपल्याला मिळवून दिला होता, त्यानंच त्याच्याकडून अडीच लाख डॉलर कर्ज मिळवून दिलं. तेव्हाच तो म्हणाला होता की, आता ह्या विहिरीचा साठा आटला आहे. तरीही मी एकदा प्रयत्न करून पाहणार आहे.’’

‘‘बँकेकडून ब्रीज लोन मागायची कल्पना कशी वाटते?’’ स्टेवर्टनं विचारलं, ‘‘त्यांना आय.पी.ओ.ची कल्पना आहेच आणि फक्त दोन आठवड्यांचा तर प्रश्न आहे. आपण त्यांना कर्जापोटी जो व्याजदर देतोय, त्यामुळे ते अक्षरशः घबाड मिळवत आहेत.’’

‘‘मी सुरुवातीला काय म्हणालो ते तू विसरलास बहुतेक.’’ बॉब म्हणाला. ‘‘आपलं काम बघणाऱ्या बँकेतल्या मॅनेजरचा मला शुक्रवारी फोन आला होता.

आपण स्टेन्ट पुरवणाऱ्याचं बिल भागवायलाही काही बॉन्ड विकले म्हणून तो अस्वस्थ झाला होता. सध्या बँकेत आपल्याबद्दल मत चांगलं नाही. त्यांनी जर कर्जाचा काही भाग जरी नाकारला, तर आपला सगळा खेळ संपलाच.''

ॲन्जेलानं एकेक करून सर्वांकडे नजर फिरवली. सगळे जण खाली मान घालून आपल्या पायांकडे पाहत होते. ''ठीक आहे,'' अखेर ॲन्जेला म्हणाली, ''आता इतर कोणाला काही वेगळं सुचत नाही हे पाहता, मी उद्या सकाळी बँकेत जाणं आणि आपल्या एजंटची गाठ घेणं एवढंच बाकी राहतं. मी सर्वतोपरी प्रयत्न करीन. दरम्यान जर कोणाला आणखी काही सुचलं तर माझा सेलफोन चोवीस तास चालू असतो... तुम्ही सर्व हजर राहिल्याबद्दल आभार.''

खुर्च्या मागे सरकवल्याचे आवाज झाले. सर्वजण एकेक करून बाहेर पडले. जाताना बऱ्याच जणांनी धीर देण्यासाठी म्हणून ॲन्जेलाचा खांदा किंचित दाबला होता. काही क्षण ॲन्जेला खुर्चीत तशीच बसून होती. समोर दिसणाऱ्या क्राऊन बिल्डिंगकडे पाहत असताना तिच्या मनात कितीतरी विचारांची दाटी झाली होती. इतकी वर्षं प्रचंड मेहनत, ताण, प्रयत्नांची पराकाष्ठा हे सगळं करून तिची नुकतीच फुलण्याच्या अवस्थेत असणारी हेल्थकेअर कंपनी, एका क्षुद्र जीवाणूमुळे खलास व्हावी हे न्याय्य नव्हतं. अर्थात व्यावसायिक जगात न्याय्य हा शब्द म्हणजे निव्वळ पश्चातबुद्धीतून सुचलेला विचार असतो हे तिला ठाऊक होतं. पैसा हे सर्वस्व असतं. तिनं तिची प्रॅक्टिस सुरू असताना ती बुडू नये म्हणून जी काही धडपड केली होती, तेव्हा तिला हा धडा मिळाला होता. त्या भयंकर अनुभवामुळेच दिवाळखोरीत गेल्यावर ॲन्जेलानं जाणीवपूर्वक एम.बी.ए. करायचा निर्णय घेतला होता. तिथं तिनं एका इर्ष्येनं उत्तम कामगिरी केली होती. तिथं शिकत असतानाच तिला हे लक्षात आलं होतं, की जर योग्य प्रकारे काम केलं तर आरोग्य सेवा क्षेत्रामधूनही पैसा कमवून श्रीमंत होता येईल.

मनाशी काहीतरी निश्चय करून ॲन्जेलानं खुर्ची मागे सरकवली. तिनं तिचा कोट आणि छत्री घेतली. पण तिनं टिपणाचे कागद आणि ब्रीफकेस टेबलवरच ठेवून दिली. सकाळी बँकेत जाताना ती ह्या वस्तू घेऊन जाणार होती. आपल्याला उद्या सकाळी एकदम ताजंतवानं होण्यासाठी रात्री नीट झोप लागणं आवश्यक आहे हे तिच्या लक्षात आलं. त्यासाठी मनातले सध्या चालू असलेले विचार मागे सारून स्वच्छ मनानं पुन्हा नवीन विचार करण्याची गरज होती. तिनं यापूर्वी प्रचंड ताणतणाव असताना हे साध्य केलं होतं. त्यानंतर ती समस्येकडं निराळ्या पद्धतीनं बघू शकली होती आणि मग नवीन कल्पना तिला सुचल्या होत्या.

फिफ्थ अव्हेन्यू आणि छप्पन्नाव्या रस्त्याच्या चौकात ॲन्जेला फुटपाथपासून

एक पाऊल पुढे उभी राहिली. तिनं टॅक्सी मिळवण्यासाठी हात पुढे केला. रात्री साडेआठ वाजता त्या भागात टॅक्सी मिळणं अवघड आहे याची तिला कल्पना होती. त्यावेळी बऱ्याच टॅक्सी ड्रायव्हर लोकांची पाळी बदलत असे. अनेक टॅक्सींवर 'सेवा बंद' अशी पाटी झळकत होती. तर इतर बहुतेक कोणतीही टॅक्सी रिकामी जात नव्हती. दोन महिन्यांअगोदर अॅन्जेला नियमितपणे कंपनीची गाडी वापरत असे. पण आर्थिक तंगी जाणवू लागल्यानंतर तिनं गरजेनुसार टॅक्सी वापरायला सुरुवात केली होती.

अॅन्जेला तिच्या सत्तराव्या रस्त्यावर असणाऱ्या घराच्या दिशेनं चालायला सुरुवात करणार होती, इतक्यात एक टॅक्सी जवळच येऊन थांबली. त्यातून एकजण खाली उतरला. अॅन्जेलानं चपळाई करून ती गाठली. टॅक्सी तिच्या घराच्या दिशेनं जाऊ लागल्यावर एक दीर्घ श्वास घेतला आणि मग मोठ्यानं सुस्कारा सोडला. त्यावेळी आपल्या मनावर किती ताण आहे याची तिला जाणीव झाली. तिनं हातांची फुली करून आपले दोन्ही खांदे हलकेच दाबायला सुरुवात केली. मग तिनं दोन्ही कानशिलं हलका दाब देऊन चोळली. नंतर काही वेळानं तिला हलकं वाटू लागलं. अॅन्जेलानं डोळे उघडले. तिला रस्त्यावरून हातात हात घालून चालणारे अनेकजण दिसले. काहीजण एकाच छत्रीतून जाण्याची मजा लुटत होते. अशी दृश्यं पाहून अॅन्जेलाला आपल्याला कामाखेरीज इतर काहीही करायला, किंवा मुलीबरोबर वेळ घालवायला मिळत नाही, याची खंत वाटे. तसंच तिला पुरुषांचा सहवास मिळत नसे. तिचा जो काही संबंध येई तो कामाच्या ठिकाणचे तिचे सहकारी, किंवा मुलीच्या शाळेतल्या एखाद्या कार्यक्रमात भेटणारे एकटे बाप आणि दुकानात खरेदी करताना बिल भरायच्या रांगेत उभे असणारे पुरुष यांच्यापुरता मर्यादित होता. हे आयुष्य तिनं आपणहून स्वीकारलं होतं. शिवाय पुरुष एकाच स्त्रीबरोबर निष्ठा राखू शकत नाहीत याची तिला अनुभवानं खात्री पटली होती. हे सगळं खरं असलं तरी तिला अधूनमधून कोणातरी पुरुषाचा सहवास हवा असं वाटून जाई.

अॅन्जेलानं हे सगळे विचार प्रयत्नपूर्वक बाजूला सारले आणि सेलफोन काढून घरी फोन लावला. नेहमी पहिली रिंग वाजताच तिची मुलगी फोन उचलत असे. त्यामुळे तिला तीच फोन उचलेल असं वाटत होतं. पण उलट झालं होतं. फोन हेडीनं घेतला होता. हेडी घरातली अनेक कामं करत असे.

"धटिंगण कुठं आहे?" अॅन्जेलानं विचारलं. ती आणि हेडी गमतीनं मिशेलचा उल्लेख 'धटिंगण' असा करत असत. ही अर्थातच गंमत होती. कारण मिशेलचा स्वभाव नेमका उलट आहे, याबद्दल दोघींची खात्री होती. कधीमधी मिशेल वाद घालायची किंवा हट्ट करायची, पण तेदेखील वयाला

साजेसं होतं. सर्वसाधारणपणे मिशेल व्यवस्थित वागणारी मुलगी होती.

"मला वाटतं ती झोपून गेलीय. तिला उठवू का?"

"नको!" ॲन्जेला म्हणाली. आता घरी गेल्यावरही आपण एकटीच असणार ही जाणीव होऊन ती खिन्न झाली होती. नंतर घरातल्या कामासंबंधी काही सूचना देऊन झाल्यानंतर ॲन्जेलानं अचानक निर्णय घेतला. आपली वाट बघू नये, कारण आणखी काही तास आपण घरी परतणार नाही असं तिनं हेडीला सांगून टाकलं.

ॲन्जेला पुढे झुकली आणि तिनं टॅक्सी ड्रायव्हरला रस्ता बदलून टॅक्सी तिच्या हेल्थ क्लबकडे न्यायला सांगितलं. ती गेले कित्येक महिने क्लबकडे फिरकली नव्हती. मग आज संध्याकाळी थोडा व्यायाम केला तर बरं वाटेल, असा विचार तिनं केला. तिथं बरीच माणसंही असणार होती. शिवाय क्लबमध्ये चांगलं रेस्टॉरंट आणि बारची सोय होती. तिथं काहीतरी खाणंही शक्य होतं.

ॲन्जेलाचा हेल्थ क्लब तिच्या घराच्या अगदी जवळ, काही ब्लॉक एवढ्याच अंतरावर कोलंबस अव्हेन्यूवर होता. तिला क्लबचं कार्ड पर्समध्ये लगेचच सापडलं. काही मिनिटांतच व्यायाम करायचे कपडे घालून ती एका सायकलवर व्यायाम करू लागली होती. समोर सी.एन.एन. चॅनेल सुरू होतं. आपलं आपल्या शरीराकडं दुर्लक्ष झालंय हे व्यायाम करताना तिच्या लक्षात आलं. पाच मिनिटांतच ती धापा टाकू लागली होती आणि दहा मिनिटांनी ती घामानं चिंब भिजून गेली होती. पण तिनं निर्धारानं ठरवल्याप्रमाणे सायकलवर वीस मिनिटं पूर्ण केली.

सायकलवरून उतरून पाठीमागे हात ठेवून ॲन्जेला श्वास घेण्यासाठी उभी राहिली. तिचे सर्व कपडे घामानं चिंब भिजून गेले होते. घाम तिच्या हेअर बॅन्डवरूनही टपटप पडत होता. आपला अवतार खूपच चमत्कारिक दिसत असणार असा विचार तिच्या मनात आला. कारण सायकलवर व्यायाम करणारे इतर सगळेजण आरामात पाय मारत होते. तिच्याएवढा घाम कोणालाही आलेला नव्हता. काहीजण तर पॅडल मारता मारता आरामात वाचूही शकत होते.

ॲन्जेलानं टॉवेलनं चेहरा कोरडा केला आणि ती वजनांचे व्यायाम करण्याच्या भागाकडे निघाली. तिच्या सुदैवानं कोणाचंही तिच्या अवस्थेकडं लक्ष नव्हतं. याला अपवाद फक्त एका सोनेरी केसांच्या माणसाचा होता. तो जोरजोरानं पॅडल मारत असूनही त्याच्या कपाळावर घामाचा टिपूसही दिसत नव्हता. ॲन्जेलाची आणि त्याची नजरानजर झाली तेव्हा त्यानं एकदम नजर दुसरीकडे वळवली. याचा अर्थ हा माणूस आपल्याला न्याहाळत होता हे तिच्या लक्षात आलं. त्या माणसाच्या मागच्या बाजूनं जाताना ती स्वतःच्या अतिचिंतातुर

स्वभावाला मनोमन हसली. एखाद्या अनोळखी माणसाला काहीही वाटलं तरी आपण त्याची फिकीर का करावी, असं तिनं मनातल्या मनात स्वत:ला बजावलं.

ॲन्जेलानं निरनिराळी यंत्रं वापरून वेगवेगळी वजनं उचलण्याचे व्यायाम केले. तिनं उगीचच जास्त वजन लावून व्यायाम करण्याचं जाणीवपूर्वक टाळलं. जास्त वजन उचलताना एखादा स्नायू दुखावला जाणं किंवा लचक भरणं तिला परवडणारं नव्हतं. रात्री एवढा उशीर झालेला असूनही तिथं बरीच गर्दी होती. अनेक पुरुष आपण पाहत नाही असा बहाणा करीत, बायकांकडे चोरून पाहत होते हे तिच्या लक्षात आलं. पुरुष किती उथळ स्वभावाचे असतात हे तिला माहिती होतंच. इथेही तेच दिसत होतं.

ॲन्जेलानं कमी वजनांची जोडी यंत्राला लावली आणि ती हातपाय ताणून व्यायाम करू लागली. समोरच्या आरशात दिसणारं आपलं प्रतिबिंब पाहून ती स्वत:च्या प्रकृतीचा वस्तुनिष्ठ प्रकारे विचार करू लागली. तिचा बांधा या वयातही उत्तम होता. ती विशीत जशी होती त्यात फारसा फरक पडला नव्हता. एका मुलीच्या जन्मानंतरही तिचं पोट सपाट होतं. तिचे हातपाय सुडौल होते. आपला बांधा असा राहण्यामागे काहीतरी आनुवंशिक कारण असणार, याची तिला खात्री होती. कारण एंजल्स हेल्थकेअर कंपनी सुरू करून उभी करण्यामुळे ती व्यायामासाठी पुरेसा वेळ कधीच काढू शकत नव्हती. एकूणात केस वगळता आपली तब्येत उत्तम आहे असं ती मनाशी म्हणाली.

केसांची गोष्ट मात्र वेगळी होती. कंपनीत या एम.आर.एस.ए. प्रकारानं संकट उभं केल्यानंतर अवघ्या एका महिन्यात तिला आपले केस करडे झाल्याचं लक्षात आलं होतं. खरं तर तिच्या आईचे केस लवकर पिकले होते. हे पाहता तिला फारसं आश्चर्य वाटायला नको होतं. तरीही तिनं गुपचूप एका स्थानिक फार्मसी दुकानात जाऊन केस रंगवून घेतले होते. तिनं हे दोन-चार वेळा केलं होतं. त्या दिवशी आरशात पाहताना तिला पुन्हा एकदा आपले पिकणारे केस प्रकर्षानं जाणवले.

अचानक स्वत:ची टिंगल उडवल्याप्रमाणे तिनं आरशात पाहून स्वत:ला वेडावून दाखवलं. दिसण्यापेक्षा आपण काय मिळवलं हे जास्त महत्त्वाचं आहे हे ती स्वत:ला बजावत होती.

"तुम्ही ठीक आहात ना?"

पाठीमागून आवाज आला म्हणून ॲन्जेलानं वळून पाहिलं. मघाशी सायकलपाशी तिच्याकडं चोरून पाहणारा सोनेरी केसांचा तोच माणूस उभा होता. चाळिशी उलटलेला हा माणूस देखणा होता. त्याचे निळे डोळे चमकत होते आणि तो मंद हसत होता.

"मी ठीक आहे," ॲन्जेला म्हणाली. त्याला क्षणभर न्याहाळत तिनं विचारलं, "असं विचारण्याचं कारण?"

"मला क्षणभर वाटलं की तुम्ही आता रडायला लागणार."

ॲन्जेला मोकळेपणानं हसू लागली. तिनं जेव्हा आरशातल्या आपल्या प्रतिबिंबाला वेडावून दाखवलं होतं, तेव्हा आपण इतर लोकांच्यात, सार्वजनिक ठिकाणी आहोत, याचा तिला जणू विसर पडला होता. इथं तिच्याकडं चोरून पाहणारे पुरुष असणार, हे ती पूर्णपणे विसरून गेली होती.

"तुम्ही का हसताय? खरंच! एक मिनिटापूर्वी मला वाटलं की तुम्ही आता कोणत्याही क्षणी रडायला लागाल."

"याचं स्पष्टीकरण द्यायला बराच वेळ लागेल."

"वेळ ही माझ्याकडची समस्याच नाही. आपले व्यायाम झाल्यावर आपण एखादं ड्रिंक घेतलं तर? तुम्ही तुम्हाला जे काही स्पष्टीकरण द्यायचं आहे ते द्या. मग पुढचं पुढं बघता येईल."

ॲन्जेला तिच्यासमोर उभा असणाऱ्या माणसाकडे कडवट स्मित करत पाहत राहिली. अशा प्रकारे पुरुषांनी थेट निर्लज्जपणानं सूचक बोलणं तिला नवीन नव्हतं. एखाद्या इतर वेळी खरं तर ती हसून सरळ निघून गेली असती. पण त्या दिवशी तिला कोणातरी माणसाचा सहवास हवासा वाटत होता. एखादा तास त्या माणसाशी बोलायला हरकत नाही असं तिला वाटू लागलं होतं. "पण मला तुमचं नाव माहीत नाही," ॲन्जेला म्हणाली. आपण 'दरवाजा' उघडतोय याची तिला पूर्ण जाणीव होती.

"चेट मॅकगव्हर्न आणि तुमचं?"

"ॲन्जेला डॉसन. बरं, मला एक सांगा, तुम्ही नेहमी अशा प्रकारे क्लबमधून बायका मिळवता का?"

"नेहमीच," चेट म्हणाला. "मी त्यासाठीच तर नेहमी इथं येतो. व्यायाम करून घाम गाळणं हा त्याच कामाचा एक भाग आहे इतकंच."

त्या माणसाच्या बेधडकपणाला आणि किंचित विनोदी स्वरात बोलण्याच्या पद्धतीला ॲन्जेला पुन्हा हसली.

"मी खात असताना तुम्ही ड्रिंक घेऊ शकता. मी भुकेनं कासावीस झालेय," ॲन्जेला म्हणाली.

"चालेल."

शॉवर घेऊन आल्यानंतर दोघंजण क्लबच्या रेस्टॉरंट-कम-बारमध्ये दोघं एका टेबलावर समोरासमोर बसले. तिथं त्यावेळी खूपच गर्दी होती. ॲन्जेलाला अशा वातावरणाची सवय नव्हती. त्यामुळे खाता खाता तिला चेटचं बोलणं

ऐकण्यासाठी पुढं झुकावं लागत होतं.

"मी विचारलं की, तुम्ही काय काम करता?" चेटनं पुन्हा एकदा प्रश्न विचारला, "मला तुम्ही मॉडेल आहात असं वाटतंय."

"होय का..." ॲन्जेला मनाशी हसत म्हणाली. हे बोलणं ऐकल्यावर हा माणूस बायका पटवण्यात सराईत आहे, हे तिच्या लक्षात आलं.

"खरंच!" चेट म्हणाला, "तुमचं वय काय? चोवीस, पंचवीस...?"

"खरं सांगायचं तर सदतीस," ॲन्जेलानं तिरकस बोलण्याचा मोह कसोशीनं आवरला.

"माझा अंदाज चुकणारच होता म्हणा. पण तुमची ही फिगर पाहता...."

ॲन्जेला हसू लागली. असं सूचक बोलणं नकली असलं तरी ते ऐकायला मजा वाटत होती.

"मॉडेल नाही? मग काय काम करता?"

"मी व्यवसाय करते," ॲन्जेला म्हणाली आणि तिनं संभाषण निराळ्या दिशेनं जाण्यासाठी विचारलं, "आणि तुम्ही? तुम्ही सिनेमात हिरो आहात वाटतं?"

आता चेट हसू लागला. मग किंचित पुढे झुकून म्हणाला, "मी डॉक्टर आहे."

त्याची हे वाक्य बोलल्यानंतर मागे रेलून बसण्याची ढब आणि चेहऱ्यावरचं समाधानाचं हसू पाहून आता आपण प्रभावित व्हावं अशी त्याची अपेक्षा असणार, असं तिला खात्रीनं वाटलं.

"डॉक्टर, पण कसले? एम.डी. की पी.एचडी.?"

"एम.डी."

ओहो! ॲन्जेला मनाशी म्हणाली.

"आणि तुम्ही कसला व्यवसाय करता?"

"मला हे सांगायलंच हवं, की माझा बराचसा वेळ पैसा जमा करण्यात जातो. हे काम जरी फारसं सुखद नसलं तरी ते करावंच लागतं. एखादी नवीन कंपनी सुरू करणं म्हणजे एखादं रोप लावण्यासारखंच असतं. त्याला सतत पाणी घालावं लागतं. कधीकधी फळ धरण्याआधी खूपच पाण्याची गरज असते."

"हे वर्णन तर चांगलंच काव्यात्मक आहे. तुम्ही ज्या कंपनीत काम करता ती फळं धरण्याच्या अवस्थेच्या किती मागं आहे?"

"अगदी जवळ. कंपनी सार्वजनिक व्हायला अवघे दोन आठवडे उरले आहेत."

"दोन आठवडे! म्हणजे हे काम फार मजेचं असणार आता."

''सध्याची अवस्था मजेची नसून काळजीची आहे. मला आय.पी.ओ.पर्यंत पोहोचण्यासाठी तातडीनं दोन लाख डॉलर उभे करायचे आहेत.''

चेटनं हलकी शीळ घातली. ॲन्जेला कंपनीत खूपच वरच्या हुद्यावर असणार हे जाणवून तो प्रभावित झाला होता, ''कंपनी ह्या कामात यशस्वी होणार का?''

''मला आशा आहे! गुंतवणुकीच्या क्षेत्रामधले तज्ज्ञ गुरू म्हणत आहेत की आय.पी.ओ. एकदम यशस्वी होणार. एकदा या कंपनीनं लोकांकडून भांडवल उभं करायला सुरुवात केली की, कदाचित तुमच्यासारख्या डॉक्टरांना आपणही गुंतवणूक करावी, असं वाटू शकतं. आम्ही तुमच्या गुंतवणुकीवर उत्तम नफा मिळवण्याची खात्री देऊ शकतो. आमच्याकडे अगोदरच कितीतरी डॉक्टरांनी शेअर खरेदी केले आहेत. नेमकं सांगायचं तर पाचशेपेक्षा जास्त.''

''काय म्हणता?'' चेटनं चकित होत विचारलं, ''ही कंपनी आहे तरी कसली?''

''तिचं नाव एंजल्स हेल्थकेअर. आम्ही खास प्रकारची हॉस्पिटलं बांधतो आणि चालवतो. सुपर स्पेशालिटी हॉस्पिटल्स.''

''याचा अर्थ तुम्हाला डॉक्टरांबद्दल थोडीफार माहिती असणार?''

''तसं म्हणायला हरकत नाही.''

''दुर्दैवानं माझ्याकडं सध्या इतकी रक्कम मोकळी नाही. सॉरी.''

''हरकत नाही. जर विचार बदलला तर नंतर फोन केला तरी चालेल,'' ॲन्जेला म्हणाली.

''हं,'' चेट विषय बदलू इच्छित होता. तो म्हणाला, ''तुम्ही कशा आहात, म्हणजे अविवाहित की विवाहित? की मधली अवस्था?''

पुन्हा गाडी वळणावर आली म्हणायची. ॲन्जेलाच्या मनात विचार आला. त्यानंतर तिला एकदम संभाषण पुढं चालू ठेवू नये असं वाटलं. जरी बोलताना गंमत येत होती तरी तिला अचानक प्रचंड थकल्यासारखं वाटू लागलं. ती त्यासाठीच तर तिथं आली होती. आता तिला घरी परतण्याची ओढ वाटू लागली.

''घटस्फोटित,'' ॲन्जेला म्हणाली आणि मग तिनं मुद्दाम आणखी माहिती पुरवली, ''मी घटस्फोटित आहे आणि माझी दहा वर्षं वयाची मुलगी घरी झोपलेली आहे.''

''याचा अर्थ तुमच्या घरी जाणं एकदम बाद झालं,'' चेट म्हणाला, ''असो, मी एकटा आहे. अगदी पूर्णपणे सडाफटिंग आणि माझं एकदम झकास घर इथं जवळच कोपऱ्यावर आहे. तेव्हा...?''

"माफ करा. पण मला ते शक्य नाही. मला माझी मुलगी आणि ते दोन लाख डॉलर यांचाच विचार करायला हवा आहे." ॲन्जेलानं हात हलवून वेटरला बिल आणण्यासाठी इशारा केला.

"मी पाहतो ते," चेट म्हणाला.

"नाही, ते शक्य नाही!" ॲन्जेला एकदम अशा आवाजात म्हणाली की आता ह्यावर चर्चा होऊच शकत नाही. "मी एक प्रकारे तुमचा वापर केला. तेव्हा मला त्याची भरपाई केली पाहिजे."

"माझा वापर केला?" चेट गोंधळून गेला होता. "म्हणजे काय?"

"ते सांगायला खूप वेळ लागेल आणि मला आता ताबडतोब घरी परतायचं आहे."

चेट निराश झालेला दिसत होता. ॲन्जेलानं तिच्या वैयक्तिक खात्याचा चेक लिहिला. ती लिहित असताना चेटनं विचारलं, "उद्या रात्री जेवायला यायला जमेल का?"

"तुमच्या औदार्याबद्दल आभार. पण मी एवढाही वेळ काढू शकत नाही. उद्या ऑफिसात गेल्यावर काय वाढून ठेवलंय कोणास ठाऊक."

"पण तसं केलं तर तुमच्याच शब्दात सांगायचं तर तुम्ही माझा कसा काय वापर केला ते सांगता येईल," चेट म्हणाला. "माझा वापर केला गेला असं मला अजिबात वाटत नाही. उलट मला तुमच्याशी गप्पा मारताना मजा वाटत होती. मी तुम्हाला दुखावलं असेल तर मला माफ करा. मी क्षमा मागतो. मी पुन्हा अशा प्रकारे लंपटपणा करणार नाही. मी खरोखर निव्वळ गंमत करत होतो."

त्याच्या ह्या बोलण्यावर ॲन्जेला जराशी चकित झाली. कारण त्याच्या बोलण्यातला सच्चेपणा तिला जाणवला होता. उठताना ॲन्जेलानं हात पुढे केला आणि हस्तांदोलन करताना म्हणाली, "मलासुद्धा तुमचा सहवास मजेदार वाटला. मी हे मनापासून सांगते आहे. कदाचित आय.पी.ओ.नंतर आपण एखादं पेय घ्यायला किंवा जेवायला जाऊ शकू."

"हे मला पसंत आहे," चेट पुन्हा पूर्वीसारखा खट्याळपणा करत म्हणाला, "आणि तो खर्च मात्र मी करणार."

"ठरलं," ॲन्जेला म्हणाली. आता खोटेपणा करायची पाळी आपली आहे, हे तिला जाणवलं होतं.

२

३ एप्रिल २००७
सकाळी ७ वाजून १५ मिनिटं

"हे पाहा, डॉ. वेंडेल ॲन्डरसनच्या वेळापत्रकात माझी केस येते आहे हे माझं नशीबच म्हणायचं," डॉ. जॅक स्टेपलटन आपला वैताग जराही न लपवता म्हणाला, "हा डॉक्टर शहरातल्या बड्या बड्या खेळाडूंवर उपचार करणारा आहे. तो उत्तम आहे हे तर उघडच आहे. नुसता उत्तम नाही, तर सर्वोत्तम डॉक्टरांपैकी एक असणार. जर मी ह्या गुरुवारची संधी साधली नाही, तर पुढचे कितीतरी महिने मला वाट पाहावी लागेल."

"पण तुझ्या गुडघ्यातला स्नायूबंध तुटण्याचा अपघात तर अवघ्या एका आठवड्यापूर्वी झाला आहे," डॉ. लॉरी मॉंटगोमेरी देखील तेवढ्याच जोरकसपणे म्हणाली, "मी काही ऑर्थोपेडिक सर्जन नाही हे खरं आहे. पण गुडघ्याला झालेली जखम अद्याप ताजी आहे. त्यावर गुडघा अजून भप्प सुजलेला आहे नि पायावरच्या खरचटल्याच्या जखमाही अजून भरून आलेल्या नाहीत."

"सूज बरीच कमी झालेली आहे," जॅक म्हणाला.

"डॉक्टरनीच तुला शस्त्रक्रिया एवढ्या लवकर करावी असं सुचवलं का?"

"नेमकं तसं नाही म्हणता येणार. मीच म्हणालो की हे काम जितक्या लवकर उरकेल तितकं चांगलं. मग त्यानं मला त्याच्या सेक्रेटरीकडे वेळ निश्चित करण्यासाठी पाठवलं."

"वाहवा! किती छान!" लॉरी वेडावत म्हणाली, "डेट त्याच्या सेक्रेटरीनं ठरवली."

“तिला तिचं काम नीट कळत असणारच की,” जॅक लॉरीच्या तिरकस बोलण्याकडे दुर्लक्ष करत म्हणाला, “ती या ॲन्डरसनकडे कितीतरी दशकं काम करते आहे.”

“हे गृहीतक हुशारीचं लक्षण आहे खरं.” लॉरी तिरकसपणानं पुन्हा म्हणाली.

“मला ही वेळ रद्द करायची नाही याचं आणखी एक कारण आहे. त्या दिवशी ॲन्डरसनच्या यादीत माझं नाव पाहिलं आहे. मला हेच हवंय. पहिल्या केसच्या वेळी सर्जन आणि इतर सगळे कर्मचारी ताजेतवाने असतात. मी पूर्वी स्वत: डोळ्यांच्या शस्त्रक्रिया करायचो तेव्हाचा माझा अनुभव मला आठवतो.”

“आणि हे एंजल्स ऑर्थोपेडिक हॉस्पिटल कुठं आहे?” लॉरी अजून वैतागलेल्या स्वरात बोलत होती, “मी तर कधी त्याचं नाव ऐकलेलं नाही.”

“ते उत्तर भागात आहे. विद्यापीठाच्या हॉस्पिटलपासून फारसं दूर नाही. ते तसं नवीन आहे. म्हणजे नेमकं कधी ते सुरू झालं हे मला माहीत नाही. पण साधारण पाच वर्षं झाली असावीत. ॲन्डरसन म्हणाला की, या हॉस्पिटलमध्ये जाताना रुग्णांना आपण रिट्झ हॉटेलात जातोय असं वाटतं. असं आपण विद्यापीठाच्या हॉस्पिटलबद्दल किंवा मॅनहटन जनरलबद्दल नक्कीच म्हणू शकणार नाही. त्याला इथं शस्त्रक्रिया करणं आवडतं कारण हे हॉस्पिटल कोणी नोकरशाही मनोवृत्तीचा प्रशासक नाही, तर स्वत: डॉक्टरच चालवतात. इतर ठिकाणापेक्षा इथे तेवढ्याच वेळात ते दुप्पट शस्त्रक्रिया करू शकतात.”

“डॅम इट जॅक!” लॉरी म्हणाली आणि ती मान वळवून टॅक्सीतून बाहेर पाहू लागली. जॅक आडमुठा होता असं म्हटलं जाई. पण ते देखील फार सौम्य वाटावं अशी लॉरी होती. एकदा का ती चिडली की मग तिच्यापुढे कोणाचंही काही चालत नसे, एवढी ती अडेलतट्टूपणा करत असे. ती कोणतीही गोष्ट ऐकून घ्यायला तयार नसे. त्यांनी दोघांनी न्यूयॉर्क शहराच्या मुख्य वैद्यकीय तपासनिसाच्या ऑफिसमध्ये काम करायला सुरुवात केली, तेव्हा जॅक कामावर येताना धोकादायकपणे सायकल चालवत असे. तसंच तो त्याच्या अर्ध्या वयाच्या पोरांबरोबर बास्केटबॉलसारखा धसमुसळा खेळ खेळत असे. तेव्हा तिला त्याचं हे वागणं आवडत होतं. पण आता बारा वर्षांनंतर आणि जॅकशी लग्न करून जेमतेम एक वर्ष होत असताना तिला जॅकनं असं करणं आवडेनासं झालं होतं. बावन्न वर्षांच्या माणसानं असे धोके पत्करणं हे तिला पोरकटपणाचं आणि बेजाबदारपणाचं वाटू लागलं होतं. शिवाय आता बायको आणि होऊ शकणाऱ्या मुलाचा विचार करता त्याचं असं वर्तन तिला सर्वस्वी नापसंत होतं. जॅकनं शस्त्रक्रिया पुढे ढकलावी असं तिला वाटण्याची दोन कारणं होती. एकतर त्याची जखम ताजी होती हे होतंच. शिवाय तो जितका काळ त्याच्या त्या

सायकलवरून प्रवास करणं आणि बास्केटबॉल खेळापासून दूर राहील तितकं चांगलं, असा तिचा विचार होता.

''मला माझी शस्त्रक्रिया या गुरुवारी व्हायला हवी आहे,'' जॅक जणू तिच्या मनातले विचार वाचत असल्याप्रमाणे म्हणाला, ''मला शक्य तितक्या लवकर माझं व्यायामाचं रुटीन चालू करायचं आहे.''

''आणि मला माझा नवरा अख्खा हवा आहे. तू हे असं करताना स्वत:ला मृत्यूच्या छायेत ढकलतोस.''

''मरण्यासाठी कितीतरी कारणं असतात,'' जॅक म्हणाला, ''आणि किती विविध कारणांनी मरण येऊ शकतं हे आपल्यापेक्षा आणखी कोणाला जास्त चांगलं माहीत असणार?''

''निदान एक महिना तरी पुढे ढकल,'' लॉरीनं समजावण्याच्या स्वरात म्हणून पाहिलं.

''शस्त्रक्रिया मला याच गुरुवारी हवीय. गुडघा माझा आहे.''

''गुडघा तुझा आहे हे खरं असलं तरी आता प्रत्येक गोष्टीत आपण दोघं आहोत हे विसरू नकोस.''

''ते खरं आहे...'' जॅकनं मान्य केलं, ''आपण आत्ता हा विषय इथंच थांबवू या. हवं तर आपण रात्री या विषयावर बोलू.''

जॅकनं लॉरीचा हात हलकेच दाबला. तिनंही त्याला तसाच प्रतिसाद दिला. ती जॅकला चांगली ओळखत होती. या विषयावर आपण पुन्हा बोलू असं जॅकनं कबूल केलं हा एकप्रकारे तिचा छोटासा का होईना पण विजय होता.

सिग्नल मिळाल्यानंतर तिसावा रस्ता आणि फर्स्ट अव्हेन्यू यांच्या चौकात टॅक्सी डावीकडे वळली आणि एका सहा मजली इमारतीपुढे उभी राहिली. ही निळ्या रंगाच्या चकचकीत विटांची बांधलेली इमारत म्हणजे न्यूयॉर्क शहराच्या मुख्य वैद्यकीय तपासनिसाचं ऑफिस होतं. इथं जॅक गेली बारा वर्षं, तर लॉरी सोळा वर्षं काम करत होती. जरी जॅक वयानं मोठा असला तरी गुन्हा अन्वेषण क्षेत्रात त्यानं उशिरा प्रवेश केला होता. त्याची खासगी प्रॅक्टिस एका बड्या आरोग्यसेवा कंपनीनं गिळंकृत केल्यानंतर जॅकनं पुन्हा पॅथॉलॉजी विषयात शिक्षण घेतलं होतं. ''काहीतरी शिजतंय,'' जॅक समोरची गर्दी पाहात म्हणाला. त्यांना कोपऱ्यावर उभ्या असणाऱ्या अनेक टी.व्ही. व्हॅन दिसल्या, ''मधाकडे आकृष्ट होणाऱ्या माशांप्रमाणे पत्रकार सनसनाटी मृत्यूंभोवती घोंघावू लागतात. आज काय प्रकार झालाय कोणास ठाऊक?'' जॅक म्हणाला.

''मला तर पत्रकार हे गिधाडांसारखे वाटतात,'' लॉरी टॅक्सीतून बाहेर पडत म्हणाली. मग तिनं जॅकच्या बाजूचा दरवाजा उघडून त्याच्या लाबंलचक

कुबड्या बाहेर काढायला जॅकला मदत केली. ''हे पत्रकार कुजलेल्या मांसावर जगतात. पुरावे नष्ट करण्यात हे लोक पुढं असतात आणि कधीकधी अतिशय तापदायक ठरतात.''

जॅकनं टॅक्सीचं बिल दिलं. मग त्यानं लॉरीच्या विधानांना दाद देण्यासाठी तिच्याकडे पाहून स्मित केलं. जॅकनं कुबड्या काखांमध्ये नीट बसवल्या आणि पायऱ्यांकडे जाताना तो लॉरीला म्हणाला, ''मला टॅक्सी अजिबात आवडत नाही. त्यामुळे मला माझ्या दुबळेपणाची जाणीव होते.''

''हे विधान फारच धाडसी आहे,'' लॉरी तिरकसपणानं म्हणाली, ''हे विधान कोणी केलं? तर रहदारी एक आव्हान म्हणून स्वीकारून रोज सायकलवरून ये-जा करणाऱ्यानं!''

मुख्य वैद्यकीय तपासनिसाच्या ऑफिसच्या प्रवेशद्वारापाशी अपेक्षेप्रमाणे अर्धा डझन पत्रकार घोळका करून उभे होते. ते कॉफी आणि डोनट यांच्यावर ताव मारत गप्पा मारत होते. आजूबाजूला जागा मिळेल तिथं टेबलांवर त्यांचे कॅमेरे ठेवलेले होते. जॅक आणि लॉरी दारामधून आत शिरताच पत्रकारांनी त्यांच्याकडे पुसटशी नजर टाकली.

कुबड्या असूनही जॅक बऱ्यापैकी वेगानं चालू शकत होता. फारशी वेदना होत नसल्यानं तो त्याच्या दुखऱ्या गुडघ्यावर जोर देऊ शकत होता. खरं तर जॅक कुबड्यांशिवायही चालू शकत होता. पण त्याला पुन्हा दुखापतीचा धोका पत्करायचा नव्हता.

कोणा पत्रकारानं जॅक आणि लॉरीला ओळखून त्यांना थांबवू नये म्हणून रिसेप्शनिस्ट मर्लिन विल्सननं दोघांना घाईघाईनं आतल्या बाजूला घेतलं. या खोलीला आय.डी. रूम असं म्हणत असत. त्यावेळी तिथं बरीच माणसं होती. पण ती दोन गटांमध्ये विभागून बसली होती. एका गटात निरनिराळ्या वयाचे सहा जण होते. ते स्पॅनिश वंशाचे वाटत होते. हे सहाजण एकमेकांचे नातेवाईक आहेत हे त्यांच्याकडं पाहून लगेच लक्षात येत होतं. दोन लहान मुलं तिथलं वातावरण पाहून भांबावलेल्या नजरेनं इकडंतिकडं पाहात होती. एक प्रौढ स्त्री वारंवार डोळे टिपत होती.

दुसरा गट म्हणजे एक जोडपं होतं. ते बहुधा नवरा-बायको असावेत. पहिल्या गटातल्या माणसांप्रमाणेच त्यांचीही अवस्था गाडीच्या प्रकाशात हरणांची होते तशीच झाली होती.

जॅक आणि लॉरी आता तिसऱ्या दारातून आत शिरले. इथं कॉफीची सोय होती. याच ठिकाणी ज्या वैद्यकीय तपासनिसाची कामाची पाळी आहे तो बसून इतरांना त्यांचं काम वाटून देत असे. आधीच्या रात्री आलेल्या मृतदेहांचं

विच्छेदन कोण करणार हे हा माणूस ठरवून त्याप्रमाणे कामावरच्या अकरा डॉक्टरांना ती ती केस सुपूर्त करत असे. लॉरी आणि जॅक नेहमीच खूप लवकर येत असत. अर्थात त्यासाठी जॅक कारणीभूत होता. खरं तर लॉरी रात्री उशिरा झोपणाऱ्यांपैकी होती. तिला सकाळी लवकर उठणं फारसं आवडत नसे. उलट जॅक मात्र पूर्वीपासूनच लवकर उठून सगळ्यांच्या आधी कामावर हजर व्हायचा. त्यामुळे त्याला हवी ती केस निवडता येई. इतरांची त्याला कधीच हरकत नसे. कारण जॅक नेहमीच स्वत:चं काम पूर्ण करून, शिवाय जास्तीचं काम करायला तयार असायचा.

डॉ. रिवा मेहता टेबलापाशी बसली होती. तिच्यासमोर अनेक मनीला पाकिटांचा ढीग पडला होता. ही पाकिटं निरनिराळ्या केसच्या कागदपत्रांची होती. रिवा मेहता आणि लॉरी एकाच वर्षी मुख्य वैद्यकीय तपासनिसाच्या ऑफिसात नोकरीला लागल्या होत्या.

तिथं आणखी दोघं होते. दोघंही प्लॅस्टिकच्या खुर्च्यांमध्ये बसून वर्तमानपत्रं वाचत होते. त्यांच्या बाजूला वाफाळलेल्या कॉफीचे कप होते. तोंडासमोर वर्तमानपत्रं असली तरी ते कोण आहेत, हे जॅक आणि लॉरीला माहितीच होतं. त्यामधला एक व्हिनी अमेंडोला नावाचा मदतनीस तंत्रज्ञ होता. त्याला नेहमीच इतर तंत्रज्ञांपेक्षा अगोदर यावं लागे. बऱ्याचदा जॅक पहिल्या केसमध्ये त्याचीच मदत घेत असे.

वर्तमानपत्राच्या मागे तोंड दडवून बसलेला दुसरा माणूस कोण असावा याचा अंदाज जॅक आणि लॉरी करत असतानाच त्या माणसानं तोंडासमोरचं वर्तमानपत्र बाजूला केलं. कारण जॅकची कुबडी एका खुर्चीला लागून मोठा आवाज झाला होता. ज्या माणसाच्या हातातला 'न्यूयॉर्क टाईम्स' खाली पडला होता तो म्हणजे लेफ्टनंट लाऊ सोल्डानो होता. तो नेहमीसारखाच तणावाखाली असणारा दिसत होता. या माणसाची झोप कधीही पुरी होत नाही हे त्याच्याकडे पाहून सहज लक्षात येत होतं. कुबडी लागल्यामुळे झालेल्या मोठ्या आवाजानंतर अभावितपणानं लाऊचा हात कोटाच्या आत गेला होता. सैल झालेला आणि अनेक डाग पडलेला टाय, चुरगाळलेला शर्ट नि त्याचं वरचं उघडं बटण हे पाहून त्या माणसाला कामातून जराशीही उसंत मिळालेली नाही हे सहज कळत होतं.

"गोळी झाडू नकोस!" जॅक हात उंचावत गमतीनं शरणागती पत्करत असल्यासारखा म्हणाला.

"जीझस…" लाऊ वैतागत म्हणाला. जॅकनं त्याच्याकडे पाहिलं. त्याचा चेहरा पाहून हा रात्रभर झोपलेला नाही हे लक्षात येत होतं. "बाहेर हे एवढे

वार्ताहर जमलेले पाहता तुला इथं पाहून खरं तर मला आश्चर्य वाटायला नको होतं," जॅक म्हणाला, "पण... तू इथं कसा? कसा आहेस लाऊ?"

"रात्रभर बंदरावर तिष्ठत बसलेला असल्यानंतर जसा असायला हवा तसाच."

लाऊ सोल्डानो हा खरं तर लॉरीचा मित्र होता. एका केसच्या निमित्तानं दोघांची ओळख झाली होती. काही काळ त्यांनी डेटिंगही केलं होतं. पण ते फार काळ टिकलं नाही. नंतर जॅक आल्यानंतर लॉरी आणि जॅक डेटिंग करू लागले. त्यानंतर दोघांच्यामधले संबंध मजबूत व्हावेत म्हणून लाऊनं प्रयत्न केले होते. गेल्या जून महिन्यात झालेल्या त्यांच्या लग्नातही त्याचा सहभाग होता. तिघांच्यात घट्ट मैत्री होती.

लॉरी लाऊच्या जवळ गेली आणि गालाला पुसटता स्पर्श करून ती कॉफी घेण्यासाठी पुढे झाली.

जॅक खुर्चीत बसला. त्यानं त्याचा दुखरा पाय जरासा उचलून टेबलाच्या कोपऱ्यावर टेकवला. लाऊला विचारलं, "हं, आता सांग, काय भानगड झालीय?"

वैद्यकीय तपासनिसांच्या कामाचा खुनाची प्रकरणं सोडवताना खूप उपयोग होतो, या मताचा लाऊ खंदा समर्थक असल्यानं तो जॅकच्या ऑफिसात वारंवार येत असे. गेला महिनाभर मात्र लाऊ आलेला नव्हता. मागच्या अनुभवावरून जॅकला पक्की खात्री होती की, लाऊ आलाय याचा अर्थ काहीतरी रंगतदार केस उद्भवली असणार. आदल्या दिवशी जॅकनं तीन शवविच्छेदनं केली होती. दोन केस सरळ सरळ नैसर्गिक मृत्यूच्या होत्या, तर एक केस अपघाती मृत्यूची होती. तिन्ही केस अगदीच साध्यासोप्या ठरल्या होत्या. आता लाऊ आल्यामुळे काहीतरी आव्हानात्मक मिळेल म्हणून जॅकला आशा वाटू लागली होती.

"कालची रात्र फार धांदलीची गेली," लाऊ म्हणाला, "खुनाच्या तीन केसमध्ये मला मदतीची आवश्यकता आहे. त्यामधली एक फार महत्त्वाची आहे. आम्ही हडसन नदीत तरंगणारं एक प्रेत काल बाहेर काढलंय."

"मृताची ओळख पटणारं काही मिळालं का?" जॅकनं विचारलं. लॉरीनं जॅकसाठी कॉफीचा मग आणून ठेवला. जॅकनं हलकेच तिला 'थँक्यू' असं म्हटलं.

"अजिबात नाही. म्हणजे निदान अजून तरी काही समजलेलं नाही."

"हा खुनाचाच प्रकार आहे अशी तुला खात्री आहे?"

"खात्रीनं. त्याच्या डोक्याच्या मागच्या बाजूला रिव्हॉल्व्हर टेकवून गोळी झाडण्यात आलीय. गोळी छोटी आहे."

"याचा अर्थ न्यायवैद्यकीय पैलूनुसार केस अगदी सरळसोट आहे." जॅक

किंचितसा निराशेनं म्हणाला.

"पण माझ्या दृष्टिकोनातून तसं नाही," लाऊ म्हणाला, "हा मृतदेह उत्तम पोशाख केलेल्या आशियाई वंशाच्या माणसाचा आहे. कोणा रस्त्यावरच्या भणंगाचा नव्हे. हा प्रकार संघटित गुन्हेगारीशी संबंधित असावा की काय, अशी मला शंका येतेय. सध्या नव्यानं उदयाला येणाऱ्या आशियाई, रशियन आणि मेक्सिकन वंशीय टोळ्या आणि अगोदरच प्रस्थापित झालेल्या गुन्हेगारी टोळ्या यांच्यात सुद्धा काही प्रमाणात संघर्ष चालू आहे याची आम्हाला कल्पना आहे. हा संघर्ष मादक द्रव्यांच्या व्यापाराशी संबंधित आहे. जर गुन्ह्यांच्या हद्दींवरून काही वाद उद्भवला, तर त्यातून उफाळून येणाऱ्या टोळीयुद्धात अनेक निरपराध माणसांचा बळी जातो. तू आणि लॉरी या केसमध्ये जर काही धागा शोधू शकलात तर आम्हाला हे सगळं प्राथमिक अवस्थेत असतानाच निपटून काढता येईल अशी आशा आहे."

"मी शक्य ते सर्व करतो," जॅक म्हणाला, "बरं, आणखी काय?"

"पुढची केसही अत्यंत दुःखद अशीच आहे. स्पेशल स्क्वॉडमध्ये काम करणारा एक गुप्तचर सार्जंट आहे. माणूस चांगला आहे. त्याच्या पोरीला तिच्या फालतू बॉयफ्रेंडचा बेसबॉलच्या बॅटनं खून केल्याबद्दल अटक झालीय. त्या सार्जंटचं नाव आहे सटन थॉमस. तुझा विश्वास बसणार नाही, पण ही अल्पवयीन पोरगी मादक द्रव्यांसाठी काहीही करायला तयार होती. असो. तिनं आपण खून केल्याचं साफ नाकारलंय. ती म्हणते की, बेसबॉलची बॅट तोडफोड करण्यासाठी तिच्या त्या बॉयफ्रेंडनंच आणली होती. तो बॉयफ्रेंडच तिच्यावर हल्ला करण्यासाठी आला होता असं तिचं म्हणणं आहे. असं पूर्वीही घडलं होतं म्हणे. ते काहीही असो..."

"म्हणजे त्याचा मृत्यू बोथट शस्त्रानं झालाय तर?"

"होय! बेसबॉल बॅटच्या तडाख्यानं त्याचा कपाळमोक्ष झालेला आहे."

जॅकनं डोळे फिरवले, "तुझ्या त्या सार्जंट मित्राच्या दृष्टीनं, विशेषतः त्याच्या पोरीच्या दृष्टीनं हा प्रसंग भयंकरच आहे." जॅक आता आणखी निराश झाला होता. तीन मधल्या दोन केस अगदी सरळसोट प्रकारच्या होत्या. त्यानं काहीशा अनिच्छेनं तिसऱ्या केसची माहिती विचारली.

"तिसरी केस आणि आधीची यात साम्य आहे. पण या ठिकाणी पोरीचा मृत्यू झालेला आहे. ही पोरगी आणि तिचा बॉयफ्रेंड यांच्यातले संबंधही भयंकर वाईट होते. अर्थात, असं तिच्या आईबापांचं म्हणणं आहे. सारा बार्लो आणि तिचा बॉयफ्रेंड यांच्यात अपार्टमेंट साफ करण्यावरून वाद झाला. आपण तिला थोडीफार मारहाण केली हे तो कबूल करतोय. पण आपण तिथून डोकं शांत

होण्यासाठी बाहेर पडलो तेव्हा ती ठीक होती असं त्याचं म्हणणं आहे. आपण परत आलो तेव्हा ती बेडवर पडली होती असं तो म्हणतो. तिचा चेहरा आणि हात म्हणे काळेनिळे पडले होते.''

''तिच्या चेहऱ्यावर काळेनिळे पट्टे होते का?''

''गुन्ह्याच्या जागी प्रथम गेलेल्या गस्ती पोलिसानं सांगितलं की, त्या बॉयफ्रेंडनं सगळा चेहरा काळानिळा पडला होता अशी जबानी दिली होती.''

''तू स्वत: मृतदेह पाहिला होतास का?''

''होय. मी त्या सार्जंटच्या पोरीच्या केससाठी त्याच भागात होतो.''

''बरं मग?''

''मला तरी तिच्या अंगावरचे काळेनिळे भाग पाहून त्यानं तिला फार वाईट प्रकारे बदडलंय असं वाटलं.''

''हातांचं काय?''

''हातही तसे निळेच दिसत होते. बरं, पण तू कसला विचार करतो आहेस?''

''या केसमध्ये काहीतरी रंगत येणार असं मला वाटतंय,'' जॅक म्हणाला आणि कुबड्यांवर जोर घेत उभा राहिला, ''आपण ही केस अगोदर पाहायची का?''

''मला त्या नदीत मिळालेल्या माणसाच्या केसमध्ये जास्त रस आहे,'' लाऊ म्हणाला, ''सगळ्या तीन मृतदेहांचं शवविच्छेदन पूर्ण होईपर्यंत मी कदाचित जागा राहू शकणार नाही. म्हणून तू त्या नदीत मिळालेल्या माणसाला अगोदर घेतलंस तर बरं होईल.''

जॅक टेबलापाशी गेला. रिवाचं काम अजून चालू होतं. याचा अर्थ असा होता की, त्या दिवशी भरपूर काम असणार होतं. लॉरीच्या मांडीवर बरीच पाकिटं होती. ती पेपर वाचत बसलेल्या व्हिनीच्या शेजारच्या खुर्चीत बसली होती.

ऑफिसच्या दारापाशी उभ्या असलेल्या बातमीदारांचा विचार जॅकच्या मनात आला. त्यानं लाऊला हाक मारून इतक्या सकाळी हे सगळे बातमीदार इथं का जमले आहेत हे विचारलं. एक तो नदीत सापडलेला माणूस वगळता इतरांना बातमीदारांच्या लेखी महत्त्व असायचं काही कारण नाही असं जॅकला वाटलं. न्यूयॉर्कसारख्या एवढ्या मोठ्या शहरात हिंसक घटनांमध्ये मृत्यू ही काही फारशी आश्चर्याची गोष्ट नव्हती.

''मी त्यांच्यामधल्या कोणाहीबद्दल काहीच बोललेलो नाही,'' लाऊ म्हणाला, ''ब्रॉन्क्स भागात कन्सेप्शन लोपेझ नावाच्या एका माणसाचा पोलिसांच्या कोठडीत

मृत्यू झाला. त्या बातमीसाठी लाळ गाळत हे बातमीदार जमले असावेत. ह्या भानगडीचा आता चांगलाच गवगवा होणार असं दिसतंय. मला जे कळलंय त्यानुसार या माणसानं कोकेनचा फार मोठा डोस घेतला होता.''

जॅकनं मान डोलावली. लाऊ आपल्याला ही केस हातात घे असं म्हणत नाही म्हणून जॅकला बरं वाटलं. पोलीस कोठडीमधल्या मृत्यूच्या केसला राजकीय रंग चढतो. म्हणूनच जॅकला अशा केस नको वाटायच्या, कारण काहीही अहवाल दिला तरी कोणीतरी सारवासारव करायचा प्रयत्न करतंय असा आरोप होतच असे.

''मी तुला खाली भेटेन,'' लाऊ खुर्चीतून प्रयत्नपूर्वक उठत म्हणाला, ''मी जरा सार्जंट मर्फीशी बोलून या पाण्यातून बाहेर काढलेल्या जॉन डो विषयी, हरवलेल्या माणसांच्या विभागात तक्रार नोंदवली गेली आहे का ते पाहातो.''

''लाऊचा हा जॉन डो आहे, त्याबद्दल तुझ्याकडे काही आलंय का?'' जॅकनं रिवाला विचारलं.

रिवानं तत्काळ ती फाईल जॅककडे दिली. कारण ती फाईलींच्या गठ्ठ्यात वरच होती.

''बरं, त्या बोथट शस्त्रांनी मृत्यू झालेल्या दोघांचं काय? त्यांची नावं थॉमस आणि बार्लो अशी आहेत.''

रिवाला या दोन केस शोधायला जरासा वेळ लागला. कारण त्या दिवशी फाईलींचा गठ्ठा चांगलाच मोठा होता.

''कालची रात्र फारच वाईट असणार,'' जॅक म्हणाला, ''लोक आपले प्रश्न अधिक चांगल्या प्रकारे सोडवतील तर किती बरं होईल नाही?'' जॅकच्या या विनोद करण्याच्या प्रयत्नाकडे पाहून रिवा जराशी हसली. इतक्या सकाळी अशा विनोदाला दाद देण्याएवढा वेळ तिच्यापाशी नव्हता. तिनं दोन्ही फाईल काढून जॅकच्या हातात ठेवल्या.

''मी या केस घेतल्या तर चालेल का?''

''जरूर,'' रिवा तिच्या तलम रेशमासारख्या मऊ आवाजात म्हणाली. रिवा ही काळेभोर डोळे असणारी सावळ्या रंगाची भारतीय वंशाची अमेरिकन होती.

''पोलीस कोठडीतल्या मृत्यूची केस कोण बघतंय?''

''चीफचा फोन आला होता. तो स्वत:च ती करणार आहे,'' रिवा म्हणाली, ''मी आज इथं आहे. तेव्हा बहुधा मलाच मदत करावी लागेल.''

''माझी सहानुभूती आहे तुला,'' जॅक म्हणाला. चीफ म्हणजे डॉ. हॅरोल्ड बिंगहॅम याचं ज्ञान जबरदस्त होतं खरं, पण त्याला मदत करणं म्हणजे स्वत:च्या वैतागाला आवरण्याचा प्रयत्न करणं होतं. तुम्ही काहीही केलंत तरी ते बिंगहॅमच्या

दृष्टीनं कधीच बरोबर नसायचं आणि केस तासचे तास रेंगाळत राहायची.

जॅक पेपरात बुडलेल्या व्हिनीला त्याच्या तंद्रीतून जागं करणार होता, इतक्यात लॉरीनं वर पाहिलं. ती प्रत्येक केसबद्दलची माहिती प्रत्यक्ष शवविच्छेदन करायच्या अगोदर काळजीपूर्वक वाचायची. उलट जॅक मात्र केसची फाईल वरवर चाळायचा. अगोदर जास्त माहिती घेतली, तर शवविच्छेदन करताना पूर्वग्रह होऊ शकतो असं जॅकला वाटे. या विषयावर त्यांच्यात अनेकदा वादविवाद झाला होता आणि त्यामधून काहीच निष्पन्न झालं नव्हतं. फक्त आपले मतभेद आहेत यावर दोघांचं एकमत झालं होतं.

"मला वाटतं की, हा भाग तू वाचावास," लॉरी गंभीर स्वरात जॅकला म्हणाली, "तुला हे वाचून नक्कीच अस्वस्थ वाटेल."

"का बरं?" जॅकनं विचारलं. त्यानं मृताचं डेव्हिड जेफ्रीज हे नाव वाचलं होतं. पण त्याला ते वाचून काहीच अर्थबोध झाला नव्हता. त्यानं भुवया उंचावत पाकिटामधले कागद बाहेर काढले.

"मला अवस्थ वाटायचं काय कारण?"

"पीएनं जमवलेल्या माहितीवर जरा नजर टाक," लॉरी म्हणाली. पीए हे फिजिशियन्स असिस्टंट याचं लघुरूप होतं. हे लोक वैद्यकीय गुन्हाअन्वेषणात मदत करत असत. गुन्हा घडला त्या जागी स्वत: पॅथॉलॉजी विषयातल्या तज्ज्ञानं न जाता पीएनं जावं आणि माहिती गोळा करावी असं मुख्य वैद्यकीय तपासनीस कार्यालयाचं अधिकृत धोरण होतं. गुन्हा घडला त्या जागी स्वत: पॅथॉलॉजी तज्ज्ञानं जाणं हा त्यांच्या वेळाचा अपव्यय आहे असं डॉ. हॅरोल्ड बिंगहॅमचं मत होतं.

काही वाक्यं वाचताच जॅकला सगळी केस लक्षात आली. पायातील स्नायूबंधाची शस्त्रक्रिया झाल्यानंतर स्टॅफिलोकोकस जंतूसंसर्गामुळे डेव्हिड जेफ्रीजचा मृत्यू झाला होता. स्टॅफिलोकोकस जीवाणूंचा हा प्रकार महाघातक असून त्याला एम.आर.एस.ए. म्हणजे मिथिसिलीन प्रतिजैविकाला दाद न देणारे स्टॅफिलोकोकस ऑरियस असं म्हणतात. जॅकच्या शस्त्रक्रियेसंबंधी तो आणि लॉरी यांच्यात जो वादविवाद सुरू होता त्या पार्श्वभूमीवर जरी हॉस्पिटल वेगळं असलं तरी ही केस आपल्या दृष्टीनं महत्त्वाची आहे हे जॅकच्या लक्षात आलं. "तुझ्या मनात नेमकं काय चालू आहे याची मला कल्पना आहे," जॅक म्हणाला, "पण काहीही झालं तरी माझा निर्णय बदलणार नाही. शस्त्रक्रियेनंतर होणाऱ्या जंतूसंसर्गाचा विचार मी अगोदरच केलेला आहे. उगीच घाबरून जाण्यात काहीही अर्थ नाही."

"पण योगायोगानं ही केस समोर आलीय. तर तू पुन्हा एकदा विचार करावास."

''खरं सांगायचं तर मला तसं वाटत नाही,'' जॅक म्हणाला, ''पहिलं हे लक्षात घे की मी अंधश्रद्ध नाही. दुसरी गोष्ट म्हटजे मी डॉ. ॲन्डरसनला शस्त्रक्रियेनंतर होणाऱ्या जंतूसंसर्गाचं प्रमाण किती असतं हे नेमकं विचारलंय. त्यानं सांगितलं की त्याच्या सगळ्या वैद्यकीय कारकिर्दीत फक्त गुंतागुंतीच्या अस्थिभंगांच्या केसमध्ये असा जंतूसंसर्ग घडला होता. तेव्हा ही परिस्थिती अगदीच निराळी आहे. शिवाय ही आपल्या समोरची केस विद्यापीठाच्या हॉस्पिटलमधली आहे.'' जॅकनं हे म्हणून केसची फाईल लॉरीकडे परत देण्याचा प्रयत्न केला. पण ती तिनं घेतली नाही.

''तू आणखी वाचलंस तर 'नाही' हे तुझ्या लक्षात येईल.''

''म्हणजे?'' जॅक आता किंचित वैतागला होता. आता त्याच्या शस्त्रक्रियेच्या विषयावर कंटाळवाणी चर्चा सुरू होणार हे त्याच्या लक्षात आलं. एखादं कुत्रं जसं तासन्तास हाड चघळतं. तशी चर्चा लॉरी करू शकत होती. आपणही कधीकधी असंच करतो, हे माहीत असूनही त्याला लॉरीच्या या स्वभावामुळे वैताग येई.

''या रुग्णावर मृत्यूच्या फक्त अकरा तास आधी शस्त्रक्रिया झाली होती. ती विद्यापीठाच्या हॉस्पिटलमध्ये नाही, तर एंजल्स ऑर्थोपेडिक हॉस्पिटलमध्ये. त्याला विद्यापीठाच्या हॉस्पिटलमध्ये आणावं लागलं. कारण त्याला सेप्टिक शॉक बसला होता नि स्टॅफिलोकोकसमुळे न्यूमोनिया झाला होता.''

''होय का?'' जॅक पुन्हा पीएनं जमवलेली माहिती चाळू लागला. लॉरी खोटंनाटं काही सांगणार नाही हे माहीत असूनही त्याला स्वत:ला ते वाचायचं होतं.

''हे कळल्यावर तुला खरं तर काळजी वाटायला हवी,'' लॉरी म्हणाली, ''एवढ्या गंभीर अवस्थेतल्या रुग्णाला त्यांना उपचारांसाठी दुसऱ्या ठिकाणी हलवावं लागतं, याचा अर्थ एंजल्स ऑर्थोपेडिक हॉस्पिटलचा दर्जा फारसा चांगला नाही हे दिसतंच आहे. त्यांनी बाहेर पाठवलेला हा रुग्ण वाटेतच मरण पावला. हे भयंकर आहे!''

''सेप्टिक शॉकच्या बाबतीत उपचार करण्यासाठी खास तज्ज्ञ लागतात,'' जॅक म्हणाला. पण हे बोलताना त्याचं लक्ष समोरच्या माहितीमुळे विचलीत झालं होतं. संसर्ग झाल्यानंतर तो ज्या वेगानं पसरला ते पाहून जॅकला धक्का बसला होता. मुख्य वैद्यकीय तपासनिसांच्या ऑफिसातला संसर्गजन्य रोगांचा गुरू मानला जाणाऱ्या जॅकला हे नवीन होतं. रुग्णाची माहिती वाचताना जॅकला असं वाटू लागलं की, या मृत डेव्हिड जेफ्रीजला खरोखर रॉकी माउंटन स्पॉटेड फिव्हर या रोगाचा संसर्ग झाला की काय.

''या डेव्हिड जेफ्रीजच्या बाबतीत रोगाचं कारण स्टॅफिलोकोकस ॲरियसच

आहे हे निश्चित सिद्ध झालं आहे का?'' जॅकनं विचारलं. कोणकोणते रोग इतक्या वेगानं रुग्णाचा बळी घेतात हे तो आठवू लागला. ''संवर्धन चाचणीतून ते सिद्ध झालेलं नाही. पण मोनोक्लोनल अँन्टीबॉडीवर आधारित स्वयंचलित तपासणी यंत्रानं हे निदान पक्कं केलं आहे. शस्त्रक्रिया केली होती तो भाग आणि रुग्णाच्या फुप्फुसांमध्ये अशा दोन्ही ठिकाणी मिथिसिलीनला दाद न देणाऱ्या स्टॅफिलोकोकस ऑरियसचं अस्तित्व असल्याचं सिद्ध झालंय. आणखीन एक गोष्ट, स्टॅफचा हा प्रकार आहे तो सर्वसाधारणपणे हॉस्पिटलमधला नाही, तर सामान्यत: लोकांमध्ये आढळणारा आहे.''

''याचा अर्थ बहुधा या रुग्णाला स्टॅफचा संसर्ग हॉस्पिटलमध्ये झालेला नसून त्याच्याबरोबरच हे जीवाणू हॉस्पिटलमध्ये आले असावेत.''

''शक्य आहे,'' लॉरी म्हणाली, ''पण नेमकं काय ते कळणार कसं? तुला हे सगळं पाहून काळजी वाटत नाही का? म्हणजे असं पाहा की, हा मृत माणूस साधारण तुझ्याच वयाचा होता नि त्याची दुखापत तुझ्यासारखीच होती. त्याच्यावर केली गेलेली शस्त्रक्रियाच, त्याच हॉस्पिटलमध्ये आता तुझ्यावर केली जाणार आहे. मी तुझ्या जागी असते, तर मी हे पाहून दोनदा विचार नक्कीच केला असता. बस्स. मला हे एवढंच म्हणायचं आहे.''

''खरं सांगायचं तर शस्त्रक्रियेनंतर होणाऱ्या जंतूसंसर्गबद्दलच मला जराशी काळजी वाटते आहे,'' जॅक म्हणाला, ''जराशी कशाला, कदाचित तीच तर मोठी काळजी आहे माझी. म्हणूनच तर मी डॉ. अॅन्डरसनकडून माहिती घेतली. मला झालेल्या अपघातानंतर मी रोज जीवाणूनाशक साबण वापरतो आहे. मी स्वत:बरोबर हॉस्पिटलमध्ये कोणा जीवाणूंना नक्कीच नेणार नाही हे खरं.''

जॅकनं पुढे होऊन व्हिनीच्या तोंडासमोरचं वर्तमानपत्र एवढ्या जोरानं खेचलं की व्हिनी एकदम दचकला, ''कोण...?'' तो चिडून म्हणाला. दचकणं कमी झाल्यावर खोडी कोणी काढली हे त्याला कळलं. ''देवा! मदत कर रे. या गुन्हाअन्वेषणातल्या स्वयंघोषित बादशहाला नियम मोडून इतक्या सकाळी काम सुरू करायची दुर्बुद्धी देऊ नकोस.'' व्हिनी आणि जॅक यांच्यात एकमेकांबद्दल आदराचे संबंध असल्याने व्हिनी अशाप्रकारे उपरोधिक बोलून जॅकची चेष्टामस्करी करू शकत होता. खरं तर ते नियम मोडतच होते. चीफ हॅरोल्ड बिंगहॅमच्या फतव्यानुसार खरं म्हणजे शवविच्छेदनांचं काम सकाळी साडेसातला सुरू होणं आवश्यक होतं. पण तसं कधीच होत नसे. जॅक लवकर येत असे आणि व्हिनीही त्याचा कॉफी पिण्याचा वेळ कमी करायला तयार असे, पण लॉरीसकट इतर वैद्यकीय तपासनिसांना नेहमीच उशीर व्हायचा, कारण चीफच्या फतव्याची अंमलबजावणी करण्यासाठी त्याचा कनिष्ठ सहकारी डॉ. केल्व्हिन वॉशिंग्टन

इतक्या लवकर क्वचितच हजर असायचा. ‘‘बादशहाची इच्छा आहे की, त्याचा सुपर तंत्रज्ञ आता खड्ड्यात जायला हवा.’’ जॅक म्हणाला, पण व्हिनीनं पुन्हा वर्तमानपत्रात तोंड खुपसलं होतं.

लॉरीनं आपण डेव्हिड जेफ्रीजचं शवविच्छेदन करू का असं रिवाला विचारलं.

‘‘जरूर.’’ रिवा म्हणाली, ‘‘पण आज काम भरपूर आहे. तुला आणखी एक शवविच्छेदन करावं लागणार आहे. तेव्हा तुला कोणती केस हवी ते निवडायचं आहे का?’’

‘‘होय,’’ असं उडत उडत म्हणून लॉरी पुन्हा डेव्हिड जेफ्रीजबद्दलची माहिती वाचू लागली.

‘‘व्हिनी चल,’’ जॅक कुबड्यांचा आधार घेत दारापाशी जात म्हणाला. पण व्हिनीचं तिकडं लक्ष नव्हतं. तो त्याच्या वर्तमानपत्र वाचनात गुंगून गेला होता.

‘‘मी हजर आहे!’’ कोणीतरी म्हणालं, ‘‘तेव्हा आता आजचा दिवस अधिकृतपणानं सुरू झाला असं म्हणता येईल.’’

सर्वांच्या नजरा दरवाज्याच्या दिशेनं वळल्या. जॅकला टाळणाऱ्या व्हिनीनंही वर्तमानपत्र बाजूला करून तिकडे नजर टाकली. तिथं जॅकचा सहकारी चेट मॅकगव्हर्न उभा होता. ‘‘तुम्ही लोकांनी माझ्यासाठी एखादी तरी चांगली केस ठेवली आहे की नाही? नाहीतर तुम्ही नाकारलेल्या केस करत बसायला नको म्हणून मला आदल्या रात्रीच इथं तळ ठोकून बसायची वेळ येईल आता.’’ एका रिकाम्या खुर्चीवर कोट फेकत चेट रिवाच्या समोर गेला आणि तिच्या समोरच्या फाईलींच्या ढिगात उचकापाचक करू लागला. ते पाहून एखाद्या मास्तरणीच्या आविर्भावात रिवानं फूटभर लांबीच्या पट्टीनं चेटच्या हातावर फटका मारला.

‘‘तुझा मूड आज फार छान दिसतोय,’’ जॅक म्हणाला, ‘‘काही विशेष कारण आहे का? आणि तू इतक्या लवकर कसा काय आलास?’’

‘‘मी रात्री झोपू शकलो नाही,’’ चेट म्हणाला, ‘‘काल रात्री मला माझ्या हेल्थक्लबमध्ये एक बाई भेटली. छान, आकर्षक बिझिनेसवूमन. मला वाटतं की, ती एखाद्या कंपनीची मुख्य कार्यकारी अधिकारी असावी. तिच्याबरोबर बाहेर फिरायला जाण्यासाठी तिला राजी कसं करावं याचा विचार करत असल्यानं मी सकाळी लवकर उठलो.’’

‘‘तिला विचारायचं!’’ लॉरी म्हणाली.

‘‘हो. खरंच की! मी हा विचारच केला नव्हता असं तुला वाटतंय का?’’

‘‘मग? ती नाही म्हणाली की काय?’’

‘‘साधारण तसंच.’’

"ठीक आहे. पुन्हा एकदा विचार," लॉरी म्हणाली, "आणि जे काही विचारायचं आहे ते थेट विचार. काही वेळा तुमचा तो तकलादू अहंकार जपण्यासाठी तुम्ही पुरुष अतिशय गुळमुळीत बोलत असता."

जणू लॉरी त्याची वरिष्ठ अधिकारी आहे अशाप्रकारे चेटनं तिला गमतीनं सलाम ठोकला.

"चल! ए, आळशी, निरुपयोगी माणसा, चल!" जॅक पुन्हा व्हिनीजवळ आला आणि त्यानं व्हिनीचं वर्तमानपत्र पुन्हा खेचून घेतलं. ते परत मिळवण्यासाठी व्हिनीनं जराशी धडपड केली, पण कारकून बसत होते त्या खोलीपर्यंत जाईपर्यंत जॅकनं व्हिनीच्या हातात पुन्हा वर्तमानपत्र पडू दिलं नाही. दोघांच्यातली खेचाखेच पाहून सगळे हसत होते.

वर्तमानपत्रावरून झालेली रस्सीखेच थांबल्यावर जॅकनं त्या जॉन डोचा मृतदेह तयार करण्याची सूचना व्हिनीला केली आणि त्याच्या हातात फाईल ठेवली. तयार करणं याचा अर्थ शवविच्छेदन सुरू करण्यासाठी आवश्यक पूर्वतयारी करणं असा होता. व्हिनीचं काम पूर्ण होईपर्यंत जॅकनं सार्जंट मर्फीच्या छोट्याशा केबिनमध्ये डोकवायचं ठरवलं.

न्यूयॉर्क पोलिसांच्या त्या छोट्या केबिनमध्ये वृद्धत्वाकडे झुकणारा सार्जंट मर्फी एका स्क्रीनसमोर बसला होता. सार्जंट मर्फी मनमिळाऊ स्वभावाचा होता. त्याला कायमस्वरूपी वैद्यकीय तपासनिसाच्या ऑफिसातली ड्यूटी देण्यात आली होती. सार्जंट मर्फी त्याच्या उमद्या स्वभावामुळे सर्वांनाच आवडत असे. जॅकलाही त्याच्या स्वभावाचा हा पैलू आवडत होता. आपण त्याच्याकडून हा गुण शिकायला हवा असं त्याला नेहमी वाटायचं. पण तसं होत नव्हतं. उलट मद्ड नोकरशहांमुळे आणि दुय्यम दर्जाच्या प्रशासकीय कौशल्याचा बडेजाव मिरवणाऱ्या लोकांमुळे जॅक जास्तीतजास्त चिडखोर होत गेला होता. कितीही प्रयत्न केले तरी तो अशा लोकांबद्दलचा तिरस्कार लपवू शकत नसे.

"डिटेक्टिव्ह सोल्डानो दिसला का?" जॅकनं विचारलं.

"तो काही वेळापूर्वी इथं आला होता. पण तो खाली शवागाराकडं गेलाय."

"त्यानं काल रात्री पाण्यातून बाहेर काढलेल्या त्या अनोळखी मृतदेहाबद्दल काही चौकशी केली का?"

"होय आणि मी त्याला सांगितलं की काल फक्त एकाच व्यक्तीबद्दल हरवल्याची तक्रार नोंदवण्यात आली आहे, ती व्यक्ती एक स्त्री होती."

जॅकनं सार्जंट मर्फीचे आभार मानले आणि मग तो लिफ्टपाशी उभ्या असणाऱ्या व्हिनीजवळ आला. लिफ्टनं खाली गेल्यावर जॅकला लॉकर रूममध्ये लाऊ सोल्डानो दिसला. टायव्हेकचा संपूर्ण शरीर झाकलं जाणारा पोशाख

करून तो अगोदरच तयार होऊन बसला होता. पूर्वी अवजड असे अंतराळवीरांसारखे पोशाख वापरावे लागत असत. पण आता हा पोशाख सुटसुटीत झाला होता. फक्त संसर्गजन्य रोगाची केस आहे असं पक्कं झालं असेल, तरच आता अंतराळ पोशाख वापरले जात होते.

जॅक कपडे बदलत असताना लाऊचं लक्ष जॅकच्या गुडघ्याकडे गेलं. तिथली जखम आणि सूज पाहून तो म्हणाला, ''ही दुखापत झालेली जागा काही ठीक दिसत नाही. तू शवविच्छेदन करू शकशील का?''

''खरं म्हणजे आता दुखापत झालेला भाग खूपच बरा झालेला आहे. मला फक्त गुरुवारपर्यंत त्याची काळजी घ्यायला हवी. गुरुवारी माझा गुडघा दुरुस्त होईल. मी म्हणून तर या कुबड्या वापरतोय. मला त्यांच्याशिवायही चालता येईल. पण मी गुडघ्यावर जोर पडू नये म्हणून त्या वापरतोय.''

''तुझ्या गुडघ्यावर एवढ्या लवकर शस्त्रक्रिया करणार आहेत की काय?'' लाऊनं विचारलं, ''माझ्या माजी मेव्हण्याच्या पायातला स्नायूबंध तुटला होता. तेव्हा त्याला शस्त्रक्रियेसाठी सहा महिने थांबावं लागलं होतं.''

''मला मात्र जितक्या लवकर ती उरकेल तेवढी हवीच आहे.'' जॅक म्हणाला नि त्यानं टायव्हेक पोशाखात शिरून तो अंगावर चढवला, ''मला शक्य तितक्या लवकर बरं होऊन पुन्हा सायकल चालवायला लागायचं आहे. शिवाय बास्केटबॉलदेखील. म्हणजे मग माझं मन ठिकाणावर येईल. शारीरिक श्रम आणि व्यायामानंच मी माझ्या मनातल्या भुतांना दूर ठेवू शकतो.''

''पण आता तर तुझं पुन्हा लग्न झालंय, तरीही तुला अजून तुझ्या कुटुंबावर काय आघात झाला होता ते आठवून त्याचा त्रास होतो?''

जॅक थबकून लाऊकडे पाहात राहिला. लाऊनं हा प्रश्न विचारावा याचं जणू त्याला आश्चर्य वाटलं होतं. ''लाऊ, मला कायमच वेदना होत राहणार. फरक फक्त तीव्रतेचा असेल.''

जॅकची पत्नी आणि दहा व अकरा वर्षं वयाच्या दोन मुली यांचा एका भीषण विमान अपघातात पंधरा वर्षांपूर्वी अंत झाला होता.

''तू इतक्या झटपट शस्त्रक्रिया करवून घेणार आहेस याबद्दल लॉरीचं काय मत आहे?''

जॅक वैतागून लाऊकडे पाहातच राहिला, ''हा काय प्रकार आहे? कसलं तरी कटकारस्थान चालू आहे की काय? माझ्या पाठीमागं लॉरीनं तुला काही सांगितलं तर नाही ना?''

''हो, हो!'' लाऊनं जणू आपण अंगावर येणाऱ्या कोणाचा मुकाबला करतोय अशा तऱ्हेनं हात उंचावले, ''शांत हो... एवढं गडबडून जायचं काही

कारण नाही. मी फक्त एक मित्र म्हणून विचारत होतो.''

जॅकनं पोशाख चढवण्याचं काम पूर्ण केलं. ''मी तुझ्या अंगावर धावून गेलो त्याबद्दल मला माफ कर. लॉरी माझी शस्त्रक्रिया पुढं ढकलण्यासाठी माझ्या मागे लागलीय. मला मात्र शस्त्रक्रिया लवकारात लवकर व्हायला हवीय, म्हणून मी जरा चिडखोर झालोय इतकंच.''

''समजलं.''

डोक्यावरची टोपी जागच्या जागी बसवल्यानंतर जॅक नि लाऊ दोघं शवविच्छेदनाच्या खोलीत शिरले. या खोलीला एकही खिडकी नव्हती. या खोलीमध्ये गेल्या पन्नास वर्षांत काहीही नवीन सुधारणा झालेल्या नव्हत्या. तिथं असणाऱ्या स्टेनलेस स्टीलच्या आठ टेबलांवर पाच लाखांपेक्षा जास्त शवविच्छेदनं झाली होती. प्रत्येक टेबलावर एका हुकला जुन्या पद्धतीचा स्प्रिंगचा वजनकाटा टांगलेला दिसत होता. तसंच माहिती रेकॉर्ड करण्यासाठी प्रत्येक टेबलाच्या वर एक मायक्रोफोन लोंबकळत होता. भिंतींना लागून फॉरमायका लावलेली लांबलचक टेबलं होती आणि काही बेसिनही त्यात होती. ह्या बेसिनचा वापर मृतांची आतडी धुण्यासाठी केला जाई. खोलीच्या दुसऱ्या बाजूच्या भिंतीला संपूर्ण काचेच्या भिंती असणारी अनेक कॅबिनेट होती. त्यांच्यात नाना प्रकारची यंत्र व उपकरणं होती. कॅबिनेटच्या शेजारी क्ष-किरण फोटो तपासण्यासाठी लागणारी मागून प्रकाश टाकणारी खोकी होती. छतामध्ये बसवलेल्या फ्लुरोसंट दिव्यांमुळे संपूर्ण खोली निळसर-पांढऱ्या प्रकाशानं न्हाऊन निघाली होती. त्या प्रकाशात सगळे रंग जणू शोषून घेतल्याप्रमाणे फिक्कट दिसत होते.

व्हिनी शवविच्छेदनासाठी लागणारी उपकरणं, नमुने घेण्यासाठीच्या काचेच्या बाटल्या, सिरींज, निरनिराळी लेबलं आणि अधिकृत पुराव्याला लावल्या जाणाऱ्या पट्ट्या वगैरेची मांडामांड करत होता. जॅक नि लाऊ क्ष-किरण फोटो पाहण्यासाठी मागच्या बाजूच्या एका खोक्यापाशी गेले. तिथं व्हिनीनं त्यांना पाहण्यासाठी दोन-तीन कोनांमधून घेतलेले क्ष-किरण फोटो ठेवलेले होते.

फोटोवरचे नंबर फाईलमधल्या नंबरांशी ताडून पाहिल्यानंतर जॅक क्ष-किरण फोटोंकडे नजर टाकत म्हणाला, ''मला वाटतं की तुझं म्हणणं बरोबर आहे.''

''कशाबद्दल?''

''रिव्हॉल्व्हर कमी कॅलिबरचं असण्याबद्दल,'' जॅक म्हणाला. त्यानं कवटीच्या खालच्या भागात असणाऱ्या साधारण अर्धा सेंटीमीटर लांबीच्या अर्धपारदर्शक भागाकडे बोट दाखवलं. बंदुकीच्या गोळ्या धातूच्या असल्यानं क्ष-किरण फोटोंच्या निगेटिव्हमध्ये गोळी असणारा भाग अर्धपारदर्शक दिसतो.

“माझ्या अंदाजानुसार गोळी पॉईंट टू–टू कॅलिबरची असावी.” लाऊ निगेटिव्हच्याजवळ येऊन नीट निरखून पाहात म्हणाला.

“हे काम व्यावसायिक सफाईचं आहे हे तुझं म्हणणंही मला बरोबर वाटतंय,” जॅक म्हणाला. त्यानं फोटोकडे लाऊचं लक्ष वेधलं, “हे बघ, व्यावसायिक मारेकरी मेंदूच्या मध्यभागाचा वेध घेतात. तसंच इथं घडलंय. आपण आता गोळी ज्या ठिकाणी डोक्यात शिरली तो भाग पाहू या.”

व्हिनीच्या मदतीनं जॅकनं मृतदेहाला एका कुशीवर केलं, मग त्यानं डिजिटल कॅमेरा वापरून फोटो घेतला. नंतर त्यानं मृताच्या डोक्यात गोळी ज्या जागी शिरली होती, त्यावर येणारे केस बोटांनी मागे सारले. मृत माणूस पाण्यात बराच काळ राहिलेला असल्यानं त्याचं बरंच रक्त वाहून गेलं होतं.

“जखम पाहता रिव्हॉल्व्हर डोक्याच्या अगदी जवळ असणार.” जॅक म्हणाला, “पण अगदी चिकटून मात्र नसणार, कारण जखम गोलाकार आहे.”

जॅकनं आणखी एक फोटो काढला.

“रिव्हॉल्व्हर किती जवळ असेल?” लाऊनं विचारलं.

जॅकनं खांदे उडवले, “इथल्या सगळ्या खुणा पाहता रिव्हॉल्व्हर साधारण बारा इंच अंतरावर असावं. मेंदूच्या कोणत्या भागात गोळी शिरली आणि गोळी डोक्यात शिरली ती जागा पाहता मला वाटतं की, मारेकरी मृताच्या मागच्या बाजूला आणि कदाचित उभा असावा. मृत माणूस बहुधा त्यावेळी बसलेला असेल.”

“हे पाहून आता मारेकरी व्यावसायिक असावा असंच वाटू लागलंय.”

“मलाही तसंच वाटतंय.”

जॅकनं जखमेची मोजमापं घेतली आणि जखमेजवळ पट्टी ठेवून त्यानं आणखी एक फोटो घेतला. नंतर त्यानं स्काल्पेल वापरून गोळी शिरलेल्या जागेपाशी असणारी थोडीशी काजळी बाहेर काढून ती नमुन्यासाठी वापरल्या जाणाऱ्या नळीत ठेवली. पुन्हा आणखी काही फोटो घेतल्यानंतर त्यानं व्हिनीला मृतदेह उताणा करण्याची सूचना केली.

“मांडीवरच्या ह्या दोन जखमा कशाच्या असतील?” लाऊनं मृताच्या उजव्या मांडीवरील दोन समांतर जखमांकडे जॅकचं लक्ष वेधलं.

जॅकनं जखमा तपासण्याअगोदर फोटो घेतला. मग जखमांपाशी बोटानं दाबत तो म्हणाला, “या जखमा नक्कीच कोणत्या तरी धारदार वस्तूमुळे झालेल्या आहेत. मला वाटतं की, त्या बोटीच्या पंख्यांच्या असाव्यात. तसंच त्या मृत झाल्यानंतरच्या असाव्यात, कारण मला जखमांच्या उतींमध्ये अतिरिक्त रक्तस्राव झालेला दिसत नाही.”

“म्हणजे एखाद्या बोटीखाली हा माणूस आला असावा की काय?” जॅकनं

मान डोलावली. हे करताना त्याचं लक्ष आणखी कोणत्यातरी गोष्टीकडं गेलं होतं. घोट्यापाशी जॅकला विचित्र आकाराचे काही व्रण असल्याचं दिसलं. त्यानं तिकडं बोट दाखवलं.

"हे काय आहे?" लाऊनं विचारलं.

"मला नक्की सांगता येणार नाही. जॅकनं टेबलाच्या एका कोपऱ्यापाशी जोडलेला डिसेक्शन करताना वापरायचा सूक्ष्मदर्शक ओढला. या सूक्ष्मदर्शकाचा खालचा भाग काढून टाकलेला होता. जॅकनं त्याचा वापर करून त्या व्रणांचं निरीक्षण करायला सुरुवात केली."

"हं?"

"मी प्रयत्न करतोय... पण मला वाटतंय की, या माणसाचे पाय साखळ्यांनी बांधले असावेत. पाय तर बांधले असावेतच, पण त्या जागी दाबलं गेल्याच्या स्पष्ट खुणा आहेत."

"या खुणा मरणाअगोदरच्या आहेत की नंतरच्या?"

"या खुणा कशाच्याही असल्या तरी त्या मरणानंतरच्या आहेत हे नक्की. कारण मला या व्रणांमध्ये जरासाही रक्तस्राव झालेला दिसत नाही."

"त्याच्या पायाला साखळ्या बांधून त्यांना काहीतरी वजन लावून ठेवलं असेल. हा माणूस बुडावा आणि वर येऊ नये म्हणून काहीतरी केलं असावं की काय?"

"शक्य आहे. जरी फोटोत फारसं नीट दिसणार नाही अशी शक्यता असली तरी मी फोटो घेऊन ठेवतो." जॅक म्हणाला.

"जर हा असला काही प्रकार असेल, तर जरा गप्प राहिलेलं बरं."

"का बरं?"

"जर हा संघटित गुन्हेगारी टोळ्यांच्या युद्धामधला एखादा प्रकार असला तर आणखीही काही मढी असणार. मला ती सगळी वर यायला हवी आहेत."

"आम्ही तोंड बंद ठेवू." जॅक म्हणाला.

"काम पुढं सरकणार की नाही?" व्हिनी वैतागून म्हणाला, "तुम्ही दोघं म्हातारे असं सतत पादत राहिलात तर सगळा दिवस असाच संपून जाईल."

जॅकनं शरणागती पत्करल्याप्रमाणे गमतीनं खांदे पाडले, "आम्ही आमच्या इथल्या महान तंत्रज्ञाला आणखी काहीतरी महत्त्वाचं करण्यापासून वंचित करतो आहोत की काय?"

"होय."

"काय ते?"

"कॉफीची सुट्टी."

जॅकनं लाऊकडे पाहिलं, "बघितलंस! मला काय काय सहन करावं लागतं ते. इथं सगळं खलास व्हायच्या मार्गावर आहे."

लॉरीनं डेव्हिड जेफ्रीजची फाईल पुन्हा पाकिटात सरकवली. त्या फाईलमध्ये जेफ्रीजचं मृत्यू प्रमाणपत्र, त्याच्या केसची वैद्यकीय माहिती, शवविच्छेदनाची नोंद करण्यासाठीचे दोन कागद, त्याचा मृत्यू झाला असल्याची सूचना दिलेल्या फोनची नोंद, जेफ्रीजची ओळख पटवणारी सगळी कागदपत्रं, पीएनं जमवलेली माहिती, प्रयोगशाळेकडून त्याच्यावर केलेल्या एड्ससाठीच्या चाचणीचा अहवाल हे सगळं काही होतं. शिवाय जेफ्रीजच्या मृतदेहाचं वजन नोंदवलेलं आहे, त्याच्या शरीराचे क्ष-किरण फोटो घेतलेले आहेत आणि त्याच्या बोटांचे ठसे घेण्याचं काम पूर्ण झालेलं आहे हे दर्शविणारे अहवाल तिथं होते. लॉरीनं हे सगळं अनेकदा वाचलं होतं. तसंच तिनं तिला त्या दिवशी ज्या दुसऱ्या माणसाचं शवविच्छेदन करायचं होतं त्या जुआन रॉड्रिग्ज या माणसाबद्दलही सारं वाचून पूर्ण केलं होतं. पण लॉरीला जेफ्रीजच्या केसमध्ये जास्त रस वाटू लागला होता.

आता आपली सगळी तयारी झाली आहे याची खात्री झाल्यावर लॉरी तिच्या जागेवरून उठून मागच्या बाजूला असणाऱ्या लिफ्टकडे गेली. पंधरा मिनिटांपूर्वी तिनं शवागराला फोन केला होता. तिथं मार्विन फ्लेचर हजर आहे हे पाहून तिला आनंद झाला. तिनं तत्काळ त्याचा आवाज ओळखला होता. शवागारात काम करणाऱ्या तंत्रज्ञांमध्ये तिला तो आवडत असे. मार्विन हुशार, कार्यक्षम आणि अनुभवी होता. नेहमी प्रसन्न असणारा मार्विन काम करायला सदैव तत्पर असायचा. लॉरीला सारखे अर्धवट कामं करणारे तंत्रज्ञ आवडत नसत. साल डी-ॲम्ब्रोसियो हा असाच एक कामचुकार तंत्रज्ञ होता. त्याचप्रमाणे तिला मिग्युएल सांचेझसारखे मूडी तंत्रज्ञही पसंत नव्हते. काहीजण काम करताना तिरकस बोलून टिंगलटवाळी करत असत. तिला अशी माणसं आवडत नसत. फोनवर मार्विन आहे हे कळताच तिनं त्याला जेफ्रीजची केस समजावून दिली होती. ह्या केसमध्ये जंतू संसर्गाचा धोका आहे हे स्पष्ट केल्यावर मार्विननं क्षणाचाही विलंब न लावता तिला होकार दिला होता. "मला फक्त पंधरा मिनिटं दे. मग काम लगेच सुरू करू."

शवागार तळघरात होतं. पाचव्या मजल्यावरून तिकडे लिफ्टनं जाताना लॉरी डेव्हिड जेफ्रीजच्या केसचा विचार करत होती. त्याच्या शवविच्छेदनात काय सापडेल? पीएनं दिलेल्या अहवालात हे स्पष्ट दिसत होतं की, टॉक्सिनच्या

शॉकमुळे दिसणारी जी लक्षणं असतात ती सगळी जेफ्रीजमध्ये दिसली होती. खूप ताप, जखमेत संसर्ग, पोटात कळा येणं, हगवण, उलट्या होणं, रक्तदाब कमी होणं, औषधांना प्रतिसाद न देणं, हृदयाची वाढलेली गती, श्वासोच्छ्वासाला होणारा त्रास आणि लघवीचं कमी झालेलं प्रमाण हे सगळं अहवालात स्पष्टपणानं नमूद केलेलं होतं. ज्या वेगानं डेव्हिड जेफ्रीजचा मृत्यू झाला होता ते पाहून जीवाणू किती आक्रमक आहेत हे लक्षात येत होतं. हा विचार मनात आल्यानंतर लॉरी मनोमन शहारली. नेमकी अशाच प्रकारची शस्त्रक्रिया जॅकवर होणार आहे हा विचार तर तिला अस्वस्थ करत होताच. इतकंच नाही, तर जॅकच्या नेमक्या त्याच गुडघ्यावर, तशीच शस्त्रक्रिया आणि तीदेखील त्याच हॉस्पिटलमध्ये होणार हे तिला भयसूचक चिन्ह वाटलं. जॅकनं जरी हा निव्वळ एक योगायोग आहे असं म्हणून तिला उडवून लावलं असलं, तरी लॉरी मात्र तसं करू शकत नव्हती. तिला आपण डेव्हिड जेफ्रीजचं शवविच्छेदन करतोय याचं बरं वाटलं. जर तिला शवविच्छेदनात काही वेगळं आढळलं, तर त्याचा उपयोग ती जॅकला समजावण्यासाठी करू शकणार होती. जॅकला त्या शस्त्रक्रियेपासून परावृत्त करण्याचा तिचा निश्चय आणखी पक्का झाला होता. डेव्हिड जेफ्रीजची केस मुद्दाम मागून घ्यायचं हेच, तर मुख्य कारण होतं. खरं म्हणजे लॉरी सहसा संसर्गजन्य रोगाशी संबंधित शवविच्छेदनं करणं टाळत असे. तिनं ही गोष्ट कोणालाही कधी सांगितली नव्हती. पण तिला अशा केसची सूक्ष्म भीती वाटत होती. आपण इतरवेळी असं शवविच्छेदन करताना अस्वस्थ होतो, पण त्यावेळी मात्र ती शवविच्छेदनासाठी उत्सुक होती हे तिच्या लक्षात आलं.

लॉकर रूममध्ये येताच लॉरीनं भराभरा कपडे बदलले आणि अंगावर संरक्षक पोशाख चढवला. पूर्वी त्यांना जो अंतराळ पोशाख वापरायला लागायचा त्यापेक्षा हा नवीन पोशाख कितीतरी सुटसुटीत होता. पण इतरांप्रमाणे लॉरीदेखील अधूनमधून तो अवजड आहे अशी कुरकूर करायची. पण आज एका घातक संसर्गानं मृत्यू झालेल्या माणसाचं शवविच्छेदन करायला तयार होताना हा संरक्षक पोशाख अंगावर आहे याचा तिला आनंदच वाटत होता.

पोशाख अंगावर चढवल्यानंतर तिनं डोक्यावरचं आवरण तोंडासमोर ओढलं आणि पोशाखाला हवा पुरवणारा पंखा सुरू केला. ती शवविच्छेदनं केली जात होती त्या जागी, म्हणजे त्यांच्या भाषेत 'खड्ड्या'पाशी आली. तिनं दाराजवळ उभी राहून आत नजर टाकली. त्या वेळी चार ठिकाणी काम सुरू होतं. दाराच्या जवळ असणाऱ्या टेबलावर एका फिक्कट रंगाच्या आशियाई वंशाच्या पुरुषाचं शव होतं. त्याची कवटी उघडलेली होती. टेबलाभोवती तिघंजण काम करत होते. तोंडावर संरक्षक मुखवटे असल्यानं त्यांचे चेहरे तिला दिसले नाहीत. पण

सर्वांत अगोदर कामाला सुरुवात जॅकनं केली हे माहीत असल्यानं ते तिघं म्हणजे जॅक, लाऊ आणि व्हिनी आहेत हे तिच्या लक्षात आलं.

दुसऱ्या टेबलापाशीही तिघंजण काम करताना दिसले. ते कोण आहेत हे लक्षात येताच लॉरी जराशी वरमली. त्या दिवशी चीफ डॉ. हॅरोल्ड बिंगहॅम येणं अपेक्षित होतं हे ती साफ विसरून गेली होती. खरं तर तो फारच कमी वेळा शवविच्छेदनाच्या ठिकाणी येत असे. त्याचा बराचसा वेळ प्रशासकीय कामकाज आणि महत्त्वाच्या केसमध्ये न्यायालयात साक्षीसाठी हजर राहणं यात जायचा. हॅरोल्डला त्याच्या आडव्या बांध्यामुळे ओळखणं सोपं होतंच. शिवाय त्याचा कर्कश आवाज तिथं चांगलाच घुमायचा.

हॅरोल्ड त्यावेळी एक कंटाळवाणं व्याख्यान देत होता. सध्या त्याच्या समोर असणाऱ्या केसमुळे त्याला पूर्वीच्या अनेक केसची आठवण कशी होते वगैरे तो सविस्तर सांगत होता. त्याच्या बाजूला एक लहानखुऱ्या चणीची व्यक्ती उभी होती. ती रिवा होती आणि प्रत्यक्षात काम तीच करते आहे हे लॉरीला माहीत होतं. अधूनमधून आपलं अखंड चाललेलं स्वगत थांबवून बिंगहॅम तिचं काम कसं चुकतंय यावर टीका करत होता.

उरलेल्या दोन्ही टेबलांपाशी दोन दोन जण काम करत होते. ते कोण आहेत याची लॉरीला कल्पना नव्हती. पाचव्या टेबलावर एका अफ्रिकन-अमेरिकन पुरुषाचं प्रेत ठेवलेलं होतं. टेबलापाशी उभा असलेला मार्विन तिला दिसला. त्यानं लॉरीकडे पाहून हात हलवला आणि म्हणाला, "पाच नंबरच्या टेबलवर आपण काम सुरू करू शकतो, डॉ. माँटगोमेरी.''

त्याचा आवाज ऐकताच बिंगहॅमनं एकदम गर्रकन वळून पाहिलं. त्याक्षणी आपण अदृश्य व्हायला हवं होतं असं लॉरीला वाटून गेलं. बिंगहॅमच्या फेसप्लेटवरून प्रकाश परावर्तित होऊन येत असल्यानं त्याच्या चेहऱ्यावरचे भाव वाचता येत नव्हते. "डॉ. माँटगोमेरी, तू अर्धा तास उशिरा आली आहेस!''

"सर, मी आज कोणकोणत्या केस आहेत त्या पाहून त्यांच्याबद्दल माहिती घेत होते,'' लॉरीनं पटकन उत्तर दिलं. तिचं हृदय जरासं धडधडत होतं. तरी तिनं आवाज शक्यतो सामान्य राहील याचा प्रयत्न केला होता. लहानपणापासूनच कोणाही अधिकाऱ्याशी बोलताना तिला अवघडल्यासारखं होत असे. "काही माहिती कमी होती. मी ती चेरील मायर्सकडून घेत होते.'' लॉरी पुढे म्हणाली. चेरील मायर्स पीएचं काम करत होती. खरं तर चेरील नेहमी उत्तम टिपणं करत असे. पण आज लॉरीकडं जी दुसरी केस होती त्याबाबतीत एक छोटी गोष्ट राहून गेली होती. लॉरी ज्या माणसाचं शवविच्छेदन करणार होती तो दहाव्या मजल्यावरून खाली पडला होता. तो माणूस खाली पडला ती जागा इमारतीपासून

किती दूर आहे हे नमूद करायचं राहून गेलं आहे हे लॉरीच्या लक्षात आलं होतं.

"हे सगळं काम साडेसातच्या आत पुरं करायचं असतं." बिंगहॅम फटकारत म्हणाला.

"होय सर," लॉरी म्हणाली. तिला वाद घालायचा नव्हता. जॅकप्रमाणे लॉरीदेखील प्रतिक्षिप्त क्रियेप्रमाणं नियम पाळत असे. पण शवविच्छेदनं बरोब्बर साडेसात वाजता सुरू व्हायला हवीत हा बिंगहॅमचा हुकूम पाळणं तिला अवघड जाई. प्रत्यक्ष शवविच्छेदन करण्याअगोदर त्या माणसाची सगळी माहिती मिळवायलाच हवी याबद्दल ती आग्रही होती. म्हणूनच शवविच्छेदनाला थोडासा उशीर झाला तरी हरकत नाही असं तिचं मत होतं. बिंगहॅमनं आणखी काही विचारू नये म्हणून लॉरी पुढे सरकली आणि जॅकच्या टेबलापाशी जाऊन त्याला त्याचं काम कसं चाललंय हे मोठ्या आवाजात विचारलं.

"झकास," जॅक म्हणाला, "फक्त एकच गोष्ट अडचणीची आहे की, माझ्या बिचाऱ्या पेशंटचा मृत्यू झालाय. ही केस लांबत चाललीय ही थोडीशी नकारात्मक बाजूही आहेच. पण जर मला चांगली मदत करणारा कोणी मिळाला असता, तर केसची प्रगती नक्कीच चांगली झाली असती."

"xxx," व्हिनीनं इरसाल शिवी हासडली, "तुम्ही दोघा म्हाताऱ्या खोडांनी हे असं रटाळ काम केलं नसतं, तर एव्हाना काम संपवून आपण छान कॉफी घेत बसलो असतो."

"सभ्य गृहस्थहो..." बिंगहॅम गरजला, "मला या ठिकाणी कसलेही अपशब्द किंवा शिवीगाळ चालणार नाही."

जॅक आणि बिंगहॅम यांच्यात शाब्दिक चकमक सुरू होणार हे लक्षात येताच ते सगळं ऐकणं टाळण्यासाठी लॉरी घाईघाईनं मार्विन उभा होता त्या ठिकाणी गेली. तिला तिकडं जाताना बिंगहॅम काम करत होता त्या टेबलजवळून जावं लागलं. त्याचं लक्ष जाऊ नये म्हणून लॉरी तिथून अंग चोरून गेली होती. पण बिंगहॅमचं लक्ष दुसऱ्या कशात तरी गेलं होतं. जाता जाता बिंगहॅमनं रिवाला उद्देशून उच्चारलेले, 'महाभयंकर चूक' हे शब्द लॉरीच्या कानावर पडले.

"तुला कामासाठी वेगळं काही लागणार आहे का?" मार्विननं लॉरीला विचारलं. त्यानं हे विचारलं खरं, पण लॉरीची कामाची पद्धत त्याला ठाऊक होती. तिला जर खास काही तयारी करून घ्यायची असेल ती ते अगोदरच सांगत असे.

"खास काही नाही. संवर्धनासाठी भरपूर नळ्या तेवढ्या लागतील," डेव्हिड जेफ्रीजच्या प्रेताकडे नजर टाकत लॉरी म्हणाली. एक्कावन्न वर्षं वयाच्या मानानं हा माणूस चांगलाच तब्येत राखून होता हे तिच्या लक्षात आलं. त्याच्या अंगावर कुठंही अनावश्यक चरबी नव्हती. खरं तर त्याचे स्नायू त्याच्यापेक्षा कितीतरी

तरुण वयाच्या माणसांसारखे व्यवस्थित होते.

लॉरीनं डेव्हिडकडे पाहून ओठ चावले. त्याच्या ज्या उजव्या गुडघ्यावर शस्त्रक्रिया झाली होती त्याच्या आजूबाजूला अपेक्षेप्रमाणं संसर्ग झालेला दिसत होताच. पण त्याच्या सगळ्या अंगावर अगदी बारीक पुटकुळ्या आलेल्या तिला दिसल्या. जर आणखी काही काळ गेला असता, तर त्यांचं फोडांमध्ये रूपांतर झालं असतं. शरीराच्या काही भागातली त्वचा खालच्या स्तरापासून जराशी अलग झाली होती. विशेषत: त्याच्या कंबरेच्या जवळचा त्वचेचा मोठा भाग सुटा झालेला दिसत होता.

"तू त्याच्या हातांकडे पाहिलंस का?" मार्विननं विचारलं.

लॉरीनं मान डोलावली.

"त्याची त्वचा अशी सोलली जाण्याचं कारण काय असावं?"

"स्टॅफ जीवाणू अनेक प्रकारची घातक टॉक्सिन तयार करतात. त्यांच्यातलं एक असं असतं की, ज्याच्यामुळे त्वचेमधल्या पेशी एकमेकींपासून अलग होतात."

"हं..."

लॉरीनं पुन्हा स्वत:शीच मान डोलावली. तिनं यापूर्वीही स्टॅफ जीवाणू संसर्गाचा केस पाहिल्या होत्या. पण ही त्यामधली सगळ्यात भयंकर होती.

"तुझ्या मनात जे काही प्रश्न असतील त्यांची उत्तरं मिळवण्यासाठी संवर्धनाला लागणाऱ्या नळ्या मी भरपूर प्रमाणात तयार ठेवल्या आहेत," मार्विन म्हणाला.

"तू सिरींजदेखील भरपूर आणून ठेवल्या आहेस का?"

"होय."

"ठीक. चल आपण आता कामाला लागू या." लॉरी म्हणाली आणि तिनं टेबलावर लोंबकळणारा सूक्ष्मदर्शक खाली घेतला.

"क्ष-किरण फोटो बघायचे आहेत का? मी ते लावून ठेवले आहेत." लॉरी बाजूला असणाऱ्या क्ष-किरण फोटोंपाशी गेली. ती ते नीट निरखून पाहू लागली. मार्विनही तिच्या पाठीमागून पाहू लागला. "खरं तर आपण शरीरात बाहेरची एखादी वस्तू गेलेली नाही ना हे पाहण्यासाठी क्ष-किरण फोटो घेतो. शिवाय कुठं हाडं मोडली नाहीत ना हे देखील पाहतो आपण. पण तरीही फुप्फुसं जर भरली असतील तर ते सुद्धा कळतं. हे पाहा इथं फुप्फुसं गच्च भरलेली दिसत आहेत."

"अं..." मार्विन म्हणाला. पण हे डॉक्टर लोक क्ष-किरण फोटो पाहून जे काही सांगतात त्याबद्दल त्याला कायम गूढ वाटत असे. त्यांना त्या धूसर चित्रातून एवढं कसं काय दिसतं हा प्रश्न त्याला नेहमी पडत असे.

लॉरी परत टेबलापाशी आली आणि तिनं शवाची बाह्यपरीक्षा पूर्ण केली. जेफ्रीजची अवस्था गंभीर झाल्यानंतर हॉस्पिटलमधल्या डॉक्टरांनी त्याला कृत्रिम

श्वसनासाठी मदत व्हावी म्हणून एक नळी त्याच्या नाकातून आत घातली होती. लॉरीनं जेफ्रीजचा श्वसनमार्गातली ही नळी बाहेर काढली. नळीला चिकटलेल्या लालसर चिकट द्रव्याचे नमुने तिनं घेतले. डेव्हिड जेफ्रीजला सलाईन देण्यासाठी अनेक नळ्या जोडलेल्या सुया खुपसल्या होत्या. त्या अजून त्याच जागी होत्या. लॉरीनं त्या बाहेर काढून त्याचेही नमुने गोळा केले. तिनं शस्त्रक्रियेच्या जागी जमा झालेल्या पुवाचाही नमुना घेतला.

बाह्य तपासणी पूर्ण झाल्यानंतर लॉरीनं अंतर्गत तपासणीला प्रारंभ केला. तिनं नेहमीप्रमाणे दोन्ही खांद्यापाशी सुरुवात करून इंग्रजी 'वाय' अक्षराच्या आकाराचा छेद घेतला. ती काहीही न बोलता सफाईनं काम करत होती. खरं तर नेहमी लॉरी आणि मार्विन यांच्यात काम करताना गप्पाटप्पा चालत असत. मार्विनलाही त्यातून बरंच काही शिकायला मिळत असे. पण त्या दिवशी लॉरी गप्प आहे हे त्याला जाणवलं होतं. जेफ्रीजच्या शरीरात घुसलेल्या रोगजंतूचा तो विलक्षण आक्रमकपणा पाहून ती चकित झाली आहे हे त्याच्या लक्षात आलं. लॉरीनं डेव्हिड जेफ्रीजची फुप्फुसं आणि हृदय काढून ते वजन करण्यासाठी काट्यावर ठेवेपर्यंत तो गप्प राहिला होता. मग मात्र न राहवून तो म्हणाला, "ओह्... चांगलं टनभर तरी वजन आहे!"

"माझ्या लक्षात आलंय," लॉरी म्हणाली, "मला वाटतं की, दोन्ही फुप्फुसं द्रवानं गच्च भरलेली असणार." प्रत्येक फुप्फुसाचं वेगळं वजन करून तशा नोंदी केल्यानंतर लॉरीनं एका फुप्फुसाचा छेद घेतला. ते एखाद्या पूर्ण भिजलेल्या स्पंजप्रमाणे वाटत होते. त्यांच्यात द्रव, रक्त, मृत पेशी आणि पू भरलेला होता. छेद घेताच हे सगळं दिसून आलं.

"ओह् गॉड!" मार्विन म्हणाला.

"तू कधी मांस खाणारे जीवाणू हा शब्द ऐकला आहेस का?"

"होय. पण मला वाटत होतं की, हे जीवाणू फक्त स्नायूंमध्ये असतात."

"त्यांचं कार्य तिथंही असंच असतं. पण फुप्फुसात मात्र ते जास्तच खतरनाक ठरतात. या प्रकाराला आपल्या परिभाषेत नेक्रोटायझिंग न्यूमोनिया असं म्हणतात. इथं काही ठिकाणी व्रण पडायला सुरुवातही झालेली दिसेल." लॉरीनं सुरीच्या टोकानं फुप्फुसांमध्ये तयार झालेले अगदी छोटे खळगे दाखवले.

"तुम्ही लोक मजा करताय असं दिसतंय," लॉरीच्या मागून आवाज न करता येऊन जॅक म्हणाला.

लॉरीनं एकवार छद्मी हास्य केलं. तसं केल्यानं तिच्या तोंडासमोर असणारी पट्टी धुरकटून गेली. तिनं एकवार जॅककडे नजर टाकली आणि त्याचं लक्ष फुप्फुसाच्या कापलेल्या भागाकडे वेधलं, "नेक्रोटायझिंग न्यूमोनियाची केस

पाहणं याला तू जर मजा म्हणत असशील, तर मग मी आणि मार्विन इथं धमाल करतोय असं म्हणायला हरकत नाही.''

जॅकनं मधल्या बोटानं फुफ्फुसाचा कापलेला भाग जरासा दाबून पाहिला, ''खरोखरच वाईट अवस्था आहे हे मान्य करायला हवं. नको तेवढे क्यूबन सिगार ओढले की काय होतं, याचं हे उदाहरण आहे.''

''जॅक!'' जॅकच्या विनोद करण्याच्या प्रयत्नाकडे दुर्लक्ष करत लॉरी म्हणाली, ''तू इथं काही मिनिटं का थांबत नाहीस? शस्त्रक्रियेनंतर झालेल्या संसर्गातून काय ओढवू शकतं हे तू पाहावंस असं मला वाटतं. या बिचाऱ्या माणसाला आतून अक्षरश: खाऊन टाकलं जात होतं. माझ्या मते आपणहून शस्त्रक्रिया करायला जाण्यापासून लोकांना परावृत्त करण्यासाठीच्या जाहिरातीत वापरायला हे उत्तम म्हणा किंवा वाईट म्हणा, एक नमुनेदार उदाहरण ठरावं.''

''निमंत्रणाबद्दल आभार. पण लाऊ परत यायच्या आत मला दोन शवविच्छेदनं उरकायची आहेत,'' जॅक म्हणाला, ''शिवाय तुझ्या मनात काय चालू आहे याची मला चांगली कल्पना आहे. तू मला इथं थांब असं म्हणण्यामागचा खरा हेतू काय आहे ते मी जाणतो. तू मला ही केस दाखवत माझ्या गुरुवारी ठरलेल्या शस्त्रक्रियेची सतत आठवण करून देणार. त्यापेक्षा तुम्ही दोघांनीच जी काही गंमतजंमत चाललीय तिची मजा लुटा.'' जॅक असं म्हणून तिथून निघाला.

''तुझ्या त्या पहिल्या केसचं काय झालं?'' लाऊला त्या केसमध्ये रस आहे हे आठवून लॉरीनं विचारलं, ''काय आढळलं तुला?''

''सगळं अजून स्पष्ट झालेलं नाही,'' जॅक म्हणाला, ''आम्हाला त्याच्या डोक्यात एक पॉईंट टू-टू ची गोळी मिळाली. लाऊ म्हणतो की, ती रेमिंग्टन किंवा तसल्याच कसल्यातरी रिव्हॉल्व्हरमधून वेगानं झाडण्यात आली असावी. महत्त्वाची गोष्ट म्हणजे या माणसाच्या पायांवर काही व्रण आढळले आहेत. त्याच्या पायाला साखळ्या बांधून तो बुडावा म्हणून वजन लावण्यात आलं असावं. लाऊला ही माहिती महत्त्वाची वाटते. त्याच्या मते या माणसाला बुडण्यासाठी नदीकाठावरून नव्हे, तर एखाद्या बोटीवरून फेकून देण्यात आलं असावं. तसा हा माणूस एकदम उत्तम तब्येतीचा होता. यकृतात अगदी किरकोळ सिरॉसिस आढळलं आहे इतकंच.''

जॅक निघून गेल्यावर मार्विननं विचारलं, ''तुला तो तुझा खरा हेतू असं काहीतरी म्हणाला. म्हणजे काय?''

''जॅकनं त्याच्या गुडघ्यावर शस्त्रक्रिया कधी करून घ्यायची या विषयावर आमचे मतभेद आहेत,'' लॉरीनं विषय तिथंच थांबवण्याच्या स्वरात उत्तर दिलं, ''हं... चल, आपलं काम पुढे चालू करू या.''

"तुम्हाला काय मिळतंय?" बाजूच्या टेबलावर काम करणारा अर्नोल्ड बेसरमननं विचारलं. त्यानं जॅक आणि लॉरीचं संभाषण ऐकलं होतं. अर्नोल्ड हा तिथला सर्वांत जुना वैद्यकीय तपासनीस होता. जॅकला तो जुनाट मतांचा, विचित्र स्वभावाचा वाटत होता त्यामुळे त्याला तो फारसा जवळ करत नसे. पण लॉरी जशी इतर सर्वांशी मित्रत्वानं वागायची तशीच त्याच्याशीही वागत असे.

"मी मध्येच व्यत्यय आणला तर चालेल ना?"

"चालेल," लॉरी मनापासून म्हणाली. अशा प्रकारे एकमेकांच्या कामात रस घेणं लॉरीला आवडत असे.

"ही केस चांगलीच वैशिष्ट्यपूर्ण आहे," लॉरी म्हणाली, "या फुप्फुसांकडे पाहा. मी आजवर कधीही नेक्रोटायझिंग न्यूमोनियाची एवढी भयंकर आणि ती देखील नॉसोकॉमियल संसर्गाची केस पाहिली नव्हती. या ठिकाणी सगळा खेळ अवघ्या बारा तासांत खलास झाला असं दिसतंय,"

"चांगलंच लक्षणीय आहे हे," अर्नोल्ड मान डोलावत फुप्फुसाचा कापलेला भाग पाहात म्हणाला, "मी अंदाज करून पाहतो. ही केस स्टॅफच्या संसर्गाची आहे. बरोबर?"

"अगदी बरोबर." लॉरी अर्नोल्डचं ज्ञान पाहून प्रभावित झाली होती.

"मी गेल्या काही महिन्यांत अशाच प्रकारच्या तीन केस पाहिल्या आहेत. त्यामधली एक साधारण दोन आठवड्यांपूर्वीची होती," अर्नोल्ड म्हणाला, "अर्थात ती इतकी वाईट नव्हती. म्हणजे त्यामधली कोणतीही केस एवढी वाईट नव्हती. मी ज्या केस पाहिल्या होत्या त्यामध्ये मिथिसिलीनला दाद न देणारे जीवाणू हॉस्पिटलच्या बाहेरून आत शिरले होते आणि त्यांचा हॉस्पिटलमधल्या जीवाणूंशी संकर झाला होता असं दिसतंय."

"माझ्या या केसच्या बाबतीतही असंच घडलं असावं," लॉरी म्हणाली. अर्नोल्डच्या ज्ञानाची खोली पाहून ती आणखी प्रभावित झाली होती. "अशा प्रकारच्या केसला सी.ए.-एम.आर.एस.ए. असं म्हणतात. हा स्टॅफचा प्रकार सर्वसामान्य जनतेमधून हॉस्पिटलमध्ये शिरलेला असतो. यापेक्षा वेगळ्या प्रकाराला एच.ए.-एम.आर.एस.ए. असं म्हणतात. हा प्रकार हॉस्पिटलमध्येच उद्‌भवतो."

"मी याबद्दल वाचलेलं मला आठवतंय," लॉरी म्हणाली, "पाच-सहा महिन्यांपूर्वी कोणाकडे तरी अशाच तऱ्हेची एक केस आली होती. तो एक फुटबॉलपटू होता. त्याला लॉकररूममध्ये संसर्ग झाला होता. त्यानंतर स्टॅफनी त्याची एक अख्खी मांडी आतून खाऊन टाकली होती."

"होय. ती केस केव्हिन साऊथगेटकडं आली होती," अर्नोल्ड म्हणाला. केव्हिन साऊथगेट हा आणखी एक वैद्यकीय तपासनीस होता. तो अर्नोल्डनंतर

एका वर्षानं रुजू झालेला होता. दोघंही जुने सहकारी असल्यानं ते बऱ्याच वेळा एकत्र काम करत असत. पण ऑफिसमधल्या राजकारणात दोघं अगदी उलट वागायचे. कमीतकमी काम करायला लागावं अशासाठी दोघं सतत काही ना काही क्लृप्त्या करत असत. खरं तर दोघंही पार्ट-टाईम नोकरी करतात की काय असं वाटावं अशी परिस्थिती होती.

"त्यानं आपल्या गुरुवारच्या बैठकीत या केसची जी माहिती दिली होती ती मला आठवते आहे." लॉरी म्हणाली. प्रत्यक्ष शवविच्छेदन करताना जे काही बोलणं होई त्यामधून वैद्यकीय तपासनिसांना वेगवेगळ्या केससंबंधी माहिती होतच असे. पण त्याखेरीज दर गुरुवारी सर्वांची औपचारिक बैठक होत असे. न्यूयॉर्क शहरासाठी काम करणारे सर्व एकोणीस वैद्यकीय तपासनीस हजर राहून तिथं एकमेकांना मिळालेल्या माहितीची देवाण-घेवाण करत असत. लॉरीला ही बैठक फारशी पसंत नसायची. वेळ वाया जातो असं तिचं मत होतं. दर वर्षी दहा हजार शवांचं विच्छेदन होत असे आणि आणखी वैद्यकीय तपासनिसांना कामावर ठेवणं निधीअभावी शक्य नसल्यानं आहेत त्या सर्वांवर कामाचा खूप ताण येत असे.

"हा सी.ए.-एम.आर.एस.ए.चा जंतू फारच भयंकर आहे हे तुझ्या या केसकडं पाहून लक्षात येतंय," अर्नोल्ड म्हणाला, "या जंतूनं बाहेर एक छोटी साथच सुरू केली असावी असं वाटतंय. तो फुटबॉल खेळाडू आणि काही निरोगी लहान मुलं याला बळी पडली आहेत. दुर्दैवाची बाब म्हणजे साध्या खरचटल्याच्या जखमांमधून हा संसर्ग त्यांना झाला होता. आता हा प्रकार पुन्हा हॉस्पिटलमध्ये घुसतोय असं वाटू लागलंय. ही गोष्ट नक्कीच चांगली नाही. या जंतूंच्या बाबतीत एकच गोष्ट चांगली आहे. ती म्हणजे हे रोगजंतू बऱ्याच प्रतिजैविकांमुळे मरतात. पण प्रतिजैविकांचा उपचार मात्र फार लवकर सुरू करावा लागतो. कारण बऱ्याच प्रतिजैविकांमुळे ते मरत असले तरी त्यांच्यात आक्रमकपणा जास्त आहे. हे सी.ए.-एम.आर.एस.ए. विविध प्रतिजैविकांना दाद न देण्यासाठी लागणारी रसायनं तयार करत नसले तरी ते निरनिराळ्या प्रकारची टॉक्सिन बनवण्यात सक्षम असतात. त्यांच्यामधल्या एका टॉक्सिनला **पी.व्ही.एल.** म्हणतात. या तुझ्यासमोरच्या केसमध्येही याच पी.व्ही.एल. टॉक्सिनचा

पी.व्ही.एल. (PVL)
पी.व्ही.एल. ही अद्याक्षरे 'पॅन्टॉन व्हॅलेंटाईन ल्युकोसिडिन' यासाठी वापरली जातात. हे एक अत्यंत घातक टॉक्सिन असून मिथिसिलीनला दाद न देणारे स्टॅफिलोकोकस ऑरियस (Staphylococcus aureus) हे जीवाणू हे टॉक्सिन तयार करतात.

हात असणार. हे टॉक्सिन पेशींच्या संरक्षण यंत्रणेवर परिणाम करतं. विशेषत: ते फुफ्फुसांमधल्या पेशींवर असा परिणाम करत असल्यानं तिथं नको इतक्या प्रमाणात सायटोकाईन्स तयार होतात. खरं तर जीवाणूंशी लढण्यासाठीच ही सायटोकाईन्स तयार होत असतात. तुझ्या हे लक्षात येतंय का की, तू हा जो काही विध्वंस पाहते आहेत त्यामधल निम्मा ह्या माणसाच्या प्रतिरक्षण यंत्रणेच्या नको इतक्या जोरदार प्रतिसादाचा परिणाम आहे.''

''म्हणजे एच.५ एन.१ बर्ड फ्ल्यूमध्ये जसं सायटोकाईन्सचं वादळ होतं तसंच इथं होतं की काय?'' लॉरी म्हणाली. आपण ही गोष्ट जॅकच्या कानावर घालायला हवी. त्याचं बेसरमनबद्दलचं मत त्यानं बदलावं असं ती त्याला सांगणार होती. आपल्यापेक्षा त्याला कितीतरी जास्त माहिती आहे हे पाहून लॉरी मनोमन किंचित शरमून गेली होती.

''अगदी बरोबर,'' अर्नोल्ड म्हणाला.

''मला वाटतं, मला या एम.आर.एस.ए. विषयावर चांगलंच वाचन करावं लागणार आहे. ही एवढी माहिती सांगितल्याबद्दल आभार. तुला ही एवढी माहिती कशी काय आहे?''

अर्नोल्ड हसला, ''तू मला उगीचच जास्त श्रेय देते आहेस. त्याचं असं झालं की, गेल्या महिन्याभरात आम्ही दोघांनीही तशा एक-दोन केस पाहिल्या. म्हणून मग आम्हाला त्या विषयात रस वाटू लागला. आम्ही एकप्रकारे कोणाला जास्त माहिती काढता येते अशी स्पर्धाच लावली. हे जीवाणू म्हणजे एक उत्तम उदाहरणच ठरावं. जीवाणूंच्यात किती लवचीकपणा असतो नि ते किती वेगानं उत्क्रांत होऊ शकतात हे या उदाहरणामधून पाहता येतं.''

लॉरीच्या मनात अनेक विचारांनी गर्दी केली होती. तिनं पुन्हा एकदा फुफ्फुसाच्या कापलेल्या भागाकडे नजर टाकली, ''तू मघाशी ज्या केसबद्दल बोलत होतास त्या नेक्रोटायझिंग न्यूमोनियाच्या होत्या का? या इथं दिसतंय तसंच काही होतं का?''

''मला तसं वाटतंय खरं. पण मी त्या छेदाचं सूक्ष्मदर्शकाखाली निरीक्षण केलं, तर मला खात्रीनं सांगता येईल. मला पहायला आवडेल.''

लॉरीनं मान डोलावली, ''आणि केव्हिननं पाहिलेल्या केसही तशाच होत्या का?''

''जवळपास तशाच.''

''त्यादेखील नॉसोकॉमियल प्रकारच्या होत्या का?''

''अर्थातच. पण मी मघाशी म्हणालो त्याप्रमाणे त्यांच्यातला जीवाणूंचा प्रकार जनतेमधून हॉस्पिटलमध्ये शिरलेला होता.''

"तू हे सगळं गुरुवारच्या बैठकीत का सांगितलं नाहीस?"

"मला वाटलं की केसची संख्या असं काही बोलायला पुरेशी नाही. शिवाय प्रतिजैविकांना दाद न देणाऱ्या स्टॅफमुळे निर्माण झालेल्या समस्येची माहिती सर्वांना आहे असं मला वाटतं."

"जिथं ही स्टॅफची समस्या उद्‌भवलीय ती हॉस्पिटलं सगळ्या न्यूयॉर्क शहरात पसरलेली आहेत का?"

"नाही. सगळीच्या सगळी मध्यभागातल्या मॅनहटनमधली आहेत. म्हणजे क्वीन्स किंवा ब्रुकलीन भागामधल्याही काही केस असू शकतील."

"मॅनहटनमधली कोणती हॉस्पिटलं?"

"मला नेमकं सांगता येणार नाही, मला सगळी आकडेवारी आठवत नाही. पण त्यामधल्या सहा केस या स्पेशालिटी हॉस्पिटलमधल्या होत्या. तिन्ही हॉस्पिटलं एंजल्स हेल्थकेअरची होती. एंजल्स ऑर्थोपेडिक, एंजल्स हार्ट हॉस्पिटल, एंजल्स कॉस्मेटिक सर्जरी अँड आय हॉस्पिटल.

जणू अर्नोल्डनं फटका मारला असावा अशा प्रकारे लॉरी एकदम ताठ उभी राहिली, "मॅनहटन जनरल किंवा विद्यापीठाच्या हॉस्पिटलमधली एकही केस नाही?"

"नाही. पण त्यात आश्चर्य वाटण्यासारखं काही आहे का?"

"आहे आणि नाहीदेखील." लॉरी म्हणाली. मिळालेल्या माहितीमुळे ती चकित झाली होती. शहरात एवढी हॉस्पिटलं असताना स्टॅफची समस्या एंजल्सच्याच तीन हॉस्पिटलमध्ये उद्‌भवावी हा योगायोग तिला अस्वस्थ करत होता. हीच तीन हॉस्पिटलं का?

"तू त्या हॉस्पिटलांशी संपर्क साधलास का? म्हणजे तिथली परिस्थिती बघितलीस का? याच तीन हॉस्पिटलमध्ये असं का व्हावं असं मला म्हणायचं आहे."

"केव्हिन आणि मला या योगायोगाचं जरासं आश्चर्य वाटलं होतं. म्हणून आम्ही थोडीफार चौकशीही केली होती. आम्ही या कामासाठी चेरील मायर्सचीही मदत घेतली होती. मी एंजल्स ऑर्थोपेडिकला फोन केला तेव्हा तो कोणातरी बाईनं घेतला होता. ती माझ्याशी व्यवस्थित बोलली. मला आत्ता तिचं नाव आठवत नाही. पण विविध विभागातल्या जंतूसंसर्गावर नियंत्रण ठेवणाऱ्या हॉस्पिटलच्या विभागाची ती प्रमुख होती."

"तिच्याशी बोलताना ती मदतीला तयार आहे असं वाटत होतं का?"

"नक्कीच. ती म्हणाली की हॉस्पिटलला या समस्येच्या गांभीर्याची जाणीव आहे. म्हणूनच त्यांनी संसर्गजन्य रोगाच्या तज्ज्ञाला बोलावलं आहे असं ती

म्हणाली. म्हणजे हॉस्पिटलची मालकी असणाऱ्या कंपनीनं या तज्ज्ञाला पाचारण केलं होतं. मी त्या तज्ज्ञाशी बोललो. ते नाव मात्र चांगलं आठवतंय. डॉ. सिंथिया सार्पोलस.''

''ती सुद्धा मदत करण्याच्या स्वभावाची होती का?''

''हं... म्हणजे काही प्रमाणात तरी, तसं म्हणायला हरकत नाही.''

''म्हणजे?''

''तिनं फार सहकार्य देण्याची तयारी दर्शवली नव्हती. कदाचित त्या परिस्थितीचा ताण तिच्यावर आल्यामुळे ती बरीचशी बचावात्मक बोलत होती. मला वाटतं तिला हे काम देणाऱ्या कंपनीनं, म्हणजे एंजल्स हेल्थकेअरनं तिच्यावर फार मोठं ओझं टाकलं असावं. असो. तिनं मला काळजी करायची आवश्यकता नाही. परिस्थितीत नियंत्रणात आहे. फोन केल्याबद्दल धन्यवाद अशा प्रकारचं बोलून गप्प केलं. तुला हे लोक कसे बोलतात याची कल्पना आहेच. पण मला एवढं मात्र जाणवलं की, बाई गंभीरपणानं स्टॅफच्या समस्येवर काम करते आहे. कंपनीच्या व्यवस्थापनाला पसंत नसतानादेखील तिनं तिन्ही हॉस्पिटलमधली सर्व ऑपरेशन थिएटर्स बंद करण्याचा आदेश दिलाय, असं तिनंच मला सांगितलं. ती म्हणाली की, कंपनीतले सगळेजण तिच्यावर तुटून पडले होते म्हणे. इतकंच नाही तर तिनं विरोधाला न जुमानता सगळ्या ऑपरेशन थिएटर्समध्ये जंतुविरहित करण्यासाठी धुराची पद्धत अवलंबली होती. सगळ्यांनी हात स्वच्छ धुतले पाहिजेत यासाठी तिनं कडक सूचना जरी केल्या म्हणे. या सगळ्यावर कडी म्हणजे तिनं सगळ्या कर्मचाऱ्यांची स्टॅफसाठी चाचणी करवण्याचा आग्रह धरला. या चाचणीत जे कोणी स्टॅफचे वाहक आहेत असं आढळलं त्यांच्यावर उपचार करायला लावले. मी तर हे सगळं ऐकून प्रभावित झालो आहे. ते लोक नुसतेच हातावर हात ठेवून गप्प बसले नाहीत हे नक्की.''

''हे सगळं सांगितल्याबद्दल आभार. तुझा बराच वेळ घेतला म्हणून माफ कर.''

''त्यात विशेष काही नाही,'' अर्नोल्ड म्हणाला.

''मी नंतर तुझ्या ऑफिसात येऊन तू ज्यांची शवविच्छेदनं केली होतीस त्यांची नावं लिहून घेतली तर काही हरकत नाही ना?''

''बिलकूल नाही! माझ्याकडे अजूनही त्यातल्या काही फाईली असतील. मी सी.ए.-एम.आर.एस.ए. बद्दल जी काही टिपणं काढली आहेत तीसुद्धा तू नेऊ शकतेस. शिवाय तू केव्हिनशीही या विषयावर बोल. त्यानंही बहुधा त्या तीनपैकी एका हॉस्पिटलला फोन केला होता. पण मला त्याबद्दल नक्की आठवत नाही.''

अर्नोल्ड स्वत:च्या टेबलापाशी परत गेला. तो आणि लॉरी बोलत असताना मार्विन शांतपणानं बाजूला उभा राहून वाट पाहात होता.

"हे विस्मयकारक आहे." लॉरी म्हणाली.

"काय? की तो तुझ्याशी गोड बोलला हे?"

"मूर्खा! ते नाही, तो जे काही सांगत होता ते. तो माझ्याशी गोड वगैरे काही बोलत नव्हता."

"पण इथं तर सगळ्यांना वेगळंच वाटतं. सर्वसाधारणपणानं सगळेजण म्हणतात की, तुझ्यासाठी साऊथगेट आणि बेसरमन रेल्वेपुढंही उडी घ्यायला तयार होतील."

"निव्वळ मूर्खपणा!" लॉरी म्हणाली. आपल्याबद्दल ऑफिसात असं काही बोललं जातं हे ऐकून ती अस्वस्थ झाली. तिला कधीही इतर लोकांच्या आकर्षणाचा केंद्रबिंदू व्हायला आवडत नसे. म्हणूनच तर तिला सर्वांसमोर बोलायला फार अवघडल्यासारखं होत असे.

जेफ्रीजची केस संपवून तिथून निघण्याची तयारी लॉरी करू लागली. ती आणि मार्विन जेफ्रीजचं शरीर शिवून टाकत असताना तिनं विचारलं, "आता पुढची केस किती वेळानं घ्यायची आहे?"

"थोड्या वेळानं किंवा तू म्हणशील तेव्हा. बरं, तुला कॉफी ब्रेक हवा असेल तर तसंही करता येईल."

"मला वाटतं, माझी तयारी झाली की, मी तुला सांगते. इतर काही गोष्टी पार पाडायच्या आहेत. शिवाय नवीन केसची माहिती गोळा करण्यासाठी चेरील मायर्स बाहेर पडण्याच्या आत मला तिला गाठायला हवं."

"तर मग मी सुद्धा सावकाश तयारी करून ठेवतो. तुझं काम झालं की मला फोन कर."

"या जेफ्रीजचं शव बाहेर त्याच्या नातेवाइकांच्या ताब्यात देताना त्यांना ही सूचना देण्याची व्यवस्था कर की, या ठिकाणी गंभीर स्वरूपाच्या जंतूसंसर्गाची केस आहे. दफनविधीसाठी शव तयार करणाऱ्या फ्युनरल होमनं योग्य ती काळजी घ्यायला हवी."

मार्विनला सूचना देऊन बाहेर पडताना लॉरी थोडा वेळ जॅकच्या टेबलापाशी थांबली. तिला येताना पाहून जॅक म्हणाला, "आली! व्हिनी, भीषण भविष्यवाणीचा पुकारा करणारी आली. तिनं पाहिलेल्या त्या नॉसोकॉमियल जंतूसंसर्गाच्या केसमधल्या भयंकर गोष्टींची वर्णन करून आपल्याला घाबरवण्यासाठीच ती इथं आली असणार."

व्हिनीनं वैतागून डोळे फिरवलेले लॉरीला दिसले. तिलाही तसंच करावसं

वाटत होतं. काही वेळा जॅकचे तिरकस विनोदी शेरे तिला डाचत असत. त्याच्याशी लग्न होऊन एक वर्ष झाल्यामुळे लॉरीला त्याच्या स्वभावातला हा भाग चांगलाच जाणवत होता. कोणता तरी एक विचार टाळण्यासाठी तो हे असं लागट बोलतो हे तिच्या लक्षात आलं होतं.

"मला तुझ्याशी माझ्या केसबद्दलच बोलायचं आहे. काही गोष्टी तुला कळायला हव्यात."

"त्या मला कशा कळणार?" जॅक चेष्टेच्या स्वरात म्हणाला.

"पण तू त्या ऐकण्याच्या मन:स्थितीत असशील तेव्हा सांगीन."

"देवाची कृपा अगाध आहे!"

"लाऊ कुठं आहे?"

"तो एका टेबलावर डोकं ठेवून गाढ झोपी गेला होता. मी त्याला घरी जाऊन विश्रांती घ्यायला सांगितलं. एखाद्या तंत्रज्ञाला चुकून तो मुडदा वाटला असता, तर पंचाईत झाली असती."

"तू आता कोणती केस पाहतो आहेस?" विषय बदलण्यासाठी लॉरीनं विचारलं.

"सारा बार्लो. त्या अनामिक बुडलेल्या माणसापेक्षा ही केस खूपच वेगळी आणि रंगतदार आहे."

"का बरं?"

"तिच्या चेहेऱ्यावर आणि हातांवर मारहाणीच्या जखमा आहेत. तिला भरपूर मारहाण झाली होती हे उघडच आहे. या जखमांमुळे तिला मृत्यू आला असावा असं तुला वाटतं का?"

"नाही. तसं वाटत नाही. पण छातीवर काही जखमा किंवा घावाच्या खुणा होत्या का?" लॉरीनं विचारलं. इतकी वर्षं शवविच्छेदनाचं काम केल्यामुळे तिला हे माहीत होतं की, घाव फार तीक्ष्ण नसले तरीही छातीवरच्या घावांमुळे मृत्यू होऊ शकतो.

"नाही." जॅक म्हणाला, "पण फुफ्फुसांना चांगलीच सूज आलेली होती."

"बरं, मग तुला काय वाटतं या केसबद्दल?" लॉरीनं एक सुस्कारा टाकत विचारलं. तिला काही वेळा जॅकच्या या अंदाज बांधण्याच्या खेळाचा उबग येत असे.

"तूच सांग. मी तुला आता सांगतो की, आपली हुशार पीए जॅनिस येगर हिनं जिथं त्या बाईचं प्रेत पडलं होतं तिथं घर साफ करताना वापरण्याच्या बाटल्या उघड्या पडलेल्या असल्याचं नमूद केलं आहे. साराची जीन दोन्ही गुडघ्यांवर ओली झालेली दिसली होती म्हणून पीएनं बाथरूममधे शोध घेतला तेव्हा तिला ओल्या कापडाचा बोळा दिसला होता."

“मी अशा वेळी घर साफ करण्यासाठी कोणती रसायनं वापरली होती ते पाहीन. बऱ्याच रसायनांमध्ये हायपोक्लोराईट असतात. इतर काही रसायनांमध्ये ॲसिड असतं. दोन्ही एकत्र करू नयेत अशी सूचना त्यांच्यावर छापलेली असते. तिनं तिकडं दुर्लक्ष केलं असावं.”

“वाहवा!” जॅक म्हणाला, “म्हणजे क्लोरिन वायू... पहिल्या महायुद्धात रासायनिक शस्त्र म्हणून वापरलेला वायू. लोक छापलेल्या सूचना नीट का वाचत नाहीत असा मला नेहमी प्रश्न पडतो. असो. ही केस खुनाची नाही हे कळल्यावर लाऊला जरा बरं वाटेल.”

“हं... तुमचं चालू दे. मजा करत राहा,” लॉरी असं म्हणून बाहेर जाणाऱ्या दारापाशी गेली. जॅकच्या कोड्यासारख्या प्रश्नाचं योग्य उत्तर आपण दिलं म्हणून तिला जराही आनंद होत नव्हता. उलट जॅक चेष्टा करण्याच्या मूडमध्ये आहे हे तिला आवडलं नव्हतं. कदाचित तो कोणते तरी विचार लपवण्यासाठी खेळकरपणाचा बहाणा करत असला, तरी परिणाम तिला अपेक्षित जे होतं त्यापेक्षा निराळा होता. जॅक त्याच्यावर होणारी शस्त्रक्रिया आणि या केसमधलं साम्य पाहायला तयार नव्हता.

नेहमी इतर कर्मचारी शवविच्छेदनाच्या वेळी जमा केलेले नमुने योग्य त्या प्रयोगशाळेत पोहचवत असत. पण त्या दिवशी जेफ्रीजच्या उतींचे नमुने घेऊन लॉरी स्वत: प्रयोगशाळेकडे गेली. तिला त्यांच्या सूक्ष्मजीवशास्त्र विभागाची प्रमुख ॲग्नेस फिन आणि पेशीशास्त्र विभागप्रमुख मॉरीन ओ'कॉनर यांची भेट घ्यायची होती. या केसचं काम जरा लवकर करता येईल का हे ती सांगणार होती. पण तिकडं जाण्याअगोदर ती पहिल्या मजल्यावर थांबली. पीए जिथं बसत असत त्या ठिकाणी आल्यावर तिला सुखद धक्का बसला. कारण चेरील मायर्स अनपेक्षितपणे तिच्याच जागेवर होती.

“मी आणखी काही मदत करू शकते का?” लॉरीला पाहून चेरीलनं विचारलं. चेरील ही अफ्रिकन-अमेरिकन नि दिसायला देखणी होती. तिनं तिचे केस गच्च बांधले होते आणि त्यावर मणी असणारा बँड लावला होती. चेरील न्यूयॉर्कच्या वैद्यकीय तपासनिसाच्या ऑफिसात दीर्घ काळ होती. ती एवढी मोठी होती की, तिची दोन्ही मुलं कॉलेजातून शिक्षण घेऊन बाहेर पडली होती.

“मला वाटतं, तू मदत करू शकशील,” लॉरी म्हणाली, “मी मघाशी डॉ. बेसरमनशी बोलत असताना मला कळलं की, एंजल्स हेल्थकेअर नावाच्या कंपनीनं चालवलेल्या तीन हॉस्पिटलमध्ये संसर्गाच्या काही घटना आढळून आल्या होत्या. तो म्हणाला की, त्यानं तुला माहिती काढायला सांगितली होती. तुला त्याबद्दल काही आठवतंय का?”

"तू फुप्फुसात झालेल्या एम.आर.एस.ए. संसर्गाबद्दल बोलते आहेस का?"

"होय! तू त्यावेळी प्रत्यक्ष जागेवर जाऊन पाहणी केली होतीस का?"

"नाही. मला डॉ. बेसरमनननी फक्त हॉस्पिटलच्या नोंदी मागवायची सूचना केली होती. म्हणून मी तिन्ही हॉस्पिटलच्या नोंदणी विभागांना फोन केले होते. त्यांच्याकडून माहिती मागवणं फारच सोपं होतं कारण त्यांचं सगळं काम संगणकावर चालतं. त्यांनी मला सगळी माहिती ई-मेलनं पाठवली. त्यामुळे मला तिकडं जायची गरजच पडली नव्हती."

"त्या लोकांनी सहकार्य दिलं होतं का?"

"व्यवस्थित. इतकंच नाही तर मला अपेक्षा नसताना एका मदत करायला उत्सुक असणाऱ्या स्त्रीनं फोनही केला होता. तिचं नाव लोरेन न्यूमन."

"कोण आहे ही न्यूमन?"

"ती एंजल्स ऑर्थोपेडिक हॉस्पिटलच्या संसर्ग-प्रतिबंधक विभागाची मुख्य आहे."

"डॉ. बेसरमननंही तिच्याबद्दल मला सांगितलं होतं. तिनं खूपच मदत केली होती म्हणे. पण तिनं मुद्दाम फोन का केला होता?"

"मला आणखी काही माहितीची गरज पडली तर थेट फोन करता यावा म्हणून तिचा नंबर देण्यासाठी. ती म्हणाली की, तिला त्या समस्येबद्दल काळजी वाटते आहे. त्यांच्या हॉस्पिटलमध्ये या एम.आर.एस.ए.चा उपद्रव सुरू व्हायच्या अगोदर कधीही अशा प्रकारचे नॉसोकॉमियल संसर्गाचे प्रसंग उद्भवले नव्हते असंही ती म्हणत होती. समस्या इतकी गंभीर आहे की, तिला रात्र रात्र झोप येत नाही असं ती मला सांगत होती. तुला खरं सांगायचं तर मला ती फार निराश झालेली वाटली."

"तिनं तिच्या बोलण्यात सिंथिया सार्पोलसचा उल्लेख केला होता का?"

"मला तरी आठवत नाही. बरं, पण ही आहे तरी कोण?"

"मी आत्ताच एंजल्स ऑर्थोपेडिक हॉस्पिटलमधून आलेल्या एका मृतदेहाचं शवविच्छेदन पूर्ण केलंय. त्या माणसालाही एम.आर.एस.ए. जंतू संसर्ग झाला होता, "लॉरी चेरीलच्या प्रश्नाकडे दुर्लक्ष करत म्हणाली, "मला लोरेन न्यूमनचा फोन नंबर घ्यायला आवडेल."

"काहीही अडचण नाही त्यात." चेरील म्हणाली. तिनं तिला हवा होता तो नंबर समोरच्या स्क्रीनवर आणला.

"मला आणखी काही फोन नंबर लागतील," लॉरी म्हणाली, "सी.डी.सी. अटलांटा. त्यांच्या इथं राष्ट्रीय आरोग्यसेवा सुरक्षा जाळ्याचा एक भाग म्हणून एम.आर.एस.ए. संशोधन प्रकल्प सुरू आहे. तिथं संसर्गजन्य साथीच्या रोगाच्या

एखाद्या तज्ज्ञाचं नाव नि फोन नंबर तू मिळव. तसंच हॉस्पिटलमधल्या संसर्ग प्रतिबंधक कार्यक्रमाचं मूल्यमापन करणाऱ्या संस्थेच्या सहआयुक्ताचं नाव आणि फोन नंबर मला लागेल.''

''मी जे शक्य आहे ते सगळं करीन.'' चेरील म्हणाली.

''मी ज्याचं शवविच्छेदन केलंय त्याचं नाव डेव्हिड जेफ्रीज. मला त्याच्याबद्दलच्या हॉस्पिटलमधल्या सगळ्या नोंदी पहायच्या आहेत.''

''ते सोपं आहे,'' चेरील म्हणाली, ''पण मूल्यमापन करणाऱ्या कमिशनच्या बाबतीत मला नीटसं कळलं नाही. मला आणखी स्पष्ट करून सांगणार का?''

''हॉस्पिटलमधल्या संसर्ग प्रतिबंधक समित्यांच्या कामाचं मूल्यमापन करून त्यांना मानांकन देण्याचं काम हे कमिशन करतं. मला हे हवंय की, कमिशनच्या दोन तपासण्यांच्या दरम्यान जर एखादी साथ उद्‌भवली, तर त्याची माहिती कमिशनला कळवलीच पाहिजे असं काही बंधन हॉस्पिटलच्या या समित्यांवर असतं की नाही? मी विचारते आहे ते जरा वेगळं आहे याची मला कल्पना आहे. पण माझ्याजवळ वेळ फारच कमी आहे.''

''मला मदत करायला आवडेल,'' चेरील खेळकरपणानं म्हणाली.

लॉरी लिफ्टकडे न जाता जिन्यानं जाऊ लागली. लॉरीनं सकाळी कामाला सुरुवात केली तेव्हा तिच्या मनात जॅकला कसं परावृत्त करावं एवढीच चिंता वाटत होती. पण आता तिला जास्तच काळजी वाटू लागली. तिनं, बेसरमननं आणि साऊथगेटनं मिळून गेल्या तीन महिन्यांमध्ये एम.आर.एस.ए.च्या सात केस हाताळल्या होत्या. भयंकर अशा नेक्रोटायझिंग न्यूमोनियानं मृत्यू झालेले हे सगळेजण त्याच तीन हॉस्पिटलमध्ये दाखल झाले होते. त्यामधल्या एका ठिकाणी जॅकवर लवकरच शस्त्रक्रिया होणार होती. सगळ्यात गंभीर बाब अशी होती की, अत्यंत आक्रमकपणानं संसर्ग प्रतिबंधाचे सारे उपाय योजले असूनही या केस पुन्हा पुन्हा उद्‌भवतच होत्या. लॉरीला साथीच्या रोगप्रसाराबद्दल फारशी माहिती नव्हती. पण टायफॉईडच्या बाबतीत जसा एखादा निरुपद्रवी दिसणारा माणूस रोगाचा 'वाहक' असतो तसं या एम.आर.एस.ए.च्या बाबतीत काही आहे की काय अशी तिला शंका वाटू लागली. हा वाहक एंजल्स हेल्थकेअरच्या हॉस्पिटलांमध्ये रोज ये-जा करणारा असेल आणि त्याच्या माध्यमातून हे जंतू सगळीकडे पसरत असतील असं तिला वाटू लागलं होतं. याबद्दल आपण आणखी माहिती काढली पाहिजे असं तिनं मनाशी पक्कं केलं. जॅक जितका आठमुठा होता तितकी ती सुद्धा होऊ शकते हे ती दाखवून देणार होती.

लॉरी आता चौथ्या मजल्यावरच्या सूक्ष्मजीवशास्त्र विभागात आली. ॲग्नेस फिन तिच्या छोट्या खिडकी नसलेल्या ऑफिसात बसलेली होती. मुख्य वैद्यकीय

तपासनिसाच्या ऑफिसात काम करणाऱ्या सर्व कर्मचाऱ्यांमध्ये ॲग्नेस तिथल्या शवागाराच्या वातावरणाला सर्वाधिक शोभून दिसणारी होती. तिच्या पिवळट-करड्या केसांमुळे तिच्या नमुनेदार गंभीर अशा अवतारात आणखीनच भर पडत असे. पण लॉरीला कल्पना होती की, इतर कोणाहीपेक्षा ॲग्नेसचा स्वभाव इतरांना जास्तीत जास्त मदत करणारा होता. ती मदतीसाठी सदैव तत्पर असे. तिच्याकडे पाहून तिला ऑफिसच्या कामाखेरीज इतर काही आयुष्यच नसावं असं वाटत असे.

लॉरीनं ॲग्नेससमोर बसून तिला परिस्थितीची कल्पना दिली. त्यावर तिला ॲग्नेसकडून एम.आर.एस.ए. या विषयावर एक छोटंसं व्याख्यान ऐकावं लागलं. तिनं स्टॅफिलोकोकस हे जीवाणू कसे विविध रंगरूपात रोग निर्माण करू शकतात याबद्दल तिनं सविस्तर माहिती दिली. तिनं दिलेली बरीचशी माहिती बेसरमननं अगोदरच सांगितलेली होती. मानवामध्ये रोग निर्माण करणाऱ्या जंतूंपैकी कदाचित स्टॅफिलोकोकस हा स्वतःला बदलून यशस्वी होणारा सर्वांत महत्त्वाचा रोगजंतू आहे असं ती म्हणाली.

"आपण जर जीवाणूच्या दृष्टिकोनातून विचार केला तर तो किती यशस्वी आहे हे लक्षात येईल." ॲग्नेस सांगत होती, "तो त्याच्या बळीला कल्पनेपेक्षा कमी कालावधीत खलास करू शकतो. तर काही माणसांमध्ये हे जीवाणू त्यांच्या नाकपुड्यांमध्ये वसाहत करून राहतात. जेव्हा जेव्हा माणूस नाकात बोट घालतो तेव्हा बोटाला चिकटून आलेल्या जीवाणूंना दुसऱ्या माणसांमध्ये शिरायची संधी मिळते."

"किती लोकांमध्ये अशा जीवाणूंच्या वसाहती असतात याचं काही प्रमाण ठाऊक आहे का?"

"आहे तर. जगात एकाच वेळेस जवळपास एकतृतियांश लोकांमध्ये स्टॅफ असतात. म्हणजे साधारण दोन अब्ज जण."

"बापरे!" लॉरी म्हणाली, "लोकांमध्ये पसरणारे आणि हॉस्पिटलमध्ये पसरणारे याखेरीज स्टॅफचे आणखी काही प्रकार आहेत का?"

"भरपूर आहेत. नाक आणि शरीराच्या इतर ओलसर जागांवर ते राहतात. इतकंच नाही तर त्यांच्यात परस्परांमध्ये जनुकांची देवाणघेवाण सतत चालू असल्यानं ते सतत उत्क्रांत होत राहतात."

"प्रयोगशाळेत हे प्रकार एकमेकांपासून वेगळे कसे काढले जातात?"

"त्यासाठी बऱ्याच पद्धती उपलब्ध आहेत," ॲग्नेस म्हणाली, "विशिष्ट प्रतिजैविकाला दाद न देण्याच्या गुणधर्माचाही त्यात उपयोग केला जातो."

"पण या पद्धतीनं नेमके प्रकार हुडकून काढणं फारसं सोपं जात नसणार."

“बरोबर. या प्रकारांमध्ये फरक करण्यासाठी जास्त चांगल्या पद्धती या आनुवंशशास्त्रीय आहेत. त्यामधल्या एका सर्वसामान्यपणे वापरल्या जाणाऱ्या आणि सर्वांत सोप्या पद्धतीला **पल्स फील्ड जेल इलेक्ट्रोफोरेसिस** असं म्हणतात. दुसऱ्या बाजूला किचकट पद्धत आहे ती जीवाणूंच्या सर्व जनुकांचा पूर्ण अभ्यास करण्याची. या दोन्हींच्या दरम्यान अनेक इतर पद्धती वापरल्या जातात. त्या सगळ्या पॉलिमरेज चेन रिॲक्शन तंत्रावर आधारित आहेत.”

“तुम्ही लोक इथं काय काय करू शकता?”

“फक्त सर्वांत साधी प्रतिजैविक प्रतिबंधक गुणधर्मावर आधारित चाचणी.”

“जर करायच्या असतील तर अधिक किचकट चाचण्या करण्यासाठी कुठं जावं लागेल?”

“राज्याची जी मुख्य प्रयोगशाळा आहे त्यात पल्स फील्ड जेल इलेक्ट्रोफोरेसिस करता येईल. पण त्यापेक्षा जास्त काही करायचं असेल, तर सी.डी.सी. हाच सर्वोत्तम पर्याय आहे. तिथं ते लोक एम.आर.एस.ए.च्या सर्व प्रकारांचं संकलन करून एक राष्ट्रीय संदर्भ प्रणाली तयार करत आहेत. तेव्हा त्यांच्याकडून भरपूर माहिती मिळू शकेल. तुम्ही त्यांच्याकडे नवीन प्रकार आहे का ते पाहण्यासाठी जीवाणूंचे नमुने पाठवावेत म्हणून ते लोक प्रोत्साहन देतात. आमच्या इथं डी.एन.ए. प्रयोगशाळेत डॉ. लिंच जनुकांच्या बाबतीत थोडंफार काही काम करू शकेल. पण त्यामधून विशिष्ट प्रकाराबद्दल ठामपणानं काही सांगता येणार नाही.”

“जनुकांवर आधारित कोणत्या चाचण्या पटकन करता येतात? मला वेळेशी शर्यत करायची आहे.”

“खरं सांगायचं तर मला माहीत नाही. मला इतकं मात्र सांगता येईल की, आम्ही नेहमी जे संवर्धन करतो ते आणि प्रतिजैविकाचा परिणाम यांच्या चाचण्यांना चोवीस ते अठ्ठेचाळीस तास लागतात. हॉस्पिटलमध्ये मोनोक्लोनल ॲन्टीबॉडी तंत्राचा वापर करून हे काम वेगानं करता येतं. या पद्धतीचा वापर करणारी यंत्रं नासाच्या कामामधून निर्माण झाली आहेत.”

लॉरीनं डोकं हलवलं, “मला या अगोदर वाटत होतं की, आपल्याला स्टॅफबद्दल पुरेशी माहिती आहे. पण ते खरं नाही हे आज मला कळलं.”

“आपण सगळेच नेहमी काही ना काही शिकतच असतो,” ॲग्नेस एखाद्या

पल्स फील्ड जेल इलेक्ट्रोफोरेसिस (Pulse Field Gel Electrophoresis)

रेणूजीवशास्त्रीय संशोधनात वापरली जाणारी एक आधुनिक पद्धत. या पद्धतीमुळे डी.एन.ए.रेणू ओळखण्याच्या क्षमतेत प्रचंड वाढ झाली आहे.

तत्त्वज्ञाच्या अविर्भात म्हणाली, ''बरं, तू हे जे नमुने आणले आहेस त्यांचं काय करायचं आहे?''

''मी डी.एन.ए. प्रयोगशाळेत टेड लिंचला भेटते. एक नमुना तू इथं संवर्धनासाठी ठेवून घे. उरलेले नमुने संदर्भासाठी प्रयोगशाळेकडे पाठवता येतील. डॉ. बेसरमन आणि डॉ. साऊथगेटनी ज्या केस हाताळल्या होत्या त्यांचे गोठवून ठेवलेले काही नमुने मी मिळवते. त्यांची या आत्ताच्या केसशी तुलना करता येईल. त्यातून हा जीवाणूचा प्रकार तोच आहे का ते कळेल. तू जी काही माहिती सांगितलीस त्यानंतर या प्रकारात एखादा कोणालाही संशय न येणारा असा वाहक असावा असं वाटू लागलंय.''

''तुला नेमक्या कोणत्या केसमध्ये रस आहे ते सांग. म्हणजे मी ते काम वेगानं कसं करता येईल ते पाहीन. टेड लिंचला जो नमुना द्यायचा आहे तो तू माझ्याजवळच दे. त्याला चाचणीसाठी शुद्ध स्वरूपात डी.एन.ए. पुरवणं हे माझं काम आहे.''

लॉरी पुढच्या बाजूला असणाऱ्या लिफ्टकडे घाईघाईनं निघाली. या लिफ्टचा वेग जास्त होता. लिफ्ट बोलावण्यासाठी लॉरी पुन्हा पुन्हा बटण दाबत होती. स्टॅफबद्दल तिनं जी माहिती ऐकली होती. त्यामुळे तिचं डोकं चक्रावून गेलं होतं. आता पुढे काय करावं याबद्दल ती मनोमन बेत ठरवू लागली. ती पेशीशास्त्र प्रयोगशात जाऊन मॉरीन ओ'कॉनरला भेटणार होती. डेव्हिड जेफ्रीच्या फुप्फुसांचे छेद घेऊन तिनं जे नमुने गोळा केले होते, ते वापरून लवकरात लवकर स्लाईड तयार कराव्यात अशी विनंती ती मॉरीनला करणार होती. इतर नमुन्यांवरचं काम नंतर झालं तरी चालणार होतं. जॅकला त्याच्या शस्त्रक्रियेपासून परावृत्त करण्यासाठी या स्लाईडचा उपयोग करता येईल अशी कल्पना तिच्या मनात घोळत होती.

लिफ्टमध्ये शिरल्यावर तिनं पाचव्या मजल्यावर जाण्यासाठी बटण दाबलं. मग तिनं घड्याळाकडे नजर टाकली. जवळ जवळ दहा वाजले होते. लिफ्ट थांबल्यावर ती अक्षरशः धावत निघाली. धावत आल्यामुळे पेशीशास्त्र विभागात पोहोचेपर्यंत तिला जराशी धाप लागली होती.

''ओहो!'' लॉरीला पाहून मॉरीन तिच्या जड आवाजात म्हणाली, ''हं... पोरींनो काहीतरी आणीबाणीची परिस्थिती उद्‌भवली असणार... कारण मिस माँटगोमेरी... नाही, नाही चुकलंच... मिसेस माँटगोमेरी– स्टेपलटन अशी धावतपळत आलीय. तिचा पेशंट केव्हाच मेलेला आहे हे तिला सांगण्यासाठी या वेळी कोण पुढं होईल?''

पेशीशास्त्र विभागात काम करणाऱ्या बऱ्याच बायका होत्या. त्यांच्यात

एकदम हशा पिकला. मॉरीनच्या विनोदी स्वभावामुळे त्या विभागात काम नेहमीच हसतखेळत चालत असे. मनात काळजीचं दडपण असूनही लॉरीलाही मॉरीनचं बोलणं ऐकून हसू आवरलं नाही. एका परीनं मॉरीनच्या विनोदात तथ्य होतं. त्यांच्या इथं काम करणाऱ्यांपैकी फक्त जॅक आणि लॉरी दोघांनाच काही वेळा काम भराभरा व्हावं असं वाटत असे. इतर जण नेहमीच्या वेगानं काम झालं तरी खूष असत.

मॉरीननं लॉरीचं सगळं म्हणणं ऐकून घेतलं. तिला कामाची घाई का आहे हे समजावून घेतलं. मग तिनं स्वत: या कामात लक्ष घालू असं लॉरीला सांगितलं. काही मिनिटांत लॉरी परतही आली होती. आता ती घाईघाईनं अर्नोल्ड बेसरमन आणि केव्हिन साऊथगेट या दोघांच्या ऑफिसकडे जात होती.

लॉरीनं दारावर टकटक केलं. पण दार आपोआपच उघडलं होतं. तिनं आत नजर टाकली. दोघांच्या राजकीय मतांएवढंच अंतर त्यांच्या कामाच्या जागांमध्येही होतं. अर्नोल्डचं टेबल म्हणजे नीटनेटकेपणाची परमावधी होती. सूक्ष्मदर्शकाच्या एका बाजूला पुठ्ठ्याच्या खोक्यात स्लाईड नीट मांडून ठेवलेल्या होत्या. दुसऱ्या बाजूला पिवळ्या कागदांचं पॅड होतं. या सगळ्या वस्तू एकमेकींना अगदी समांतर होत्या. पॅडच्या शेजारी उत्तम टोक काढलेली पेन्सील अगदी सरळ ठेवलेली दिसत होती. साऊथगेटची बाजू अगदी उलट होती. टेबलावर स्लाईड, केसच्या फाईली, कागदपत्रांचे ढिगारे हा सगळा पसारा होता. फक्त त्याच्या खुर्चीच्या अगदी समोरची कामासाठी लागणारी थोडीशी जागा साफ करून घेतलेली दिसत होती. त्याच्या टेबलवरच्या दिव्याच्या शेडला नाना प्रकारच्या चिठ्ठ्या चिकटवलेल्या होत्या. एवढा फरक असूनही त्या दोघांचं कसं काय जमतं याचं लॉरीला आश्चर्य वाटलं.

बेसरमन किंवा साऊथगेट यांच्यापैकी कोणीही फोन करावा अशी चिठ्ठी दारावर लावून लॉरी परत निघाली. जाता जाता आणखी कोणा वैद्यकीय तपासनिसानं एम.आर.एस.ए.ची केस पाहिली आहे का ते बघावं यासाठी तिनं अनेकांच्या ऑफिसच्या दारावर टकटक केलं. पण त्यावेळी तिथं कोणीही नव्हतं. ते अपेक्षितच होतं, कारण सकाळची ही वेळ 'खड्ड्यात' काम करायची होती.

लॉरी तिच्या ऑफिसात परत आली. तिथं येताच तिला अचानक अर्नोल्ड बेसरमनचं बोलणं आठवलं. क्वीन्स, ब्रुकलीन आणि स्टेटन आयलंड या तिन्ही विभागांची स्वत:ची वैद्यकीय तपासनिसांची ऑफिसेस होती असं तो म्हणाला होता. तेव्हा एंजल्स हेल्थकेअरची हॉस्पिटल्स सोडून इतरत्र एम.आर.एस.ए. मुळं मृत्यू झाले नव्हते हा तिचा निष्कर्ष जरा घाईघाईनं काढलेला आहे हे तिच्या

लक्षात आलं.

तिनं सर्वांत अगोदर क्वीन्स विभागाच्या ऑफिसला फोन केला. तिथला मुख्य वैद्यकीय तपासनीस डिक काट्झेनबर्गनं यानं पूर्वी एका केसचा उलगडा करण्यात लॉरीला भरपूर मदत केली होती. नंतरही एक गुंतागुंतीची केस सोडवताना त्याच्या मदतीचा उपयोग झाला होता. कोणालाही कल्पना नसताना दोन्ही प्रसंगी ते खून असल्याचं निष्पन्न झालं होतं. त्याची आठवण येऊन लॉरीला बरं वाटलं.

डिक काट्झेनबर्गनं फोन घेतला, पण फोनवर यायला जरासा वेळ लागला होता. डिकनं त्याबद्दल दिलगिरी व्यक्त केली. मग जरासं इकडचं तिकडचं बोलल्यानंतर लॉरीनं त्याला विषयाची कल्पना दिली. क्वीन्स भागात एम.आर.एस.ए.च्या काही केस आढळल्या का ते तिनं विचारलं. तिनं त्याला गेल्या तीनचार महिन्यांच्या अवधीसाठी प्रश्न विचारला होता. ''होय,'' डिक एका क्षणाचाही विलंब न लावता म्हणाला, ''पण त्या केस मी स्वत: पाहिल्या नव्हत्या. त्या थॉमस ॲशरनं पाहिल्या होत्या. मला ते आठवतंय, कारण त्यांची परिस्थिती वाईट होती.''

''म्हणजे?''

''नेक्रोटायझिंग न्यूमोनिया. मेलेले सगळेजण अत्यंत निरोगी होते. रोगानं त्यांना जगण्याची जराशीही संधी दिली नव्हती. त्यांच्यामध्ये रोग ज्याप्रकारे वाढला ते पाहून मला १९१८ मधल्या न्यूमोनियाच्या भीषण साथीची आठवण आली.

हे ऐकताना लॉरीला जराशी निराशा वाटली. एंजल्स हॉस्पिटलांप्रमाणेच इतर ठिकाणीही स्टॅफचा उपद्रव होता हे पाहिल्यानंतर जॅकला शस्त्रक्रियेपासून परावृत्त करण्याच्या तिच्या प्रयत्नांमध्ये अडचण निर्माण झाली होती.

''ह्या केस एकाच हॉस्पिटलमध्ये उद्भवल्या होत्या की अनेक?''

''एकाच हॉस्पिटलमध्ये. ते एक ऑर्थोपेडिक हॉस्पिटल आहे. पण हे तू का विचारते आहेस?''

लॉरी एकदम खुर्चीत ताठ बसली. ''कोणतं हॉस्पिटल?''

''एंजल्स की काहीतरी नाव आहे. मला वाटतं एंजल्स ऑर्थोपेडिक असावं. कारण सगळ्या केस ऑर्थोपेडिक होत्या.''

हे ऐकताच लॉरीच्या ओठांना कुत्सित मुरड पडली. जॅकला परावृत्त करण्याचे तिचे प्रयत्न दुबळे पडणार असं वाटत असतानाच तिला पुन्हा नवीन कुमक मिळाली होती.

''मी विचारते आहे, कारण आमच्या इथं काही केस आल्या आहेत.

त्यामधल्या एका केसचं शवविच्छेदन मी आजच केलंय. मी आणखी माहिती मिळवणार आहेच. पण माझ्या कानावर आलंय की, हे हॉस्पिटल संसर्ग थांबवण्यासाठी आक्रमक उपाययोजना करतं आहे.''

''मी काही मदत करू शकतो का?''

''तुमच्या इथल्या केसची नावं मला मिळू शकतील का?''

लॉरीला डिक की-बोर्डवर काहीतरी टाईप करतोय हे ऐकू येत होतं. जरा वेळानं त्यानं नावं सांगितली. फिलीप मूर, जोनाथल नॉक्स आणि आयलीन डिमालांटा.''

लॉरीनं तिन्ही नावं तिच्या समोरच्या पॅडवर लिहून घेतली. तिनं त्या अगोदरच चौकट बनवून त्यात डेव्हिड जेफ्रीज हे नाव लिहिलेलं होतं.

''या तिन्ही केसचं काम पुरं झालंय का?'' लॉरीनं विचारलं.

''होय. तेव्हा तू डाटाबेसमधून आणखी माहिती काढू शकतेस.''

''मला केसच्या फाईली आणि हॉस्पिटलच्या नोंदी पाहायला आवडतील. तसंच अगोदर केली गेली नसेल तर मला हा प्रकार कोणता आहे याची तपासणी करवून घ्यायची आहे.''

''मी ते सगळं आपल्या गुरुवारच्या बैठकीच्या वेळी घेऊन येईन.''

''ते मला आजच कुरियरनं पाठवलंस तर बरं होईल,'' लॉरी म्हणाली, ''माझ्याजवळ वेळ फार थोडा आहे.''

''का बरं?''

''काही व्यक्तिगत कारणासाठी,'' लॉरी म्हणाली. तिला या बाबतीत आणखी काही सांगायचं नव्हतं.

डिकशी बोलणं पूर्ण झाल्यानंतर लॉरीनं ब्रुकलीनमधल्या जिम बेनेटला फोन केला. त्यानंतर तिनं स्टेटन आयलंडमधल्या मार्गारेट हॉफ्टमनला फोन केला. मार्गारेटच्या इथं एम.आर.एस.ए.ची एकही केस नव्हती. पण क्वीन्सप्रमाणं ब्रुकलीनमध्ये एम.आर.एस.ए.च्या तीन केस झालेल्या होत्या. दोन केस इतरांप्रमाणे नेक्रोटायझिंग न्यूमोनियाच्या होत्या. तिसरी केस एम.आर.एस.ए.च्या टॉक्सिक शॉक सिंड्रोमची होती. रुग्णाच्या उजव्या डोळ्यामध्ये संसर्ग झाला होता आणि स्टॅफ जीवाणूंनी निर्माण केलेल्या टॉक्सिनमुळे रुग्णाचा मृत्यू ओढवला होता. हा संसर्ग नेहमी केल्या जाणाऱ्या मोतीबिंदूच्या शस्त्रक्रियेनंतर उद्‌भवला होता.

फोन बंद करून लॉरीनं तिच्या चौकटीत आणखी तीन नावं लिहिली. कार्लोस सॉरेझ, मॅट कोलॉर्ड आणि कायला वेस्टओव्हर. लॉरीच्या चौकटीतल्या रिकाम्या जागा भराभरा भरत चालल्या होत्या. काहीतरी गडबड आहे याची तिला आता खात्री वाटू लागली होती.

३

३ एप्रिल २००७
सकाळी १० वाजून २० मिनिटं

"रॉजर नॉटन लवकरच तुम्हाला भेटतील." सेक्रेटरी ॲन्जेलाला म्हणाली, "तुम्ही बसलात तर हरकत नाही."

ॲन्जेलानं सेक्रेटरीकडे पाहिलं. तिला ही बाई खरीखुरी व्यक्ती नसून एखादी यांत्रिक बाहुली असावी असं वाटत असे. ॲन्जेला रॉजरच्या ऑफिसात बरेचदा आलेली असल्यानं तिला सेक्रेटरीनं थोडीफार ओळख दाखवावी असं वाटे. पण तरीही प्रत्येक वेळी ती संपूर्णतः अलिप्तपणा दाखवे. सेक्रेटरी आपल्याला कसं वागवणार हे माहिती असूनही तिला अस्वस्थ वाटत असे.

ॲन्जेलाला खरं तर कोणाकडून कसलेही उपकार घ्यायला आवडत नसे. तिला स्वत:च्या हिमतीवर जे काही करता येईल ते करायला आवडे. अगदी लहानपणापासूनच तिचा स्वभाव स्वतंत्र वृत्तीनं काम करण्याचा होता. तिला मोठी झाल्यानंतरही सहसा कोणाकडून पैसे मागणं रुचत नसे. असं असूनही ती त्या वेळी मॅनहटन बँकेच्या भव्य ऑफिसात बसली होती. आपण कर्ज मागण्यासाठी तिथं हातात अदृश्य भांडं घेऊन भीक मिळावी म्हणून वाट पहातोय असं तिला वाटत होतं.

ॲन्जेलाला एकाच गोष्टीचं बरं वाटत होतं की रॉजर नॉटनचं व्यक्तिमत्त्व मिस डार्टनच्या व्यक्तिमत्त्वापेक्षा नेमकं उलटं होतं. पहिल्या भेटीपासूनच त्याचा स्वभाव मदत करण्याचा आहे आणि त्याची वागणूक मित्रत्वाची आहे हे तिला लक्षात आलं होतं. त्याची बोलण्याची पद्धत सहानुभूतीची आणि समजून

घेण्याची होती. इतर कोणत्याही प्रसंगी तिला रॉजरला भेटायला आवडलं असतं. पण आज मात्र तिला फार अस्वस्थ वाटत होतं. सकाळी उठल्यापासून ती बेचैन होती. मिशेल शाळेला जाईपर्यंत तिच्याशी बेबी टोचून घेण्याच्या विषयावर वादविवाद चालू होता. त्याच दरम्यान ती त्यांच्या वकिलाशी एम.आर.एस.ए.च्या उद्‌भवाविषयी बोलली. तेवढ्यात तिचं सिंथिया सार्पौलसशीही बोलणं झालं. तिनं सिंथियाला पुन्हा एकदा भरवसा दिला की संसर्गाचा जो प्रकार अजून चालू आहे त्याबद्दल तिला कोणीही दोषी धरत नाही. सकाळपासून ती आपण काय प्रकारे रॉजरला पटवावं याचा विचार करत होती. रॉजरनं तिला वैयक्तिक कर्ज द्यावं किंवा एंजल्स हेल्थकेअरला व्यावसायिक प्रकारचं कर्ज मंजूर करावं अशी गळ घालणार होती. आपण गुडघे टेकून दीनवाणेपणानं भीक मागतोय असं न वाटता हे कसं साध्य करता येईल हे तिला कळत नव्हतं.

''मिस्टर नॉटन आता तुम्हाला भेटतील,'' मिस डार्टन पूर्वीप्रमाणेच बोलली. फरक एवढाच होता की तिनं बोलताना भुवया किंचित उंचावल्या होत्या. ॲन्जेलाला आपण मुलींच्या खोलीत सिगारेट ओढताना सापडल्यानंतर शाळेच्या मुख्याध्यापकाकडे शिक्षा ऐकण्यासाठी जातोय की काय असा भास झाला.

''ॲन्जेला!'' तिला आलेलं पाहून रॉजर टेबलाच्या मागून उठून पुढे आला आणि त्यानं तिच्यापुढे हात केला, ''तुला पाहून मला फार आनंद झालाय. तुला भेटणं ही एक पर्वणीच म्हणायची, नाहीतर नेहमी तुझ्या कंपनीच्या कोणत्यातरी अधिकाऱ्याशी बोलावं लागतं. म्हणजे मला तुमचा तो बॉब फ्राम्पटन आवडत नाही असं काही नाही. तो एक सभ्य गृहस्थ आहे. पण मला विचारशील तर मला तुझ्याशीच बोलायला आवडेल हे नक्की. अर्थात माझं हे मत तू त्याला सांगू नकोस!''

रॉजरनं ॲन्जेलाचा हात हातात घेऊन प्रेमानं दाबला आणि तिला त्यानं त्याच्या टेबलासमोर बसवलं. रॉजर टेबलामागे जाऊन त्याच्या उंच पाठीचा कातडी बांधणीच्या खुर्चीत जाऊन बसला. रॉजर हा नीटनेटकेपणानं राहणारा वयाच्या मानानं लहान दिसणारा देखणा पुरुष होता. त्याचे नीट कापलेले सोनेरी केस आणि निळे डोळे यामुळे तो अत्यंत आकर्षक दिसत असे. हेल्थकेअर क्षेत्रातल्या कंपन्यांचं काम करणाऱ्या अनेक अधिकाऱ्यांपैकी तो एक होता. हेल्थकेअर क्षेत्रातील प्रगतीला सीमा नसल्यानं बँकांना त्या क्षेत्रात गुंतवणूक करण्यात प्रचंड रस होता. त्यातही मॅनहटन बँक या क्षेत्रात आघाडीवर होती. पाच वर्षांपूर्वी ॲन्जेला सर्वप्रथम कर्ज मागण्यासाठी आली तेव्हा मॅनहटन बँकेतर्फे ते काम पहायला रॉजरची नेमणूक करण्यात आली होती. या पाच वर्षांच्या काळात रॉजरनं एंजल्स हेल्थकेअर कंपनीबरोबरचा संपर्क अधिकारी हे

काम करताना बँकेला भरपूर पैसा मिळवून दिला होता. याच काळात कोट्यवधी डॉलर्स गुंतवणूक करून एंजल्सनं तीन हॉस्पिटलं चालू केली होती. अलीकडच्या काळातला हा एम.आर.एस.ए.चा उपद्रव सुरू होईपर्यंत ही तिन्ही हॉस्पिटलं म्हणजे अक्षरश: दुभत्या गायी होत्या. ॲन्जेलाला ह्याच गोष्टीचा फायदा उठवण्याची इच्छा होती.

"तुझी मुलगी कशी आहे?" रॉजरनं विचारलं. निव्वळ संभाषणाला सुरुवात करण्यासाठी म्हणून नव्हे, तर तो मनापासून विचारत होता.

"या वयातल्या पोरींच्या ज्या तक्रारी असतात त्या सोडल्या तर उत्तम," ॲन्जेला म्हणाली. तिच्या मनात कर्ज मागण्यासाठी काय करावं याचेच विचार घोळत होते. पण तरीही ती म्हणाली, "आणि तुझी मुलगी कशी काय आहे?" रॉजरची मुलगी मिशेलपेक्षा एका वर्षानं मोठी आहे हे तिला ठाऊक होतं. पण तिला या पलीकडं त्या माणसाच्या खासगी जीवनाबद्दल आणखी काहीही माहीत नव्हतं.

"तिलाही तसलेच प्रश्न सतावत आहेत." रॉजरनं उत्तर दिलं.

"ॲन्जेला, मी बॉबला जो फोन केला होता त्या संदर्भातच तू इथं आली आहेस असं मला वाटतं. मी तुला हे पुन्हा एकदा सांगू इच्छितो की हा बँकेच्या नेहमीच्या धोरणाचाच एक भाग आहे. एका विशिष्ट पातळीपर्यंत आली की एंजल्स हेल्थकेअरच्या कर्जाच्या परिस्थितीची कल्पना मला आपोआपच मिळते. मुख्य समस्या ही आम्ही गेल्या साधारण महिन्यापूर्वी मंजूर केलेल्या ब्रीज लोनची आहे. त्यात भर म्हणून तुमच्या कंपनीच्या व्यवस्थापनाच्या अकाऊंटमधून बाँडची विक्री केली गेली. मी तुमच्या कंपनीशी संबंध ठेवणारा अधिकारी असल्यामुळे मी फोन करणं हे बँकेच्या धोरणाला धरूनच होतं. ते राहू दे. मी कंपनीनं घेतलेली इतर कर्जं परत करावीत असं मी सुचवणार नाही हे नक्की."

"हे ऐकून मला बरं वाटलं," ॲन्जेला म्हणाली. मनातल्या मनात ती निराश होत होती. रॉजर समजावणीच्या स्वरात बोलून तिला शांत करण्याचा प्रयत्न करत होता खरा, पण त्याच्या बोलण्याचा नेमका उलट परिणाम तिच्यावर होत होता. रॉजर जरी धीर देणाऱ्या भाषेत बोलत असला तरी त्याच्या म्हणण्याचा अर्थ असा होता की आता एंजल्स हेल्थकेअरची कर्ज मिळण्याची मर्यादा संपुष्टात आली होती. ॲन्जेलानं हे सगळे विचार मागे सारून घसा खाकरला आणि म्हणाली, "पण तू बॉबला केलेला फोन हे मी आज भेटीला येण्याचं कारण नाही."

"ओहो..." रॉजर खुर्चीत मागे रेलून बसला, "बरं, सांग, मी तुला काय मदत करू?"

"आमच्या इथं आता लवकरच आय.पी.ओ. येणार आहे याची तुला कल्पना असेलच. आय.पी.ओ. बंद होण्याची तारीख आजपासून साधारण दोन आठवड्यांनंतरची आहे. सध्या आम्ही त्यामुळे गप्प आहोत. साहजिकच मला आणखी जास्त काही सांगता येणार नाही. मी फक्त एवढं सांगते की आय.पी.ओ. यशस्वी होणार याबद्दल माझी खात्री झाली आहे. मला तशी खात्री देण्यात आली आहे."

"छान! मला हे ऐकून आनंद वाटला."

"हे अभिनंदन वेळेच्या थोडं आधी होईल," ॲन्जेला म्हणाली, "गेल्या महिन्यापूर्वी आम्हाला ज्या समस्येमुळे अल्प मुदतीचं ब्रीज लोन घ्यावं लागलं त्या समस्येनं आमच्या अपेक्षेपेक्षा आमचं फार जास्त नुकसान झालं आहे. त्यामुळे आता आम्हाला आणखी एका ब्रीज लोनची गरज निर्माण झाली आहे. फक्त तीन आठवड्यांसाठी. त्यावर व्याज किती पडेल याची काळजी नाही. आम्ही व्याज अगोदरच द्यायला तयार आहोत."

रॉजरनं कपाळ थोडं चोळलं आणि एक दीर्घ सुस्कारा टाकला. तो एकदम जरासा उदास आणि खूप दमल्यासारखा वाटू लागला होता.

"तू किती मोठ्या रकमेबद्दल विचार करते आहेस?"

"आम्हाला साधारण दोन लाख डॉलर लागतील. पण तू जे काही जमवू शकशील ते देखील चालेल."

"तू मला अशक्य गोष्ट करायला सांगते आहेस." रॉजरनं एक खोल श्वास घेतला, "मी तुला सांगितलं की तुमची कर्ज घेण्याची पत एका विशिष्ट पातळीच्या जवळ आली म्हणून मला फोन करावा लागला. पण ते पूर्ण सत्य नाही. खरी गोष्ट अशी आहे की तुमची पत या अगोदरच त्या पातळीवर जाऊन पोहोचली आहे. आता तुम्हाला आणखी पत उपलब्ध नाही हे मला सांगणं भाग आहे."

"तू एखादा अपवाद म्हणून काही करू शकणार नाहीस का?" ॲन्जेला म्हणाली. तिला खरं तर अशा प्रकारे विनवण्या करण्याचा तिटकारा होता. पण आता काहीच इलाज नव्हता, "तू आमच्या कंपनीचं काम पाच वर्षांपेक्षा जास्त काळ करतो आहेस. तुला सध्या वैद्यकीय क्षेत्रात जे अर्थकारण चालू आहे त्याची आणि आमच्या कंपनीची पूर्ण कल्पना आहे. हॉस्पिटलांनी भांडवल बाजारात उतरू नये म्हणून असणारी सरकारी बंदी उठल्यानंतर सार्वजनिक होणारी पहिली कंपनी आमची असणार आहे. आरोग्य क्षेत्रात असणाऱ्या अमर्याद संधीमुळे आम्ही कल्पनेत बसणार नाही एवढं उत्पन्न मिळवणार आहोत. एंजल्स हेल्थकेअरचा विस्तार फार मोठा होणार आहे याची तुला कल्पना आहे. आमचा सगळा बँकिंग

व्यवसाय मॅनहटन बँकेमार्फतच होणार हे नक्की. तू आमच्या कंपनीचं काम करतो आहेस म्हणून मी तुला मुद्दाम सांगते आहे. हवं तर मी तसं लिहून द्यायला तयार आहे.''

''तुझ्या वैयक्तिक मालमत्तेचं काय?'' रॉजरनं विचारलं, ''मी तुला तुझ्या घराच्या बदल्यात कर्ज मिळवून देऊ शकतो. मी स्वत: ते काम होईल असं पाहीन. तुला जी रक्कम आवश्यक आहे ती–''

''ते शक्य नाही,'' ॲन्जेलानं रॉजरचं म्हणणं मध्येच तोडलं. मी या अगोदरच माझी सगळी मालमत्ता गहाण टाकून त्या बदल्यात कर्जं उचलली आहेत. अगदी माझे दागिनेसुद्धा. सगळं काही!''

काही क्षण कोणीच काही बोललं नाही. फक्त टेबलावरच्या घड्याळाची टिकटिक तेवढी ऐकू येत होती.

रॉजर खुर्चीत मागे रेलला. त्यानं हवेत हात उडवले आणि डोकं नकारार्थी हलवत म्हणाला, ''माफ कर. पण कोणतंही तारण नसताना कर्ज मंजूर करणं माझ्या अधिकारात बसत नाही. मला तसं करायचं नाही असं नाही. पण मला तसा अधिकार नाही एवढंच. माफ कर ॲन्जेला. एक डॉक्टर आणि व्यवसायिक याखेरीज एक उमदी व्यक्ती म्हणून मला तुझ्याबद्दल कौतुक आहे. पण हे काम मी खरोखर करू शकत नाही.''

''बरं, मग बँकेच्या वरच्या एखाद्या माणसाला हे करता येईल का? म्हणजे बँकेतल्या कोणातरी अधिकाऱ्याला हे करायचा अधिकार असेल ना? विशेषत: आमच्या कंपनीकडून अल्पावधीत झालेला फायदा आणि भविष्यातील प्रचंड फायदा पाहता कोणीतरी असा निर्णय घेऊ शकेल असं मला वाटतं.''

''मी प्रयत्न करून पाहतो,'' रॉजर म्हणाला. पण त्याच्या स्वरात अजिबात उत्साह नव्हता, ''मी तुझी ही मागणी माझ्या वरिष्ठांकडे पाठवतो.''

''तू त्याबद्दल शिफारस करशील ना?''

''ते मान्य करणार असतील तर मी माझी शिफारस जोडून पाठवीन.'' रॉजर विषयाला बगल देत म्हणाला.

''आभार.'' ॲन्जेला उठून उभी राहिली. तिनं त्याच्याशी हस्तांदोलन केलं आणि कसंबसं स्मित करत तो बाहेर पडत असताना तिला रॉजरच्या टेबलवरचा त्याच्या मुलीचा फोटो दिसला. फोटो फक्त तिचा होता. त्याच्या बायकोचा नव्हता हे तिच्या लक्षात आलं.

''मला तुला आणखी काही सांगणं भाग आहे. ॲन्जेला, मला हे सांगणं अवघड वाटतंय. पण जरी कोणी हे कर्ज मंजूर केलं असं क्षणभर गृहीत धरलं तरी ते काम पूर्ण व्हायला कितीतरी आठवडे लागतील. हे कृपा करून वैयक्तिक

समजू नकोस. माझ्या अधिकारात असतं तर हे काम मी चुटकीसरशी केलं असतं.''

ॲन्जेला बाहेर पडली. टॅक्सीसाठी वाट पहात उभी असताना तिच्या मनात रॉजरच्या भेटीचे विचार पुन्हा पुन्हा घोळत होते. ह्या भेटीत जे निष्पन्न झालं ते तिला एक प्रकारे अपेक्षितच होतं. पण तरीही तिला उदासवाणं वाटत होतं. आज सकाळी ज्या दोन भेटी ठरल्या होत्या त्यामधली ही पहिली जरी निष्फळ झाली असली, तरी ती खेळीमेळीत पार पडली ही समाधानाची बाब होती. पुढची भेट तिच्या माजी नवऱ्याशी ठरली होती. मायकेल कॅलाब्रीज. ही भेट मात्र एवढी बरी होईल याची तिला खात्री नव्हती. सहसा त्यांच्या भेटी कटू अनुभव देणाऱ्याच असत. ॲन्जेलाचं तिच्या मुलीवर मनापासून प्रेम होतं. पण मुलगी कधीकधी मायकेलवरून तिला भरपूर मनस्ताप देत असे. तिला न आवडणाऱ्या माणसाशी तिची मुलगी सतत संपर्कात रहात होती. तिला नवऱ्याबद्दल एवढा तिरस्कार होता की हा माणूस मुळात आपल्याला भेटला नसता तर किती बरं झालं असतं असं तिला वारंवार वाटत राही. त्यातच मनात नसतानाही एंजल्स हेल्थकेअर कंपनी सुरू करताना तिनं तिच्या नवऱ्याची मदत घेतली होती. त्यावेळी तिचा नाइलाजच झाला होता.

मायकेलबरोबर संबंध ठेवणं एक प्रकारे क्रमप्राप्तच होतं. तिच्या मुलीचा ताबा तिच्या एकटीकडं नव्हता. तर कोर्टानं तो संयुक्त दिला होता. त्यामुळे मायकेलचा तिच्या मुलीशी संबंध येतच होता. त्या वेळी या भेटींचा फायदा घेऊन मायकेलनं तिच्याकडून कंपनी व व्यवसायासंबंधी बरीच माहिती काढून घेतली होती. मायकेल विद्यापीठात शिकत असतानाच मॉर्गन स्टॅन्ले कंपनीच्या शेअरसंबंधी काम करत होता. तो कोलंबिया विद्यापीठातून अखेर पदवी मिळवू शकला नाही. पण त्यावेळीच ॲन्जेलाला प्रथम भेटला होता. पहिल्यापासूनच त्याला तिच्या यशाबद्दल सुप्त असूया होती. आता जरी त्यांचा घटस्फोट झाला असला तरी त्याच्या क्षेत्रात, म्हणजे व्यवस्थापन क्षेत्रात ॲन्जेलानं एक उच्च पदवी मिळवावी हे त्याला डाचत होतं. मुळात तिच्या वडिलांप्रमाणे त्याला तिच्या डॉक्टर होण्याबद्दल मत्सर वाटायचा. त्यातच त्याचे मित्र तिला डोकं आहे नि तो नुसता आडदांड ठोंब्या आहे असं त्याला चिडवायचे. ते त्याला फार झोंबत असे. त्याला कायमच असुरक्षित वाटत असे. पण ज्या वेळी तिनं नवीन व्यवसायासंबंधी कल्पना मांडली तेव्हा वेगळं घडलं होतं. सुरुवातीला मायकेल तिच्या व्यवसायाच्या प्रस्तावाकडे हेटाळणीच्या नजरेनं पहात होता. हा व्यवसायाचा प्रस्ताव म्हणजे तिच्या शिक्षणाचा एक भाग होता खरा. पण तिनं तिचं बोलणं पूर्ण केलं तेव्हा मायकेल एवढा प्रभावित झाला होता की त्यानं तिला खरोखरच

ह्या कल्पनेचा वापर करून कंपनी काढायला प्रोत्साहन दिलं. कंपनी सुरू करण्यासाठी लागणारं बीज भांडवल तो त्याच्या 'खास क्लायंट'कडून मिळवून देईल असंही तो म्हणाला होता. अर्थात हा 'खास क्लायंट' म्हणजे कोण हे त्यानं तिला सांगितलं नव्हतं. पण त्याचं बोलणं ऐकून तो निव्वळ चेष्टा करत नाही हे ॲन्जेलाच्या लक्षात आलं होतं. हे बोलणं झालं तेव्हा मायकेलनं मॉर्गन स्टॅन्लेची नोकरी सोडून लोकांना नोकऱ्या लावणारी स्वतःची फर्म काढली होती. तसंच तो शेअर आणि भांडवल बाजारात काम करत असल्यानं त्याचा अजूनही मॉर्गन स्टॅन्लेशी संबंध होता. त्याचं ह्या सगळ्या व्यवसायात उत्तम बस्तान बसलं होतं.

मायकेलनं दिलेल्या प्रोत्साहनानंतर ॲन्जेला तिच्या काही अनुभवी प्राध्यापकांना भेटली. ॲन्जेलाचा नवीन व्यवसायाचा आराखडा पाहून ते चकित झाले. तिनं मग त्यांच्या संबंधांचा उपयोग करून एंजल्स हेल्थकेअर कंपनी स्थापन केली. मायकेलनं दिलेला शब्द पाळला होता. त्यानं बीज भांडवलाचा काही भाग त्याच्या क्लायंटकडून मिळवून दिला होता. इतकंच नाही तर त्यानंच 'एंजल गुंतवणूकदार' ही व्यवस्था उभी करून दिली होती. ही व्यवस्था म्हणजे त्याच खास क्लायंट्सचा एक छोटा गट होता. या गटानं कंपनीमध्ये दीड कोटी डॉलरची गुंतवणूक केली होती आणि आत्ताही गरजेच्या वेळी ब्रीज लोन उपलब्ध करून दिलं होतं. हे असं असलं तरी ॲन्जेलाच्या परिश्रमांमुळेच कंपनी यशस्वी होत गेली होती. तिनं उरलेलं बीज भांडवल जमा केलं होतं आणि एकीकडे एम.बी.ए. करत असतानाच ती रात्री विद्यापीठाच्या हॉस्पिटलमध्ये काम करत असे. तिनं तिथं चतुराईनं काही डॉक्टरांना तिच्या कंपनीत गुंतवणूक करण्यासाठी आकर्षित केलं होतं. त्यांनी मग त्यांच्या आणखी सहकाऱ्यांना पटवलं आणि मग इतर हॉस्पिटलमधले डॉक्टर आपोआपच संपर्कात येत गेले. अशा प्रकारे पहाता पहाता ॲन्जेलाचं काम होऊन गेलं होतं. या डॉक्टरांनी गुंतवणूक तर केली होतीच, पण हॉस्पिटल सुरू झाल्यानंतर त्यांनी आपल्या रुग्णांच्या झुंडीच्या झुंडी एंजल्सच्या हॉस्पिटलकडे आणल्या होत्या. ॲन्जेलाच्या व्यवसायाच्या यशाचा हाच मुख्य आधार होता.

ॲन्जेला टॅक्सीमधून एका मोठ्या इमारतीसमोर उतरली. काचा आणि संगमरवराचा वापर करून बांधलेल्या इमारतीत अनेक छोटी ऑफिसेस होती. स्वतंत्र व्यवसाय करणारे अनेकजण तिथून त्यांचे व्यवसाय चालवत असत. हे सगळे जण त्यांना लागणाऱ्या सेवा एकाच ठिकाणाहून घेत असत. त्यामुळे त्यांचा फायदा होई. उत्तम ऑफिस आणि सेक्रेटरींच्या सेवा त्यांना कमी मोबदल्यात मिळत असत.

मायकेलच्या ऑफिसमधून हडसन नदीचं विहंगम दृश्य दिसत असे. नदीच्या मधोमध असणारा स्वातंत्र्य देवतेचा पुतळा आणि त्याच्या मागे दूरवर असणाऱ्या न्यूजर्सीमधल्या इमारती यांचं मनोहरी दर्शन त्याच्या ऑफिसच्या खिडकीतून होत असे.

मायकेलच्या ऑफिसचं दार किलकिलं उघडं होतं. त्याच्या आणि इतरांच्या ऑफिसचं काम बघणारी सेक्रेटरी दूर होती. म्हणून तिच्याकडं न जाता अँन्जेला सरळ दार ढकलून आत शिरली. टेबलाच्या कोपऱ्यावर पाय ठेवून, खुर्चीत मागे रेलून बसलेला मायकेल फोनवर बोलत होता. त्याचं जाकीट खुर्चीच्या पाठीवर टांगलेलं होतं. त्यानं त्याचा टाय सैल केला होता आणि शर्टचं वरचं बटण उघडं होतं. त्याच्याकडं पाहताना तो निवांत बसलेला आहे हे सहज दिसत होतं. बोलणं न थांबवता मायकेलनं हातानं तिला कोचावर बसण्यासाठी खूण केली.

अँन्जेलानं कोट काढून कोचाच्या हातावर टाकला. ब्रीफकेस खाली ठेवून ती बसली. तिची नजर समोरच्या छोट्या टेबलावर गेली. त्यावर पिवळसर द्रव भरलेला एक जग, जुन्या प्रकारचे कट-क्रिस्टलचे काही ग्लास आणि खास पुरुषी आवडीच्या इतर काही वस्तू होत्या. भिंतीवर एक फ्लॅट स्क्रीन टी.व्ही. लावलेला होता. त्यावर शेअरच्या किमती येत होत्या आणि कोणीतरी त्यावर भाष्य करत होतं. पण टी.व्ही.चा आवाज बंद होता.

आपल्या माजी नवऱ्याकडं नुसतं पाहूनच अँन्जेलाच्या हृदयाची धडधड वाढली होती. अर्थात त्यात आकर्षणाचा भाग नव्हता. तरीही तो देखणा आहे हे तिनं आताही कबूल केलं असतं. त्याचा चेहरा राकट पण रेखीव होता. त्यानं त्याचे केस चोपून बसवलेले होते. एका हातात फोन धरून दुसऱ्या हातानं तो बोलताना हातवारे करत होता. तो पलीकडून बोलणाऱ्या माणसाला काहीतरी पटवून देण्याचा आटोकाट प्रयत्न करतोय हे तिला जाणवलं.

अँन्जेलाची आणि मायकेलची पहिली भेट शिकत असताना झाली होती. ती पहिल्या वर्षाला होती तर मायकेल वरच्या वर्गात होता. त्याला पाहून पहिल्याच भेटीत अँन्जेला जागीच उडाली होती. तिला नेमका जसा माणूस हवा होता तसाच तो आहे हे तिला जाणवलं होतं. देखणं, पुरुषी व्यक्तिमत्त्व लाभलेला मायकेल उत्तम विद्यार्थी होता. काहीसा बंडखोर विचारांचा मायकेल स्पष्टवक्ता होता. त्याच्या बोलण्यातला प्रामाणिकपणा जाणवत असे. मित्रमंडळींत रमणारा मायकेल लोकप्रिय होता. त्याला अँन्जेलाबद्दल वाटणारं आकर्षण तो जराही लपवत नसे. कधीकधी खास दिवशी तो तिला फुलांची भेट देण्याइतका तो रोमॅन्टिक होता. तिच्या दृष्टीनं महत्त्वाचं म्हणजे तो तिच्या वडिलांपेक्षा सर्वार्थानं वेगळा होता. तिच्या सहवासात

येणाऱ्या कोणाच्याही व्यक्तिमत्त्वात आपल्या वडिलांच्या विरुद्ध काही छटा आहेत का हे ती नेहमी शोधत असे. तिला अशीच माणसं आवडत असत.

मायकेलच्या व्यक्तिमत्त्वात तिला हवं ते सगळं दिसत होतं. त्याच्या कष्टकरी वर्गातल्या कुटुंबाची पार्श्वभूमी पाहून तिला मायकेलचं कौतुकच वाटत असे. तिला या सगळ्यात खटकणारी एकच गोष्ट एकदा मायकेलनं सांगितली होती. आपल्या मुलांनी सर्वोत्तम विद्यापीठात जावं म्हणून त्यांना कंबरेच्या पट्ट्यानं फोडून काढायला त्याच्या वडिलांनी मागंपुढं पाहिलं नव्हतं. अर्थात या उपायाचा फायदा त्याच्या मोठ्या भावाच्या बाबतीत झाला नसला तरी मायकेलच्या बाबतीत झाला होता.

"ठीक आहे! ठीक आहे!" मायकेल बोलणं संपवताना म्हणाला. जणू एखादा त्रासदायक किडा झटकावा तसा तो हात हवेत फिरवत होता.

"मला नंतर पुन्हा फोन कर!" असं म्हणून मायकेलनं रिसीव्हर आपटेल अशा प्रकारे सोडून दिला, "ओह् गॉड! काही माणसं खरंच बैल असतात..."

ॲन्जेला काळजीपूर्वक गप्प राहिली.

"हं..." मायकेल उठून उभा राहिला. सहा फूट तीन इंच उंची असणारा मायकेल उभा राहिला की रुबाबदार दिसत असे, "आता काय निघालं आणखी?" मायकेल टेबलामागून पुढे आला. त्यानं एक खुर्ची फिरवून कोचासमोरच्या टेबलापाशी घेतली. खुर्चीच्या पाठीवर रेलून तो ॲन्जेलाकडे आव्हान देण्याच्या नजरेनं पाहू लागला. ॲन्जेला त्या नजरेनं अस्वस्थ झाली. मागच्या काही त्रासदायक आठवणी तिच्या मनात पुन्हा घोळू लागल्या होत्या. ॲन्जेला खरं तर तिच्या कंपनीच्या सध्याच्या आर्थिक चणचणीबद्दल बोलणार होती. पण तिनं तिचा हा बेत बदलला.

"मला वाटतं की अगोदर काही किरकोळ गोष्टींबद्दल काही बाबी स्पष्ट केलेल्या बऱ्या."

"किरकोळ गोष्टी म्हणजे काय अशी तुझी कल्पना आहे?"

"माझ्याशी एका चकार शब्दानं न बोलता तू आपल्या अवघ्या दहा वर्षांच्या मुलीला बेंबी टोचून घ्यायला परवानगी दिलीच कशी?"

"का? तिला ते करायचं आहे तर काय हरकत आहे?"

"तिला ते करायचं आहे एवढंच कारण पुरेसं आहे?"

"ती म्हणाली की तिच्या सगळ्या मैत्रिणींनी तसं केलंय."

"आणि तू तिच्यावर विश्वास ठेवलास?"

"का ठेवू नये? ते सध्याचं कसलं तरी फॅड असणार."

आपण ह्या विषयावर आणखी चर्चा करत राहिलो तर तो वेळेचा निव्वळ अपव्यय होईल हे ॲन्जेलाच्या लक्षात आलं. मायकेल हा चांगला नवरा तर नव्हताच, पण बाप म्हणूनही तो फारसा उपयोगी नव्हता. नवऱ्याचं कर्तव्य ह्या विषयावर त्याची कल्पना अगदीच सामान्य होती. जेव्हा त्याला त्याच्या मित्रांना कामासाठी भेटायला रात्री जायचं नसेल, तेव्हा घरी आल्यानंतर टी.व्ही.समोर बसणं आणि घरच्यांशी टी.व्ही.वरच्या गोष्टींची, विशेषत: खेळांच्या बातम्यांची चर्चा करणं ही त्याची घरासाठी काहीतरी करण्याची कल्पना होती. तिच्याशी रोमॅन्टिक वागणाऱ्या मायकेलचा आता मागमूसही उरला नव्हता. ॲन्जेला गरोदर राहिली. पण हळूहळू त्यांच्यात कुरबुरी वाढत होत्या. निदान मूल जन्माला आल्यानंतर तरी मायकेलमध्ये बदल होऊन पूर्वीचा मनमिळाऊ मायकेल जागा होईल या आशेपायी ती सगळं सहन करत होती. पण उलट मिशेलच्या जन्मानंतर ॲन्जेलाचं जीवन आणखीनच खडतर झालं. ती मुलीचं संगोपन आणि तिचं वैद्यकीय शिक्षण यात संतुलन साधण्याचा आटोकाट प्रयत्न करत होती. पण अगदी क्षुल्लक गोष्टी वगळता मायकेलनं तिला कसलीही मदत केली नव्हती. आपण कधीही मुलीचा डायपर बदलला नाही अशी फुशारकी तो उघडपणानं मित्रमंडळींमध्ये मारत असे. त्याच्या दृष्टीनं त्याच्यासारख्या वेगानं वर येणाऱ्या बँकिंग क्षेत्रातल्या ताऱ्याच्या बाबतीत असं करणं ही कमीपणाची गोष्ट होती.

"हे पहा.." ॲन्जेला स्वत:वर ताबा ठेवत म्हणाली. "आपण या बाबतीत वाद घालायला नको. पण मी हे नक्की सांगते की तिच्या सगळ्या मैत्रिणींनी हे करून घेतलेलं नाही. शिवाय त्यात संसर्ग होण्याचा धोका असतो."

"संसर्ग होऊ शकतो म्हणतेस?"

"होय! पण माझा मुद्दा असा आहे की एखादी अशी गोष्ट असेल, म्हणजे मला त्या बद्दल काही वेगळं वाटत असेल, तर माझ्याशी अगोदर बोलायला हवंस."

"ठीक आहे," मायकेल डोळे फिरवत म्हणाला, "ह्या बेंबी टोचण्याच्या बाबतीत तुझा मुद्दा माझ्या लक्षात आलाय. आणखी काय? आणखी काहीतरी गोष्ट आहे असं तुझ्या बोलण्यातून मला वाटलं."

"होय आहे," ॲन्जेला म्हणाली आणि मग क्षणभर योग्य शब्द मनात जुळवून पुढे बोलू लागली, "मी तुला हे स्पष्ट सांगते आहे की आपण घटस्फोट घेतला यात माझी चूक होती हे जे तू मिशेलला सांगितलंस, ते मला चालणार नाही. जो झगडा तुझ्या-माझ्यात आहे त्यामध्ये तिला एखाद्या बाजूनं ओढण्याचं काहीही कारण नाही. ते तू बंद करायला हवंस."

"हो... हो... पण घटस्फोट तू मागितलास. मी नाही," मायकेल म्हणाला, "मला घटस्फोट नको होता."

"'घटस्फोटासाठी कोणी अर्ज केला याचा त्याच्या पाठीमागच्या कारणाशी काहीही संबंध नाही. तुझ्या वागणुकीमुळेच घटस्फोट झालेला आहे."

"कारण मी दारू पिऊन आलो आणि तुला मारहाण केली... मी त्याबद्दल तुझी माफी मागितली होती. आणि तू काय सर्वगुणसंपन्न आहेस की काय?"

"माझी कसलीही भानगड नव्हती! आणि तू मला एकदा नाही अनेकदा मारहाण केली होतीस."

"माझ्याही बाहेर भानगडी नव्हत्या. तो एक निव्वळ माझ्या रागाची वाफ बाहेर पडण्याचा प्रकार होता. अनेक पुरुष असे बायकांना मारतात. त्याचं काय एवढं? दारू पिऊन केलेला तो एक प्रकार होता इतकंच."

"आपण दोघं वेगळ्या जगात रहात होतो..." ॲन्जेला म्हणाली, "पण ते जाऊ दे. मी इथं जे घडलं त्यावर वाद घालायला आलेली नाही. जे झालं ते झालंच आहे. त्याचा आता मिशेल आणि एंजल्स हेल्थकेअर वगळता कशाशीही संबंध नाही. निदान मिशेलच्या भल्यासाठी तरी घटस्फोटाबद्दल बोलू नकोस. तुला वाटतं त्यापेक्षा मला वेगळं वाटू शकतं. उगीच बोटं दाखवून काहीतरी नवीन अडचणी निर्माण करू नकोस. मी एवढंच तिला सांगेन की आमचं जमलं नाही. बस्स. तू तिच्यावर तुझं मत लादायची गरज नाही."

"ठीक आहे." मायकेल पुन्हा डोळे फिरवत म्हणाला. त्याच्या दृष्टिकोनातून त्याचं आत्ताचं आयुष्य पूर्वीच्या आयुष्यापेक्षा कितीतरी चांगलं होतं. त्याला कधीकधी एकच गोष्ट डाचत असे. ॲन्जेलाच्यात त्याच्या विरुद्ध घटस्फोटासाठी अर्ज करायचं धाडस होतं. तिनं तसं करून त्याला त्याच्या मित्रपरिवारात मान खाली घालायला लावली होती. त्याचे अनेक परिचित लोक उघडपणानं त्यांच्या गर्लफ्रेंडबरोबर सगळीकडं फिरायचे. पण त्यांचा कोणाचा घटस्फोट झाला नव्हता आणि त्याच्यावर मात्र ही वेळ आली होती.

"मला वाटतं की आपण एंजल्स हेल्थकेअर बद्दल गंभीरपणानं बोलण्याची गरज आहे."

"तुमच्या त्या अकाऊंटंटनं आठ-के फॉर्म भरून पाठवला हे सांगायला तर तू आलेली नाहीस ना?"

"नाही, मी त्यासाठी आलेली नाही." ॲन्जेला नकारार्थी मान हलवत म्हणाली. "माझी आणि त्याची आज भेट झालेली नाही. कारण मी ऑफिसमध्ये अगदी थोडा वेळ होते. पण तू हे का विचारलंस? तूच मला म्हणाला होतास की, कोणीतरी त्याच्याशी बोलून त्याला तसं करण्यापासून परावृत्त करू शकेल."

"ते बरोबरच आहे," मायकेल म्हणाला, "हे नाही तर मग तुला कोणत्या गोष्टीबद्दल बोलायचं आहे?"

"मला आणखी काही रक्कम उभी करायला हवी. मी तसं केलं नाही तर कंपनी आय.पी.ओ.पर्यंत जाईलच याची मला खात्री वाटत नाही. तू मदत करायलाच हवीस!"

"तू हे गंभीरपणानं बोलत नाहीस ना?"

"मी हे अगदी गंभीरपणानं सांगते आहे."

"मी एक महिन्यापूर्वी जे अडीच लाख डॉलर आणले होते त्याचं काय झालं?"

"त्याला आता एक महिना होऊन गेलाय."

"ही एवढी रक्कम एक महिन्यात संपली? एवढा कंपनीचा खर्च वाढलाय की काय?"

"सगळी संपलेली नाही. पण खर्च फार वेगानं होतोय हे खरं आहे. बरीच रक्कम आमच्या पुरवठा करणाऱ्या फर्मना द्यावी लागली. पण सध्या फारशी कमाई नसताना हॉस्पिटलं चालू ठेवण्यातच खरा खर्च होतोय."

"पण मागच्या खेपेस तू आली होतीस तेव्हा तू म्हणाली होतीस की हॉस्पिटलांमध्ये कसल्यातरी संसर्गाची जी समस्या उद्भवली होती तिच्यावर आता नियंत्रण मिळालं आहे आणि उत्पन्नात लवकरच भरीव सुधारणा होईल."

"पण तसं घडलं नाही."

"का?"

"मी मागच्या खेपेस इथं आले होते तेव्हा आमची सगळी ऑपरेशन थिएटर्स बंद होती. उत्पन्न तर कमी झालंच होतं. शिवाय आमच्या अपेक्षेपेक्षा, ह्या संसर्गावर नियंत्रण मिळवण्यासाठी चौपट जास्त खर्च झाला. आता परिस्थितीत सुधारणा झालीय. आमची ऑपरेशन थिएटर्स सुरू आहेत, पण रुग्णांची संख्याच कमी आहे. काही अनुभवी डॉक्टर वगळता इतर जण अजून रुग्णांना हॉस्पिटलमध्ये आणायला तयार नाहीत. ही परिस्थितीदेखील पालटेल हे नक्की. पण किती लवकर ते सांगता येत नाही."

मायकेल अस्वस्थपणानं कपाळावर हात फिरवत बाहेर पहात होता. तो आता खरोखरच चिंतेत पडला आहे हे तिला कळलं, कारण ती त्याला चांगली ओळखत होती. त्याला आत्ता जे काही ती सांगत होती ते अजिबात आवडणारं नव्हतं. एक महिन्यापूर्वी ती जेव्हा प्रथम ह्या समस्या घेऊन त्याच्याकडं आली होती, तेव्हाही तो चिडला होता आणि आता तर तो जास्तच संतापलेला दिसत होता. त्यानं त्याच्या क्लायंटची मोठी रक्कम तर एंजल्समध्ये गुंतवली होतीच.

पण शिवाय त्याची वैयक्तिक गुंतवणूकही होतीच. शिवाय त्यानं त्याचं वजन वापरून एंजल्स हेल्थकेअरच्या आय.पी.ओ.साठी मॉर्गन स्टॅन्लेकडून हमी मिळवली होती.

मायकेलनं ओठांवरून जीभ फिरवत ॲन्जेलाकडं पाहिलं, ''आपण किती रकमेबद्दल चर्चा करतोय?''

''माझा वित्त अधिकाऱ्याच्या मते दोन लाख डॉलर मिळाले तर पुरेसे होतील.''

''xxx!'' मायकेल शिवी हासडत त्याच्या ऑफिसात येरझारा घालू लागला, ''तू ही सगळी गंमत करते आहेस. होय ना?'' तो अचानक थांबला, ''ॲन्जेला, तू निव्वळ गंमत म्हणून माझ्याशी हा मानसिक खेळ तर करत नाहीस ना?''

''मी तुला अगदी खरं सांगते आहे. ह्यात कसलीही गंमत किंवा खेळ नाही.''

''तुमचा तो महामूर्ख वित्त अधिकारी कंपनीच्या पैशाचं करतो तरी काय नेमकं?''

''मायकेल, तीन हॉस्पिटलं चालवणं ही फार खर्चाची बाब आहे. तू आमचे हिशेब पाहिले आहेस. पगारांसाठी खूप मोठी रक्कम खर्च होते. उत्पन्न कमी झालं म्हणून पगार काही कमी करता येत नाहीत. शिवाय इतर खर्चही थांबत नाहीत. आय हॉस्पिटल आणि हार्ट हॉस्पिटल यांच्यातून थोडीफार कमाई होते आहे. पण ऑर्थोपेडिक हॉस्पिटलमधून जवळपास काहीही मिळत नाही. नोकरीमधून ज्यांना जायचं होतं त्यांना आम्ही जाऊ दिलंय. पण ह्या समस्येचा गवगवा होऊ नये म्हणून आम्ही आणखी करत नाही आहोत. आमच्यापैकी बहुतेकांनी गेले कित्येक महिने पगार घेतलेला नाही.''

''मला आता खरोखरच चिंता वाटू लागलीय. काल तू मला फोन करून त्या अकाऊंटंटबद्दल काहीतरी करायला सांगितलंस. आज तू उगवलीस ती आणखी दोन लाख डॉलर उभे कर असं सांगण्यासाठी! आता उद्या आणखी काय?''

''एक मिनिट!'' ॲन्जेला म्हणाली, ''मागच्या आठवड्यात आठ-के फॉर्मबद्दल जी काही अडचण होती त्याचं निवारण करण्यासाठी तू आपणहून मदतीचा हात पुढं केला होतास. कोणीतरी त्याला हा फॉर्म भरू नको म्हणून समजावेल असं तू स्वत:हून म्हणाला होतास.'' एवढं बोलल्यानंतर ॲन्जेलानं काही क्षण जाऊ दिले. मग ती पुन्हा बोलू लागली,

''ही रक्कम आम्हाला फक्त तीन आठवड्यांपुरती हवी आहे. नंतर एंजल्स हेल्थकेअर पैशात डुंबत असेल. अगदी ती ओंगळ वाटावी एवढी रक्कम मॉर्गन

स्टॅन्लेला देऊनही भरपूर शिल्लक राहणार आहे.''

''मॉर्गन स्टॅन्लेबद्दल एवढं कडवट बोलायची गरज नाही. त्यांना ही रक्कम मिळणार आहे ती त्यांनी पत्करलेल्या जोखमीची. आणि आता तू जे काही सांगते आहेस ते पाहता त्यांनी त्यांना माहीत नाही एवढा जबरदस्त धोका पत्करलाय हे उघडच दिसतंय.''

''तू परत तुझ्या क्लायंटकडं जा! त्यांना काय हवं ते आश्वासन दे. मी बँकेत प्रयत्न करून पाहिला. रॉजरची मनधरणी केली, पण काहीही उपयोग झाला नाही.''

''मी पुन्हा माझ्या त्या क्लायंटकडं जाऊच शकत नाही,'' मायकेल आता 'याबद्दल चर्चा होऊच शकत नाही' अशा निर्वाणीच्या स्वरात म्हणाला.

''त्या क्लायंटकडं म्हणजे? मला वाटलं की तू अनेकांबद्दल बोलत होतास.'' ॲन्जेला गोंधळून गेली होती, कारण मायकेल खरोखरच अनेकजण आहेत अशाच अर्थी बोलत असे.

''खरं सांगायचं तर एकच क्लायंट आहे,'' मायकेलनं नाखुषीनं कबूल केलं.

''पण तू त्याच्याकडं पुन्हा का जाऊ शकत नाहीस? त्याला या व्यवहारात किती शेअर मिळतील आणि किती फायदा होईल हे पाहता तो हातातली संधी गमावून बसायला तयार नसणार हे नक्की.''

''ते अडीच लाख मिळवण्याच्या वेळी मी त्याला नेमकं असंच समजावलं होतं.''

''मग पुन्हा त्याला तेच सांग. मला वाटतं की तो माणूस हुशार आहे. त्याला मी जे सांगितलं ते सगळं सांग. हॉस्पिटलची ऑपरेशन थिएटर्स सुरू झालेली आहेत हे देखील सांग.''

''तो हुशार आहे हे तर खरंच. त्याच्या पैशाबद्दल तो फार जागरूक असतो. मी आता पुन्हा त्याच्याकडं गेलो तर आपण आता अगदी घायकुतीला आलो आहोत हे त्याच्या लक्षात येईल.''

''आपण घायकुतीला आलोय हे खरंच आहे.''

''ते काहीही असलं तरी वाटाघाटी करण्यासाठी ही परिस्थिती एकदम वाईट आहे. तो कदाचित व्यवसायात काही अव्वाच्यासव्वा फायद्याची मागणी करेल. तो कंपनीवर ताबा हवा असं म्हणेल.''

आता खिडकीतून बाहेर पाहण्याची वेळ ॲन्जेलावर आली होती. कंपनीसाठी इतकं सगळं सहन केल्यानंतर कंपनीचा ताबा दुसऱ्या कोणाच्या हातात जाणं हे फार भयंकर ठरलं असतं. पण आता तिच्यापुढं पर्याय तरी काय होता? हा सगळा खटाटोप बंद करून पुन्हा डॉक्टरकी करावी असा विचार तिच्या मनात

क्षणभर डोकावला खरा. पण क्षणभरापुरताच. ती सध्या ज्या प्रकारे जीवन जगत होती, म्हणजे ही समस्या उद्भवेपर्यंत, ते पाहता तिला आता पुन्हा कमी पैशाचं राहणीमान स्वीकारणं जड जाणार होतं. तिला ती पूर्वी प्रॅक्टिस करत होती तेव्हाची ओढाताणीची परिस्थिती आठवली. तिनं हे सगळं आठवून स्वत:ला बजावलं की दहा मैल पळण्याची शर्यत संपत आली असताना, अवघे पन्नास यार्ड उरले असून, तेवढ्यासाठी ती माघार घेणार नव्हती.

"मी तुझ्या त्या क्लायंटशी थेट बोलते." ॲन्जेला मायकेलकडे पहात म्हणाली. तो आता पुन्हा खुर्चीत बसला होता. त्याच्या कपाळावर घामाचे थेंब जमा झाले होते.

"होय तर, नक्कीच!" मायकेल वेडावून दाखवल्याप्रमाणे म्हणाला. जणू ह्यापेक्षा आणखी हास्यास्पद काही असूच शकत नाही असा त्याचा अविर्भाव होता.

"का नको?" ॲन्जेला म्हणाली, "त्याला जर काही विचारायचं असेल तर ते तुझ्यामार्फत विचारण्यापेक्षा मलाच तो थेट विचारू शकेल. माझ्या गुंतवणूकदारांशी बोलण्याचा अनुभव पाहता मी त्याच्या सर्व प्रश्नांचं समाधान करू शकेन याची मला खात्री आहे."

"माझ्या क्लायंटनं मला वारंवार बजावलं आहे की गुंतवणुकीच्या संदर्भात कोणतंही बोलणं तो फक्त माझ्याशीच करेल."

"मायकेल, हे काय? मी काही तुझा क्लायंट पळवणार नाही. उगीच जरुरीपेक्षा जास्त घाबरा होऊ नकोस."

"मी घाबरा वगैरे होत नाही. पण गुंतवणुकीच्या बाबतीत तो फार सावधगिरी बाळगतो. मी काय सांगतोस ते तू नीट समजून घे. त्याची एंजल्स हेल्थकेअरमधली सद्यस्थिती आणि तो स्वत: यांच्यामध्ये अनेक कंपन्यांचे स्तर आहेत. एंजल्स हेल्थकेअरच नाही, तर त्याच्या अनेक व्यवहारांची पद्धत ही अशीच आहे."

"पण एवढी गुप्तता बाळगण्याचं कारण काय? मायकेल तू माझ्यापासून काही लपवून तर ठेवलं नाहीस ना?"

"मी फक्त त्याच्या आज्ञांचं पालन करतोय."

"हा क्लायंट तुझ्या एकूण व्यवहारात खूप मोठा आहे की काय?"

"हा माणूस मोठा भागीदार आहे इतकं म्हणता येईल. मी तुला या पेक्षा जास्त काही सांगू शकत नाही."

ॲन्जेला मायकेलकडं निरखून पाहू लागली. त्याच्या ह्या गुप्ततेबद्दलच्या बोलण्यानं तिच्या अवस्थपणात भर पडली होती. तिला कारण कळत नव्हतं, पण मायकेल आता या बद्दल आणखी काही सांगणार नाही हे तिच्या लक्षात

आलं होतं. त्याला त्या बद्दल आणखी न छेडता ती म्हणाली, "पण तू ही रक्कम आणखी कोणाकडून तरी उभी करू शकणार नाहीस का? म्हणजे तुझ्या आणखी एखाद्या क्लायंटला तुला गळ घालता येईल की."

"हाताशी वेळ फार थोडा आहे हे पाहता मला तरी असा कोणी दिसत नाही."

"तुझं स्वत:चं काय? मी तर माझ्या जवळचं सगळं तारण म्हणून ठेवलेलं आहे."

"मी सुद्धा."

"आणि तुझं जेट विमान? त्याचं काय?"

"मी ते कायमचं भाड्यानं देऊन टाकलेलं आहे."

ॲन्जेलानं हवेत हात उडवले आणि ती उठून उभी राहिली, "मला वाटतं, आता आणखी बोलण्यासारखं काही उरलेलं नाही. मायकेल, चांगलं की वाईट, काहीही असो, तू आमचा मध्यस्थ असल्यानं आता आपल्या सर्वांचं भवितव्य तुझ्या हाती आहे."

मायकेलनं एक जोरानं श्वास घेतला, "मला वाटतं, की मी पन्नास हजारापर्यंत जमवाजमव करू शकेन." मायकेलला हे कळत होतं की या एंजल्स हेल्थकेअरच्या व्यवहारात तो एवढा गुंतला होता की जर आय.पी.ओ. फिसकटला तर तो नुसता आर्थिकच नाही तर इतरही संकटात सापडणार होता.

"सुरुवातीला हे चालू शकेल. पण एवढ्यानं यशाची खात्री देता येणार नाही. पण ही रक्कम तू दिलीस तर चांगलंच होईल. तुला त्या बदल्यात काय अपेक्षा आहे?"

"व्याज म्हणून बारा टक्के. पण माझ्या म्हणण्यानुसार हव्या त्या शेअरच्या स्वरूपात मला एक लाख परत हवेत."

"जीझस!" ॲन्जेला म्हणाली. पण तिनं लगेच स्वत:ला सावरलं.

"मी बॉब फ्राम्पटनशी बोलून त्याला तुझ्याशी बोलायला सांगते. बरं, ही रक्कम आमच्या हातात केव्हा पडू शकेल?"

"एक-दोन दिवसांत," मायकेल हे म्हणाला खरा. पण त्याचं लक्ष तिच्याकडे नव्हतं. आपण ह्या रकमेची जमवाजमव कशी करावी याचा विचार तो करत होता. आपण सगळं काही तारण ठेवलंय हे ॲन्जेलाला सांगताना त्यानं खरं तेच सांगितलं होतं. त्यानं फक्त काही सोन्याचे रोखे तेवढे अगदी कठीण परिस्थितीत उपयोगी पडावेत म्हणून राखून ठेवले होते. आता ती परिस्थिती उद्भवली आहे असं त्याला वाटू लागलं होतं.

"तुला आणखी काही सुचलं तर मला फोन कर. मी ऑफिसातच आहे.

तिथं लागलेली आग विझवायला हवी.''

ॲन्जेला मायकेलच्या ऑफिसमधून बाहेर पडून लिफ्टकडे निघाली. मायकेलचा सर्वांत मोठा शत्रू तो स्वत:च आहे हे तिला जाणवलं. तिला एक म्हण आठवली. 'तुम्ही एखाद्या पोराला त्याच्या गावापासून दूर करू शकता. पण त्याच्यामधलं गाव तुम्ही कधीच दूर करू शकत नाही.' घटस्फोट घेतल्यानंतर मायकेल पुन्हा तो पूर्वी रहात होता त्याच परिसरात राहत होता. मायकेलचं आयुष्य तिला एखाद्या ग्रीक शोकांतिकेसारखं वाटलं. उत्तम शिकलेला, सुंदर आणि इतरांवर सहज प्रभाव पाडू शकणारा मायकेल कोणत्याही क्षेत्रात विनासायास यश मिळवू शकेल असा होता. पण त्याच्यात एक दोष होता. तो त्याच्या भूतकाळात कैद होऊन बसला होता. त्यावेळी त्याच्यावर अनवधानानं झालेले संस्कारच त्याच्या पायातला खोडा ठरत होते.

ॲन्जेलाच्या मनात मायकेलबद्दल हे विचार येत असताना तिला आपली स्वत:ची परिस्थिती फारशी वेगळी नाही हे जाणवत होतं. आपल्यावरही भूतकाळाचं ओझं आहेच. आपल्यातही काहीतरी दोष आहे की काय? नाहीतर वैद्यकीय शिक्षणाच्या पहिल्या वर्षी उच्च ध्येयवादानं भरून गेलेली एक मुलगी आज तिला अतीव तिटकारा वाटणाऱ्या माणसापुढं हात पसरायला गेली. हे कसं झालं?

४

३ एप्रिल २००७
सकाळी ११ वाजून २५ मिनिटं

आपण यापूर्वी कामात इतके गुंग कधी होऊन गेलो होतो हे लॉरीला आठवत नव्हतं. पॉल प्लॉजेट आणि एडवर्ड गोंझालेस या दोघांशी बोलून ती पॉलच्या ऑफिसमधून बाहेर पडली होती. या वेळीही तिच्या हाती घबाड लागलं होतं. त्या अगोदर जॉर्ज फॉन्टवर्थची भेटही चांगलीच फलदायी ठरली होती.

जॉर्ज फॉन्टवर्थ हा वैद्यकीय तपासनीस अर्नोल्ड आणि केव्हिन यांच्याएवढाच जुना होता. त्यानं गेल्या चार महिन्यांत एम.आर.एस.ए.च्या ज्या चार केस पाहिल्या होत्या त्या बद्दलची माहिती त्यानं लॉरीला दिली होती. आता पॉलनंही तिला सांगितलं होतं की त्यानंही अशा चार केस पाहिल्या होत्या. एक केस एडवर्डकडे आलेली होती. पॉलकडच्या चारमधली फक्त एकच केस मॅनहटन जनरल हॉस्पिटलमधून आलेली होती. खेळताना खरचटल्याचं निमित्त होऊन त्यातून या पाच वर्षं वयाच्या दुर्दैवी मुलीचा वेगानं वाढलेल्या नेक्रोटायसिंग न्यूमोनियानं मृत्यू झाला होता. ही केस वगळता पॉलकडच्या इतर तीन केस एंजल्स हेल्थकेअर हॉस्पिटलमधल्या होत्या. कॉरोनरी बायपासची शस्त्रक्रिया झाल्यानंतर नेक्रोटायझिंग न्यूमोनियानं मेलेल्या पहिल्या माणसाचं नाव होतं जोनाथन विल्किन्सन. ज्युडीथ अॅस्टर नावाची एकजण तिच्या चेहऱ्यावरच्या सुरकुत्या काढण्यासाठी आलेली होती. तिचा मृत्यू टॉक्सिक शॉकनं झाला होता. त्याचप्रमाणे हाताच्या स्नायूवर उपचार करण्यासाठी हॉस्पिटलमध्ये आलेल्या गॉर्डन स्टॅनेकचा मृत्यू झपाट्यानं वाढलेल्या नेक्रोटायझिंग न्यूमोनियामुळे झाला

होता. एडवर्डकडची केस साधारण अशीच होती. मनगटावरच्या शस्त्रक्रियेनंतर नेक्रोटायझिंग न्यूमोनियानंच त्याचा बळी घेतला होता.

लॉरी भराभरा चालत तिच्या ऑफिसात आली. पॉलिश केलेल्या व्हिनाईल टाईल्सवरून भराभरा चालल्यानं ती मधेमधे जराशी घसरतही होती. पण तिला त्याची पर्वा नव्हती. टेबलापाशी बसल्यानंतर तिनं तिच्या समोर असणाऱ्या चौकटीकडे नजर टाकली. त्यात तिनं पॉलनं आणि एडवर्डनं केलेल्या केसची नावं लिहिली. चौकट फार वेगानं भरत चालली होती.

"मला विचारशील तर मी पुन्हा कधीही आपल्या लाडक्या चीफबरोबर काम करणार नाही.'' रिवा लॉरीकडे वळून पहात म्हणाली. बिंगहॅमबरोबर काम केल्यानंतर असं बोलणं हा त्यांच्या इथला कायमचा विनोद होता. दोन केसच्या दरम्यान काही महत्त्वाचे फोन करण्यासाठी रिवा तिच्या ऑफिसात आली होती. तिनं क्षणभर लॉरीकडे नजर टाकली. आपली ही सहकारी एवढी कशात गढून गेली आहे हा विचार तिच्या मनात आला. लॉरीनं तिच्याकडं लक्षही दिलं नव्हतं. लॉरीच्या बाबतीत असं कधीच होत नसे.

"ए...'' काही मिनिटं उलटूनही लॉरीचं लक्ष नाही हे पाहून रिवानं हाक मारली. "तू काय करते आहेस एवढं?''

लॉरीनं वर पाहिलं. आपण रिवाकडं दुर्लक्ष केलं हे तिच्या उशिरा लक्षात आलं. तिनं रिवाची क्षमा मागितली, "मला काहीतरी फारच चमत्कारिक सापडलंय.''

"म्हणजे काय?'' रिवानं विचारलं. लॉरीला आपलं काम आवडतं आणि कधीकधी ती एखाद्या केसच्या बाबतीत जास्त रस घेते हे तिला माहीत होतं. काही वेळा ते अनावश्यकही असायचं.

"एक नॉसोकॉमियल एम.आर.एस.ए.ची छोटी साथ उद्भवली आणि ती कोणाच्या लक्षात आली नाही.''

"ती कोणाच्या लक्षात आली नाही असं मी म्हणणार नाही,'' रिवा म्हणाली, "आपल्या इथंच नाही तर जगभर जवळजवळ एक दशकभर एम.आर.एस.ए.च्या केस सतत आढळत आहेत. ह्याची सुरवात ब्रिटनमध्ये झाली होती ना?''

"नाही, तसं नाही. मी माझं म्हणणं जरा वेगळ्या प्रकारे मांडते. गेल्या साडेतीन-चार महिन्यांमध्ये एम.आर.एस.ए. मुळं हॉस्पिटलांमध्ये दाखल झालेल्या रुग्णांमध्ये वेगानं वाढणाऱ्या संसर्गानं कितीतरी मृत्यू झाले आहेत. हे सगळे मृत्यू एंजल्स हेल्थकेअरच्या तीन हॉस्पिटलमधले आहेत.''

"फक्त तीन हॉस्पिटल?''

"तेच तर मी सांगतेय! मी आत्ता काही मिनिटांपूर्वी ज्या केसची माहिती घेऊन आले ती वगळता इतर सर्व ह्याच तीन हॉस्पिटलमधल्या आहेत. ही

एकच केस फक्त मॅनहटन जनरल हॉस्पिटलमधली आहे.''

''तू किती केसबद्दल बोलते आहेस?''

लॉरीनं तिच्यासमोरच्या चौकटीकडे नजर टाकली आणि मनातल्या मनात मोजून मग म्हणाली, ''आत्तापर्यंत माझ्याकडं एकवीस आहेत. पण मी अजून चेटशी या बाबतीत बोललेले नाही. शिवाय जॅककडंही मी अजून चौकशी केलेली नाही.''

''ह्या नेक्रोटायझिंग न्यूमोनियाच्या सगळ्या केसमध्ये हा एम.आर.एस.ए.चा नवीन प्रकार आहे की काय?''

''बहुतेक केस अशाच आहेत,'' लॉरी म्हणाली, ''काही केसमध्ये टॉक्सिक शॉक असं वर्णन केलेलं आहे. या केसमध्ये प्रत्येकच रुग्णाच्या फुप्फुसात टॉक्सिनमुळे प्रचंड हानी झालेली आढळून आली. शिवाय सायटोकाईन्सची अनावश्यक निर्मितीही झालेली दिसली आहे. अर्थात ह्या प्रत्येक केसमध्ये प्रत्यक्ष संसर्ग शरीरात निराळ्याच कुठल्यातरी ठिकाणी झाला होता. एम.आर.एस.ए.चा प्रकार सर्वसामान्यपणानं समाजात आढळणारा आहे. हे मी ज्या केसच्या फाईल पाहिल्या त्यावरून सांगू शकते. पण मी अजून बऱ्याच फाईल पाहिलेल्या नाहीत.''

''तसं असेल तर तुझ्यापाशी एकवीस नाही, तर तेवीस केस आहेत.''

''कशा काय?'' लॉरीनं विचारलं आणि ती पुन्हा चौकटीमधली नावं मोजू लागली.

''कारण दोन केस मी पाहिलेल्या आहेत.'' रिवा म्हणाली, ''साधारण तीन महिन्यांपूर्वी दोन केस होत्या. दोन्हीमध्ये एक किंवा दोन आठवड्यांचं अंतर होतं.'' रिवानं खुर्ची फिरवली आणि शेल्फवरून तिनं एक छोटी वही बाहेर काढली. रिवा ज्या ज्या केसचं शवविच्छेदन करत असे त्यांची नोंद ती ह्या पुठ्ठ्याची बांधणी असलेल्या वहीत ठेवत असे. लॉरीनंही अनेकदा रिवाप्रमाणे अशी वही बनवायचं असं ठरवलं होतं. पण ते कधी जमलं नव्हतं. शवविच्छेदन केल्यानंतर ज्या नोंदी अधिकृत नोंदणीला योग्य नाहीत त्या, आणि रिवाला त्या वेळी वाटणाऱ्या भावना यांची माहिती ती त्या वहीत तारीखवार अशी लिहून ठेवत असे. एक प्रकारे ही तिची डायरीच होती. वहीची काही पानं भराभरा चाळल्यानंतर रिवाला जी हवी होती ती नोंद सापडली. ती वाचून मग रिवानं लॉरीकडे पाहिलं, ''तुझ्या एकूण केसची संख्या नक्कीच तेवीस आहे. माझी एक केस एंजल्स ऑर्थोपेडिक हॉस्पिटलमधली नि दुसरी एंजल्स कॉस्मेटिक सर्जरी अ‍ॅन्ड आय हॉस्पिटलमधली होती.''

''मी पाहू का?'' लॉरीनं उतावीळपणानं विचारलं.

रिवानं वही तिच्या हातात दिली आणि त्या दोन नोंदी बोटानं दाखवल्या.

लॉरीनं भराभरा रिवानं लिहिलेल्या नोंदी वाचल्या. उत्कृष्ट पॅथॉलॉजी तज्ज्ञ असलेल्या रिवानं हॉस्पिटलचं नाव इतर माहितीबरोबरच लिहिलं होतं. इतकंच नाही तर तिनं ह्या दोन्ही केसमध्ये एम.आर.एस.ए.चा जो प्रकार होता त्याचंही नेमकं नाव लिहिलेलं होतं. सी.ए.-एम.आर.एस.ए., यू.एस.ए.-४००, एम.डब्ल्यू.-२, एस.सी.सी.एम.ई.सी.एन्ड.-४, पी.व्ही.एल.

लॉरीनं रिवाकडे पाहिलं, "मी ज्या केसबद्दल माहिती फाईलींमध्ये वाचली होती, त्यात जो जीवाणूचा प्रकार होता, त्याचं नेमकं नाव लिहिलेलं नव्हतं. तुझ्या ह्या दोन केसमध्ये तो प्रकार नेमका ओळखण्याचं काही खास कारण होतं का?"

"मीच ते काम करून घेतलं. तुझ्याप्रमाणेच मलाही ह्या दोन्ही केसमध्ये फुप्फुसांची जी परिस्थिती झाली होती त्याबद्दल कुतूहल निर्माण झालं होतं. मी दोन्ही केसचे काही नमुने सी.डी.सी.कडे पाठवले होते. सी.डी.सी.मध्ये एम.आर.एस.ए.च्या प्रकारांची नोंद केली जाते असं मी कुठंतरी वाचलं होतं."

"ह्या प्रकाराचं हे जे नाव आहे त्यामधल्या अक्षरांचा अर्थ तुला माहीत आहे का?"

"अजिबात नाही," रिवा म्हणाली, "तू पुढं वाचलंस तर तुझ्या लक्षात येईल की मी त्याचा आणखी पाठपुरावा करणार आहे असं लिहिलंय. पण नेहमी अनेक चांगल्या गोष्टी करायच्या राहून जातात ना त्यातलीच ही एक."

"नमुने निराळ्या हॉस्पिटलमधल्या माणसांचे होते. हे असं असूनही एम.आर.एस.ए.चा प्रकार एकच होता हे पाहून सी.डी.सी.च्या लोकांना आश्चर्य वाटलं नाही?"

"ह्या केस दोन निराळ्या हॉस्पिटलमधल्या होत्या असं मी त्यांना कळवलं होतं की नाही ते मला आठवत नाही."

लॉरीनं मान डोलावली. पण दोन्ही प्रकार नेमके एकच होते ही गोष्ट तिला खटकत होती. विशेषत: जीवाणू त्यांच्यामधल्या जनुकांची किती सहजपणानं अदलाबदल करतात हे ॲग्नेसनं तिला सांगितल्यानंतर तिच्या मनात नवीन प्रश्न येत होते. आपण चेरीलला सी.डी.सी.मध्ये कोणाशीतरी संपर्क साधायला सांगितलं हे बरंच झालं असं तिला वाटलं.

"तू तुझ्या वहीत लिहिलं आहेस की तू ह्या दोन्ही केसच्या बाबतीत हॉस्पिटलच्या नोंदी मिळवल्या होत्यास. त्या अजून तुझ्याजवळ असतील का?"

"कदाचित असतील," रिवा म्हणाली, "त्या ई-मेल बरोबर येतात. मी अशाच एखाद्या कारणासाठी लागतील म्हणून ती सेव्ह करून ठेवते."

रिवा वळून की-बोर्ड वापरून त्या नोंदी मिळवण्याच्या कामात गुंतली.

लॉरीनं तिचा फोन बाहेर काढला आणि चेरील मायर्सला फोन केला. सुदैवानं चेरील जागेवरच होती. लॉरीनं तिला आपण आणखी त्रास देतोय म्हणून तिची क्षमा मागितली. मग तिनं आपल्याला एंजल्स हेल्थकेअर हॉस्पिटल्समधल्या आणखी काही नोंदी लागतील हे सांगितलं.

"त्यात काहीच अडचण नाही," चेरील म्हणाली, "मला ती नावं ई-मेलवर पाठव."

लॉरीचं फोनवरचं बोलणं बंद झाल्यानंतर रिवा तिला म्हणाली, "मी खरोखरच हॉस्पिटलच्या नोंदी सेव्ह करून ठेवलेल्या आहेत."

लॉरी उठून रिवापाशी आली आणि स्क्रीनवर दिसणारी माहिती पाहून म्हणाली, "झकास!... मला वाटतं की मी ह्या फाईल माझ्या कॉम्प्युटरवरही पाहू शकेन. फाईलची नावं काय आहेत?"

यानंतर अवघ्या काही मिनिटांच्या अवधीत लॉंगस्ट्रोम आणि न्युसेंटे या दोघांच्या हॉस्पिटलमधल्या नोंदी लॉरीच्या हाती पडल्या होत्या. तिच्या जवळ एम.आर.एस.ए.च्या जेवढ्या केसेसची माहिती होती, त्यामधल्या ह्या दोन केस सर्वांत जुन्या होत्या. अर्नोल्ड बेसरमननं लॉरीला अनेक केसच्या फाईल दिल्या होत्या खऱ्या. पण त्याला त्या केसच्या हॉस्पिटलमधल्या नोंदी मात्र मिळवता आल्या नव्हत्या.

"मला आता खाली जायला हवं. मला आणखी एक केस पूर्ण करायची आहे," रिवा म्हणाली.

लॉरी प्रिंट काढण्यात गुंगलेली असल्यानं तिनं हात हलवून रिवाला प्रतिसाद दिला.

"तुलाही आणखी एक केस करायची नाहीये का?" रिवानं विचारलं.

"ओह् शिट्!" लॉरी स्वत:शी मोठ्यानं म्हणाली. ह्या एम.आर.एस.ए. प्रकरणाच्या नादात ती हे विसरूनच गेली होती की मार्विन सगळी तयारी करून वाट पहात ताटकळत असणार.

"तू चांगलीच कामात अडकलेली दिसतेस. मी दुसऱ्या कोणाला तरी ती केस पुरी करायला सांगू का?"

"नाही. मीच करते." लॉरी म्हणाली. ती जरी ह्या एम.आर.एस.ए.च्या मागावर होती, तरी त्यात अडकून बसणं आणि आपलं काम न करणं ह्याबद्दल तिला अपराधीपणा वाटू लागला होता.

"तुला खाली मार्विन दिसला तर त्याला सांग की मी लगेच येतेच आहे."

रिवानं मान डोलावली आणि ती निघून गेली. लॉरी पुन्हा तिच्या कॉम्प्युटरकडे वळली आणि प्रिंट करण्यासाठी तिनं दुसरी फाईल पाठवून दिली. ह्या दोन्ही

फाईल प्रिंट होईपर्यंत तिला पाच-दहा मिनिटं थांबावं लागेल याची तिला कल्पना होती. ती पुन्हा तिच्या चौकटीकडे पाहू लागली. आता तिनं रिवाच्या दोन केसची नावंही त्यात लिहिली होती. चौकट आता गच्च भरून गेली आहे हे तिला जाणवलं. आता तिनं चौकटीत इतर माहिती कशी भरावी याचा विचार केला. मृताचं वय, लिंग, वंश, डॉक्टरचं नाव, मृत होण्याची तारीख, हॉस्पिटलचं नाव, शस्त्रक्रियेचा प्रकार, भुलीचा प्रकार आणि स्टॅफचा उपप्रकार वगैरे गोष्टी भरल्यानंतर तिनं आणखी माहितीसाठी काही रकाने मोकळे ठेवले. हॉस्पिटलकडच्या नोंदी उपलब्ध झाल्यानंतर हे रकाने लागतीलच असा विचार तिनं केला होता.

काम समाधानकारक झालंय असं वाटल्यानंतर ती प्रिंट आणण्यासाठी जागेवरून उठून दारापाशी गेली. पण तिची आणि जॅकची धडक झाली. त्या धडकीनं जॅकच्या हातातल्या फायली आणि त्याच्या कुबड्या खाली पडल्या.

''माय गॉड! इथं काय झालंय? आग वगैरे तर लागली नाही ना?'' जॅक लॉरीच्या दंडाला आधारासाठी धरत गमतीनं म्हणाला.

लॉरीनं छातीशी हात धरला होता. अचानक झालेल्या धडकीमुळे ती एकदम दचकली होती. काही क्षणांनंतर ती बोलू शकली, ''माफ कर... मी फार कामात आहे आणि गडबडीतही.''

''तू कामात आहेस हा भाग मी ऐकलेला आहे,'' जॅक म्हणाला, ''मला बाहेर रिवा भेटली होती. लिफ्टमधून बाहेर पडताना ती म्हणाली की तुला काहीतरी विशेष सापडलंय. पण काय ते तिनं सांगितलं नाही. काय आहे हा प्रकार?''

''ज्या केसमध्ये फुफ्फुसांचा संबंध होता अशी एम.आर.एस.ए.ची एखादी केस तुझ्या पाहण्यात गेल्या तीन-चार महिन्यांत आलीय का?''

''तू मला आणखी माहिती द्यायला हवीस.'' जॅक म्हणाला, ''ह्या अशा आद्याक्षरांच्या बाबतीत मला कमी कळतं हे तुला ठाऊक आहे.''

''मिथिसिलीनला दाद न देणारे स्टॅफिलोकोकस ऑरियस.''

''ओहो!... हा काही गमतीचा खेळ तर नाही ना? तू सकाळी ज्याचं शवविच्छेदन केलंस त्याला एम.आर.एस.ए. संसर्ग होता ना?''

''होय. ते बरोबर आहे.'' लॉरी म्हणाली आणि ती जॅकच्या हातून खाली पडलेल्या फायली गोळा करू लागली. पण जॅकनं तिला थांबवलं. तिचा दंड सोडून जॅक स्वत: त्या फायली गोळा करू लागला.

''मला तरी एखादी एम.आर.एस.ए.ची केस पाहिल्याचं आठवत नाही.''

''बरं, चेटचं काय?''

''त्यानं कदाचित पाहिली असेल. मी त्याला एकदा ॲग्नेसशी फोनवर बोलत असताना स्टॅफबद्दल काहीतरी चर्चा करताना ऐकलं आहे. पण तो

एम.आर.एस.ए.चा प्रकार होता की नाही याची मला कल्पना नाही.''

''हे सांगितल्याबद्दल आभार. मी चेटला विचारते.''

''याचा अर्थ तुला ह्या एम.आर.एस.ए. नंच कामात अडकवून ठेवलंय तर!''

''मी कामात आहे याचं हे कारण आहे हे खरं. पण मी घाईत आहे कारण मी माझी दुसरी केस करायची आहे हे विसरून गेले हाते. बिचारा मार्विन कितीतरी तास ताटकळत बसला आहे.''

''रिवानं त्याबद्दलही सांगितलं. ती म्हणाली की तुझ्याजागी आणखी कोणी ती केस पूर्ण करावी असं ती म्हणत होती. पण तूच म्हणालीस की तुलाच ती केस पूर्ण करायची आहे.''

''तिनं हे चांगल्या भावनेनं म्हटलंय खरं, पण तरीही मला धास्ती वाटली हे नक्की.''

''तसं असेल तर मग मी करतो ही दुसरी केस,'' जॅक म्हणाला, ''माझं काम पूर्ण झालेलंच आहे. शिवाय रिवा म्हणत होती की ही केस अगदी सरळसोट आहे. म्हणजे तो बिचारा माणूस दहा मजली उंच इमारतीतून खाली पडून मेलाय. तेव्हा ही केस साधी सरळ प्राणघातक इजांची असणार.''

''तुला खात्रीनं वाटतंय तसं?'' लॉरीनं विचारलं, ''तू पुन्हा एकदा विचार करावास. रिवा सांगत होती की ह्या ठिकाणी तीन गट आहेत. प्रत्येकाचा दावा आहे की मृत्यूचं कारण ते म्हणतात तसंच आहे. तू काहीही एक कारण ठरवलंस तरी इतर दोन गट त्याला आव्हान देणार हे नक्की. तुला सहसा अशा प्रकारच्या केस आवडत नाहीत म्हणून मी हे म्हणते आहे.''

''मला वाटतं की मी हे करू शकेन.''

''तर मग तुझी ऑफर मला स्वीकारता येईल. पण पीएच्या अहवालात नसलेली एक गोष्ट आहे. मला ती चेरीलनं सांगितली. मृतदेह इमारतीपासून एकवीस फूट अंतरावर पडला होता.''

''ठीक आहे. मला मी शाळेत शिकलेलं भौतिकशास्त्र पुन्हा एकदा आठवावं लागेल इतकंच,'' जॅक म्हणाला, ''बरं, आता हे ठरलं. मला आता सांग की ह्या एम.आर.एस.ए.मध्ये तुला एवढा रस का निर्माण झालाय? म्हणजे ही समस्या काही नवीन नाही. काही काळ ह्या जीवाणूंचा उपद्रव हॉस्पिटलना होतोय. की मी हा प्रश्न विचारायला नको होता?''

''प्रश्न विचारायला नकोच होता!'' लॉरी म्हणाली, ''म्हणजे निदान माझ्याजवळ आणखी काही माहिती जमा होईपर्यंत तरी नाहीच. मग मी तुला एक पॉवरपॉईंट प्रेझेंटेशन दाखवते. ते तुला सहज पटवून देईल...''

“तुझ्या या प्रेझेंटेशनमधे काहीतरी काळंबेरं आहे अशी माझ्या शंका येतेय, ती का?”

“कारण मी तुला तुझा निर्णय बदलायला भाग पाडीन असं तुला मनोमन वाटतंय...”

“ती शक्यताच नाही. लॉरी, मी माझा गुडघ्यावर गुरुवारीच शस्त्रक्रिया करवून घेणार आहे.”

“ते बघू नंतर,” लॉरी म्हणाली, “पण आत्ता माझ्याबरोबर चल. मला काही प्रिंट आणायच्या आहेत तेव्हा मी तुझ्याबरोबर लिफ्टनं खाली येते.”

लिफ्टकडे जाताना लॉरीनं जॅकला त्याच्या केसबद्दल विचारलं. तिनं सकाळी लाऊला त्या केसबद्दल बोलताना ऐकलं होतं. त्यात पोरीच्या बॉयफ्रेंडनं बेसबॉलची बॅट डोक्यात घालून तिचा खून केल्याचा संशय होता.

“ही केस छान होती,” जॅक म्हणाला, “आपले पीए किती उत्तम काम करतात याचं हे आणखी एक उदाहरण आहे. स्टीव्ह मॅरिऑटला जमिनीवर बरंच रक्त पडलेलं असूनही पावलांचे फारसे ठसे आढळले नव्हते. मृताच्या कपाळावर घाव घातला गेला होता. थोडासा मेंदूचा भागही बाहेर आला होता. मी घाव बसला होता त्या भागाचा साचा बनवला आणि एखाद्या बॅटसारख्या वस्तूनं व्हावा तसा जखमेचा आकार अंतर्वक्र नव्हता.”

“म्हणजे हा आघात एखाद्या धारदार शस्त्राचा असावा की काय?”

“बरोबर!” जॅक म्हणाला, “स्टीव्हला तिथल्या लोखंडी टेबलच्या कडेला थोडंसं रक्त लागलेलं दिसलं होतं. त्यानं फोटोही घेतला आहे. मला वाटतं की अमली द्रव्याच्या गुंगीत असलेला सटन थॉमस स्वतःच कोलमडून पडला असावा. त्यावेळी त्याचं कपाळ टेबलाच्या कडेवर आदळलं असावं. हे असं झालं होतं याची खात्री करून घ्यावी म्हणून मी एका पीएला त्या टेबलाच्या कडेचा साचा आणण्यासाठी पाठवलं आहे.”

“उत्तम,” लॉरी म्हणाली, “लाऊ नक्कीच खूष होईल.”

“मला वाटतं की आरोप झालेली ती पोरगी हे ऐकल्यावर जास्त खूष होईल.”

लिफ्टचं दार उघडलं. लॉरीनं जॅकला पट्कन जवळ घेतलं आणि त्यानं तिची केस पूर्ण करायची तयारी दाखवली म्हणून त्याचे आभार मानले.

जॅकनं डोळा मारला आणि म्हणाला, “माझ्या मदतीचा मोबदला देण्याची एक कल्पना मला सुचते आहे.”

लिफ्टचं दार पुन्हा बंद झाल्यानंतर लॉरी कॉरिडॉरमधून घाईघाईनं प्रिंटर होता त्या खोलीकडे निघाली. आता हाताशी अनपेक्षितपणानं मोकळा वेळ

होता. त्याचा पुरेपूर फायदा घेऊन ती रिवानं सांगितलेल्या दोन केस आणि इतर सर्वांचा जास्त अभ्यास करणार होती. सगळ्या केसची माहिती रकान्यांमध्ये भरल्यानंतर त्यांच्यात काही समान धागा मिळतो का हे ती पहाणार होती.

लॉरीच्या मनात चेरीलला फोन करायचा विचार आला. तिनं लॉरीला हवे होते ते फोन नंबर मिळवले की नाही हे तिला पहायचं होतं. पण त्यापेक्षाही महत्त्वाचं काम लोरेन न्यूमनला फोन करणं हे होतं. लॉरीला असं सारखं वाटत होतं की एंजल्स ऑर्थोपेडिक हॉस्पिटल आणि कदाचित एंजल्स हेल्थकेअर कंपनी, दोन्हीकडे समक्ष जाणं हे आता गरजेचं झालं आहे. खरं तर चीफ बिंगहॅमला वैद्यकीय तपासनीस म्हणून काम करणाऱ्या डॉक्टरांनी असं करणं अजिबात आवडत नसे. पूर्वी एकदा असं केल्याबद्दल लॉरीला आणि जॅकला चीफकडून चांगलीच बोलणी खावी लागली होती. पण आता ज्या हॉस्पिटलमध्ये जॅक शस्त्रक्रिया करवून घेणार आहे, त्या ठिकाणी नेमकी परिस्थिती काय आहे हे पहायलाचं हवं असं तिला खात्रीनं वाटू लागलं होतं. तिथं काहीतरी चमत्कारिक घडतंय असं तिचं मन तिला सांगत होतं. पण आपण आपल्याला मनोमन काय वाटतंय हे सांगितलं तर आपलं हसं होईल हे तिला कळत होतं. म्हणूनच आता तिनं पुरावा मिळतो का ते पहायचं ठरवलं आणि हे काम लवकरात लवकर करायचं असा निश्चय तिनं केला.

५

३ एप्रिल २००७
सकाळी ११ वाजून ५५ मिनिटं

ट्रम्प टॉवरच्या बाविसाव्या मजल्यावर लिफ्ट थांबली. अ‍ॅन्जेलानं लिफ्टमधून बाहेर पडताना कोट काढून हातावर टाकला. ती एंजल्स हेल्थकेअरच्या ऑफिसकडे निघाली. मायकेलच्या ऑफिसमधून परत येताना टॅक्सीत तिनं तिचा ब्लॅकबेरी वापरून बऱ्याचशा ई-मेलना उत्तरं दिली होती. त्यामुळे ऑफिसात परत आल्यानंतर फार प्रचंड काम पडणार नाही याची तिला खात्री वाटू लागली. इंटरनेट अस्तित्वात येण्याअगोदर लोक कसं काय काम करायचे हा प्रश्न तिला पडला.

अ‍ॅन्जेलानं तिच्या सेक्रेटरीकडे पाहून मान डोलावली. तिची सेक्रेटरी लॉरेन फोनवर बोलत होती. अ‍ॅन्जेला तिच्या टेबलापाशी आली. ती तिचा कोट अडकवणार होती, एवढ्यात तिचं लक्ष टेबलाच्या कोपऱ्याकडे गेलं. तिला तिथं एक पारदर्शक काचेची फुलदाणी ठेवलेली दिसली. त्यात टपोरी लाल गुलाबाची फुलं ठेवलेली होती. भिंतीच्या पांढऱ्या रंगाच्या पार्श्वभूमीवर लाल फुलं उठून दिसत होती. कोट अडकवून अ‍ॅन्जेला त्या फुलदाणीकडे आली. ही फुलं कोणी पाठवली हे पाहण्याची उत्सुकता तिला होती. तिनं तिथं एखादी चिठ्ठी किंवा कार्ड आहे का ते पाहिलं, पण तसं काही तिला आढळलं नाही. म्हणून मग अ‍ॅन्जेला दारापाशी आली आणि तिनं हात हलवून लॉरेनचं लक्ष वेधून घेतलं.

"ही फुलं... त्यांच्याबरोबर काही आहे का?'' अ‍ॅन्जेलानं हलक्या आवाजात विचारलं. लॉरेन अजूनही फोनवर बोलत होती. तिच्या बोलण्यातले जे भाग अ‍ॅन्जेलाच्या कानावर पडले होते त्यावरून तिच्या लक्षात आलं की फोनवर

युनियनचा प्रतिनिधी बोलत होता. हा माणूस एंजल्स हेल्थकेअर हॉस्पिटलमध्ये युनियन बांधण्यासाठी प्रयत्न करत होता. ॲन्जेलाला खरं तर तिच्या हॉस्पिटलांमध्ये युनियन नको होती, पण आत्ता त्याच्याशी चर्चा करायला किंवा त्याबाबतीत विचार करण्याएवढा वेळ तिच्याजवळ नव्हता. तिच्या मनाची तेवढी तयारीही नव्हती. म्हणून मग त्याला थोपवून ठेवण्याचं काम लॉरेनला करावं लागत होतं.

लॉरेननं फोनवर हात ठेवून तो झाकला, "माफ कर... फुलांबरोबर एक कार्ड आलंय. ते इथं माझ्या टेबलावर आहे." लॉरेननं तिच्या टेबलावर एका कोपऱ्यात ठेवलेल्या लिफाफ्याकडे बोट दाखवलं.

ॲन्जेलानं लिफाफा उचलून तो उघडला. त्यातून एक कार्ड बाहेर पडलं. त्यावर फक्त 'वापर केला गेलेल्या माणसाकडून' एवढंच लिहिलेलं होतं.

"ही काय भानगड?" ॲन्जेला पुटपुटली. तिनं कार्ड उलटून पाहिलं, पण मागची बाजू कोरी होती. तिला खूप उत्सुकता वाटत होती की ही फुलं कोणी पाठवली असतील, पण त्यावेळी मनात इतर बरंच काही चालू असल्यानं तिनं हे नंतर पाहू असं मनाशी ठरवलं.

ॲन्जेलानं लॉरेनच्या खांद्यावर टकटक करून तिला पुन्हा फोन झाकायला सांगितलं आणि मग म्हणाली, "त्याला सांग, मी त्याला तीन आठवड्यांनी भेटेन. खरोखरच नंतरच्या तारखेची भेट ठरवून टाक. त्यामुळे आत्तापुरतं तरी त्याचं समाधान होईल. बाकी नंतर पाहू. मग बॉब फ्राम्पटन आणि कार्ल पालांकोला ताबडतोब माझ्या ऑफिसात भेटायला बोलावलंय असं सांग. बरं आणि आज दुपारचं वेळापत्रक कुठं आहे?"

लॉरेननं त्या दिवशी दुपारी ठरलेल्या कार्यक्रमाचं वेळापत्रक बाहेर काढलं नि ते ॲन्जेलाच्या हाती सोपवलं.

ॲन्जेला तिच्या टेबलापाशी परत आली. तिनं दुपारी काय काय करायचं आहे यावर नजर टाकली. तिन्ही हॉस्पिटलमधलं दैनंदिन कामकाज चालवण्याची जबाबदारी त्या त्या विभाग प्रमुखांवर सोपवलेली होती. हे विभागप्रमुख त्यांच्या कामाचा अहवाल त्यांच्या हॉस्पिटलच्या अध्यक्षाला देत असत. त्याचप्रमाणे त्या प्रत्येकासाठी एंजल्स हेल्थकेअरच्या ऑफिसात एका विभागप्रमुखाची नेमणूक केलेली होती. हे सर्वजण त्यांच्या कामाची माहिती कार्ल पालांकोला देत. मग कंपनीची प्रमुख कार्यकारी अधिकारी असलेल्या ॲन्जेलाकडे अहवाल देण्याची जबाबदारी कार्लची होती. त्या दिवशी काय काय करायचं आहे ते तिनं पाहिलं. सर्वप्रथम तिला मुख्य वकिलाची भेट घ्यायची होती. बहुदा ह्या भेटीचा संबंध काल एम.आर.एस.ए.नं झालेल्या मृत्यूशी होता. त्यातून खटले उद्‌भवू नयेत म्हणून काय करावं या बद्दलचर्चा करायची होती. शिवाय आपत्ती व्यवस्थापन

समिती आणि रुग्णसुरक्षा समिती यांच्या बैठका होत्याच. हे सगळं झाल्यानंतर तिला एंजल्स ऑर्थोपेडिक हॉस्पिटलमध्ये जाऊन तिथल्या वैद्यकीय कर्मचाऱ्यांच्या बैठकीला हजर रहायचं होतं. मग परत ऑफिसात आल्यावर आणखी एक बैठक होती. त्या दिवशीची ही शेवटची बैठक फक्त एकाच व्यक्तीबरोबर असणार होती. संसर्गजन्य रोगतज्ज्ञ सिंथिया सार्पौलस तिला काय काय काम झालं नि आता ती काय करणार आहे याची माहिती देणार होती.

या सगळ्या कामांपैकी एंजल्स ऑर्थोपेडिक हॉस्पिटलमधली तिथल्या वैद्यकीय कर्मचाऱ्यांची बैठक सर्वांत महत्त्वाची होती. जेफ्रीजचा मृत्यू झाला असला तरीही त्याकडं फारसं लक्ष न देता डॉक्टरांनी भरपूर रुग्ण हॉस्पिटलकडं आणायला हवेत हे त्यांच्या मनावर बिंबवण्याची संधी तिला मिळणार होती. जर जास्त शस्त्रक्रिया झाल्या तरच उत्पन्नाची परिस्थिती सुधारणार होती. पैसे देऊ शकणाऱ्या, म्हणजे एक तर आरोग्य विमा असणाऱ्या किंवा श्रीमंत रुग्णांना डॉक्टरांनी आणणं यावर हॉस्पिटलचं यश अवलंबून आहे, याची ॲन्जेलाला पूर्ण कल्पना होती. स्पेशॅलिटी हॉस्पिटल चालवण्याच्या ॲन्जेलाच्या कल्पनेमधला, असे पैसे मोजू शकणारे रुग्ण हा सगळ्यांत महत्त्वाचा घटक होता. धर्मादाय तत्त्वावर उपचार करणं किंवा जिथं उपचारांचा खर्च उत्पन्नापेक्षा जास्त होईल अशा रुग्णांना ॲन्जेलाच्या व्यावसायिक आराखड्यात काडीचंही स्थान नव्हतं.

ॲन्जेलाचा फोन वाजला. फोनवर सेक्रेटरी लॉरेन होती. बॉब फ्राम्पटन आणि कार्ल्ड पालांको आले आहेत हे तिनं तिच्या बॉसच्या कानावर घातलं.

''त्यांना आत पाठव,'' हातातलं वेळापत्रक बाजूला ठेवत ॲन्जेला म्हणाली एकमेकांपेक्षा पूर्णपणे भिन्न दिसणारे दोघं आत आले. कार्ल सरळ आत आला. त्यानं भिंतीपाशी असणाऱ्या चार अत्याधुनिक खुर्च्यांपैकी एक उचलली आणि ती ॲन्जेलाच्या टेबलासमोर घेऊन तिच्यावर बसला. त्याच्या चेहऱ्याकडं अणि हालचालींकडं पाहून त्यानं आठदहा कप कॉफी रिचवली असणार हे कळत होतं. उलट बॉब जणू तेलावरून चालत यावं असा सावकाश आत आला. त्याच्याकडं पाहताच या माणसाला झोपेची नितांत गरज आहे हे लक्षात येत होतं. जरी दोघांच्या बाह्य रूपात एवढा फरक असला तरी दोघंही चांगलेच हुशार आणि अनुभवी आहेत याची तिला कल्पना होती. त्यांच्या क्षमतेबद्दल खात्री असल्यामुळेच तर ॲन्जेलानं तिच्या कंपनीच्या सुरुवातीच्या काळातच त्यांना कामावर घेतलं होतं.

भिंतीजवळची खुर्ची ॲन्जेलाच्या टेबलासमोर आणायला बॉबला एवढा वेळ लागला की आपण उठून खुर्ची आणून द्यावी असं तिला वाटलं, पण ती जागीच बसून राहिली. आपण ताणामुळं उतावीळ झालो आहोत नि कार्लप्रमाणं

अतिउत्साही वाटतोय की काय हा विचार तिच्या मनात चमकून गेला.

"तुम्ही लोकांनी मला जे ई-मेल पाठवले आहेत, त्याखेरीज मला माहीत व्हावं असं आणखी काही आहे का?" ॲन्जेलानं सुरुवात केली. कार्लनं बॉबकडं पाहिलं. मग दोघांनी माना डोलावल्या. "मी पुरवठा, नर्सिंग, धुलाई, इंजिनियरिंग, देखभाल आणि प्रयोगशाळा या विभागाच्या प्रमुखांशी बोललो. पुढच्या काही आठवड्यांमध्ये मोठी कपात कोणकोणत्या खर्चात करता येईल याबद्दल मी चर्चा केली," कार्ल म्हणाला, "मला काही उपयुक्त कल्पना मिळाल्या आहेत."

"ह्या पुढाकाराबद्दल मला कौतुकच आहे, पण या क्षणी आता ह्या सगळ्याला फार उशीर झालाय." बॉब म्हणाला.

"मला वाटतं बॉबचं म्हणणं बरोबर आहे," ॲन्जेला म्हणाली.

"पण मला काहीतरी करणं भाग आहे," कार्ल स्पष्टीकरण देऊ लागला. "काहीही न करता नुसता बसून राहणं मला शक्य नाही. काय वाट्टेल ते झालं तरी भविष्याच्या दृष्टीनं खर्चावर नियंत्रण ठेवण्याची मानसिकता आपल्या विभागाच्या प्रमुखांमध्ये निर्माण होणं चांगलंच ठरेल. म्हणूनच काही करणं नक्कीच वाया जाणार नाही."

ॲन्जेलानं मान डोलावली. हॉस्पिटलमधून मिळणाऱ्या नफ्याचं प्रमाण वाढवण्याच्या दृष्टिकोनातून खर्चावर नियंत्रण ठेवणं याला अनन्यसाधारण महत्त्व होतं. गेल्या काही वर्षांमध्ये हॉस्पिटलची साखळी चालवणाऱ्या कंपन्यांच्या हे लक्षात आलं होतं. एम.आर.एस.ए.चा उपद्रव सुरू व्हायच्या अगोदर एंजल्स हेल्थकेअरला जो नफा होत असे त्यामागे ॲन्जेलाचा आराखडा होता. ह्या आराखड्यात खर्चाला कात्री लावून नफा वाढवणं हा फार महत्त्वाचा भाग होता.

"आज सकाळच्या भेटीचं काय?" बॉबनं विचारलं, "काही उपयोग झाला का?"

"फारसा नाही," ॲन्जेलानं कबूल केलं, "काल रात्री तू म्हणाला होतास ते बरोबरच आहे. आपण बॉन्ड विकायला काढल्यामुळे बँकेमधली आपली पत घसरली आहे. फक्त चांगली गोष्ट ही आहे की रॉजर नॉटन आपण घेतलेली कर्जं परत करा असं सांगणार नाही. मला त्यानं तसं आश्वासन दिलं आहे, पण आता आपल्याला जी रक्कम हवी आहे ती योग्य त्या तारणाशिवाय मंजूर करणं हे त्याच्या अधिकारात बसत नाही. मला हे अपेक्षित होतंच. तो म्हणाला की आपली कर्जाची मागणी तो त्याच्या वरिष्ठांकडे पाठवेल, पण त्याचा एकंदर रागरंग पहाता मला वाटतं की त्याचा फारसा उपयोग होणार नाही."

"आणि तुझ्या माजी नवऱ्याचं काय?" बॉबनं विचारलं. कंपनीतल्या काही

प्रमुख अधिकाऱ्यांना अ‍ॅन्जेलाच्या पूर्वायुष्याबद्दल माहिती होती. एंजल्स हेल्थकेअर स्थापन करायच्या अगोदर एक वर्ष तिनं तिच्या नवऱ्यापासून घटस्फोट घेतला आहे हे बॉबला माहीत होतं. हाच माणूस कंपनीचं गुंतवणुकीचं काम पहाणारा मध्यस्थ आहे याची सर्वांना कल्पना होती. सुरुवातीला या संबंधामुळे बॉबच्या मनात थोडी साशंकता होती खरी, पण नंतर बॉबनं त्या वस्तुस्थितीचा स्वीकार केला होता. बॉबला असं वाटतं होतं की एखाद्या बलाढ्य बँकेबरोबर कंपनीनं थेट संबंध ठेवावेत. पण मायकेल कॅलाब्रीजची भांडवल उभं करण्याची चतुराई आणि कौशल्य पाहून त्याला मायकेलचा स्वीकार करावा लागला होता.

"त्यानं त्याचे स्वत:चे पन्नास हजार द्यावेत म्हणून त्याचं मन वळवण्यात मी यशस्वी झाले," मायकेलबरोबरची भेट किती कठीण होती हे काहीही न सांगता अ‍ॅन्जेला म्हणाली.

"ब्राव्हो!" कार्ल म्हणाला

"अडचणीतून बाहेर पडायला ही रक्कम पुरेशी नाही असं मला वाटतं," बॉब म्हणाला.

"मी मला जे जे शक्य होतं ते केलं," अ‍ॅन्जेला म्हणाली, "त्याला हे पन्नास हजार देणं कबूल करायला लावणं म्हणजे वाळू रगडून तेल काढण्यासारखंच होतं."

"तुम्ही अटींबद्दल काही बोललात का?" बॉबनं विचारलं.

"अर्थातच! मायकेल कॅलाब्रीज ही रक्कम काहीतरी पदरात पाडून घेतल्याशिवाय द्यायला कबूल होणं शक्य आहे का?"

"तू त्याला काय ऑफर दिलीस?"

"मी काही ऑफर करण्याचा प्रश्नच नव्हता. त्यानंच काय ते सांगितलं." अ‍ॅन्जेलानं मग मायकेलच्या अटींची माहिती दिली.

"ओहो!" बॉब म्हणाला, "याचा अर्थ मायकेलचा मोठा हात मारायचा विचार आहे म्हणायचा."

"सध्याच्या परिस्थितीत आपला नाइलाज आहे," अ‍ॅन्जेला म्हणाली, "तू त्याला फोन कर नि आवश्यक ती कागदपत्रं तयार कर. त्याचं मन फिरायच्या आत ही रक्कम आपल्या अकाऊंटला जमा व्हायला हवी. तो किती चंचल स्वभावाचा आहे हे मी चांगली ओळखून आहे."

"ठीक आहे," बॉब त्याच्या ब्लॅकबेरीवर तशी नोंद करत म्हणाला.

"ठीक तर मग," अ‍ॅन्जेला जणू आपण आता उठणार अशा प्रकारे टेबलावर तळवे टेकत म्हणाली, "आणखी एक गोष्ट. काल एम.आर.एस.ए. मुळं जो मृत्यू झाला त्याबद्दल कमीत कमी चर्चा व्हायला हवी. मला शक्यतो ही

गोष्ट वैद्यकीय कर्मचाऱ्यांपासून दूर ठेवायची आहे.''

''मी सगळ्या हॉस्पिटल प्रमुखांना तशी सूचना केलेली आहे,'' कार्ल म्हणाला, ''तसंच मी आपल्या जनसंपर्क विभागाच्या पामेला कार्सनशी बोललो आहे.''

''उत्तम. आणखी काही?''

''मला एकदम एक गोष्ट आठवली,'' बॉब खुर्चीत ताठ बसत म्हणाला,

''पॉल यांग आज ऑफिसला आलेला नाही.''

''आपण आजारी आहोत असा निरोप आलाय का त्याचा?'' ॲन्जेलानं विचारलं. तिला अचानक जास्तच काळजी वाटू लागली होती.

''नाही. मी त्याला ई-मेल पाठवली. शिवाय त्याच्या सेलफोनवर मेसेज दिलाय, पण त्यानं काहीच प्रतिसाद दिलेला नाही. तो कुठंय ते काहीच कळत नाही.''

''पॉलच्या बाबतीत असं होणं चमत्कारिक आहे का?''

''नक्कीच! पॉल खरं तर अगदी नेटकं काम करणारा आहे. मी त्याच्या बायकोलाही फोन केला होता. ती म्हणाली की काल रात्री पॉल घरी आलेला नाही नि त्यानं फोनही केला नव्हता.''

''गुड गॉड!'' ॲन्जेला म्हणाली, ''बरं, त्याच्या बायकोनं पोलिसांना कळवलंय का?''

''नाही. म्हणजे पूर्वी पॉल खूप प्यायचा तेव्हा असं बऱ्याच वेळा घडत असे असं ती म्हणाली. अर्थात इतक्यात बऱ्याच वर्षांत असं झालं नव्हतं, पण खूप प्यायला की त्याचं वागणं अतिशय चमत्कारिक व्हायचं म्हणे. अलीकडं घरी परतताना त्याला एक-दोन पेग घेऊन जायची सवय लागली होती असं त्याच्या बायकोनं सांगितलं.''

''तो प्यायचा ही गोष्ट मला माहीत नव्हती.'' ॲन्जेला म्हणाली. ती चांगलीच अस्वस्थ झाली होती. आपल्या कंपनीच्या महत्त्वाच्या कर्मचाऱ्याबद्दल आपण अनभिज्ञ आहोत ही गोष्ट तिला डाचत होती.

''मी ही गोष्ट अधिकृत नोंदीत येऊ दिली नाही,'' बॉब म्हणाला, ''खरं तर मी तुझ्या कानावर हे घालायला हवं होतं, पण त्याला इथं नोकरीवर ठेवून घेण्याआधी सहा वर्षं आम्ही एकत्र काम करत होतो. तो आपल्याकडं आला तेव्हा त्याचं व्यसन पूर्णपणानं सुटलं होतं हे मला माहिती होतं.''

''गुड गॉड!'' ॲन्जेला डोळे फिरवत म्हणाली, ''म्हणजे आता आपल्याला आपल्या ह्या दारुड्या अकाऊंटंटनं आणखी घोर लावलाय. हाच माणूस सतत आपल्यावर आठ-के फॉर्म भरण्यासाठी दबाव आणत होता. ह्यापेक्षा आणखी

वाईट परिस्थिती काय असणार?'' ॲन्जेलानं एक दीर्घ श्वास घेतला आणि बॉबकडे नजर टाकली.

''त्याच्या मनात फॉर्म भरण्याविषयी सतत गोंधळ चालू होता. याची मला कल्पना होती, म्हणूनच तर मी तुला त्याच्याबद्दल फोन करून सांगितलं होतं,'' बॉब म्हणाला, ''त्यानं गेला एक आठवडा हा विषय अजिबात काढला नव्हता. तेव्हा मला वाटलं की तो तेवढा महत्त्वाचा नसावा, पण त्यानं एन्रॉन आणि वर्ल्डकॉम कंपनीच्या अधिकाऱ्यांना सुनावल्या गेलेल्या शिक्षेबद्दलची बातमी वाचली होती असं दिसतंय. मी त्याला पूर्वी जे सांगितलं होतं तेच परत सांगितलं, की आपण आठ-के फॉर्म न भरणं हे समर्थनीय ठरतं. आपण काही लोकांच्या बचत केलेल्या पैशाचा किंवा त्यांच्या निवृत्ती वेतनाच्या रकमेचा अपहार करत नाही. सिक्युरिटीज ॲन्ड एक्स्चेंज कमिशनची नियमावली असे घोटाळे रोखण्यासाठी केलेली आहे. खरं तर आपण नेमकं उलट करतोय. आपण लोकांसाठी नवीन भांडवल निर्माण करण्याची संधी देतोय.''

''तू मला काल पॉलबद्दल सांगितल्यानंतर मी त्या विषयावर मायकेलशी बोलले. आय.पी.ओ.बद्दल त्याला भरपूर अनुभव आहे. तेव्हा अशा परिस्थितीत काय करता येईल हे त्याला जास्त चांगलं माहिती आहे. म्हणून मी पॉलच्या द्विधा मन:स्थितीची गोष्ट त्याच्या कानावर घातली. मायकेल म्हणाला की त्याच्या ओळखीचा एक असा माणूस आहे की तो पॉलशी बोलेल आणि आठ-के फॉर्म भरण्याची गरज नाही हे त्याला पटवून देऊ शकेल.''

''कोणी कॉर्पोरेट क्षेत्रातला वकील आहे की काय?''

''मला ते माहीत नाही. मी मायकेलला ते विचारलं नाही, पण आता मला उगीचच वाटू लागलंय की मायकेलच्या त्या कोणा परिचित माणसानं पॉलशी बोलणं नि त्यानं आज सकाळी कामावर न येणं याचा काही संबंध आहे की काय?''

''असू शकेल, पण मला तरी त्याच्या गैरहजेरीचं कारण साधंसरळ आहे असं वाटतं. तो दारू पिऊन तर्र झाला असणार नि आत्ता ह्या क्षणी कुठल्यातरी स्वस्त घाणेरड्या हॉटेलात घोरत पडला असणार.''

''पण त्यानं आठ-के फॉर्म भरला नाही याची खात्री करून घ्यायचा काही मार्ग आहे का?'' ॲन्जेलानं किंचित अडखळत विचारलं.

''नाही. मला तरी तसा काही मार्ग दिसत नाही,'' बॉब म्हणाला नि किंचित हसला, ''आपल्याला घाणीचा वास येईपर्यंत थांबणं भाग आहे.''

''जर तुला काही मार्ग सुचला तर मला सांग,'' ॲन्जेला म्हणाली, ''जर त्यानं फॉर्म भरला असेल तर ते लवकर कळलेलं बरं. तसं असेल तर आपल्याला

वकिलाबरोबर चर्चा करून तयारी करावी लागेल. आपण फॉर्म या अगोदर का भरला नाही याचं सयुक्तिक स्पष्टीकरण तयार करावं लागेल. बॉब, मला वाटतं की ह्याबद्दल विचार सुरू केलास तर बरं होईल.''

बॉबनं मान डोलावली.

''पॉलच्या सेक्रेटरीचं काय?'' कार्लनं विचारलं, ''तिला पॉलबद्दल काही माहिती आहे का?''

''मला ते माहीत नाही.'' बॉब म्हणाला.

''आपण तिला विचारू या.'' ॲन्जेला म्हणाली आणि तिनं फोन उचलला.

''तिचं नाव काय आहे?''

''ॲमी ल्युकास.''

ॲन्जेलानं लॉरेनला फोन केला. ॲमीनं ताबडतोब भेटायला यावं असा निरोप तिला द्यायला सांगितला. आता दुपारचे जवळजवळ साडेबारा वाजले होते. कदाचित ॲमी लंचसाठी गेली असण्याची शक्यता होती.

''ही फुलं कशी काय इथं आज?'' कार्ल फुलांकडं पहात म्हणाला, ''मला वाटलं की त्यांचा तुझ्या सकाळच्या भांडवल जमवण्याचा मोहिमेशी काही संबंध आहे की काय.''

''तसं असतं तर किती छान झालं असतं,'' ॲन्जेला म्हणाली, ''पण तुला खरं सांगायचं तर मला ती कोणी आणि का पाठवली आहेत याची जराही कल्पना नाही.''

''बरोबर कार्ड वगैरे नव्हतं का?''

''कार्ड होतं, पण त्याचा काही उपयोग झाला नाही.'' ॲन्जेलानं टेबलावर पडलेल्या पाकिटातलं कार्ड काढलं आणि ते दोघांपुढे सरकावलं.

'' 'वापर केला गेलेल्या माणसाकडून' या शब्दांचा अर्थ काय?'' कार्लनं विचारलं.

''काहीच कळत नाही,'' ॲन्जेला म्हणाली, ''याचा पॉल यांगशी काही संबंध असेल असं तर तुम्हाला वाटत नाही ना?''

दोघांनीही नकारार्थी मान हलवली. कार्लनं कार्ड परत दिलं. त्यावर पुन्हा एकदा नजर टाकून ॲन्जेलानं ते पाकिटात सरकवलं. फोन वाजला. लॉरेन म्हणाली की मिस ल्युकास आलेली आहे.

''तिला आत पाठव,'' पाकीट बाजूला टाकत ॲन्जेला म्हणाली.

लॉरेननं दार उघडलं. ॲमी आत आल्यावर तिनं दार बंद करून घेतलं.

ॲमी ल्युकास साधारण पंचवीस वर्षांची होती. उजळ वर्णाची ॲमी नाजूक दिसत होती. तिनं तिचे लिंबाच्या रंगाच्या छटेचे केस मागे घट्ट बांधून त्यावर

क्लिप लावली होती. ती तिच्या वयाच्या मानानं तरुण दिसत होती. तिनं हाताची घडी घातली होती. ती नर्व्हस आहे हे स्पष्ट दिसत होतं.

पूर्वी कधीही भेटली नसल्यानं ॲन्जेलाची स्वत:ची ओळख करून दिली आणि ती लगेचच आल्याबद्दल तिचे आभार मानले.

"तुम्ही कोण ते मला माहीत आहे." ॲमी म्हणाली.

"उत्तम! आणि हे सद्‌गृहस्थ कोण आहेत याची तुला कल्पना असेलच." ॲमीनं मान डोलावली.

"आम्ही तुला इथं बोलावलं आहे ते तुझा बॉस पॉल यांग याच्याबद्दल काही माहिती विचारण्यासाठी."

ॲन्जेलानं खरं तर ॲमीच्या मनावरचा ताण कमी करण्याचा प्रयत्न केला होता, पण तसं झालं नव्हतं. ॲमी आता एकमेकांमध्ये गुंतवलेले तळवे अस्वस्थपणानं चोळत होती. ते पाहून ॲमीची आणि पॉलची काही भानगड आहे की काय असा विचार ॲन्जेलाच्या मनात अचानक डोकावला.

"काय विचारायचं आहे?" ॲमी भराभरा तिघांकडे पहात म्हणाली.

"आज तुला पॉल दिसला का?"

"नाही!"

ॲमीनं जरुरीपेक्षा जास्त लवकर उत्तर दिलं असं ॲन्जेलाला वाटलं.

"त्यानं तुला फोन केला किंवा तुझ्याशी संपर्क साधला का?"

ॲमीनं मानेनं नकार दिला.

"काल संध्याकाळी घरी जाताना आपण उद्या येणार नाही असं काही तो म्हणाला होता का?

"नाही."

ॲन्जेलानं बॉब आणि कार्लकडे पाहिलं. त्यांना काही विचारायचं आहे का हे ती पहात होती, पण ते काहीच विचारत नाहीत हे पाहून ॲन्जेलानंच ॲमीला पुढचा प्रश्न विचारला.

"सिक्युरिटीज ॲन्ड एक्स्चेंज कमिशनचा आठ-के फॉर्म म्हणजे काय हे तुला माहीत आहे का?"

"होय."

"पॉलनं अलीकडं तो तुझ्याकडून भरून घेतलाय का?"

"होय, साधारण दहा दिवसांपूर्वी."

"तो पाठवला का तिकडे?"

"ते मला माहीत नाही, पण मी तो पाठवला नाही. कारण पॉलनं मला तसं स्पष्ट सांगितलं होतं."

"तू हा फॉर्म तुझ्या वर्कस्टेशनवर टाईप केलास का?"

"नाही. त्यानं फक्त तो त्याच्या लॅपटॉपवरच टाईप करायला सांगितलं होतं."

"अस्सं..." ॲन्जेला म्हणाली, "...बरं, पॉलचा लॅपटॉप इथं ऑफिसात आहे का?"

"नाही. तो रोज घरी घेऊन जातो."

"काल त्यानं लॅपटॉप घरी नेला होता का?"

"होय. रोजच्याप्रमाणेच नेला होता."

ॲन्जेलानं पुन्हा अपेक्षेनं बॉब आणि कार्लकडं पाहिलं, पण त्यांनी काहीच प्रतिसाद दिला नाही.

"ॲमी, तू आलीस त्याबद्दल आभार." ॲन्जेलानं भेटीचा समारोप केला.

ॲन्जेलाच्या बोलण्याला प्रतिसाद देऊन तिचे आभार मानून बाहेर पडण्यासाठी ॲमी दारापाशी गेली. ॲन्जेलानं तिला हाक मारली.

"ॲमी! तुला जर पॉलनं फोन केला तर लगेच मला कळव."

"नक्कीच कळवीन," असं म्हणून ॲमी बाहेर पडली.

ॲमी गेल्यानंतर ॲन्जेला म्हणाली, "हे जरा चमत्कारिक होतं, नाही?"

"काय?" कार्लनं विचारलं.

"ती जरा जास्तच नर्व्हस वाटत होती."

"तसं होणारच की. कंपनीच्या मुख्याधिकाऱ्यांनी बोलावल्यावर तसं घडणं स्वाभाविक आहे."

"असेलही तसं, पण मला मुख्य काळजी आहे ती आठ-के फॉर्मची. हा फॉर्म भरलेला असून, तो ज्या माणसाच्या लॅपटॉपवर आहे तो माणूस बेपत्ता आहे. कदाचित लॅपटॉपसह बेपत्ता झालेला आहे."

"मला त्यात काही वेगळं वाटत नाही. पॉल कामाच्या बाबतीत चोख आहे. त्याच्या लॅपटॉपवर आहे म्हणून तो फॉर्म पाठवणार आहेच असं मानायचं काही कारण नाही."

"हं... पॉल लवकरात लवकर परत आला तर किती बरं होईल... असो. मला वाटतं आता तरी इथंच थांबावं आपण."

बॉब आणि कार्ल उठले. त्यांनी खुर्च्या पूर्वी होत्या त्या ठिकाणी भिंतीपाशी नेऊन ठेवल्या.

"आपल्या बेधडक वृत्तीच्या मध्यस्थानं जी रक्कम कबूल केली आहे ती आपल्याकडं ताबडतोब पाठवण्यासाठी त्याला आठवण करायला विसरू नकोस." ॲन्जेला म्हणाली.

बॉबनं हात हलवून आपण ॲन्जेलाचं म्हणणं ऐकल्याचं दर्शवलं.

"शिवाय पॉलनं तुम्हा दोघांपैकी कोणालाही फोन केला तर मला ते लगेच कळवा."

"नक्कीच." असं म्हणून बॉब आणि कार्ल ॲन्जेलाच्या ऑफिसमधून बाहेर पडले.

ॲन्जेलानं एक सुस्कारा टाकला. तिनं खिडकीतून बाहेर नजर टाकली. अचानक फोन वाजला. विचारात गर्क असल्यानं ॲन्जेला एकदम दचकली. स्वत:वर ताबा मिळविण्यासाठी तिनं एक खोल श्वास घेतला आणि फोन उचलला. रॉजन नॉटन फोनवर आहे असं लॉरेननं तिला सांगितलं. ते ऐकून ॲन्जेलाच्या हृदयाची धडधड वाढली. रॉजर आता चांगली बातमी देणार की वाईट असा विचार तिच्या मनात चमकून गेला. जर बँकेनं ब्रीज लोन मंजूर केलं असेल तर सगळं सुरळीत होणार होतं, पण जर बँकेनं पूर्वी दिलेलं कर्ज परत करा अशी मागणी केली असेल तर सगळं संपल्यातच जमा होतं. तिनं फोनचं बटण दाबलं आणि शक्य तितक्या उत्साही आवाजात ती म्हणाली, "हॅलो..."

"तुला तसदी दिली म्हणून माफ कर."

"तसं काही नाही रॉजर..." ॲन्जेला म्हणाली. रॉजरनं थेट काय ते सांगून टाकावं असं तिला वाटत होतं.

"मी तुला हे सांगायला फोन केला, की सकाळी तुला भेटून मला फार बरं वाटलं."

"मला देखील तुला भेटून आनंद झाला." ॲन्जेला किंचित गोंधळून म्हणाली. तिला संभाषण सुरू होण्याची ही पद्धत विचित्र वाटली.

"मी तुझी अल्प मुदतीची कर्जाची मागणी लगेच मान्य करू शकलो नाही म्हणून मला फार वाईट वाटलं."

"मी ते समजू शकते." ॲन्जेला आता जास्तच गोंधळून गेली होती.

"मी तुझा अर्ज वरिष्ठांकडं पाठवला आहे."

"माझ्या दृष्टीनं तू हे करणंदेखील खूप आहे."

रॉजर काही क्षण गप्प होता. ॲन्जेलानं दातावर दात रोवले. आता भीषण सत्य कानावर येणार म्हणून ती मनाची तयारी करत होती.

"मला एक विनंती करायची आहे," रॉजर म्हणाला, "ती जरा वेगळी आहे म्हणून मी आधीच क्षमा मागून ठेवतो. मला असं म्हणायचं आहे की काम संपल्यानंतर तू मला भेटशील का? आपण एकत्र एखादं पेय घेऊ. आपण मॉडर्नमध्ये जाऊ शकतो. ती छान जागा आहे."

"ही भेट व्यावसायिक आहे की..."

"पूर्णपणे खासगी स्वरूपाची."

ह्या अनपेक्षित बोलण्यामुळे ॲन्जेला चकित झाली होती. ॲन्जेला कामाच्या ओझ्याखाली एवढी दबून गेली होती की तिच्या मनात अशा गाठीभेटींचे विचारही येत नव्हते.

"ही माझी फाजील खुशामत झाली म्हणायची," ॲन्जेला किंचित गमतीनं म्हणाली खरी, पण लगेचच तिच्या अनुभवी मनानं तिला सावरलं.

"पण तुझ्या बायकोला काय वाटेल?"

"मी सध्या विवाहित नाही."

ॲन्जेला म्हणाली, "ओहो!" तिला रॉजरच्या टेबलवरचा त्याच्या मुलीचा फोटो आठवला. तो तिचा एकटीचाच होता.

"होय. माझ्या माजी बायकोला वाटलं की माझ्यासारख्या रटाळ बँकवाल्याबरोबर आयुष्य काढणं कठीण आहे. म्हणून मग ती माझ्या संपत्तीचा अर्धा भाग घेऊन तिच्या मते अधिक सुखद आयुष्याच्या शोधात निघून गेली. हे पाच वर्षांपूर्वी घडलं. मुलगी माझ्याकडंच असते."

आपली आणि रॉजरची स्थिती जवळपास सारखीच आहे, ॲन्जेलाला जाणवलं. आपल्या मनात त्याच्या हेतूविषयी जरासा का होईना किंतु आला म्हणून ती जराशी वरमली, "रॉजर मला माफ कर... मध्यम वयातल्या वादळाला तोंड देणारा तू आणखी एक पुरुष आहेस असं मला वाटलं होतं."

"मी ते समजू शकतो," रॉजर म्हणाला, "तुला असे अनेकजण नेहमीच जाळ्यात ओढायला बघत असणार..."

"तसं काही म्हणता येणार नाही, पण मी नेहमीच साशंक असते हे खरं."

"बरं... तर मग आपण आज भेटणार आहोत असं मी समजू का? तुझ्या सोयीनुसार आपण भेटू शकतो."

"मी आज तुझ्याकडं ज्या परिस्थितीत आले होते त्याची तुला कल्पना आहेच. माझी अशा भेटीला जायची मन:स्थिती नाही. तेव्हा मला नकार देणं भाग आहे, पण तू माझी आठवण ठेवून बोलावलंस म्हणून मला बरं वाटलं. जर शक्य असेल तर आय.पी.ओ. झाल्यानंतर आपण एकदा भेटू या. अर्थात तोपर्यंत तुझं निमंत्रण कायम असेल तर. मला एखादं पेय तुझ्याबरोबर घ्यायला नक्कीच आवडेल. मॉडर्न ही जागा उत्तम असेल, पण मला खरोखर कल्पना नाही. मी कित्येक वर्षांत तशा निवांतपणाला मुकले आहे. डॉलर कमावण्याच्या मागं सतत धावणारी एक व्यवसायिक स्त्री एवढंच माझं आयुष्य झालेलं आहे."

"मला तसं वाटत नाही," रॉजर म्हणाला, "नवरा नसताना एका मुलीला वाढवण्याची जबाबदारी पेलणं ही काही साधी गोष्ट नाही. बरं, आपण संपर्कात

राहू. एंजल्स हेल्थकेअरला माझ्या शुभेच्छा.''

''शुभेच्छांबद्दल आभार. मला खरोखरच त्यांची गरज आहे.''

ॲन्जेलानं रिसिव्हर जागेवर ठेवला. रॉजरचं बोलणं तिला एक प्रकारे सुखावणारं वाटत होतं, पण त्याच बरोबर आपण आपली काय स्थिती करून घेतली आहे हे जाणवून तिला वाईटही वाटलं. आपण नकार दिला म्हणून रॉजरची निराशा झाली हे त्याच्या स्वरातून सहज कळत होतं. वैद्यकीय महाविद्यालयात प्रवेश घेणारी ॲन्जेला आणि आत्ताची ॲन्जेला यात किती प्रचंड फरक पडला आहे हे जाणवून ती खिन्न झाली. एके काळी परोपकार, सेवा अशा उदात्त कल्पनांची जागा पैसा कमावण्याच्या धंदेवाईक वृत्तीनं घेतली होती.

फोनच्या कर्कश आवाजानं ॲन्जेलाची विचारमालिका भंग पावली. ह्या आवाजानं तिला तिच्या कठोर वास्तव जगात पुन्हा ओढून आणलं. काहीशा अनिच्छेनंच ॲन्जेलानं फोन उचलला. लॉरेननं सांगितलं की फोन डॉ. चेट मॅकगव्हर्नचा असून त्याला तिच्याशी बोलायचं आहे.

''काय काम आहे?'' ॲन्जेलानं विचारलं. हा डॉक्टर आपल्या तीन हॉस्पिटलपैकी कोणत्या हॉस्पिटलमधला असावा हे ती आठवण्याचा प्रयत्न करत होती.

''डॉक्टर ते सांगायला तयार नाहीत.'' लॉरेन म्हणाली.

ॲन्जेलाला वाटलं की त्याला काय काम आहे ते पुन्हा विचारायला लॉरेनला सांगावं आणि त्यानं नकार दिला तर सरळ त्याला धुडकावून लावावं, पण हा विचार क्षणभरही टिकला नाही. पूर्वी बंडखोर वृत्तीची ॲन्जेला बेधडकपणानं कोणालाही त्याची जागा दाखवू शकत असे. पण मायकेलनं दिलेल्या कटू अनुभवांमधून ती बरंच काही शिकली होती. पाचेशेपेक्षा जास्त डॉक्टरांनी एंजल्स हेल्थकेअरमध्ये भांडवल गुंतवलं होतं. त्यांची नावं लक्षात रहाणं शक्यच नव्हतं. शिवाय सध्याची अडचण पाहता गोड बोलून डॉक्टरांनी जास्त रुग्ण आणावेत म्हणून प्रयत्न करण्याची गरज आहे याची तिला कल्पना होती. हे सगळं लक्षात घेऊन ॲन्जेलानं फोन घ्यायला होकार दिला. आदल्या दिवशी एम.आर.एस.ए.मुळं एक मृत्यू झाला असला, तरी आपण पुन्हा असं होऊ नये म्हणून काय काळजी घेतो आहोत, हे ती त्या डॉक्टरला समजावून सांगणार होती.

''मी फुलं मिळाली की नाही हे पहाण्यासाठी फोन केलाय.'' ॲन्जेलाची नजर तत्काळ फुलांकडे गेली आणि त्याच क्षणी तिला त्या फुलांमागचं गूढ उलगडलं. आदल्या रात्री क्लबमध्ये भेटलेल्या त्या माणसाचा फोन होता. ॲन्जेलानं स्वत:च्या मनातली विचारांची गर्दी साफ करून घेण्यासाठी त्या

माणसाच्या सहवासाचा उपयोग करून घेतला होता. शिवाय काही वेळ का होईना एखाद्या पुरुषाचा थोडा सहवास मिळावा ही सुप्त इच्छा तिच्या मनात होतीच. त्याच्याशी बोलून तिची ती तात्पुरती निकड भागली होती.

"फुलं मिळाली. त्याबद्दल आभार. मला हे अनपेक्षित होतं, पण त्याचा अर्थ तुम्ही मला माफ केलंय असा होतो का?"

"ते वेगळं सांगायची गरजच नाही," चेट म्हणाला, "असो. आता मी फोन का केलाय ते सांगतो. मी जरासा विचार केला. मग माझ्या लक्षात आलं की माझ्या ड्रॉवरमध्ये दोन लाख डॉलर असेच पडून आहेत. म्हणून मी ते एंजल्स हेल्थकेअरमध्ये गुंतवावेत असं ठरवलं." ॲन्जेला हे ऐकून एकदम गप्प झाली. हे खरं की निव्वळ गंमत हे तिला कळेना. "खरंच?"

चेट हसला, "मी जरा गंमत केली. म्हणजे माझ्याजवळ हे एवढे डॉलर असते तर मला आवडलंच असतं म्हणा."

"अस्सं..." ॲन्जेला म्हणाली. तिच्या चेहऱ्यावर हसू नव्हतं.

"मला वाटतंय की तुम्हाला ही गंमत रुचली नसावी..."

"फोन करण्याचं खरं कारण काय आहे?" ॲन्जेलानं धारदार स्वरात विचारलं.

"मी माझ्या काही सहकाऱ्यांशी कालच्या आपल्या भेटीबद्दल बोलत होतो. तुम्ही माझं जेवणाचं निमंत्रण नाकारलंत हे मी त्यांना सांगितलं. माझी एक सहकारी फार चतुर आहे. तिनं मला सांगितलं की माझा तकलादू पुरुषी अहंकार बाजूला ठेवून मी पुन्हा तुम्हाला विचारावं. या खेपेस मी थेट मुद्द्याला हात घालावा असं ती म्हणाली."

मनात नसूनही ॲन्जेलाला हसू फुटलं, "तेव्हा तुमचा पुरुषी अहंकार तकलादू आहे हे तुम्हाला मान्य आहे तर?"

"अर्थातच. काही वेळा मला त्यातून सावरायला बरेच दिवस लागतात. ते असो. मी हे एवढं बोलल्यावर आता पुन्हा विचारतोय. निराशेच्या खाईपासून वाचवण्यासाठी आज रात्री जेवायला येणार का?"

ॲन्जेला आता उघडपणे हसू लागली, "तुम्ही फार चिवट दिसता."

"मला हे वर्णन योग्य नाही असं वाटतंय. अशा प्रकारे फोन करणं नि पुन्हा अपमान करून घेणं हा खरं तर माझा स्वभाव नाही."

"तुमचा प्रामाणिकपणा आणि विनोदी स्वभाव पाहून माझं कुतूहल जागृत झालं आहे," ॲन्जेला म्हणाली, "पण त्या दोन लाख डॉलरबद्दलचा तुमचा विनोद मला अजिबात आवडला नाही. तुम्ही माझी टिंगल केली असं वाटतंय."

"नक्कीच नाही."

"मला थोड्या कालावधीसाठी भांडवलाची गरज आहे हे मी विनोद म्हणून सांगत नव्हते. मी खरोखरच ते उभारण्याच्या कामात एवढी व्यग्र आहे की मला तुमची जेवणाची ही घसघशीत ऑफर स्वीकारणं शक्य नाही. मला जरी वेळ असता तरी मी तुम्हाला चांगली कंपनी देऊ शकले नसतेच."

"हं... माझी निराशा झाली हे खरं, पण माझा अहंकार शाबूत राहिलाय. अर्थात त्याचं श्रेय तुमच्या शिष्टाचाराच्या बोलण्याला आहे. असो. जर तुम्ही तुमच्या भांडवल जमवण्याच्या कामात यशस्वी झालात किंवा जर अपयशी होऊन निराशेच्या गर्तेत जाणार असं वाटलं, तर मला फोन करा. मी कायम उपलब्ध असेन."

फोन ठेवून दिल्यावर ॲन्जेला पुन्हा खिडकीतून दिसणाऱ्या फिफ्थ अव्हेन्यूकडं पाहू लागली. रस्त्यावर आता चांगलीच गर्दी झालेली दिसत होती. एकाच दिवशी दोन देखण्या पुरुषांकडून अनपेक्षितपणे जेवणाचं निमंत्रण येणं हे खरोखरच चमत्कारिक होतं. आपण काय होतो आणि काय करतो आहोत हे तिला पुन्हा जाणवलं. आपण जी जीवनशैली जगतो आहोत ती स्वीकारणं आपल्याला भाग पडलं हे तिनं स्वत:ला बजावलं. सरकारी धोरणांमुळे तिची खासगी प्रॅक्टिस दिवाळखोरीत जाणं आणि पाठोपाठ आलेला घटस्फोटाचा अनुभव यामुळे तिच्या मनातली मूल्यव्यवस्थेची चौकटच बदलून गेली होती. संपत्ती नि त्यामुळे विकत मिळणारी चैनीची साधनं यांच्या मापात यश मोजणं सुरू झाल्यानंतर मनातले सगळे उदात्त विचार मागे पडले होते. एक तिची मुलगी सोडली तर माणसांमधल्या भावनिक पातळीवरील जवळीकीला ती पारखी झाली होती.

ॲन्जेलानं खुर्ची फिरवली. ती आता तिच्यासमोर असणाऱ्या समस्यांचाच विचार करणार होती. तिनं फुलं एका बाजूला सारली आणि दुपारी काय काय करायचं आहे ह्यावर नजर टाकली. ती ते वाचत असतानाच लॉरेन आत आली. तिनं लंचसाठी सॅन्डविच आणि कोक आणलं होतं.

खात असताना तिच्या मनात आठ-के फॉर्मचा आणि पाठोपाठ पॉल यांगचा पत्ता नसण्याचा विचार आला. एखाद्या हातबॉम्बची पिन अर्धी बाहेर काढलेली असताना तो हरवण्यासारखं होतं. आठ-के फॉर्मचा विचार मनात आल्याबरोबर ॲन्जेलानं ब्लॅकबेरी हातात घेतला नि मायकेलला ई-मेल करायला सुरुवात केली. ई-मेल करत असताना ह्या नवीन उपकरणांचा किती मोठा फायदा आहे हा विचार तिच्या मनात डोकावला. प्रत्यक्ष भेटीचा त्रास सहन करणं टाळूनही आपण पाहिजे ती माहिती मिळवू शकतो म्हणून तिनं मनोमन ब्लॅकबेरी तंत्रज्ञानाचे आभार मानले.

मायकेलला पाठवण्याची ई-मेल तयार झाली होती. आता ती पाठवणार एवढ्यात अचानक तिच्या मनात वेगळा विचार आला. मायकेलची पार्श्वभूमी जरी माहिती असली तरी त्याच्या त्या तथाकथित क्लायंटबद्दल आपल्याला काहीही कल्पना नाही हे तिच्या लक्षात आलं. आपण ही ई-मेल पाठवून मायकेलला जे काही विचारायचं ठरवलंय ते खरंच विचारावं की नाही? अखेर तिनं ठरवलं की आत्ता विचारायला नको. नंतर पाहू, असा विचार करून तिनं ई-मेल न पाठवता ती ड्राफ्ट म्हणून सेव्ह करून ठेवली.

६

३ एप्रिल २००७
दुपारी १ वाजून ५ मिनिटं

मायकेल कॅलाब्रीजचा मूड अतिशय खराब होता. त्याची कारणं भीती आणि काळजी ही दोन्ही होती. तो गाड्या लावलेली रांग पहात होता. एका ठिकाणी त्याला मोकळी जागा दिसली. त्यानं गाडी मागे घेऊन पार्क केली. तो काळ्या रंगाची मर्सिडीज गाडी वापरत असे. त्याला गाडीतून बसल्या बसल्याच समोरच्या बाजूचं हॉटेलचं दार दिसलं. त्याचं नाव नापोलिटन रेस्टॉरंट होतं. क्वीन्स भागातल्या कॉरोना अव्हेन्यूवर हे रेस्टॉरंट होतं. कॉरोना ह्या उपनगराच्या जवळच रेगो पार्क नावाचं उपनगर होतं. तिथं बहुसंख्य इटालियन लोकांची वस्ती होती. तिथंच मायकेलचं बालपण गेलं होतं. बहुतेकांना वाटतं की न्यूयॉर्क शहरातले सगळे इटालियन मॅनहटन भागात 'लिटल इटली' म्हणून ओळखल्या जाणाऱ्या भागात राहतात, पण ते खरं नाही. अनेक जण लाँग आयलंडसारख्या भागात पसरले आहेत. त्यांच्यातच मायकेलचे आजोबा झिग्गी यांचाही समावेश होता. त्यांनी रेगो पार्कमध्ये बांधकामाचा व्यवसाय सुरू केला होता.

मायकेलनं रेस्टॉरंटच्या दाराकडे पुन्हा एकदा नजर टाकली आणि आपण जी भेट घेण्यासाठी चाललो आहोत ती सुरळीत कशी पार पाडावी यावर विचार करू लागला. हे रेस्टॉरंट खूप जुन्या काळापासून, म्हणजे १९३० पासून प्रसिध्द होतं. त्यावेळी ते कुख्यात ल्युसिया फॅमिलीचं भेटीगाठी घेण्याचं मुख्य ठिकाण होतं. रेस्टॉरंटची ही वाईट अर्थानं असणारी ख्याती बऱ्याच प्रमाणात अद्यापही टिकून होती. अर्थात या काळात रेस्टॉरंटनं बरेच चढउतार पाहिले

होते. बराच काळ पडता होता हे खरं. पण महापौर रुडॉल्फ ज्युलिआनी याने न्यूयॉर्कच्या मॅनहटन भागात माफिया टोळ्यांनी रात्रीचा वावर कमी करावा म्हणून बरेच प्रयत्न केल्यानंतर मात्र ह्या रेस्टॉरंटचं भाग्य पुन्हा उजळलं. तिथं पुन्हा एकदा गजबज सुरू झाली. नापोलिटन रेस्टॉरंट पुन्हा उर्जितावस्थेत येण्यामध्ये व्हिनी डॉमिनिकचाही बराच मोठा वाटा होता. कारण तो ल्युसिया फॅमिलीचा स्थानिक हस्तक म्हणून काम करायला लागल्यानंतर त्यानं रेस्टॉरंटला त्याचा अड्डा बनवलं होतं.

फॅमिलींच्या व्यावसायिक परंपरेप्रमाणे प्रतिस्पर्धी वकारो फॅमिलीनं त्यांच्या अड्ड्यासाठी दोन चौक पलीकडे असलेलं एक रेस्टॉरंट निवडलं होतं. त्याचं नाव वेसुव्हिओ असं होतं. निरनिराळ्या धंद्यांमध्ये नव्यानं येणाऱ्या आशियाई, रशियन आणि स्पॅनिश वंशाच्या लोकांशी संपर्क साधण्यासाठी असं एखादं ठिकाण असावं असं दोन्ही फॅमिलींना वाटत होतं. फक्त सध्या त्यात थोडी अडचण झाली होती. वकारो फॅमिलीचा धंदा सांभाळणारा प्रमुख पॉली सेरिनो सध्या तुरुंगात होता.

मायकेलनं त्वेषानं स्टिअरिंग व्हीलवर जोरजोरात मुठीनं अनेकदा प्रहार केले. तो 'शिट्-शिट्' असं ओरडत होता. अगदी लहान असल्यापासून मायकेल असा रागानं बेभान होत असे. त्याबद्दल त्यानं वडिलांकडून भरपूर मारही खाल्ला होता. मायकेलची सवय एक प्रकारे त्याच्या उपयोगाची होती. कारण एकदा त्याच्या रागाचा भर ओसरला की तो शांत होत असे. कारण बेभान झाल्यानंतरच्या हालचालींनी तो दमून जाई. मग मात्र त्याला जी काही समस्या आहे त्याची नीट जाणीव होत असे आणि तो त्याबद्दल सारासार विचार करू शके. मोठा झाल्यानंतर सर्वांच्या देखत आपण बेभान होणार नाही याची काळजी घेण्याएवढा ताबा त्याने स्वतःच्या मनावर मिळवला होता.

आपल्या रागाला अशी वाट करून देण्याचा प्रकार लग्न होईपर्यंत चालू होता, पण अँन्जेलाशी लग्न केल्यानंतर मात्र परिस्थिती बदलली. अँन्जेलाचा विचार मनात येताच अचानक त्यानं स्टिअरिंग व्हीलवर प्रहार करणं थांबवलं. 'लाडावलेली कुत्री!' असं तो दात ओठ खात मोठ्यानं ओरडला. लग्न झाल्यापासूनच ती त्याची शिकार झाली होती. लग्न होईपर्यंत ती त्याच्यासाठी एखाद्या बाहुलीसारखी प्राणप्रिय होती, पण लग्नानंतर अवघ्या काही आठवड्यांतच त्याचं वागणं बदलून गेलं होतं. अँन्जेला आता त्याला हे करू नको, ते करू नको असं सांगत होती. त्यानं रात्री जेवणासाठी बाहेर जाणं तिला पसंत नव्हतं. ती सतत त्याच्या मागे काही ना काही भुणभुण लावत असे. थोडक्यात म्हणजे ती त्यानं बदलावं म्हणून प्रयत्न करत होती आणि त्याची बदलण्याची बिलकूल तयारी नव्हती.

जिला सगळं काही विनासायास मिळालं आहे अशा जर्सीमधल्या उच्च मध्यमवर्गातल्या घरात लाडावलेल्या पोरीसाठी मायकेल अजिबात बदलणार नव्हता. त्याला नंतर घटस्फोटही घ्यायचा नव्हता. घटस्फोटासंबंधी विचार मनात येताच तो आणखीनच खवळत असे. त्याच्या नाकावर टिच्चून ॲन्जेलानं वेस्ट साईड भागातला मोठा फ्लॅट मिळवला होता. शिवाय मुलीच्या पालनपोषणासाठी हास्यास्पद वाटावी एवढी भलामोठी रक्कम उकळण्यात ती यशस्वी झाली होती.

हे सगळं कमी म्हणून की काय तिनं तिच्या एंजल्स हेल्थकेअरच्या धंद्यात त्याला ओढलं होतं. आता त्याचमुळे त्याचा जीव धोक्यात येण्याची शक्यता निर्माण झाली होती. अर्थात ॲन्जेलाच्या व्यवसायात त्यानं शिरणं याला तो स्वत:ही जबाबदार होताच. ॲन्जेलाचा व्यवसायाचा आराखडा खरोखरच जबरदस्त होता. ॲन्जेलानं त्याला समजावून दिलं होतं की असंख्य शहाणी माणसं असणाऱ्या सरकारनं मेडिकेअर व इतर आरोग्य विमा कंपन्यांच्या मदतीनं आरोग्यसेवेची एक नवीन पद्धत तयार केली आहे. या पद्धतीत रुग्णांची काळजी घेण्यापेक्षा रुग्णांवरील विविध चाचण्या आणि शस्त्रक्रिया यांच्यावर डॉक्टरांना भरपूर कमाई करता येते. याचा वापर करून अशी हॉस्पिटलं उभारायची की त्यात फक्त चाचण्या किंवा शस्त्रक्रिया करायच्या आणि रुग्णांच्या देखभालीची जबाबदारी घ्यायची नाही. अशा खासगी हॉस्पिटलमध्ये आरोग्य विमा नसणाऱ्या किंवा कायमस्वरूपी देखभालीची गरज असणाऱ्या रुग्णांना घ्यायचंच नाही. कायद्यात असं बंधन आहे की एखादा डॉक्टर त्याच्याच प्रयोगशाळेत चाचण्या करण्यासाठी रुग्णांना पाठवू शकत नाही, पण यातून अशी पळवाट काढायची की मोठी हॉस्पिटल उभारणाऱ्या कंपनीमध्ये डॉक्टरांना भागभांडवल गुंतवायला सांगायचं. म्हणजे मग त्यांना कायद्याचं बंधन पाळून दुहेरी फायदा उठवता येईल. रुग्णांना अशा हॉस्पिटल्समध्ये आणलं की तिथं निरनिराळ्या शस्त्रक्रिया वगैरे करण्यासाठी फी मिळेल आणि शिवाय भागभांडवल असल्यानं हॉस्पिटल चालवणाऱ्या कंपनीला जो काही नफा होईल त्यातही वाटा मिळविता येईल. असा दुहेरी फायदा होत असल्यानं डॉक्टर जास्तीत जास्त रुग्णांना अशा हॉस्पिटलांमध्ये आणणार आणि कंपनीचा नफा वाढत रहाणार. यात आणखी एक मेख अशी की कंपनीचं मोठं भांडवल ज्यांनी गुंतवलं आहे अशा डॉक्टरांखेरीज इतर गुंतवणूकदारांना सतत नफा मिळत राहणार. एक प्रकारे अशी विशेष हॉस्पिटलं म्हणजे दुभत्या गायीच ठरणार. हे सगळं पाहिल्यानंतर मायकेलनं त्याच्या क्लायंटचा पैसा तर मोठ्या प्रमाणात एंजल्स हेल्थकेअरमध्ये गुंतवला होताच, पण शिवाय त्यानं स्वत:चीही मोठी रक्कम गुंतवली होती. इतकंच

नाही, तर त्यानं एंजल्स हेल्थकेअरच्या आय.पी.ओ.साठी हमी देण्यासाठी मॉर्गन-स्टॅन्लेलाही तयार केलं होतं.

हा सगळा बेत ठरल्याप्रमाणे पार पडत गेला होता. त्यात एवढं यश मिळालं होतं की सहा महिन्यांपूर्वी आय.पी.ओ.मध्ये आपल्याला जास्तीत जास्त फायदा व्हावा म्हणून मायकेलनं त्याची उरलीसुरली राखीव संपत्तीही एंजल्स हेल्थकेअरमध्ये गुंतवली होती. गुंतवणुकीच्या क्षेत्रात एक अत्यंत महत्त्वाचा नियम आहे. कधीही एकाच ठिकाणी सगळी पुंजी गुंतवायची नाही. पण मायकेलला एंजल्स हेल्थकेअर यशस्वी होणार याची एवढी खात्री होती की त्यानं हा नियम मोडून सर्वस्व पणाला लावलं होतं. आता तो प्रचंड काळजीत पडला होता. साधारण तीन महिन्यांपूर्वी एंजल्सच्या हॉस्पिटलांमध्ये हा संसर्गाचा जो काही प्रकार सुरू झाला होता त्याची वैज्ञानिक माहिती त्याला समजत नव्हती, पण त्याचा आर्थिक परिणाम काय होणार हे मात्र आता त्याला स्वच्छ दिसू लागलं होतं. व्हिनी डॉमिनिकचे पैसे बुडताहेत हे म्हणल्यावर त्याची प्रतिक्रिया काय होईल हे जाणवूनच त्याची घाबरगुंडी उडत होती. मायकेलनं पुन्हा रेस्टॉरंटच्या दाराकडे पाहिलं. सर्व काही शांत होतं. खिडक्यांच्या बाहेरच्या बाजूला लावलेली फुलं प्लॅस्टिकची होती. इतकंच नाही तर खिडक्याही खऱ्या नसून ती केवळ सजावट होती. काही ठिकाणी विटांची भिंत मुद्दाम ठेवून सजावट केली असेली तरी तिथं खऱ्या विटा नव्हत्या. तर ती फायबर ग्लासची कृत्रिम भिंत होती. त्यावेळी दरवाज्यापाशी शांतता होती. कारण रेस्टॉरंट त्यावेळी उघडलेलं नव्हतं. फक्त व्हिनी आणि त्याच्या बगलबच्च्यांच्या लंचसाठी ते या वेळी उघडं असे. रेस्टॉरंट मालकाच्या दृष्टीनं ही किंमत फार नव्हती. त्या बदल्यात त्याला व्हिनीकडून संरक्षण मिळत असे. त्याला अपवाद फक्त रविवारचा. त्या दिवशी सगळे शहाणेसुरते लोक आपापल्या घरी राहून कुटुंबीयांमध्ये दिवस घालवत असत.

मायकेलनं आरशात पाहून केस नीट बसवले. तो मुद्दामच त्याचे केस व्हिनी डॉमिनिकप्रमाणे मागे फिरवत असे. व्हिनी आणि मायकेलची प्राथमिक शाळेपासूनची ओळख होती. व्हिनी मायकेलच्या एक वर्ष पुढं होता. लहानपणापासूनच व्हिनीचा चांगला दबदबा होता. त्याच्या बापाचं ल्युसिया फॅमिलीत जे स्थान होतं त्याच्या बळावर व्हिनी मैदानावर देखील दादागिरी करत असे. अगदी चौथीत असतानाही सहावीमधली दांडगी पोरं व्हिनीच्या वाटेला जात नसत. तेव्हापासून आणि सेंट मेरीज हायस्कूलमध्ये शिकत असतानाही मायकेल कायमच व्हिनीची नक्कल करत असे.

व्हिनीची भेट घेताना नेमकं काय करावं हे मायकेलला सुचेना. मग त्यानं

जे होईल ते होईल असं म्हणून आत जायचं ठरवलं. अखेर जे काही होणार ते व्हिनीचा मूड कसा आहे त्यावर अवलंबून होतं. व्हिनीचा मूड चांगला असला तर कसलीही अडचण नव्हती, पण जर तो वाईट असला तर काहीही घडण्याची शक्यता होती.

मायकेल गाडीतून उतरला आणि रेस्टॉरंटमध्ये जाण्यासाठी रस्त्याच्या अलीकडे उभा राहिला. रस्त्यावर रहदारी असल्यानं त्याला रस्ता ओलांडण्यासाठी वाट पहावी लागली. रेस्टॉरंटच्या दारापाशी आल्यावर आत शिरण्यासाठी मायकेलला एक जाड पडदा बाजूला सारावा लागला. उघड्या दारातून येणाऱ्या वाऱ्याचा दाराजवळ बसलेल्या लोकांना त्रास होऊ नये म्हणून हा जाड पडदा लावलेला होता. आत शिरल्यानंतर आतल्या कमी प्रकाशाला सरावण्यासाठी मायकेलला थोडा वेळ लागला.

दाराच्या डाव्या बाजूला मोठा बार होता आणि मोकळी जागा होती. त्याच्या मागे नकली शेकोटी होती. मध्यभागी अनेक टेबलं होती. त्यांच्यावर खुर्च्या पालथ्या करून ठेवलेल्या दिसत होत्या. रेस्टॉरंटची साफसफाई करण्यासाठी असं केलेलं होतं. उजव्या बाजूला लाल मखमली कापडाची सजावट केलेले सहा बूथ होते. हा रेस्टॉरंटचा खास भाग होता. त्यामधल्या दोन बूथमध्ये काहीजण बसलेले दिसल एका बूथमध्ये फ्रॅन्को पॉन्टी, अॅन्जेलो फॅसिओलो, फ्रेडी कापुसो आणि रिची हर्न्स असे चौघंजण होते. ह्या सगळ्यांना मायकेल सेंट मेरीज शाळेपासून ओळखत होता. असं असलं तरी फ्रॅन्को पॉन्टीची मायकेलला फार भीती वाटत असे. तोच व्हिनीच्या हुकमाची 'अंमलबजावणी' करतो हे सगळ्यांना ठाऊक होतं. जरी शाळेत एकत्र असले तरी अॅन्जेलो आणि मायकेलचं मित्रमंडळ वेगवेगळं होतं. त्यामुळे दोघांची ओळख असली तरी मैत्री नव्हती. शिवाय अॅन्जेलोकडे पाहूनच मायकेलच्या अंगावर शहारे येत असत. त्यातल्या त्यात फ्रेडीचा आणि मायकेलचा चांगला परिचय होता, पण एकूणात फ्रेडी आणि रिची हे दोघं तसे दुय्यम दर्जाचे हरकामे होते हे सगळ्यांनाच माहीत होतं.

मायकेलला पाहून व्हिनीनं त्याला हातानं त्याच्याकडे येण्यासाठी खूण केली. त्याच्याजवळ त्याची गर्लफ्रेंड कॅरोल सिरोने होती. फिकट रंगाचे पिवळसर केस, पांढरा अगदी तंग स्वेटर आणि वर मोत्याची माळ घातलेली कॅरोल एखाद्या कार्टुनमधल्या पात्रासारखी दिसायची, पण कोणीही त्याबद्दल तिची चेष्टा करण्याचं धाडस करत नसत. म्हणजे निदान व्हिनीच्यासमोर तरी नक्कीच नाही. "मायकी..." व्हिनीनं हाक मारली, "इकडं ये!... तुझं जेवण झालंय का?"

मायकेल व्हिनीच्या बगलबच्चांच्या टेबलाजवळून गेला. जाताना त्यानं

त्यांना हॅलो म्हटलं. आपण त्यांची दखल घेतली नाही असं व्हायला नको म्हणून त्यानं ही काळजी घेतली होती. त्यांनी माना डोलावल्या, पण कोणीही काही बोललं नाही.

व्हिनीनं गळ्यापाशी खोचलेला नॅपकिन काढून ठेवला. तो उठून बाहेर आला आणि त्यानं मायकेलला मिठीत घेतलं. मायकेलला फारच अवघडल्यासारखं वाटत होतं. आपण जे बोलणार आहोत ते व्हिनीला जराही आवडणार नाही हा विचार मायकेलला सतत सतावत होता.

मायकेलच्या खांद्यावर एक हात ठेऊन व्हिनीनं कॅरोलकडे बोट दाखवलं, "तू कॅरोलला ओळखतोस म्हणा."

"होय." मायकेल म्हणाला. कॅरोलनं वरकरणी आदरदर्शक वाटत असणारा हावभाव करत हात पुढे केला. मायकेलनंही तो तसाच क्षणभर हातात घेऊन सोडून दिला.

"बस... बस," व्हिनी आपल्या जागेवर बसत मायकेलला म्हणाला. त्याचा व्यवसाय काय होता हे ज्यांना माहीत होतं त्यांना व्हिनीच्या अत्यंत सुसंस्कृत व सफाईदार बोलण्याचं आश्चर्य वाटत असे. मुख्य म्हणजे कितीही राग आला तरी त्याच्या आवाजात किंचितही फरक पडत नसे. मायकेलला व्हिनीच्या ह्या गुणामुळे त्याची जास्तच भीती वाटत असे.

मायकेल व्हिनीच्या समोर बसला.

"थोडीशी स्पॅघेटी बोलोनीज चाखणार का?" व्हिनी म्हणाला, "शिवाय त्यावर बारेलोचा एखादा ग्लास?"

मायकेलनं होकार दिला. त्याला उगीचच नकार देऊन भेटीची सुरुवात बिघडवायची नव्हती. व्हिनी अगदी पहिल्यापासून वागायचा तसाच आताही वागायचा. तो कायम मुलींना भुरळ पाडायचा. शाळेपासूनच त्याला 'द प्रिन्स' हे टोपणनाव मिळालं होतं. अतिशय रेखीव चेहेऱ्याचा व्हिनी खरोखरच एखाद्या राजपुत्रासारखा रुबाबदार होता. मायकेलप्रमाणेच तो दररोज उत्तम शिलाईचा उंची सूट वापरत असे. शाळेत असल्यापासून आपल्या वजनात जराही फरक पडलेला नाही याबद्दल त्याला मायकेलप्रमाणेच अभिमान होता. त्यासाठी तो नियमित व्यायाम करत असे.

"आणि आपली गुंतवणूक कशी काय आहे?" व्हिनीनं विचारलं. जेव्हा व्यवहाराचा प्रश्न असेल तेव्हा व्हिनी जराही वेळ न घालवता थेट मुद्द्याला हात घालत असे. जवळ जवळ दहा वर्षं व्हिनीचे आणि मायकेलचे व्यावसायिक संबंध होते. मायकेल जेव्हा मॉर्गन-स्टॅन्लेमध्ये काम करत होता तेव्हा त्याची सुरुवात झाली होती. मायकेल व्हिनीकडे धंद्याची एक कल्पना घेऊन आला

होता. कल्पना अशी होती की अमली द्रव्य, जुगारी अड्डे, खंडणीचे उद्योग, कर्ज वसुलीची सुपारी घेणं, अपहरण आणि हॉट-कार यांच्यासारख्या अनेक अवैध धंद्यांमधून ल्युसिया फॅमिली जी माया गोळा करत असे, ती पांढरी करून द्यायची. छोट्यामोठ्या कंपन्यांची एक साखळी बनवून त्यांच्यामार्फत आय.पी.ओ.मध्ये पैसा गुंतवायचा ही कल्पना मायकेलची. त्या कल्पनेचा फायदा दोघांनाही झाला. मायकेल काळा पैसा बेमालूमपणे पांढरा करत असेच. शिवाय काही वेळा तो गुंतवणूक दुप्पटही करून द्यायचा. पूर्वी काळा पैसा पांढरा करण्यासाठी व्हिनीला पैसे मोजावे लागत, पण आता मायकेलच्या ह्या डोकेबाज युक्तीमुळे त्याला चांगलाच फायदा मिळत होता. धंदा जसा वाढत गेला तसा व्हिनीचा मायकेलवरचा विश्वास वाढत गेला. जेव्हा हेच काम खूप वाढलं तेव्हा मायकेलनं मॉर्गन-स्टॅन्लेमधली नोकरी सोडली आणि त्यानं स्वत:चा भांडवल गुंतवणूक क्षेत्रातला मध्यस्थीचा स्वतंत्र व्यवसाय सुरू केला होता.

''खरं सांगायचं तर मला तुझ्याशी एका अडचणीबद्दल बोलायचं आहे,'' व्हिनीच्या थेट विचारलेल्या प्रश्नाला मायकेलनं आडपडदा न ठेवता सरळ उत्तरं दिलं.

''खरं की काय?'' व्हिनी शांत स्वरात म्हणाला, त्याच्या स्वरातला थंडपणा पाहून मायकेलच्या अंगावर काटा आला, पण तरीही धैर्य एकवटून मायकेल म्हणाला, ''तसं आहे खरं.'' त्याचा आवाज किंचित थरथरत होता.

''कॅरोल... हनी, तू आम्हाला जरा माफ करशील का? आम्हाला जरा थोडं बोलायचं आहे...''

''पण माझं अजून खाणं झालेलं नाही,'' कॅरोल गेंगाण्या आवाजात म्हणाली.

''कॅरोल!'' व्हिनीनं तिच्याकडे तिरकस कटाक्ष टाकला. त्यानं आवाज मुद्दाम बारीक केला होता.

''ओह्... ठीक आहे.'' कॅरोल तिचा नॅपकिन प्लेटवर टाकत म्हणाली,

''पण मी जाऊ तरी कुठं?''

''कुठंही... हनी, तुला हवं तिकडे. फ्रेडी किंवा रिचीला ड्रायव्हर म्हणून ने.''

कॅरोल बाहेर पडल्यानंतर मायकेल पुन्हा त्याच्या जागेवर बसला. व्हिनीनं त्याच्याकडे राखून पाहिलं, ''ही जी काही अडचण आहे ती एंजल्स हेल्थकेअरबद्दल नसली तर बरं... पण मला उगीचच तसं वाटतंय.''

मायकेल घसा खाकरून बोलणार एवढ्यात वेटर तिथं आला. त्यानं वाफाळलेल्या स्पॅघेटीची प्लेट आणि एक ग्लास आणला होता. तिथं असणारा ताण त्याला जाणवला असावा, कारण त्यानं प्लेट ठेवली. पटकन ग्लासात

वाईन ओतून तो निघून गेला.

"हे सगळं एंजल्स हेल्थकेअरच्या संदर्भातच आहे," मायकेलनं सुरुवातीला कबूल करून टाकलं, "कंपनी सुरू ठेवण्यासाठी एंजल्स हेल्थकेअरला आणखी रकमेची गरज आहे. त्यांची समस्या एक रोगजंतू नष्ट करणं ही होती. त्यासाठी त्यांना हॉस्पटलमधली ऑपरेशन थिएटर्स बंद ठेवावी लागली. त्यामुळे त्यांचं उत्पन्न एकदम फार घटलं."

"ही कहाणी तर तू मला एक महिन्यापूर्वी सांगितली होतीस." व्हिनी म्हणाला. त्याचा आवाज जरी पूर्वीसारखाच शांत असला तरी त्याच्या डोळ्यांत राग स्पष्ट दिसू लागला होता, "मी अलीकडंच जी रक्कम कर्जाऊ दिली होती त्यातून कंपनी आय.पी.ओ. होईपर्यंत तगणार होती ना?"

"होय. मलाही तसंच वाटत होतं, पण एका तासापूर्वी माझ्या माजी बायकोनं वेगळंच काहीतरी सांगितलं," मायकेल म्हणाला. त्याचा उद्देश जबाबदारी ॲन्जेलावर ढकलणं हा होता.

"पण तसं का झालं नाही?

"अपेक्षेपेक्षा जास्त काळ ऑपरेशन थिएटर्स बंद ठेवावी लागली. त्यामुळं उत्पन्नात घट झाली. शिवाय निर्जंतुक करण्यासाठी लागणारा खर्च अपेक्षेपेक्षा खूपच जास्त झाला."

"आता ऑपरेशन थिएटर्स सुरू झाली आहेत का?"

"होय. पण संसर्गाची समस्या आता नाही यावर विश्वास ठेवून नवीन रुग्णांना हॉस्पिटलमध्ये आणायला डॉक्टरांना आणखी काही आठवडे लागतील."

"ही संसर्गाची समस्या खरोखरच संपलेली आहे का?"

"माझ्या समजुतीनुसार, होय."

"किती रक्कम लागेल याबद्दलची तुझी समजूत किती चूक ठरली हे दिसतंच आहे. आता ह्या बाबतीत तुझी समजूत योग्य आहे असं तुला कशावरून वाटतं?"

"मला माहीत नाही," मायकेल खांदे उडवत म्हणाला, "मी मला जे समजलं त्यावरच बोलतोय."

"आय.पी.ओ. पूर्ण होण्यासाठी किती रक्कम लागेल?"

"मला कळलं की दोन लाख."

व्हिनी पुन्हा मायकेलकडे रोखून पाहू लागला. तो जणू नजरेनंच त्याला पोखरून काढत होता. मायकेलनं त्याची नजर चुकवली आणि तो समोरच्या प्लेटकडे पाहू लागला. सद्यस्थितीत खाणं चालू ठेवण्यानं व्हिनीचा अनादर होईल की न खाण्यानं हे मायकेलच्या लक्षात येईना. व्हिनी असल्या गोष्टीमुळे

दुखावणं त्याला परवडणारं नव्हतं. व्हिनी असल्या शिष्टाचारांबाबत फारच लहरी होता.

"खा!" व्हिनी काही क्षणांनी म्हणाला.

मायकेलला खाण्याची अजिबात इच्छा होत नव्हती. पण त्यानं काटा उचलला आणि एक घास तोंडात कोंबून तो स्पॅघेटी खाण्याचा प्रयत्न करू लागला.

"मला हे अजिबात आवडलेलं नाही," व्हिनी म्हणाला. तो आता धोकादायकपणे पुढे झुकून बोलत होता, "मला या सगळ्यात तुझा भोंगळपणा दिसतोय. अगोदर तू आणखी रक्कम हवी म्हणून माझ्याकडं आलास. मग कोणीतरी अकाऊंटंट फेडरल यंत्रणेला माहिती पुरवेल असं वाटतं, म्हणून त्याच्याशी मी बोलावं हे तू मला सांगितलंस. आणि आता तू पुन्हा आणखी रक्कम लागेल हे सांगत आलास. हे सगळं कधी थांबणार?"

"मला हे सगळंच अनपेक्षित होतं." मायकेल स्वत:च्या बचावासाठी बोलू लागला, "हे असं असलं तरी ही गुंतवणूक अजूनही उत्कृष्ट ठरणारी आहे. माझ्यावर विश्वास ठेव! ही गुंतवणूक जबरदस्त नसती तर मी तुझे पैसे गुंतवलेच नसते. इतकंच नाही, तर मी माझ्याजवळ होतं नव्हतं ते सगळं यात गुंतवलं आहे."

"प्रामाणिकपणानं सांगतो, मला तुझ्या गुंतवणुकीबद्दल काडीचीही पर्वा नाही. मला माझ्या रकमेची फिकीर आहे. मला ती गमावून चालणार नाही. मला त्याबद्दल फार स्पष्टीकरण द्यावं लागेल."

"रक्कम कुठंही जाणार नाही," जरी त्याला स्वत:ला खात्री वाटत नसली तरी मायकेल निर्णायक स्वरात म्हणाला, "फार फार तर आय.पी.ओ. पुढं ढकलला जाईल एवढंच."

"मला ते व्हायला नकोय. मी माझं काम चोख पार पाडलंय. मी तुला जादा अडीच लाख दिले आहेत. शिवाय त्या अकांऊंटंटच्या बाबतीतही मी मदत करतोच आहे."

"तू त्याच्याशी बोलला नाहीस अजून?" मायकेल एकदम सावध होत म्हणाला.

"ओह... मी त्याच्याशी बोललोय. शिवाय फ्रॅन्को आणि ॲन्जेलोही त्याच्याशी बोलले आहेत."

"त्यानं सहकार्य केलं नाही का?"

"मी तसं म्हणणार नाही, पण एवढं नक्की की तो आठ-के फॉर्म पाठवणार नाही. फक्त अडचण अशी आहे की त्याच्या सेक्रेटरीकडंही हा फॉर्म आहे, आणि ती कोण ते आपल्याला ठाऊक नाही. पण तिच्याशीही बोलावं लागणार असं दिसतंय."

''मी ह्या बाबतीत विचारच केला नव्हता,'' मायकेलनं कबूल केलं. मग काही वेळानं म्हणाला, ''ही कल्पना खरंच चांगली आहे!'' मायकेलला बरं वाटलं. जी समस्या पुन्हा डोकं काढते आहे असं वाटत होतं तिचं निराकरण परस्पर होणार होतं. मायकेल जरी व्हिनीबरोबर व्यवसाय करत होता तरी व्हिनीचा पैसा नेमका कुठून आणि कसा येतो हे त्याला जाणून घ्यायची इच्छा नव्हती. व्हिनीची कामाची पद्धत आणि त्याची व्याप्ती याबद्दल त्याच्या कल्पना पुरेशा होत्या. म्हणूनच तर मायकेलला व्हिनीची कमालीची धास्ती वाटत असे.

''माईकी, मुद्दा लक्षात घे. मी माझी भूमिका व्यवस्थित पार पाडतोय आणि तू तुझी नीट पार पाडावीस असं मला वाटतं. एंजल्स हेल्थकेअर आय.पी.ओ. मधून बाहेर पडेल याची खात्री पटण्यासाठी जी काही जादा रक्कम लागेल ती तू उभी करायची आहे.''

''पण—''

''पणबिण काही नाही, माईकी,'' मायकेलचं बोलणं व्हिनीनं मध्येच तोडलं, ''आपण एकमेकांना खूप वर्षं ओळखतो, पण हा धंदा आहे. मला कोणत्याही परिस्थितीत एंजल्स हेल्थकेअरचा आय.पी.ओ. पूर्ण व्हायला हवा आहे. तू एक चांगला विक्रेता आहेस नि म्हणूनच माझ्या अपेक्षा वाढल्या आहेत. तू म्हणालास त्याप्रमाणे खरोखरच आय.पी.ओ. पूर्ण झाला नाही तर आपली मैत्री संपली. त्यानंतर तुला जे काय बोलायचंय ते फक्त फ्रॅन्कोशी बोलावं लागेल.''

मायकेलनं घास गिळण्याचा प्रयत्न केला, पण घास घशातच अडकला. त्याचा घसा कोरडा पडला होता. त्यानं वाईनचा ग्लास उचलला आणि एक मोठा घोट घेतला.

लेफ्टनंट लाऊ सोल्डानोनं घड्याळाकडे नजर टाकली. दुपारचा जवळ जवळ दीड वाजता होता. आपलं पोट गुरगुर आवाज का करतंय हे आता त्याच्या लक्षात आलं. सकाळी वैद्यकीय तपासनिसाच्या ऑफिसातून आठनंतर तो बाहेर पडला होता. मग तो सोहो भागातल्या प्रिन्स स्ट्रीटवरच्या आपल्या घरी परतला होता. तो इतका दमला होता की तो बेडरूमपर्यंतही पोहोचला नाही. दिवाणखान्यातच कोचावर तो आडवा झाला होता.

दुपारी बाराच्या सुमारास जाग आल्यानंतर त्यानं दाढी-अंघोळ उरकली तेव्हा त्यानं फक्त एक कॉफी तेवढी घेतली होती. त्यानं मग वैद्यकीय तपासनिसाच्या ऑफिसला फोन केला होता. जॅक ज्या दोन केस पहात होता त्यात काय मिळालं हे जाणून घेण्याची उत्सुकता त्याला होती, पण जॅक अजूनही शवविच्छेदन

करत होता. म्हणून मग त्यानं न्यूयॉर्क पोलीस विभागाच्या सार्जंट मर्फीशी संपर्क साधला. नदीत तरंगणारं जे प्रेत सापडलं होतं त्या माणसाची ओळख पटली का ते पहायचं होतं, पण अद्याप तरी कोणी आशियाई वंशाचा माणूस हरवल्याची तक्रार दाखल झाली नव्हती. त्याला ही ओळख पटण्यात रस होता. कारण लाऊला उगीचच वाटत होतं की टोळीयुध्दात आणखी प्रेतं मिळणार. म्हणूनच त्याला हा माणूस कोण ते लवकर कळलं तर हवं होतं. तसं झालं तर आणखी खून टाळता येणार होते. त्या माणसाला ज्या पद्धतीनं ठार केलं होतं ती पाहता हा खून टोळीयुध्दाशी संबंधित असावा असा लाऊला दाट संशय होता.

सणकून भूक लागल्यामुळे लाऊनं आता फास्ट फूडचं एखादं दुकान सापडतंय का ते पहायला सुरुवात केली. तो त्याची शेवरलेट कॅप्रिस ही जुनी गाडी चालवत होता. ही गाडी त्याला पोलीस विभागानं दिलेली होती. ह्या गाडीशी त्याचं भावनिक नातं होतं. त्याच्या पूर्वायुष्यातील घटनांचं स्मरण करून देणारी ती एकमेव गोष्ट शिल्लक राहिली होती. लाऊचा घटस्फोट झालेला होता आणि त्याची दोन्ही मुलं कॉलेजात शिकत होती.

"माय गॉड! जॉनीज् जॉईंट अजूनही आहे!" लाऊ आश्चर्यचकित होत स्वत:शी मोठ्या आवाजात म्हणाला. त्यानं वळण्यासाठी इंडिकेटर सुरू केला आणि गाडीचा वेग कमी केला, पण मागच्या गाडीनं जोरानं हॉर्न वाजवून त्याला इशारा दिला. लाऊनं खिडकीची काच खाली घेतली आणि मागच्या माणसाला जाण्यासाठी खूण केली. त्या माणसाला ते कळलं, पण तरीही हॉर्न वाजवतच त्यानं गाडी पुढे काढली आणि जाताना लाऊकडे पाहून बोट दाखवत शिवी हासडली.

"काही काही गोष्टी कधीच बदलत नाहीत हेच खरं," लाऊ स्वत:शी म्हणाला. त्याला क्वीन्समधला कॉरोनाचा हा भाग परिचित होता. तो लहानपणी जवळच्या रेगो पार्कमध्ये रहात असे. शिवाय पोलीसदलात भरती झाल्यावर त्याची नेमणूक संघटित गुन्हेगारी नियंत्रण दलात झाली होती. हे काम करत असताना तो क्वीन्स भागात भरपूर हिंडला होता. त्याची नेमणूक तिथं झाली होती, कारण तो भाग त्याला चांगला माहिती होता. ह्या दलात असताना त्यानं सहा वर्षं संघटित गुन्हेगारीशी संबंधित कामं केली होती. ह्याच दरम्यान त्याला प्रथम सार्जंट म्हणून आणि नंतर लेफ्टनंट म्हणून बढती मिळाली होती.

लाऊनं वळण घेतलं आणि गाडी जॉनीज् रेस्टॉरंटच्या पार्किंगसाठी राखून ठेवलेल्या जागेत आणून उभी केली. इथं ऑर्डर देण्यासाठी एका खिडकीपाशी जावं लागायचं. आपला नंबर येईपर्यंत वाट पहायची. मग नंबर आला की फूटभर लांबीचं सॅन्डविच आपल्या गाडीत नेऊन खायचं अशी तिथली पद्धत

होती. लाऊला आपण शाळेत असताना कसे इथं खाण्यासाठी येत होतो ते आठवलं.

पंधरा मिनिटांनी लाऊची भूक भागली होती आणि त्याचबरोबर पुन्हा पुन्हा जॉनीज् रेस्टॉरंटमधल्या अनेक आठवणी जाग्या होत होत्या. आपण एका रात्री जिना पनटानेलाबरोबर इथं आलो होतो हे आठवलं. त्यांनी गाडी खूप मागच्या बाजूला पार्क केली होती. अगोदर त्यांनी फूटभर लांबीच्या सॅन्डविचवर ताव मारला होता आणि मग मागच्या सीटवर गंमत गेली होती.

आपण जॉनीज् रेस्टॉरंटमध्ये येऊन थांबलो म्हणून लाऊ खूष झाला होता. त्याचं एक आणखी एक कारण होतं. जॉनीज् रेस्टॉरंट नापोलिटन रेस्टॉरंटच्या अगदी समोर होतं. संघटित गुन्हेगारी नियंत्रण दलात बरीच वर्षं काम केल्यामुळे त्याला नापोलिट रेस्टॉरंटमधूनच व्हिनी डॉमिनिक त्याचे सगळे उद्योग चालवतो याची पूर्ण कल्पना होती. व्हिनी डॉमिनिक ल्युसिया फॅमिलीचा क्वीन्स भागातला कारभार पहात असे. या भागात वकारो आणि ल्युसिया ह्या दोन फॅमिली गुन्हेगारी जगतावर ताबा ठेवण्यासाठी स्पर्धा करत असत. ही स्पर्धा पारंपरिक स्वरूपाची होती आणि त्यांच्यात नेहमीच एक प्रकारचं संतुलन आपोआप साधलेलं असे, पण आता या भागात निर्माण होणाऱ्या नवीन आशियाई टोळ्यांनी या दोन्ही फॅमिलींच्या जुन्या वर्चस्वाला आव्हान उभं केलं होतं. या सगळ्याची लाऊला चांगली कल्पना होती. म्हणूनच नदीत तरंगणारं हे जे प्रेत होतं, त्याचा ह्या नवीन वैराशी काही संबंध आहे का हे लाऊला शोधून काढायचं होतं. सहाजिकच लाऊची नजर व्हिनी डॉमिनिककडे वळली होती. व्हिनीच्या पदावर वकारो फॅमिलीत काम करणारा पॉली सेरिनो तुरुंगात शिक्षा भोगत होता. त्यामुळे अगोदर त्याना व्हिनीचा संशय आला होता.

लाऊला जरी व्हिनीच्या टोळीवर नजर ठेवायची असली तरी तो थेट व्हिनीला गाठणार नव्हता. तो त्याचा एक हस्तक, फ्रेडी कापुसोला शोधत होता. संघटित गुन्हेगारी नियंत्रण दलात काम करत असताना लाऊनं फ्रेडीला खबऱ्या म्हणून त्याच्या बेतात सामील करून घेतलं होतं. अजूनही फ्रेडी आपलं ऐकेल असं लाऊला वाटत होतं. त्यावेळी फ्रेडीबद्दल माहिती काढताना लाऊला आढळलं होतं की हा पोरगा एक प्रकारे दुहेरी खेळ खेळत होता. तो व्हिनीसाठी काम करत असला तरी अधूनमधून तो खऱ्या-खोट्या बातम्या पॉलीकडे पोचवत असे. हा पोरगा रात्री स्वस्थ कसा काय झोपू शकतो याचं लाऊला आश्चर्य वाटत असे. कारण तो जे काही करत होता ते दोन्हीपैकी कोणत्याही बाजूला कळलं असतं तर तो तत्काळ नाहीसा झाला असता. आपल्या मांसावर व्हेराझानो पुलापलीकडचे मासे कधी ताव मारू लागले हे त्याला कळलंही नसतं. लाऊ

तिथं आला होता खरा, पण अजून फ्रेडी व्हिनीसाठी काम करतो की नाही याची त्याला कल्पना नव्हती. मुळात तो अजून जिवंत तरी आहे की नाही हेच ठाऊक नव्हतं. व्हिनी त्या वेळी रेस्टॉरंटमध्ये असावा असा त्यानं अंदाज बांधला. कारण एक काळी कॅडिलॅक गाडी रेस्टॉरंटच्या दारातच उभी केलेली होती. अर्थात ही गाडी व्हिनीचीच आहे की दुसऱ्या कोणाची याबद्दल लाऊची खात्री नव्हती. ही गाडी बरीच जुनी होती. सहसा व्हिनीला अशा जुन्या गाड्या आवडत नसत.

लाऊच्या मनात हे विचार येते होते तेव्हा अचानक कोणीतरी रेस्टॉरंटमधून बाहेर पडलेलं दिसलं. क्षणभर कपडे आणि केस पाहून लाऊला वाटलं की व्हिनीच असावा, पण ते देखील चमत्कारिकच होतं. कारण व्हिनी असा एकटा कधीच बाहेर येत नसे. आता तो माणूस रस्ता ओलांडून अलीकडच्या बाजूला आला. तेव्हा लाऊला दिसलं की तो व्हिनी नसून दुसराच कोणीतरी आहे.

लाऊला दिसलं की तो माणूस इकडंतिकडं संशयानं पाहतोय. त्याच्या हातातला रिमोटही थरथरत होता. तो अतिशय नर्व्हस आहे हे स्पष्ट दिसत होतं. काही क्षणांनंतर गाडी सुरू झाली. त्या माणसानं चुकीच्या पद्धतीनं यू-टर्न घेतला आणि टायरचा कर्रकच् आवाज करत तो तिथून वेगानं निघून गेला. लाऊनं गाडीचा नंबर पहायचा प्रयत्न केला, पण त्याला ते जमलं नाही. फक्त त्याला पाच-व्ही ही दोन अक्षरं कळली. नंबरप्लेट न्यूयॉर्क शहरातली आहे एवढं मात्र त्याच्या लक्षात आलं होतं.

लाऊनं पुन्हा रेस्टॉरंटच्या दाराकडे पाहिलं. व्हिनीचा एखादा माणूस पाठोपाठ पाठलागावर बाहेर पडतो की काय असं त्याला वाटलं, पण तसं काही घडलं नाही. सारं काही शांतच होतं. लाऊ मागे आरामात रेलला आणि त्यानं सॅन्डविचचा आणखी एक घास घेतला. खात असताना तो व्हिनी आणि त्याच्यासारख्या दिसणाऱ्या माणसाची भेट कशाबद्दल असावी याचा विचार करू लागला. त्या भेटीनंतर तो माणूस एवढा नर्व्हस का झाला असावा? त्याचा पैशाच्या व्यवहारांशी काहीतरी संबंध आहे की काय? त्या माणसाचे कपडे आणि त्याची गाडी पाहून त्याचा जुगाराच्या धंद्याशी काहीतरी संबंध असावा असं लाऊला वाटलं. जर हा माणूस व्हिनीचं खूप मोठं देणं लागत असेल तर तो नक्कीच मोठ्या संकटात असणार. व्हिनी आणि त्यांच्या धंद्यामधल्या लोकांना आपले पैसे कोणाकडे जास्त काळ अडकून पडलेले अजिबात रुचत नसे. जर तसं झालं तर त्यांच्या धंद्याचा डोलारा पत्त्याच्या बंगल्याप्रमाणे कोलमडून पडण्याची शक्यता असे. हे विचार मनात येताच त्याला पुन्हा नदीत मिळालेल्या आशियाई माणसाची आठवण आली. त्याच्या बाबतीतही असंच काही असू शकेल का? तसं असेल

तर त्या मृत्यूचं कारण निव्वळ पैसे बुडवणाऱ्याला नाहीसं करणं एवढंच असावं. असंही त्याला वाटून गेलं.

अचानक लाऊ पुन्हा खायचा थांबला. एक काळी सेडान कॅडिलॅक रेस्टॉरंटसमोर आली होती. त्या गाडीच्या काचा गडद रंगाच्या होत्या. गाडी जुन्या कॅडिलॅक गाडीच्या मागे उभी राहिली. पुढच्याच क्षणी लाऊनं हातातलं सॅन्डविच फेकून दिलं नि तो विजेच्या वेगानं बाहेर पडून रस्ता ओलांडून पलीकडे गेला. कारण नव्यानं आलेल्या कॅडिलॅक गाडीचा ड्रायव्हर गाडीला वळसा घालून पलीकडे जाताना त्याला दिसला होता. तो फ्रेडी कापुसो होता.

"फ्रेडी... मित्राऽ" लाऊनं हाक मारली.

फ्रेडी थांबला आणि त्यानं वळून पाहिलं. त्याला लाऊ दिसला. तो कोण आहे हे कळताच फ्रेडीचा चेहरा पांढराफटक पडला. त्यानं अस्वस्थपणानं इकडे तिकडे पाहिलं. त्यानं रेस्टॉरंटच्या दाराकडे एक चोरटी नजर टाकली.

"गॉड!" लाऊ उत्साहानं म्हणाला, "फ्रेडी...मित्रा, आपण भेटून किती काळ लोटला, नाही?"

"होली शिट्! लेफ्टनंट... तू इथं काय करतो आहेस?"

"काही नाही. समोरच्या बाजूला असणाऱ्या रेस्टॉरंटमध्ये सॅन्डविच खावं म्हणून आलो होतो. मी शाळेत असताना इथं यायचो. आज सहज जुनी आठवण म्हणून आलो नि तू दिसलास. काय हा योगायोग!"

"भेटून आनंद झाला लेफ्टनंट," फ्रेडी घाईघाईनं म्हणाला, "पण मला आता निघायला हवं."

"इतक्या लवकर नाही फ्रेडी," लाऊनं फ्रेडीच्या दंडावर हात ठेवला. त्याचा दुसरा हात होल्स्टरमधल्या रिव्हॉल्व्हरवर होता. ह्या धंद्यामधले लोक किती बेभरवशाचे आणि धोकादायक असतात याची लाऊला पुरेपूर कल्पना होती.

"कोणी मला तुझ्याबरोबर पाहिलं तर माझा खेळ खलास होईल," फ्रेडी हलक्या आवाजात म्हणाला.

"माझ्या एका फोननं तुझा खेळ केव्हाच खलास झाला असता... मला तुझ्याशी फक्त दोन मिनिटं बोलायचं आहे. माझी गाडी रस्त्याच्या पलीकडे जॉनीज्च्या पार्किंगमध्ये उभी आहे. तिथं ये. आपण कोणालाही न दिसता बोलू शकू."

फ्रेडीनं एकदा जॉनीज्च्या दिशेनं आणि एकदा लाऊकडे व रेस्टॉरंटच्या दाराकडे चोरटी नजर टाकली. जणू लाऊ काय बोलतोय ते खरंच वाटत नव्हतं, असा त्याचा अविर्भाव होता.

"तू इथं जितका जास्त वेळ घालवशील तितका तू जास्त धोका पत्करतो आहेस." त्यानं फ्रेडीच्या दंडाला जरासं ओढून जॉनीज्कडे जायची खूण केली.

आपल्यापुढं आता काही पर्यायच उरलेला नाही हे कळायला फ्रेडीला फारसा वेळ लागला नाही. त्यानं मान डोलावली आणि आणि रस्ता ओलांडला. लाऊ त्याच्या मागोमाग स्वत:च्या गाडीपाशी गेला. फ्रेडीनं पुढचं दार उघडलं. पण तिथं सीटवर आणि खाली पडलेला सॅन्डविचचा भाग, कांद्याच्या चकत्या, टॉमेटोचे काप, हे सगळं पाहून तो म्हणाला, ''मी ह्या कचऱ्यात बसणार नाही!''

लाऊला अगोदर तो काय म्हणतोय हे कळलं नाही. मग त्याच्या लक्षात आलं की ही सगळी घाण त्यानं मघाशी घाईनं फेकून दिलेल्या सॅन्डविचची होती. ''ठीक आहे...'' असं म्हणून त्यानं मागचं दार उघडून फ्रेडीला आत शिरण्यासाठी खूण केली.

''हे जितक्या लवकर संपवता येईल तेवढं संपव,'' फ्रेडी जणू आपण आपलं म्हणणं मानायला हवं अशा परिस्थितीत आहोत, अशा तऱ्हेनं घाईनं म्हणाला.

''मी प्रयत्न करतो,'' लाऊ फ्रेडीच्या धाडसाकडं दुर्लक्ष करत म्हणाला,

''सगळ्यात पहिली गोष्ट, सध्या वकोरो फॅमिलीचं इथलं काम कोण पाहतं? मला सध्याची कल्पना नाही म्हणून विचारतो.''

''लुई बर्बेरा, पण ही तात्पुरती व्यवस्था आहे. कारण पॉली सेरिनो जामिनावर सुटून लवकरच परत येणार आहे.''

''होय का?'' लाऊ म्हणाला. त्यानं अशी काही खबर ऐकली नव्हती.

''तू मला हे प्रश्न विचारून त्रास का देतो आहेस?'' फ्रेडी कुरकुर करत म्हणाला, ''ह्या गोष्टी तर तुला कोणाकडूनही सहज कळू शकतात.''

''व्हिनी आणि लुईचे संबंध कसे आहेत?''

फ्रेडी फक्त हसला.

''म्हणजे त्यांचे संबंध एवढे खराब आहेत की काय?''

''पॉलीला पकडल्यानंतर व्हिनीनं भरपूर हात मारलाय. विशेषत: अमली द्रव्यांच्या बाबतीत. वकारो फॅमिलीला त्यांचा धंदा परत हवाय.''

''आणि रशियन, आशियाई किंवा स्पॅनिश टोळ्यांचं काय?''

''ते सगळ्यांनाच नाकी नऊ आणताहेत.''

''तिन्ही गटाचे लोक म्हणतोस?''

''मुख्यत: आशियाई लोक. ते दक्षिण अमेरिकेऐवजी पूर्वेकडून अमली पदार्थांची आयात करतात.''

''काल रात्री एकाला उडवलं असं माझ्या कानावर आलंय,'' अखेर लाऊ मुद्द्याचं बोलू लागला, ''तुला त्याबद्दल काही माहिती आहे का?''

फ्रेडीनं क्षणार्ध रेस्टॉरंटच्या दाराकडे घाबरून नजर टाकली. पण ते लाऊच्या

अनुभवी नजरेतून सुटलं नाही. फ्रेडीला काहीतरी माहिती आहे हे त्याच्या लक्षात आलं.

"मला काहीच कल्पना नाही."

"हे काय फ्रेडी! मला उगीच धमकी द्यायला भाग पाडू नकोस. पूर्वीचे दिवस आठवून मला व्हिनीला फोन करणं आवडणार नाही."

"ठीक आहे... काल एकाला उडवलं एवढंच मला कळलं. बस्स, पण आणखी काही नाही."

"फ्रेडी... उगीच हे ताणू नकोस."

"खरंच सांगतो. तो कोण होता हे मला खरोखरच माहीत नाही. फक्त हे कळलं की कोणीतरी माणूस दगाबाजी करणार होता."

"दगाबाजी? ती कशाबद्दल नि कोणाशी?

"कोणास ठाऊक?"

"तू माझ्याशी खेळ खेळत तर नाहीस ना?"

"मी मनापासून सांगतोय. मला हे एवढंच माहीत आहे. व्हिनी कशानंतरी अस्वस्थ आहे, पण कशानं त्याची कल्पना नाही. तो ह्या असल्या गोष्टी फ्रॅन्को पॉन्टीखेरीज कोणाशीही बोलत नाही."

लाऊनं फ्रेडीकडे पाहिलं. त्याला फ्रेडीबद्दल जरासं वाईट वाटलं. कारण आज ना उद्या तो नाहीसा होणार हे तर नक्कीच होतं. तो दोन्ही बाजू सांभाळण्याचा धोकादायक खेळ करत होता, पण हे काम कोणालाही नकळत करण्याइतपत तो हुशारही नव्हता. त्यामुळे हे घडणार यात काहीच शंका नव्हती. दुसरीकडं त्याला फ्रेडीचा रागही येत होता. ह्या अशा मूर्ख माणसांमुळेच इटालियन अमेरिकनांचा सगळा समाज बदनाम होतो असं त्याचं मत होतं.

"ठीक आहे..." लाऊ काही वेळानं म्हणाला, "ज्या माणसाला उडवलं त्याची तू माहिती काढ. मला ल्युसिया नि वकारो फॅमिलींमध्ये टोळीयुध्द सुरू व्हायला नको आहे. माझ्या मनात म्हणूनच चिंता दाटली आहे."

"मी ही माहिती काढूच शकणार नाही. व्हिनी असल्या बाबतीत ह्या कानाचा त्या कानाला पत्ता लागू देत नाही. मी काही विचारलं तर त्याला संशय येईल."

"त्याला नको, फ्रॅन्कोला विचार."

"ते तर आणखीनच भयंकर ठरेल."

"काहीतरी मार्ग शोधून काढ." लाऊ म्हणाला आणि त्यानं फ्रेडीनं बाहेर पडावं म्हणून दार उघडलं.

७

३ एप्रिल २००७
दुपारी २ वाजून २० मिनिटं

टॅक्सीमधून सेकंड अव्हेन्यूवरून उत्तरेकडे जाताना लॉरी बाहेर पहात असली तरी तिच्या मनात निराळेच विचार घोंघावत होते. एम.आर.एस.ए.च्या केसबद्दल मी सतत विचार करत होती. सुरुवातीला ह्या केसचा उपयोग जॅकला शस्त्रक्रियेपासून परावृत्त करण्याचं एक साधन, एवढाच मर्यादित विचार लॉरी करत होती; पण आता मात्र हा विषय वाटला त्यापेक्षा गंभीर आहे हे लक्षात आल्यानंतर ती थरारून गेली होती. वैद्यकीय तपासनीस या नात्यानं मृतांची बाजू घेऊन काम करणं आणि त्यातून जे जिवंत आहेत त्यांना सुरक्षित करणं ही आपली जबाबदारी आहे असं ती मानत असे. सध्या नेमकी हीच जबाबदारी पार पाडण्याची वेळ आली आहे हे तिला जाणवलं. सध्या एम.आर.एस.ए.मुळे जे मृत्यू होत आहेत त्यामागचं कारण सापडलं तर ती संभाव्य मृत्यू टाळू शकणार होती.

लॉरीच्या मनात अनेक प्रश्न निर्माण होत होते. वैद्यकीय तपासनिसांच्या ही समस्या अगोदर का लक्षात आली नाही? लॉरीनं ह्यावर थोडा विचार केल्यानंतर तिच्या कारण लक्षात आलं. कोणालाही या मृत्यूंमधला परस्परसंबंध जाणवला नव्हता. जर लॉरीला तिच्या खासगी करणासाठी यात रस वाटला नसता तर कदाचित इतरांप्रमाणे तिचंही दुर्लक्ष झालं असतं. दुसरंही कारण तिच्या लक्षात आलं. दर वर्षी हॉस्पिटलमधून बाहेर पडताना होणाऱ्या संसर्गामुळे एकट्या अमेरिकेत नव्वद हजार जण मरण पावतात. यामधले साधारण तीस टक्के रुग्ण स्टॅफमुळे मरण पावतात. त्यातले बरेच एम.आर.एस.ए.चे असतात. याचा अर्थ

असा की एम.आर.एस.ए.मुळे मृत्यू होणं ही काही फार अपवादात्मक गोष्ट नाही.

अचानक बसलेल्या धक्क्यानं लॉरी एकदम तिच्या विचारविश्वातून बाहेर आली. जर सीटबेल्ट लावला नसता तर तिचं डोकं टपावर आदळलंच असतं.

"सॉरी!" टॅक्सी ड्रायव्हर आरशातून लॉरीकडे पहात म्हणाला, "हिवाळ्यामुळे रस्त्याला खड्डे पडले आहेत."

लॉरीनं मान डोलावली. तिनं टॅक्सी ड्रायव्हरच्या सॉरी म्हणण्याचं कौतुक केलं. त्यानं असं म्हणणं तिला अपेक्षित नव्हतं, पण त्याची टॅक्सी चालवण्याची पद्धत मात्र तिच्या चांगली माहितीची होती.

"जरा सावकाश चालवली तर बरं." तिनं सुचवलं.

"वेळ अमूल्य असतो," फेटेवाला टॅक्सी ड्रायव्हर म्हणाला.

टॅक्सी ड्रायव्हरला काही समजावून सांगणं म्हणजे वेळ वाया घालवण्यासारखं आहे याची कल्पना असल्यानं लॉरीनं बोलणं तिथंच थांबवलं. ती पुन्हा तिच्या विचारांमध्ये गुंगून गेली. ती त्या वेळी टॅक्सीमधून एंजल्स ऑर्थोपेडिक हॉस्पिटलकडे जात होती. गेले दोन तास ती फारच कामात होती. तिला अर्नोल्ड बेसरमन आणि केव्हिन साऊथगेट यांना गाठण्यात यश आलं होतं. त्यांच्याकडून तिला सहा केसेसची माहिती मिळाली तर होतीच, पण शिवाय त्यापैकी चार जणांच्या हॉस्पिटलमधल्या नोंदीही तिच्या हातात पडल्या होत्या. इतकंच नाही तर अर्नोल्डनं स्वतःच्या उपयोगासाठी एम.आर.एस.ए.विषयी माहिती एकत्र करून जो लेख लिहिला होता, तो देखील त्यानं तिला दिला होता. तिनं तो भराभरा वाचून त्यातून आवश्यक तो भाग डोक्यात साठवला होता. तिला आता एम.आर.एस.ए.बद्दल भरपूर काही कळलं होतं. ॲग्नेस म्हणाली होती की स्टॅफिलोकोकस ऑरियस हा एक अत्यंत बेभरवशाचा आणि असामान्य असा रोगजंतू आहे. तिचं म्हणणं खरं आहे हे लॉरीच्या लक्षात आलं होतं.

अर्नोल्ड बेसरमन आणि केव्हिन साऊथगेट यांनी ज्यांची शवविच्छेदनं केली होती त्यांची नावं व क्रमांक लॉरीनं ॲग्नेसला पाठवले होते. शिवाय तिनं जॉर्ज फॉन्टवर्थच्या केसची नावंही तिला कळवली होती. ॲग्नेसला तिनं ह्या सर्व मृतांच्या उतींचे गोठवलेले नमुने बाहेर काढून त्यांच्यात असलेल्या जीवाणूंची ओळख पटवण्यासाठी आवश्यक चाचण्या करायला सांगितलं होतं.

लॉरीनं मग अनेक महत्त्वाचे फोन केले. हे नंबर चेरीलनं तिला मिळवून दिले होते. पहिला फोन तिनं एंजल्स ऑर्थोपेडिक हॉस्पिटलच्या लोरेन न्यूमनला केला होता. अर्नोल्ड नि चेरीलनं सांगितल्याप्रमाणे ती लॉरीशी व्यवस्थित बोलली. लोरेन न्यूमननं तिला आनंदानं त्याच दिवशी दुपारी अडीच वाजता भेटीसाठी वेळही दिली.

पुढचा फोन लॉरीनं सी.डी.सी.मध्ये लावला होता. ती एका डॉ. सिल्व्हिआ सालेर्नो नावाच्या बाईशी बोलली. ती एम.आर.एस.ए. प्रकारांच्या राष्ट्रीय साठ्याशी संबंधित काम पहात होती. ती ज्या प्रकल्पामध्ये काम करीत होती तो एम.आर.एस.ए.च्या साथीचं नियंत्रण करण्यासाठीच्या राष्ट्रीय प्रयत्नांचा एक भाग होता. रिवानं तिचं नाव लॉरीला सुचवलं होतं. ह्या बाईनंच रिवाला मिळालेल्या नमुन्यांची तपासणी करून दिली होती.

"मला जर सगळं ठीक आठवत असेल तर मला वाटतं की एम.आर.एस.ए. जीवाणूंचा तो प्रकार समाजात सर्वसामान्यत: आढळणारा होता. आम्ही या प्रकाराला सी.ए.एम.आर.एस.ए. असं म्हणतो," सिल्व्हिआ सांगत होती. तिला ह्या केसबद्दल काही आठवतंय का हे लॉरीनं विचारल्यावर ती म्हणाली, "मला जरा शोधायला हवं... हं... आहे... हे इथंच आहे. तो प्रकार हा असा आहे. सी.ए.–एम.आर.एस.ए.यू.एस.ए. ४००, एम डब्ल्यू-२, एस.सी.सी, एम.ई.सी.एल - ४, पी. व्ही. एल. मला आता इतरही गोष्टी स्पष्ट आठवतात. हा जीवाणू प्रकार अत्यंत आक्रमक आहे. कदाचित ह्या प्रकाराएवढा आक्रमक जीवाणू अद्याप पाहिलेला नाही असं म्हणावं लागेल. विशेषत: त्याची ती पी.व्ही.एल. टॉक्सिन बनवण्याची क्षमता फार घातक आहे."

"तुम्हाला डॉ. मेहतांनी असं काही सांगितल्याचं आठवतंय का, की तिच्या दोन केस दोन निरनिराळ्या हॉस्पिटलमधल्या होत्या?"

"नाही. तसं काही आठवत नाही, पण मी त्या एकाच हॉस्पिटलमधल्या असतील असं गृहीत धरलं होतं."

"दोन केस दोन वेगवेगळ्या हॉस्पिटलमधल्या होत्या. पण ही माहिती ऐकून तुम्हाला काही आश्चर्य वाटलं का?"

"त्याचा अर्थ असा की ते दोघं एकमेकांना ओळखत होते किंवा दोघं कोणा तिसऱ्याला ओळखत असावेत."

"म्हणजे हा नोसोकॉमियल संसर्गाचा प्रकार नव्हता असं तुम्हाला वाटतंय का?"

"तांत्रिक दृष्टीनं पाहिलं तर जर रुग्ण हॉस्पिटलमध्ये अठ्ठेचाळीस तासांपेक्षा जास्त असेल तरच अशा संसर्गाला नॉसोकॉमियल म्हटलं जातं."

"पण ही तांत्रिक व्याख्या झाली. म्हणजे मला असं म्हणायचं आहे की या केसमध्ये रुग्णांना हॉस्पिटलमध्येच संसर्ग झाला असू शकतो."

"अर्थातच. मी जी व्याख्या सांगितली ती प्रामुख्यानं संख्याशास्त्रीय आधारावर केलेली आहे. पण जर असा संसर्ग हॉस्पिटलमध्ये दाखल झाल्यानंतर चोवीस तासांच्या आत दिसून आला, तर मी म्हणेन की हे रोगजंतू रुग्णाच्या शरीरावर

तो हॉस्पिटलमध्ये येतानाच असले पाहिजेत.''

लॉरीनं मग तिच्याजवळ ज्या ज्या केसची माहिती होती त्याबद्दल सांगितलं. हे सगळेजण चोवीस तासांच्या आत मृत्युमुखी पडले होते आणि जीवाणूंचा उपप्रकार सी.ए.–एम.आर.एस.ए.होता हे लॉरीनं सिल्व्हिआला सांगितलं. त्यावर सिल्व्हिआनं आपल्या शंकेला दुजोरा मिळतोय असं म्हणून लॉरीला जी काही मदत लागेल ती करण्याची तयारी दर्शवली. तिनं लॉरीचा फोन नंबर लिहून घेतला आणि तला जेवढी माहिती मिळेल ती सगळी सांगण्याचं आश्वासन दिलं. शिवाय तिनं पुन्हा एकदा रिवानं पाठवलेले नमुने नीट पाहण्याचीही तयारी दर्शवली.

लॉरीनं मग आरोग्य यंत्रणांची गुणवत्ता तपासणाऱ्या जॉईंट कमिशन या सरकारी संस्थेला फोन केला. चेरीलला तिथं नेमकं कोणाशी बोलता येईल याची माहिती काढता आली नव्हती. त्यामुळे लॉरीनं फोन केला तेव्हा तिला संस्थेत एकाकडून दुसऱ्याकडे असं बराच वेळ टोलवलं गेलं. अखेर स्वत:ची जबाबदारी दुसऱ्यावर ढकलत राहण्याच्या नोकरशाही मनोवृत्तीला वैतागून लॉरीनं तो नाद सोडून दिला.

लॉरीची टॅक्सी आता हॉस्पिटलसमोर येऊन उभी राहिली होती. टॅक्सीचे पैसे चुकते करून ती खाली उतरली आणि हॉस्पिटलच्या इमारतीकडे पाहू लागली. हॉस्पिटलची इमारत नजरेत भरणारी होती. दर्शनी भागात सर्वत्र हिरव्या रंगाची काच लावलेल्या भव्य भिंती होत्या. काचा आणि हिरव्या रंगाचा ग्रॅनाईट दगड यांच्यामुळे इमारतीचं सौंदर्य खुलून दिसत होतं. पुढच्या भागात एका मोठ्या संगमरवराच्या पट्टीवर एंजल्स ऑर्थोपेडिक हॉस्पिटल हे नाव कोरलेलं होतं. मागच्या बाजूला पार्किंगसाठी अनेक मजली रचना आहे हे लक्षात येत होतं.

लॉरी आत शिरली. आतली सजावट तर बाहेरच्यापेक्षाही जास्त सुंदर होती. आपण हॉस्पिटलमध्ये नसून रिट्झ-कार्लटनसारख्या एखाद्या महागड्या पंचतारांकित हॉटेलमध्ये आलो आहोत असा भास लॉरीला झाला. सकाळी जॅकनं जे वर्णन केलं होतं त्याला हे साजेसंच होतं. खाली सगळीकडे संगमरवर आणि उंची लाकडाची फरशी बनवलेली होती. एका बूथपाशी सूट परिधान केलेले दोन जण बसलेले दिसले. लॉरीच्या लक्षात आलं की तिथं फारशी माणसं नाहीत. एखादा हॉस्पिटलच्या दारापाशी जशी गर्दी किंवा माणसांची वर्दळ असते त्याचा इथं मागमूसही नव्हता. त्या दोघांखेरीज दूर अंतरावर उंची कोचांवर फक्त दोन माणसं बसलेली तिला दिसली.

लॉरी बूथपाशी गेली आणि तिनं आपण लोरेन न्यूमनला भेटायला आलोय

हे सांगितलं.

"होय, मॅम..." सूट परिधान केलेला एक जण म्हणाला. त्यानं फोन उचलून कोणाशी तरी संपर्क साधला. काही वेळानं त्यानं लॉरीला कुठं जायचं ते दाखवलं. "मिस न्यूमन प्रशासन विभागात तुमची प्रतीक्षा करत आहेत."

लॉरी त्या माणसानं सांगितल्याप्रमाणे आत गेली. प्रशासन विभाग बाहेरच्यापेक्षा कमी भपकेबाज असला तरी इतर हॉस्पिटल्सच्या मानानं इथली सजावट खूपच उंची दर्जाची होती. एका मोठ्या हॉलसारख्या खोलीत अनेक टेबलं ओळीत मांडली होती. त्यावर अनेक सेक्रेटरी बसल्या होत्या, पण इतक्या जणी असूनही प्रत्यक्षात काम खूप चाललंय असं वाटत नव्हतं. बऱ्याच सेक्रेटरी हळू आवाजात गप्पा मारत होत्या.

लॉरी आत शिरल्यानंतर जरा वेळानं एका सेक्रेटरीचं तिच्याकडे लक्ष गेलं. तिनं लॉरीला काही मदत हवी का असं विचारलं, पण त्यावर लॉरी काही बोलणार एवढ्यातच एका खोलीचं काचेचं दार उघडलं. स्कर्ट, स्वेटर आणि पांढरा कोट असा वेष केलेली उत्साही दिसणारी एक बाई बाहेर आली. तिनं लॉरीला हाक मारली. आपणच लोरेन न्यूमन आहोत हे सांगून तिनं लॉरीला आत बोलावलं.

"मला तुमचा कोट घेऊ द्या!" लोरेन म्हणाली. तिलं लॉरीचा कोट घेऊन हँगरवर अडकवला आणि म्हणाली, "कृपया बसा."

लॉरी बसल्यानंतर लोरेन टेबलामागे जाऊन स्वत:च्या खुर्चीत बसली. "मी या अगोदर कधीही वैद्यकीय तपासनिसाला भेटलेली नाही," लोरेन हसऱ्या चेहऱ्यानं म्हणाली, "तुम्ही लोक जे काम करता ते ऐकून मला थक्क व्हायला होतं."

"साहजिकच आहे. कारण आम्ही सहसा आमच्या ऑफिसबाहेर पडत नाही. बाहेरची काही माहिती हवी असेल तर त्यासाठी वेगळे मदतनीस आहेत." लॉरी हे बोलत असताना आपण स्वत: अशा तऱ्हेनं इथं येणं बिंगहॅमला आवडणार नाही हा विचार तिच्या मनात डोकावला.

"मी तुम्हाला काय मदत करू शकते? मला वाटतं तुम्ही काल इथं एम.आर.एस.ए. मुळे जो दुर्दैवी मृत्यू झाला त्याच्या संदर्भात आला आहात."

"ते कारण तर आहेच. मी आज सकाळी मिस्टर जेफ्रीजचं शवविच्छेदन केलं. त्याच्या शरीरातली संसर्गाची व्याप्ती फार मोठी होती. विशेष म्हणजे त्याचं शरीर जीवाणूंनी आतून फार वेगानं खाऊन टाकलं होतं."

"ह्या बाबतीत आम्ही किती अस्वस्थ आहोत याची तुम्हाला कदाचित कल्पना येणार नाही. एक तसा तंदुरुस्त असणारा माणूस मरण पावला ही तर दुर्दैवी घटना आहेच, पण असं घडू नये म्हणून प्रचंड परिश्रम करूनही असं घडणं जास्तच त्रासदायक आहे."

"तुम्ही प्रतिबंधासाठी काय काय केलं आहे ते मी माझ्या एका सहकाऱ्याच्या तोंडून ऐकलं आहे. ते पाहता असं घडणं खरोखरच फार त्रासाचं ठरत असणार. विशेषत: तुमच्या इथं अकरा केस झाल्या आहेत हे लक्षात घेतलं तर तुम्ही लोक फारच निराश झाला असणार हे उघड दिसतंय.''

"निराश हा शब्द कदाचित फारसा योग्य ठरणार नाही. तो आमची अवस्था दाखवण्यासाठी अपुरा ठरेल... बरं, आम्हाला ज्याचा काही उपयोग होईल असं तुम्हाला शवविच्छेदनात काही आढळलं का? तुम्ही फोन केलात तेव्हा मला वाटलं असं काहीतरी असणार.''

"तसं काही नाही.''

"मग तुम्ही इथं येण्याचं कारण काय?''

लॉरीनं खुर्चीत आपली बैठक बदलली. लॉरी खुर्चीत जराशी सावरून बसली. खरं तर लोरेनचा विचारण्याचा स्वर आक्रमक नसला तरी आपण इथं कशासाठी आलो आहोत हा प्रश्न तिला स्वत:लाच टोचला. आपण मूर्खपणा तर केला नाही ना असंही तिला क्षणभर वाटलं.

"मी तुम्हाला दोष देतेय असं नाही,'' लॉरी अस्वस्थ झालेली पाहून लोरेननं खुलासा केला.

"ठीक आहे...'' लॉरी म्हणाली, "मी आज सकाळी शवविच्छेदन पुरं केल्यावर मला योगायोगानं कळलं की इतर सगळ्या केस गेल्या तीन-साडेतीन महिन्यांमध्ये घडलेल्या आहेत. मला आपण काहीतरी करायला पाहिजे असं वाटलं. मला वाटलं की एखादी छोटी साथ आली असण्याची शक्यता पडताळून पाहून तसं तुम्हाला आमच्या ऑफिसने कळवायला हवं होतं. आमच्या कामाचा तो एक महत्त्वाचा भाग आहे. आम्ही आमची जबाबदारी पार पाडण्यात कमी पडलो असंही मला वाटून गेलं.''

"तुम्ही जी जबाबदारीची जाणीव दाखवलीत ती खरोखरच स्तुत्य आहे, पण या केसमध्ये त्याचा फारसा उपयोग होणार नाही. आम्हाला या संकटाची पूर्ण कल्पना आहे. माझ्यावर विश्वास ठेवा. आम्ही सर्वतोपरी प्रयत्न करतोय. मी सर्वतोपरी म्हणाले म्हणजे खरंच आम्ही जे जे शक्य आहे ते सगळं करतो आहोत. संसर्गजन्य रोगावर नियंत्रण ठेवण्याच्या विषयातल्या तज्ज्ञ व्यक्तीला आम्ही पूर्णवेळ कामावर ठेवलं आहे. सर्व हॉस्पिटलांमधल्या संसर्गावर नियंत्रण ठेवण्यासाठी जी समिती आहे त्याची प्रमुख म्हणून मी स्वत: पहिल्या दिवसापासून या समस्येशी झुंजते आहे. आम्ही आमच्या इथल्या सर्व प्रकारच्या कर्मचाऱ्यांशी विचार विनिमय केला आहे. एम.आर.एस.ए.ची पहिली केस दिसल्यानंतर समितीची बैठक दर आठवड्याला होते आणि त्यात उपाय योजनांवर चर्चा होते.

आम्ही काही काळ ऑपरेशन थिएटर्स बंद ठेवली होती. आमच्या इथं काही काळ एकही शस्त्रक्रिया होत नव्हती.''

''मला हे माहीत आहे,'' लॉरी म्हणाली, ''रोगप्रसार नियंत्रण विज्ञानात मला फारसं काही कळत नाही, पण या एम.आर.एस.ए. साथीच्या बाबतीत अनेक प्रश्न माझ्या मनात येत आहेत.''

''उदाहरणार्थ?''

लॉरी क्षणभर थांबली. ती काय बोलावं याबद्दल विचार करत होती. तिचं रोगप्रसार विज्ञानाचं ज्ञान अगदी प्राथमिक स्वरूपाचं होतं. आपण जर काही विचारलं तर आपला नवखेपणा दिसेल की काय असं तिला वाटत होतं.

''एक गोष्ट नक्की आहे की तुम्ही खूप प्रयत्न करूनही एम.आर.एस.ए. संसर्गाचा प्रकार चालूच राहिला आहे. दुसरी गोष्ट अशी की जेफ्रीजप्रमाणे अनेक जणांमध्ये न्यूमोनिया हा मुख्य भाग होता. मला वाटतं की स्टॅफच्या बाबतीत ही गोष्ट वैशिष्ट्यपूर्ण आहे. तिसरी महत्त्वाची गोष्ट म्हणजे एम.आर.एस.ए.च्या केस फक्त एंजल्स हेल्थकेअरच्या हॉस्पिटलमध्येच उघडकीस येत आहेत.''

''होय. मी आमच्या इतर दोन हॉस्पिटलमधल्या माझ्या पदावरील व्यक्तींच्या सतत संपर्कात आहे. मीच आमच्या मुख्य कार्यकारी अधिकारी असणाऱ्या डॉ. अॅन्जेला डॉसन हिला संसर्गजन्य रोगप्रसार विज्ञानातील तज्ज्ञ व्यक्तीची मदत घेण्याची गरज पटवून दिली. आपल्या तिन्ही हॉस्पिटल्समध्ये सतत संसर्ग होतोय हाच माझ्या म्हणण्याचा प्रमुख मुद्दा होता.''

''ती तज्ज्ञ व्यक्ती म्हणजे डॉ. सिंथिया सार्पोलस आहेत काय?''

''बरोबर, पण हे तुम्ही का विचारलं?''

''माझ्या एका सहकाऱ्याच्या तोंडून मी हे नाव ऐकलं होतं. तो साधारण एक महिन्यापूर्वी डॉ. सार्पोलस यांच्याशी बोलला होता.''

''होय. ती या विषयामधली एक अनुभवी तज्ज्ञ आहे. तिनं हॉस्पिटलमधील संसर्ग प्रतिबंधक उपायांवर एक अत्यंत महत्त्वाचं पुस्तक लिहिलेलं आहे. तिला काम दिलंय हे ऐकल्यावर आता तुम्ही संकटातून बाहेर पडणार अशी मला खात्री वाटू लागली होती.''

''पण तसं घडलेलं नाही.''

''ते बरोबर आहे,'' लोरेननं मान्य केलं.

''मी पुन्हा एकदा एखाद्या नवख्या माणसाप्रमाणे बोलणार आहे.''

''डॉक्टर, तुम्ही कोणत्याही प्रकारे नवख्या आहात असं मी म्हणणार नाही... तेव्हा पुढे बोला.''

''मी साधारण एक तासापूर्वी सी.डी.सी.मधल्या एका डॉक्टरशी संपर्क

साधला होता. तिनं तुमच्या हॉस्पिटलमधल्या दोन मृतांच्या नमुन्यामध्ये आढळलेल्या स्टॅफचे नमुने तपासले होते. दोन निराळ्या हॉस्पिटलमधून मिळालेला स्टॅफचा प्रकार एकच होता. माझं रोगप्रसार विज्ञानामधलं अगदी प्राथमिक ज्ञान मला असं सांगतं, की तुमच्या दोन हॉस्पिटलमध्ये जणारा-येणारा कोणीतरी वाहक म्हणून काम करत असेल. एंजल्स हेल्थकेअरच्या सर्व हॉस्पिटलकडे नेहमी ये-जा करणारा कोणी कर्मचारी आहे का?''

''वॉव!'' लोरेन म्हणाली आणि किंचित हसली. ती लॉरीच्या बोलण्यानं प्रभावित झाली आहे हे सहज लक्षात येत होतं ''आणि तुम्ही आपल्याला रोगप्रसार विज्ञानातलं फारसं कळत नाही असं म्हणून माझी चेष्टा करत होतात की काय?''

''तसं नाही, पण पॅथॉलॉजी विषयात रेसिडेंट म्हणून काम करत असताना जेवढं मला समजलं तेवढंच मला माहिती आहे.''

''आम्ही असा एखादा वाहक असण्याची शक्यता फार अगोदरच गृहीत धरली होती. म्हणून तर आम्ही आमच्या इथले सगळे डॉक्टर, वैद्यकीय कर्मचारी आणि इतर सर्वांचे नमुने गोळा करून ते तपासले होते. आमच्या तिन्ही हॉस्पिटल्सचा खर्च कमी करण्यासाठी आमच्या कंपनीची संस्थापक असणाऱ्या डॉ. डॉसन यांनी प्रयोगशाळा, लॉन्ड्री, इंजिनियरिंग वगैरे सेवा एकाच ठिकाणी केंद्रित केलेल्या आहेत. या सर्व सेवा पुरवणाऱ्या विभागांचे कर्मचारी रोजच आमच्या हॉस्पिटल्समध्ये ये-जा करतात. साहजिकच तुम्ही नेमकं जे सुचवलंत त्याच कारणासाठी या सर्व कर्मचाऱ्यांच्या तपासणीची व्यवस्था केलेली आहे. ती सुध्दा वारंवार.''

''कोणी व्यक्ती पॉझिटिव्ह असल्याचं आढळलं का?''

''अर्थातच. साधारण वीस टक्के लोक पॉझिटिव्ह होते, पण हे अपेक्षितच आहे. जे कोणी पॉझिटिव्ह आढळले होते त्या सर्वांना ते नेगेटिव्ह आहेत असं दिसेपर्यंत मुपिरोसीन घ्यायला सांगितलं आहे.''

''त्यांच्यामधल्या कोणामध्ये सी.ए.–एम.आर.एस.ए. आढळले का?''

''होय. काही थोड्या जणांमध्ये आढळले.''

''ह्या जीवाणूंचा उपप्रकार कोणता होता? त्यानंच तुमच्या रुग्णांचा बळी घेतला आहे का?''

''आम्ही उपप्रकार शोधण्यासाठी व्हायटेक पद्धत वापरतो आणि फक्त कोणत्या प्रतिजैविकाला दाद न देणारा प्रकार आहे ते पाहतो. त्यावरून असं दिसतं की रुग्णांचा बळी घेणारे उपप्रकार सारखेच होते.''

''तुम्ही तुमच्याकडचे नमुने सी.डी.सी.कडे पाठवून त्यांच्याकडून उपप्रकार

कोणते आहेत याची खात्री करून घेतली का?'' लॉरीनं विचारलं.

"नाही.''

"कारण?''

"हा निर्णय आमच्या मुख्य कार्यालयानं घेतला होता. आम्ही पॉझिटिव्ह आढळलेल्या सर्व लोकांवर उपचार करत होतो, म्हणून कदाचित त्यांना उपप्रकार शोधणं निरुपयोगी आहे असं वाटलं असण्याची शक्यता आहे. शिवाय आम्ही संसर्ग थोपवण्याचे सर्वमान्य असणारे सगळेच उपाय योजत होतोच.''

"तुमच्या इथं एम.आर.एस.ए.ची साथ उद्भवली आहे याची माहिती तुम्ही सी.डी.सी.ला कळवलीत का?''

"तसं आम्ही केलं नाही.''

"बरं, मग आरोग्य सेवांच्या मूल्यांकनाचं काम करणाऱ्या जॉईंट कमिशनचं काय? त्यांना तुम्ही माहिती दिलीत का?''

"नाही. जर ठरावीक मुदतीत संसर्गाचं प्रमाण चार टक्क्यांपेक्षा जास्त झालं तरच जॉईंट कमिशनला कळवण्यात येतं.''

"म्हणजे?''

लोरेन काही क्षण काही बोलली नाही. तिचा अस्वस्थपणा पाहून लॉरीनं विचारलं,'' काही अडचण आहे का? तसं असेल तर तुम्ही नाही उत्तर दिलंत तरी चालेल. मुळात मी नेमकं काय विचारते आहे हे मलाच ठाऊक नाही.''

"आणि मी सांगायला का खळखळ करते आहे हे मला ठाऊक नाही. असो, ठरावीक मुदतीत याचा अर्थ एक वर्षाचा कालावधी.''

"पण तुम्ही जर गेल्या तीन महिन्यांचा विचार केलात तर हे प्रमाण चार टक्क्यांपेक्षा जास्त आहे हे सहज लक्षात येईल.''

"शक्य आहे,'' लोरेन म्हणाली, ''पण मी अजून असं गणित केलेलं नाही.''

"बरं, न्यूयॉर्क शहराच्या आरोग्य समितीचं काय? तुम्ही त्यांना नक्कीच कळवलं असणार.''

"अर्थातच,'' लोरेननं उत्तर दिलं, ''इतकंच नाही, तर शहराचा प्रमुख रोगप्रसार विज्ञानतज्ज्ञ डॉ. ॲबेलार्ड यांनी आमच्या हॉस्पिटलला भेटी दिल्या आहेत. आम्ही जे काही उपाय केले ते पाहून डॉ. क्लिंट ॲबेलार्ड चांगलेच प्रभावित झाले होते. त्यांनी आम्हाला काहीही विशेष सूचना दिल्या नाहीत. ते साहजिकच आहे, कारण जे शक्य आहे ते सगळं आम्ही अगोदरच केलेलं होतं.''

"हं...'' लॉरी म्हणाली. आपण आलो हे बरंच झालं असं तिला वाटू लागलं होतं. शिवाय लोरेननं तिला उडवाउडवीची उत्तरं दिली नाहीत म्हणून आनंदही झाला होता, ''तुमच्या हॉस्पिटलकडे पाहून ते फारच देखणं आहे हे

लक्षात आलंय. मी असलं काही कधी पाहिलेलं नाही. मला तुमचं हॉस्पिटल पाहता येईल का?''

''नक्कीच,'' लोरेन क्षणाचाही विलंब न लावता म्हणाली.

''कधी पाहता येईल? आत्ता लगेच?''

''होय. लगेचच पाहता येईल.'' असं म्हणून लोरेन उठून पुढे आली आणि बाहेर जाणारं दार उघडलं. लॉरी आणि ती बाहेर सेक्रेटरी बसल्या होत्या तिथं आल्यावर लोरेननं विचारलं, ''तुम्हाला नेमकं असं काही बघायचं आहे का? आमची सजावट जरा जास्त चांगली आहे हे जरी खरं असलं, तरी बाकी सगळं इतरत्र असतं तसंच आहे.''

''पण इथं आणीबाणीच्या उपचारांचा विभाग नाही.''

''बरोबर. आमचा मुख्य भर हा शस्त्रक्रियांवर असतो. वैद्यकीय उपचार घेणाऱ्या रुग्णांनी खाटा अडवू नयेत अशीच आमची पद्धत आहे.''

''तुमच्या इथं अतिदक्षता विभागही नाही का?''

''नाही. असा विभाग आमच्याकडं नाही. रुग्णांना शुध्दीवर येण्यासाठी आम्ही ज्या ठिकाणी ठेवतो त्या ठिकाणी आम्ही तशी सोय करू शकतो, पण जर आमच्या या विभागात जागा नसेल तर आम्ही रुग्णांना विद्यापीठाच्या हॉस्पिटलमध्ये पाठवतो. त्यामुळे आमच्या खर्चात बरीच बचत होते.''

''ते बरोबरच आहे.'' लॉरी म्हणाली, पण शस्त्रक्रिया होणाऱ्या मोठ्या हॉस्पिटलमध्ये अतिदक्षता विभागच नाही हे तिला खटकलं होतं. लॉरी आणि लोरेन आता मुख्य कॉरिडॉरमध्ये लिफ्टसमोर उभ्या होत्या. ''मला हे सांगितल्यावाचून रहावत नाही म्हणून सांगते. इथं खूपच शांतता आहे. फारच कमी लोक दिसत आहेत.'' लॉरी म्हणाली.

''त्याचं कारण आमच्याकडे एम.आर.एस.ए.ची समस्या उद्‌भवल्यापासून रुग्णांची संख्या कमी झालेली आहे. जेव्हा ऑपरेशन थिएटर्स बंद होती तेव्हा परिस्थिती फारच वाईट होती. तेव्हा कंपनीच्या अध्यक्षांसकट आम्ही सगळेजण निर्जंतुकीकरणाच्या कामात गुंतलो होतो.''

''आता ऑपरेशन थिएटर्स उघडली आहेत का?''

''होय. फक्त मिस्टर जेफ्रीजवर शस्त्रक्रिया झाली ते सोडून इतर सर्व.''

''काल त्या थिएटरमध्ये एकट्या मिस्टर जेफ्रीजवर शस्त्रक्रिया झाली होती का?''

''नाही. आणखी दोघांवरही झाल्या होत्या.''

''आणि ते उत्तम आहेत?''

''अगदी उत्तम.'' लोरेन म्हणाली, ''तुमच्या मनात काय चाललंय याची मला कल्पना आहे. आम्हीही गोंधळून गेलो आहोत.''

"तुमच्याकडे सध्या कमी शस्त्रक्रिया होतात असं तुम्ही म्हणालात. याचा अर्थ तुमचे डॉक्टर इतरत्र शस्त्रक्रिया करतात का?"

"होय."

"बरं, डॉ. वेंडेल अॅन्डरसन यांचं काय?"

"ते अत्यंत धाडसी आहेत. नव्हे, ते निष्ठावंत डॉक्टरांपैकी एक आहेत असं मी म्हणेन. ते अजूनही इथं नियमित शस्त्रक्रिया करत आहेत."

लॉरीनं मान डोलावली. आता जॅकला शस्त्रक्रियेपासून परावृत्त करण्यासाठी जॅकला बुधवारी रात्री तो झोपेत असताना पलंगाला बांधून ठेवणं हा एकच उपाय उरला आहे असा चमत्कारिक विचार तिच्या मनात आला.

"बरं, तुम्हाला नेमकं काय पहायचं आहे?" लोरेननं पुन्हा विचारलं.

"मला तुमची **एच.व्ही.ए.सी** यंत्रणा पहायची आहे."

लोरेन तिच्याकडे अविश्वासानं पहात राहिली, "तुम्ही गंमत तर करत नाही ना?"

"नाही. मी गंभीरपणानंच विचारते आहे. ऑपरेशन थिएटर आणि नंतर रुग्णांना ठेवण्याचा विभाग हे हॉस्पिटलच्या मुख्य भागापासून वेगळे आहेत का?"

"अर्थातच! हे हॉस्पिटल अत्यंत आधुनिक आहे. प्रत्येक ऑपरेशन थिएटरमधली हवा दर सहा मिनिटांनी बदलण्यासाठी एच.व्ही.ए.सी. यंत्रणा खास बनवलेली आहे. सगळ्या हॉस्पिटलमधली हवा अशा प्रकारे बदलण्याची गरज नाही. प्रयोगशाळेसाठी संपूर्ण निराळी यंत्रणा आहे. अर्थात तिथली हवा खेळवण्याची पद्धत वेगळी आहे."

"मला तरीही पहायला आवडेल," लॉरी म्हणाली, "विशेषत: ऑपरेशन थिएटरमधली यंत्रणा."

"हं.... काही हरकत नाही." लोरेन म्हणाली. तिनं लॉरीला लिफ्टमध्ये नेलं आणि चौथ्या मजल्याचं बटण दाबलं. तिनं माहिती दिली की तिसऱ्या मजल्यावर ऑपरेशन थिएटर आहेत आणि चौथ्या मजल्यावर प्रयोगशाळा आहेत. शिवाय सर्व यंत्रणाही चौथ्या मजल्यावरच बसविलेल्या आहेत. त्यातच हवा खेळवण्याची यंत्रणाही आहे. चौथ्या मजल्यावरचे सगळे मजले रुग्णांच्या खोल्यांचे असून सर्वांत वरचा मजला खास व्यक्तींसाठी तयार केलेला आहे.

"एंजल्स हेल्थकेअरची सगळी हॉस्पिटलं सारखीच आहेत का?"

एच.व्ही.ए.सी.

एच.व्ही.ए.सी. ही अद्याक्षरे 'हिटींग व्हेंटिलेटिंग' व 'एअर कंडिशनिंग' या इंग्रजी शब्दांसाठी वापरली जातात. मोठ्या इमारतींमधील हवा खेळवणारी यंत्रणा असं तिचं स्वरूप असतं.

"जवळपास सारखीच. शिवाय आणखी सहा नव्यानं बनणार आहेत. ती देखील अशीच असतील. तीन मायामीत आणि तीन लॉस एंजलीसमध्ये."

लॉरीनं अस्पष्ट हुंकार दिला. ती हे सगळं पाहून चांगलीच प्रभावित झाली होती. तिला हे कळत होतं की ज्या वेळी विद्यापीठाचं हॉस्पिटल किंवा तशी इतर हॉस्पिटल्स खर्चाची तोंड मिळवणी करण्यासाठी सतत धडपडत होती, त्याच वेळी एंजल्स हेल्थकेअरच्या या हॉस्पिटलसारखी महागडी स्पेशॅलिटी हॉस्पिटलं खोऱ्यानं पैसा कमवत होती. ह्या हॉस्पिटलना फक्त भरपूर पैसे मोजणाऱ्या रुग्णांमध्ये रस होता. विमा नसलेल्या किंवा पैसे देऊ न शकणाऱ्या रुग्णांच्या सेवेत त्यांना काडीमात्र रस नव्हता. अशी हॉस्पिटलं चालवणारे धंदेवाईक वृत्तीचे भांडवलदार आरोग्य सेवेमधून नफा काढून घेत होते.

"आपण येऊन पोहोचलो," लोरेन म्हणाली. लिफ्टचं दार उघडलं, "आपण डावीकडे जाणार आहोत."

हॉस्पिटलच्या खालच्या भागाच्या तुलनेत हा भाग साधा, पण एकदम चकाचक होता. सगळीकडे चकाकणारा पांढरा रंग दिलेला होता. इथं भिंतीवर चित्र किंवा काहीही नव्हतं. एखाद्या इंजिनियरिंग विभागात जेवढं आवश्यक आहे तेवढंच ठेवण्याच्या पद्धतीला अनुसरून इथं कसलीही सजावट नव्हती.

"तुम्हीला एच.व्ही.ए.सी. यंत्रणा का पहायची आहे ते माझ्या लक्षात येतंय," लॉरेन म्हणाली.

"होय का?" लॉरी म्हणाली, पण हा प्रश्न तिनं स्वतःलाच विचारला होता, कारण आपण एच.व्ही.ए.सी. कशासाठी पाहतोय हे अजून तिचं तिलाच स्पष्ट झालेलं नव्हतं.

"तुम्ही असा विचार करता आहात की संसर्गाचा मार्ग हवेमधून असू शकेल. ही शक्यताही आहेच. तुमचं रोगप्रसार विज्ञानाचं ज्ञान मर्यादित आहे असं जरी तुम्ही म्हणत असलात, तरी मला बिलकूल तसं वाटत नाही. असो, पण मी तुम्हाला खात्री देते की या शक्यतेचा विचारही आम्ही केला होता. यंत्रणेमधली पाणी जमा होणारी भांडीही आम्ही स्टॅफसाठी तपासली होती. एकदा नाही तर अनेकदा. आज सकाळीही त्यामधून नमुने घेण्यात आले आहेत."

"त्यात एखादा नमुना पॉझिटिव्ह आढळला का?"

"नाही. एकही नाही!" लोरेन ठाम स्वरात म्हणाली, "स्टॅफ हा रोगजंतू हवेमधून पसरत नाही. हे माहीत असूनही आम्ही शक्यता गृहीत धरून उपाय केले. आम्ही पाणी साठणारी सगळी भांडी रिकामी करून ती निर्जंतुक करून घेतली आहेत."

"स्टॅफ हवेतून पसरत नाही याची मलाही कल्पना आहे," लॉरी म्हणाला,

“पण अनेक रुग्णांमध्ये न्यूमोनिया दिसल्यामुळे त्या दिशेनं विचार करणं भाग आहे.”

“मी या बाबतीत युक्तिवाद करू इच्छित नाही,” लोरेन म्हणाली, “पण आम्ही जेव्हा स्टॅफचा प्रसार हवेमधून होत असेल असा विचार केला तेव्हा साहजिकच त्यात एच.व्ही.ए.सी. यंत्रणेचा सहभाग असणार हे गृहीत धरणं भाग आहे, पण मग अमच्या हे लक्षात आलं की जेव्हा रुग्णावर शस्त्रक्रिया चालू असते तेव्हा रुग्णांना श्वासोच्छ्वासासाठी हवा नळ्यांमधून पुरवली जाते.”

“म्हणजे रुग्ण ऑपरेशन थिएटरमधल्या हवेत श्वासोच्छ्वास करत नाही?”

“नाही!” लोरेन पुन्हा ठासून म्हणाली.

लोरेननं आता एक भक्कम दार उघडलं. हा भाग इंजिनियरिंगचा होता. “आता खूप मोठा आवाज असणार आहे.”

दोघीजणी आत शिरल्या. आतमध्ये प्रचंड गोंगाट होता. इथलं छत खूप उंच होतं. सगळीकडे लांबलचक सापांप्रमाणे अनेक पाईप आणि केबल लोंबकळत होत्या.

“नेमकं काय पहायचं आहे?” लोरेननं ओरडून विचारलं.

“ऑपरेशन थिएटरला हवा पुरवणारी यंत्रणा कुठं आहे?” लॉरीननं मोठ्यानं ओरडून विचारलं.

लोरेननं तिला एका चिंचोळ्या वॉकवेवरून पुढे नेलं. थोड्या अंतरावर तिनं थांबवून छताकडे बोट दाखवलं, “शीतकाचा पुरवठा वरून होतो आणि गरम पाणी खालून येतं. पाणी गरम करण्यासाठी भट्ट्या तळघरात आहेत.”

“पाणी साठणारी भांडी कुठं आहेत?”

“इकडून जावं लागेल.” लोरेन म्हणाली आणि तिनं बाजूचं एक दार उघडून ढकललं आणि लॉरीला पहायची खूण केली.

“पाणी साठणारं भांडं तिथं आहे.” लोरेननं ओरडून सांगितलं. लॉरीनं आत डोकावून पाहिलं आणि मान डोलावली. तिला वातानुकूलन यंत्रणेमधल्या पाणी साठण्याच्या भांड्यामध्ये काय आहे पहायचं होतं. कारण हवेतून रोगप्रसार होणाऱ्या अनेक जंतूंचा प्रसार या अशा भांड्यांमधून होतो हे तिला ठाऊक होतं. **लेजिओनेर्स डिसीज** याचा रोगजंतू असाच पसरतो. लॉरीनं डोकं आणखी खाली झुकवून पाहिलं. तिला जाळी दिसली.

लेजिओनेर्स डिसीज (Legionnaires' disease)

हा एक जीवाणूजन्य रोग असून लेजिओनेला न्यूमोफिला या जातीच्या जीवाणूंमुळे तो होतो.

"हा फिल्टर आहे का?" लॉरीनं ओरडून विचारलं.

"दोन आहेत." लोरेननंही ओरडून उत्तर दिलं आणि ती दोनचार पावलं पुढे गेली. तिनं दोन उभ्या फटींसारख्या दिसणाऱ्या गोष्टींकडे बोट दाखवलं, "हा पहिला फिल्टर मोठ्या आकाराचे कण गाळून टाकण्यासाठी आहे. दुसरा **हेपा फिल्टर** विषाणूंसारख्या सूक्ष्म आकाराचे कण गाळून काढून टाकण्यासाठी आहे. आता तुमचा पुढचा प्रश्न काय असेल ते मला समजतंय. आम्ही हेपा फिल्टरची अनेकदा स्टॅफसाठी तपासणी केलेली आहे. फक्त दोन वेळा निष्कर्ष पॉझिटिव्ह होते."

"सी.ए.एम.आर.एस.ए. होते का?"

"होय. पण त्याला फारसं महत्त्व नव्हतं."

"का?"

"कारण हेपा फिल्टरनी त्यांना थोपवण्याचं काम बजावलं होतं."

लॉरीचं लक्ष आता हवा खेळवणाऱ्या नळीकडे गेलं. थोड्या अंतरावर ह्या नळीला अनेक फाटे फुटलेले दिसत होते. त्या छोट्या नळ्या विविध ऑपरेशन थिएटर्सकडे जात होत्या हे लॉरीच्या लक्षात आलं.

"ह्या नळ्या कधी स्वच्छ केल्या होत्या?"

"ऑपरेशन थिएटर्स बंद होती त्या वेळी."

लॉरीनं मान डोलावली. तिला वॉकवेच्या शेवटी पलीकडे आणखी एक दरवाजा दिसला. "त्या दारापलीकडे काय आहे?"

"हवा खेळवणाऱ्या यंत्रणेची आणखी एक आवृत्ती. फरक फक्त एवढाच आहे की त्या ठिकाणी जनरेटरसुध्दा ठेवलेले आहेत."

लॉरीनं पुन्हा मान डोलावली. तिनं आता हवा खेळवणाऱ्या नळ्यांकडे पुन्हा नजर टाकली आणि मग लोरेनकडे बघून खांदे उडवले.

"मला वाटतं की आता माझ्या मनात काहीही आणखी प्रश्न उरलेले नाहीत. ही यंत्रणा उत्तम आहे. मला हवा खेळवण्याच्या पद्धतीबद्दल माहिती दिलीत म्हणून आभार. तुम्ही तुमच्या कामात तरबेज आहात हे मात्र नक्की."

"हॉस्पिटलमधल्या संसर्गाचं नियंत्रण करण्यासाठी आम्हाला जे प्रशिक्षण दिलं जातं त्यात मोठा भाग हवा खेळवण्याच्या यंत्रणेसंबंधी असतोच."

हेपा फिल्टर (HEPA filter)

हेपा ही चार अद्याक्षरं 'हाय इफिशिएन्सी पार्टिक्युलेट एअर' यासाठी वापरली जातात. या गाळण्यांमधून ०.३ मायक्रोमीटर पेक्षा जास्त व्यासाचे सर्व कण गाळले जातात. हेपा फिल्टरचा वापर करून जवळ जवळ ९९.५% रोगजंतूंना अटकाव करता येतो.

लोरेन म्हणाली आणि त्या दोघी आल्या होत्या त्या दिशेकडे बोट दाखवून परत जाण्यासाठी खूण केली.

दोघी पुन्हा त्या भरभक्कम दारातून बाहेर पडल्या. कॉरिडॉरमध्ये येताच आतला गोंगाट एकदम कमी झाला. आता पुन्हा सगळीकडे हॉस्पिटलमध्ये असते तशी सुखद शांतता पसरली.

"मला रुग्णांची खोली पहायला आवडेल. म्हणजे तुम्हाला वेळ असेल तरच," लॉरी म्हणाली.

"सध्या आमच्याकडे फारच कमी रुग्ण आहेत त्यामुळे माझ्याजवळ तसा भरपूर वेळ आहे."

"डेव्हिड जेफ्रीजची खोली पाहता येईल का?"

"तिची कसून तपासणी करून साफसफाईचं काम सुरू आहे. आपण डोकावू शकतो, पण तिथं सफाई करणारे कर्मचारी असतील एवढंच."

"तर मग दुसरी एखादी खोलीही चालेल."

त्यानंतर पाच मिनिटांनी लोरेननं लॉरीला एका खोलीत नेलं. हॉस्पिटलच्या दर्शनी भागात जशी अतिउंची सजावट होती त्याचप्रमाणे खोलीही एखाद्या पंचतारांकित हॉटेलप्रमाणे उत्कृष्ट सजवलेली दिसली. रुग्णाचा पलंग आणि तिथलं फर्निचर इतर हॉस्पिटलमध्ये आढळणाऱ्या वस्तूंपेक्षा कितीतरी वेगळ्या प्रकारचं आणि उच्च दर्जाचं होतं. तिथला टी.व्ही. फ्लॅट स्क्रीन प्रकारचा होता. त्यावर केबलप्रमाणे इंटरनेटचीही सोय होती. खोलीत एक उत्तम असा कोच होता. जर एखाद्या माणसाला रुग्णाबरोबर रात्री रहायचं असेल तर त्याचा पलंगाप्रमाणे वापर करता येत असे. ह्या सगळ्यापेक्षा लॉरीला बाथरूम आवडली.

"ओह, माय गुडनेस!" लॉरी बाथरूममध्ये डोकावल्यावर म्हणाली, बाथरूम संगमरवरी होती आणि आत दुसरा फ्लॅट स्क्रीन टी.व्ही. होता. ते पाहून लॉरी म्हणाली, "काही रुग्ण खोली सोडून जायला तयार होत नसतील. होय ना?"

"आमच्या इथल्या बाथरूम खरोखर इतर ठिकाणांपेक्षा चांगल्या आहेत हे खरं. बरं. तुम्हाला हॉस्पिटलचा आणखी एखादा भाग बघायचा आहे का?" लॉरीकडे पहात लोरेननं विचारलं.

"अं..." लॉरी काहीतशी थबकत म्हणाली. जरी लोरेन तिला सगळं दाखवत असली तरी तिचा आणखी वेळ घेणं योग्य नाही असा विचार तिच्या मनात आला. आपण जे पहायला आलो आहोत ते पाहिलंय आणि आता आणखी काही बघायची गरज नाही असं तिला वाटलं.

"तुम्ही माझा वेळ खरोखरच वाया घालवत नाही..." लॉरी बोलताना मध्येच का थबकली ते लोरेनच्या लक्षात आलं होतं.

"तसं असेल तर मला एखादं ऑपरेशन थिएटर बघायला आवडेल."

"आपल्याला स्क्रब सूट परिधान करावा लागेल."

"काम तर मी रोजच करते."

दोघी आता पुन्हा लिफ्टपाशी आल्या. लॉरीची नजर नर्स बसण्याच्या जागेकडे गेली. टेबलाच्या मागच्या बाजूला अनेक फ्लॅट स्क्रीन मॉनिटर बसवलेले दिसले. ते त्या वेळी चालू नव्हते. चार नर्स आणि ऑर्डर्ली टेबलापाशी आरामात बसलेले दिसले. ते अधूनमधून हसत होते.

"ह्या मजल्यावर रुग्ण नाहीत अशा प्रकारे हे सगळे बसलेले दिसत आहेत..."

"रुग्ण नाहीच आहेत. म्हणूनच तर मी तुम्हाला इथं घेऊन आले."

"हॉस्पिटल चालवणं किती खर्चिक असतं याची मला कल्पना आहे. सध्याची ही परिस्थिती पहाता तुमच्या हॉस्पिटलचा जो कोणी किंवा जी कोणी मुख्य वित्त अधिकारी असेल त्याची अवस्था काय झाली असेल हे मला समजू शकतंय."

"मला ते माहीत नाही, पण सुदैवानं माझ्यावर ती जबाबदारी नाही आणि मी सहसा बड्या अधिकाऱ्यांशी फारशी बोलत नाही."

"कुणाला आपली नोकरी गमवावी लागली का?"

"मला तरी तसं वाटत नाही," लोरेन म्हणाली, "पण काही लोकांनी स्वेच्छेनं रजा घेतली आहे हे खरं. परिस्थिती लवकरच पालटेल अशी प्रशासन विभागाला आशा आहे. आमची ऑपरेशन थिएटर्स आता पूर्ववत सुरू झालीही आहेत."

"फक्त डेव्हिड जेफ्रीजची शस्त्रक्रिया झाली ते थिएटर वगळून?"

"बरोबर. ते फक्त आजच्या दिवस बंद राहील. पूर्ण साफसफाई झाली की ते थिएटरही उद्या पुन्हा सुरू होईल."

उद्या हे ऑपरेशन थिएटर सुरू झाल्यावर आदल्या दिवशी याच ठिकाणी डेव्हिड जेफ्रीजला दुर्दैवानं गाठलं हे रुग्णांना सांगण्यात येईल का हे विचारावं असं लॉरीच्या मनात आलं होतं. पण तिनं मनाला आवर घातला. हा प्रश्न उगीचच डिवचणारा ठरला असता. शिवाय लॉरीला स्वतःला हे पक्कं माहीत होतं की सहसा रुग्णांना अशा तऱ्हेची माहिती हॉस्पिटलं कधीच देत नाहीत. खरं तर रुग्णांना संपूर्ण माहिती मिळायलाच हवी, पण तरीही तसं कधीच होत नाही.

ऑपरेशन थिएटरचा सगळा भाग लॉरीच्या अपेक्षेप्रमाणे फारच चकाचक होता. इथं भिंती, छत, जमीन हे सगळंच स्वच्छ पांढऱ्या रंगाचं होतं. डॉक्टरांचा

लाऊंज हिरव्या रंगाच्या टाईल्सनी सजवलेला होता. इतर संपूर्ण हॉस्पिटलमध्ये शांतता असली तरी इथं मात्र चांगली गर्दी दिसत होती. कारण आता पहिली शिफ्ट संपून दुसरी सुरू होत होती.

दोघीजणी लॉकर रूममध्ये आल्या. लोरेननं लॉरीला स्क्रबसूट दिला आणि कपडे बदलण्यासाठी एका लॉकरकडे जाण्याची खूण केली. कपडे बदलत असताना लोरेन तिच्या कोणातरी सहकारीशी बोलत होती ते लॉरीच्या कानावर आलं.

''आज फारसं काही घडलं नाही,'' ती सहकारी सांगत होती, ''मला वाटतं की सगळेजण कंटाळून गेले आहेत. आज पाच मधली फक्त दोनच थिएटर्स चालू होती.''

पाच मिनिटांनंतर लॉरी आणि लोरेन ऑपरेशन थिएटरकडे निघाल्या. डावीकडे भिंतीवर तिला कोरा फळा दिसला. त्यावर काहीही लिहिलेलं नाही हे पाहून तिथं शस्त्रक्रिया चालू नाहीत हे दिसत होतं. उजवीकडे एक टेबल होतं. त्याच्या मागे बसलेल्या दोन व्यक्ती लॉरीला दिसल्या. लोरेन टेबलापाशी गेली.

''डॉ. सार्पोलस!'' लोरेन चकित होत म्हणाली, ''तुम्ही इथं आहात याची मला कल्पना नव्हती.''

''तुम्हाला माहीत असावं यासाठी काही कारण आहे का?'' सिंथियाच्या स्वराला धार होती.

''हं... तसं काही कारण नाही म्हणा...'' असं म्हणून लोरेन दुसऱ्या व्यक्तीकडे वळली. तिच्या बॅगवर 'मिसेस फ्रान गोंझालेस' असं लिहिलेलं लॉरीला दिसलं. तिचा हुद्दा पर्यवेक्षक असा आहे हे देखील बॅजवरून कळलं ''फ्रान, माझ्याबरोबर एक पाहुणी आहे. तिला आपल्या ऑपरेशन थिएटरमध्ये एकवार डोकवायचं आहे.'' लोरेननं लॉरीला पुढे येण्यासाठी खूण केली. लॉरीनं पुढे येऊन स्वत:ची ओळख करून दिली.

फ्रान काही बोलणार याच्या आतच सिंथियानं एकदम वर पाहिलं.

''तुम्ही वैद्यकीय तपासनीस आहात?'' सिंथियाच्या आवाजतली धार आता आणखी वाढली होती.

''होय.''

''तुम्ही इथं कशासाठी तडमडला आहात?''

''अं... मी... अशासाठी आले आहे की....'' लॉरी बोलताना मध्येच थबकली. सिंथियाच्या आवाजानं आणि बोचऱ्या जळजळीत नजरेमुळे ती चमकली होती. अर्नोल्डनं या बाईचं जे वर्णन केलं होतं ते तिला आठवलं, पण लॉरीला कोणत्याही तऱ्हेनं तिथं वादविवाद होणं टाळायचं होतं. कारण आपण आपल्या अधिकाराबाहेर जाऊन काम करतोय याची तिला जाणीव होती. त्यांच्या ऑफिसमधला

स्टीव्ह मॅरिऑट आदल्या रात्रीच इथं येऊन गेला होता.

"हं?"

"काल ज्या एका रुग्णावर एंजल्स ऑर्थोपेडिक हॉस्पिटलमध्ये शस्त्रक्रिया झाली होती त्याचं शवविच्छेदन मी आज सकाळी केलंय. त्याचा मृत्यू अत्यंत आक्रमक एम.आर.एस.ए. जीवाणूंमुळे झाला आहे."

"आम्हाला सगळ्यांना त्याची कल्पना आहे. आभार." सिथिंया फटकारत म्हणाली.

लॉरीनं लोरेनकडे नजर टाकली. तिच्याप्रमाणे लोरेनही चकित होऊन पहात होती.

"मी माझ्या सहकाऱ्यांशी बोलले तेव्हा कळलं की तुमच्या इथं अशा अनेक रुग्णांना मृत्यू झाला आहे. म्हणून मला वाटलं की इथं येऊन आपली काही मदत होईल का ते पहावं."

सिंथिया उपहास करत म्हणाली, "आणि तुम्ही मदत करणार, ती कशी हे सांगणार का? तुम्ही रोगप्रसार विज्ञान किंवा संसर्गजन्य रोग नियंत्रण या विषयात काही शिक्षण घेतलेलं आहे का?"

"मी न्यायवैद्यक क्षेत्रात शिक्षण घेतलेलं आहे," लॉरी किंचित बचावात्मक पवित्रा घेत म्हणाली, "माझं रोगप्रसार विज्ञानाचं ज्ञान तसं फार नाही हे खरं आहे, पण अशा प्रकारच्या साथीच्या वेळी रोगजंतूचा नेमका प्रकार ओळखून काढणं गरजेचं आहे असं मला वाटतं."

"मी इंटर्नल मेडिसीन विषयातली तज्ज्ञ डॉक्टर आहे. मी रोग प्रसार विज्ञानात पीएच.डी. मिळवलेली आहे. तुम्ही रोगजंतूच्या प्रकाराबद्दल जे काही म्हणता आहात ते बरोबर आहे, पण आमच्या या इथल्या समस्येच्या बाबतीत त्याचा उपयोग नाही. आम्ही कोणत्याही एकाच रोगजंतूच्या नियंत्रणासाठी प्रयत्न करत नाही. आम्हाला तसं करून पैसे वाचवायचे नाहीत. आमच्या मुख्य कार्यकारी अधिकाऱ्यानं हे बजावलं आहे की आम्ही सर्वंकष नियंत्रणासाठी काम करावं. काही आठवड्यांपूर्वी जेव्हा एक एम.आर.एस.ए.ची केस तुमच्या इथं शवविच्छेदनासाठी आली होती, तेव्हा मी तुमच्या एका सहकाऱ्याशी बोलले होते. मी त्याला आम्ही काय करतोय हे सांगितलं होतं."

"हे सगळं ठीकच आहे." लॉरी देखील आता थोडी विचलित झाली होती, "पण आज सकाळी आणखी एका दुर्दैवी माणसाचं शवविच्छेदन करण्याची वाईट संधी मला लाभली, हे पाहता तुम्ही तुमच्या नियंत्रणाच्या कामात अयशस्वी ठरला आहात असं दिसतंय."

"तसंही असेल, पण आम्हाला आमच्या इथं कोणी नाक खुपसलेलं

आवडणार नाही. आम्हाला पॅथॉलॉजीमधून काय माहीत व्हायला हवं ते सांगणं आणि मृत्यूच्या कारणाचं निदान करणं हे तुमचं काम आहे आणि वस्तुस्थिती अशी आहे की या दोन्ही गोष्टींची आम्हाला पुरेपूर माहिती आहे. ह्या दुर्दैवी प्रकाराला प्रतिबंध करण्यासाठी जे जे शक्य आहे ते सगळं आम्ही करतोच आहोत. ऑपरेशन थिएटर पाहून तुम्ही काय साध्य करणार आहात?''

''खरं सांगायचं तर मलाही ते नीट माहीत नाही,'' लॉरी म्हणाली, ''पण माझा अनुभव असा आहे की मृत्यू जिथं झाला त्या जागी जाऊन प्रत्यक्ष निरीक्षण केल्यानं केसचा उलगडा व्हायला मदतच होते. मिस्टर जेफ्रीजची केस वैद्यकीय तपासनीस ह्या नात्यानं माझ्याकडे आलेली एक जबाबदारी आहे. ह्या केसचा उलगडा करणं हे माझं कर्तव्य आहे. त्याच्यावर ज्या ठिकाणी शस्त्रक्रिया झाली तिथूनच त्याला जीवाणू संसर्ग झाला असण्याची शक्यता मला तपासून पहायची आहे.''

''ते आपण नंतर पाहू,'' सिंथिया उठून उभी राहिली, ''पण मला अगोदर माझ्या कोणातरी वरिष्ठ अधिकाऱ्याशी बोलावं लागेल. तेव्हा आता तुम्ही इथंच थांबा. मी आता लगेच परत येते,'' असं म्हणून जराही मागे वळून न पाहता ती तडक तिथून बाहेर पडली. लॉरी आणि लोरेननं पुन्हा एकमेकींकडे गोंधळून पाहिलं. सिंथिया गेल्यानंतर लोरेन म्हणाली, ''माफ करा, पण ह्यांना काय झालं ते मला कळत नाही.''

''ह्यामध्ये तुमचा काहीही दोष नाही.''

''त्यांच्यावर सध्या खूपच ताण आहे,'' फ्रान म्हणाली, ''त्या पहिल्यापासून सगळं फार मनाला लावून घेणाऱ्या आहेत. आता तर त्यांचा स्वभाव आणखीच हळवा झालाय. त्या हे सगळं वैयक्तिक पातळीवर घेत आहेत. तेव्हा डॉ. मॉंटगोमेरी, त्यांना उगीच ताणू नका. त्यांनी एकदोनदा माझाही गळा धरला होता.''

''त्या कोणाला आणणार आता? हॉस्पिटलचा अध्यक्ष मिस्टर स्ट्रॉस की काय?'' लोरेननं विचारलं.

''चला, आपण बाहेर लाऊंजमध्ये जाऊ.'' लोरेननं सुचवलं.

''चांगली कल्पना आहे,'' लॉरी म्हणाली. अचानक उद्‌भवलेल्या ह्या गुंतागुंतीमुळे ती अस्वस्थ झाली होती.

बाहेर जात असताना लोरेन म्हणाली, ''फ्रान म्हणाली त्याप्रमाणे डॉ. सार्पौलस फारच ताठर स्वभावाच्या आहेत. तुम्ही अजून इथं थांबणार आहात का? त्यांचं वागणं फारच उद्धटपणाचं होतं.''

''मी थांबते,'' लॉरी म्हणाली. आपण असं का म्हणतोय हे तिचं तिला कळत नव्हतं तरी तिनं थांबायचं असं ठरवलं होतं, पण यामधून आपल्याविरुध्द तक्रारही

होऊ शकते हे जाणवून तिला बेचैन वाटू लागलं होतं.

बाहेरच्या कॉरिडॉरमध्ये आल्यानंतर लोरेननं तिला दिलेली कॉफी आणि क्रॅकर लॉरीनं आनंदानं स्वीकारले. नाहीतरी दिवसभाच्या गडबडीनं तिला लंचला वेळ झालाच नव्हता, त्यामुळे तिला भूक लागलीच होती. लॉरीला काही प्रश्न विचारायचे होते खरे, पण तेवढ्यात सिंथिया येताना दिसली. तिच्याकडे पाहून तिच्या मूडमध्ये फारसा फरक पडलेला नाही हे कळत होतं. तिनं ओठ घट्ट मिटून घेतले होते आणि तिच्या चालण्याच्या पद्धतीवरून ती काहीतरी निश्चय करूनच आलेली आहे हे स्पष्ट कळत होतं. तिच्या पाठोपाठ एक माणूस आणि एक बाई येताना दिसले. त्या मध्यम बांध्याच्या बाईनं उत्तम सूट परिधान केलेला होता. तिच्या चालण्यातून तिचा अधिकार सहज जाणवत होता. तिच्या व्यक्तिमत्त्वात अधिकाराचा डौल असला तरी तिच्यातला स्त्रीसुलभ नाजूकपणाही स्पष्ट दिसत होता.

ह्याच्या उलट सिंथियाच्या मागून येणारा माणूस होता. त्यानं किंचित चुरगाळलेलं लोकरीचं जाकीट घातलं होतं. तो काहीसा गबाळा आणि अस्वस्थ वाटत होता. त्याची नजर सतत कशानंतरी धास्तावल्याप्रमाणे भिरभिरत होती.

"डॉ. माँटगोमेरी... तुमची ओळख करून देते," सिंथिया विजयी स्वरात म्हणाली, "एंजल्स हेल्थकेअरच्या मुख्य कार्यकारी अधिकारी डॉ. ॲन्जेला डॉसन आणि आमच्या क्लिनिकल पॅथॉलॉजी विभागाचे प्रमुख डॉ. वॉल्टर ऑसगुड. मला वाटतं की आता तुम्हाला जे काही विचारायचं आहे ते त्यांना विचारा."

"काय अडचण आहे?" सिंथियाचं बोलणं पुरं होताच ॲन्जेला धारदार स्वरात म्हणाली. तिच्या आवाजावरून तिला लॉरीचं येणं अजिबात रुचलेलं नाही हे कळत होतं.

"मला काहीच कल्पना नाही," लॉरी उठून उभी रहात म्हणाली. ती आणि ॲन्जेला साधारण एकाच उंचीच्या असल्यानं दोघींची थेट नजरानजर झाली. लोरेनही लगेचच उठून उभी राहात म्हणाली, "डॉ. माँटगोमेरी इथं असण्यात जर कोणाची चूक झाली असेल तर ती माझी आहे. डॉ. माँटगोमेरींनी मला फोन करून हॉस्पिटलला त्यांच्या कामाच्या संदर्भात भेट देता येईल का असं विचारलं आणि मी त्यांना बोलावलं. त्यांना आपली हवा खेळवण्याची यंत्रणा आणि एक ऑपरेशन थिएटर पहायचं होतं. मला त्यात काहीही गैर वाटलं नाही, पण कदाचित मी अगोदर मिस्टर स्ट्रॉसशी बोलले असते तर जास्त चांगलं झालं असतं."

"तसं केलं असतं तर जास्त बरं झालं असतं. त्यामुळे हा पेच तरी टळला असता," ॲन्जेला म्हणाली. मग ती लॉरीकडे वळली, "तुम्ही खासगी मालमत्तेमध्ये

आलेला आहात हे तुम्हाला समजतंय ना?''

"होय. मला ते समजतंय,'' लॉरी म्हणाली, "पण डेव्हिड जेफ्रीजची केस वैद्यकीय तपासनिसांच्या कार्यालयात आली आहे. मला हवी ती कागदपत्रं आणि इतरही काहीही पाहण्याचा कायदेशीर हक्क आहे. मृत्यूचं कारण आणि त्यासंबंधी बाबी तपासण्यासाठी प्रत्यक्ष मृत्यू जिथं झाला तिथं जाऊन पाहणं हा आमच्या अधिकाराचाच भाग आहे.''

"तुमचं कर्तव्य बजावण्यासाठी तुम्ही कायद्यानुसार वागावं हे तर अपेक्षितच आहे, पण अशा प्रकारे इथं घुसणं त्यात बसत नाही. काल संध्याकाळी तुमच्याकडून एक जण इथं अगोदरच येऊन गेलेला आहे. त्याच्याशी आम्ही योग्य त्या प्रकारे वागलो आहोत. मला हे सगळं तुमचा प्रमुख असणाऱ्या डॉ. हॅरोल्ड बिंगहॅम यांच्याशी बोलायला आवडेल. मी पूर्वी काही वेळा त्यांना भेटले आहे.''

लॉरी शहारली. अशा प्रकारे येण्याचा कायदेशीर अधिकार आपल्याला असला तरी या सगळ्यात बिंगहॅम येणं तिला अडचणीचं ठरणारं आहे याची तिला कल्पना होती. जर बिंगहॅमपर्यंत हे सगळं गेलं तर तो हॉस्पिटलचीच बाजू घेणार हे तिला पक्कं ठाऊक होतं.

"तुमच्या उद्योगीपणाबद्दल आभार,'' अॅन्जेला पुढे बोलू लागली, "तुम्ही इथं येण्यामागे आम्हाला मदत करणं हाच हेतू होता याची मला खात्री आहे, पण तुम्ही हे समजू शकाल, की या समस्येमुळे आम्हाला आमचे रुग्ण गमवावे लागले हे खरंच, पण त्यामुळे आमच्या संस्थेलाही प्रचंड संकटांचा सामना करावा लागतो आहे. त्यामुळे अगदी खरं सांगायचं तर आम्ही सगळेच जण हळवे झालो आहोत. मी जेव्हा डॉ. बिंगहॅमशी बोलेन तेव्हा आमचा तुम्ही किंवा इतर कोणीही इथं यायला विरोध नाही हे स्पष्ट करेन, पण त्याचबरोबर हेदेखील मी बजावेन की त्यासाठी वॉरंट लागेल. शिवाय जो कोणी हे वॉरंट घेऊन येईल तो एम.आर.एस.ए.चा वाहक नाही ना याची तपासणी करावी लागेल.''

"हे माझ्या लक्षातच आलं नव्हतं,'' लॉरी किंचित अपराधी स्वरात म्हणाली, आपण ज्या वाहकाबद्दल विचार करतो आहोत तसाच वाहक आपणही असण्याची शक्यता आहे हे तिच्या अजिबात लक्षात आलं नव्हतं.

"आमच्या मात्र ते लक्षात आहे. पण महत्त्वाचा मुद्दा असा आहे की आम्ही तुमच्या तपास कामावर नियंत्रण आणण्याचा प्रयत्न करत नाही. त्याचबरोबर हे देखील खरं आहे की तुम्ही आमच्या ऑपरेशन थिएटरला भेट देण्यानं काडीचाही फायदा होणार नाही. तुमच्याप्रमाणेच डॉ. क्लिंट अॅबेलार्डही सरकारी नोकर आहेत. त्यांनी आमच्या ऑपरेशन थिएटरची एकदा नाही तर दोनदा पाहणी

केली आहे नि त्यांना काहीही मिळालं नव्हतं. अर्थातच डॉ. ॲबेलार्ड स्वत: एम.आर.एस.ए. वाहक नाहीत याची खात्री करून घेतल्यानंतरच त्यांना ऑपरेशन थिएटरमध्ये प्रवेश देण्यात आला होता.''

''इथं रोगप्रसार विज्ञानातील तज्ज्ञ व्यक्तीचा कामकाजात सहभाग आहे हे मला आज इथं येईपर्यंत ठाऊक नव्हतं,'' लॉरी म्हणाली, ''अर्थातच त्यांची ह्या विषयातली पात्रता माझ्यापेक्षा जास्त आहे. मी काही गैरसमजाला कारणीभूत ठरले म्हणून मी माफी मागते. मी तुम्हाला फार त्रास दिला नाही अशी आशा आहे.''

''नाही. तसं काही नाही. डॉ. सार्पौलस, डॉ. ऑसगुड आणि मी वैद्यकीय कर्मचाऱ्यांच्या दर महिन्याला होणाऱ्या बैठकीसाठी इथं आलो होतो. आम्ही मुद्दाम आमच्या मुख्य ऑफिसमधून आलो असं काही झालेलं नाही.''

''हे ऐकून मला बरं वाटलं.''

''मला आणखी एक मुद्दा स्पष्ट करायचा आहे. ज्या एम.आर.एस.ए. जीवाणूमुळे ही समस्या उद्‌भवली आहे त्याचा नेमका प्रकार-उपप्रकार शोधून न काढण्याचा आमच्या निर्णयाबद्दल तुम्ही शंका व्यक्त केलीत. त्याबद्दल अधिक माहिती सांगण्यासाठीच मी डॉ. ऑसगुडना माझ्याबरोबर इथं आणलं आहे. डॉ. सार्पौलसनी कारण सांगायची टाळाटाळ केली हे मला माहीत आहे, पण क्लिनिकल पॅथॉलॉजी आणि सूक्ष्मजीवशास्त्र या दोन्ही विषयात डॉ. ऑसगुड तज्ज्ञ असल्याने ते जास्त चांगल्या प्रकारे तुम्हाला समजावून देऊ शकतील. आम्हाला शक्य आहे ते सगळं आम्ही केलं आहे हे तुम्ही समजून घेणं महत्त्वाचं आहे. तसं न करणं फारच बेजबाबदारपणाचं ठरलं असतं. आम्ही तसं केलेलं नाही.''

पंधरा मिनिटांनंतर ॲन्जेला आणि सिंथिया टॅक्सीतून फिफ्थ अव्हेन्यूवरून जात होत्या. वॉल्टर ऑसगुड मागेच थांबला होता. त्याला एंजल्स हेल्थकेअरच्या प्रयोगशाळा पर्यवेक्षकाशी बोलायचं होतं. टॅक्सीतून जाताना ॲन्जेला आणि सिंथिया गप्प बसून बाहेर पाहत होत्या. सेंट्रल पार्कमधल्या झाडांकडे पाहून वसंतऋतूची चाहूल लागली आहे हे त्यांना दिसत होतं. पण ॲन्जेलाचं तिकडं लक्ष नव्हतं. ती तिच्याच विचारांमध्ये व्यग्र होती. एंजल्स हेल्थकेअर कंपनीसमोरच्या अडचणी सतत वाढतच चालल्या होत्या. रोज काही ना काही उद्‌भवत होतं. त्यात तिला वैद्यकीय तपासनिसांच्या संदर्भात अडचणीत आणखी भर पडणं परवडणारं नव्हतं. तिला पहिल्यापासून प्रसिद्धी मिळणं टाळायचं होतं. म्हणूनच

पहिल्या वेळी एम.आर.एस.ए.ची केस आढळली तेव्हा तिनं मुद्दाम मुख्य वैद्यकीय तपासनिसाला फोन केला होता. आपण या केसची माहिती आरोग्य विभागाला कळवली आहे, असं सांगून आपण ही समस्या आटोक्यात ठेवण्यासाठी लगेचच उपाययोजना केल्या आहेत असं त्याच्या कानावर घातलं होतं.

ॲन्जेला सिंथियाकडे वळली, "तुझं त्या वैद्यकीय तपासनीस बाईबद्दल काय मत झालं? तुला ती बंडखोर वृत्तीची वाटली का?"

"नक्कीच तशी वाटली. नाहीतर मृत्यूचं कारण अगदी उघड असताना तिनं आपल्या हॉस्पिटलमध्ये येण्याचं काहीच कारण नव्हतं. आपण हे सगळं प्रकरण बाहेर पडू नये म्हणून धडपड करत असताना तिनं अशा तऱ्हेनं घुसणं मला बिलकूल आवडलं नाही. म्हणून तर मी तुला बोलवायला आले."

"तू ते अगदी योग्यच केलंस. मी तिला पाहताक्षणीच ती आपल्याला धोकादायक ठरणार असं मला वाटलं. मला का ते सांगता येणार नाही, पण ती मनाशी काहीतरी ठरवून आलीय, असं मला वाटलं. शिवाय ती हुशार आहे हे लक्षात आलंय. ती कशी पाहत होती, ते आठव. अशा प्रसंगी आपण सापडलोय असं वाटलं की माणसं नजर चुकवतात. पण ही बाई थेट माझ्या नजरेला नजर देऊन बोलत होती."

"ती माझ्याशीही तशीच वागली," सिंथिया म्हणाली, "ती एक वैद्यकीय तपासनीस आहे, हे कळताक्षणीच मी तिला हटकलं."

"मला तिच्याबद्दल काळजी वाटते आहे." ॲन्जेला म्हणाली, "जर तिनं ह्या एम.आर.एस.ए.बद्दल प्रसिद्धी माध्यमांना सांगितलं तर ते नक्कीच आपल्या संभाव्य गुंतवणूकदारांच्या लक्षात येईल. ते आपल्या गुंतवणुकीच्या बाबतीत डोळ्यांत तेल घालून पाहत असतात. तसं झालं तर आय.पी.ओ. पुढं ढकलावा लागेल, किंवा तो पार असफल होईल."

"तू तिच्याशी ज्या प्रकारे बोललीस ते मला आवडलं."

"खरंच तुला तसं वाटतं?"

"होय. तू प्रसंगी अपराधीपणाची भावना निर्माण करणं आणि मग गर्भित इशारा देणं यांचं अगदी योग्य मिश्रण केलंस. तू तिच्या बॉसला फोन करशील या बोलण्याचा तिच्यावर नक्कीच अपेक्षेप्रमाणे योग्य परिणाम झाला. मला वाटतं की, आता ती पुन्हा इथं येण्याचं धाडस करणार नाही. अखेर तू जे सांगितलंस ते तर फारच उपयोगी पडणारं होतं. या संकटाचा मुकाबला करण्यासाठी तिच्यापेक्षा जास्त पात्रता असणारे कितीतरी जण प्रचंड मेहनत घेत आहेत हे तिच्या मनावर चांगलंच ठसवलंय. आपण आपली जबाबदारी पार पाडली अशी तिची भावना झाली असणार."

अॅन्जेलानं खांदे उडवले. तिला खात्री वाटत नव्हती. तिचं अंतर्मन तिला सांगत होतं, की परिस्थिती नेमकी उलट आहे. ही लॉरी मॉंटगोमेरी तापदायक ठरणार असं तिला पक्कं वाटत होतं. आपण एकदा मायकेलशी या बाबतीत बोलावं, असा विचार तिच्या मनात आला होता. पण तिनं तो मागे सारला. अचानक मनाशी काहीतरी ठरवून तिनं तिच्या उंची लुई व्हूटन पर्समधून सेलफोन बाहेर काढला आणि तिच्या सेक्रेटरीला लोरेनला फोन लावला, ''लोरेन, डॉ. हॅरोल्ड बिंगहॅमला फोन लावून दे.''

डॉ. वॉल्टर ऑसगुड नर्व्हस झाला होता. तो प्रयोगशाळेचा पर्यवेक्षक सायमन फ्राईडलॅंडरशी बोलत असला तरी मनात सतत त्यांच्या इथं आलेल्या त्या वैद्यकीय तपासनीस बाईबद्दल विचार घोळत होते. एम.आर.एस.ए. जीवाणूंचा नेमका प्रकार शोधून काढण्याची गरज आपल्याला का वाटली नाही, हे त्यानं तिला सविस्तर समजावून दिलं होतं. ती सगळं ऐकताना अधूनमधून मान डोलावत होती खरी, पण तिला ते पटत नाहीये, हे त्याला जाणवत होतं. आपल्याला हे जे वाटतंय ते पक्कं आहे, याची त्याला खात्री वाटत होती. म्हणूनच तर तो फार अस्वस्थ झाला होता.

सायमनशी बोलणं संपलं तरी त्या वैद्यकीय तपासनीस बाईचा विचार त्याच्या मनातून जात नव्हता. सायमनशी बोलणं झाल्यावर त्यानं त्याला त्याच्या ऑफिसमधला फोन वापरू का असं विचारलं. सायमननं परवानगी दिल्यानंतर तो त्याच्या टेबलापाशी येऊन बसला. त्यानं पाकिटातून एक चिठोरा बाहेर काढला. त्याच्यावर वॉशिंग्टन डी.सी.चा फोन नंबर लिहिलेला होता. हा फोन वॉल्टरनं फक्त आणीबाणीच्या स्थितीत वापरायचा होता. ही ती वेळ आहे का यावर वॉल्टरनं मनाशी जरा वेळ विचार केला. पण मग अचानक त्यानं निर्णय घेतला आणि रिसिव्हर उचलून फोन लावला.

पलीकडच्या बाजूला बराच वेळ रिंग वाजत होती. आता आपल्याला व्हॉईसमेलवर निरोप ठेवायची वेळ आली तर आपण काय करणार हे त्याला कळेना. आता फोन उचलला जाणार नाही, असं त्याला वाटू लागलं असताना पलीकडून फोन उचलला गेला. खर्जात बोलणाऱ्या एका माणसानं हॅलो वगैरे काहीही न बोलता विचारलं, ''काय आहे?''

''मी वॉल्टर ऑसगुड...'' पण वॉल्टरचं वाक्य त्या माणसानं मध्येच तोडलं.

''तू लॅन्डलाईनवरून बोलतो आहेस का?''

"हो."

"फोन बंद कर आणि या नंबरवर फोन कर." त्या माणसानं एक नंबर सांगितला. वॉल्टरनं भराभरा त्याच्या समोर असलेल्या लिफाफ्यावर तो नंबर टिपून घेतला. मग त्यानं तो नंबर लावला.

"अगदी आणीबाणीची परिस्थिती उद्‌भवली तर तू मला फोन करायचा होता. तशी वेळ आलेली आहे का?"

"आणीबाणीची परिस्थिती आहे की नाही हे मला कसं कळणार?" वॉल्टर फटकारत म्हणाला, "पण माझ्या दृष्टिकोनातून ती आता नसली तरी लवकरच येणार आहे."

"म्हणजे?"

"न्यूयॉर्क शहराच्या वैद्यकीय तपासनिसांच्या ऑफिसमधली लॉरी माँटगोमेरी नावाची एक तपासनीस इथं एंजल्स हेल्थकेअर हॉस्पिटलमध्ये आली होती आणि बरेच प्रश्न विचारत होती."

"पण ह्यामुळे आणीबाणी कशी काय आलीय?"

"तिनं काल एका माणसाचं शवविच्छेदन केलं. हा माणूस एम.आर.एस.ए. मुळे मेला होता. तिला इथलं ऑपरेशन थिएटर पहायचं होतं. ती वरच्या बाजूला असणारी यंत्रणा अगोदरच पाहून गेली होती."

"बरं मग?"

"असं विचारणं सोपं आहे. पण मला हे अजिबात आवडलेलं नाही. आता हे सगळं वर्तमानपत्रात छापून आलं म्हणजे..."

"तिचं नाव काय म्हणालास?"

"लॉरी माँटगोमेरी. ती वैद्यकीय तपासनीस आहे... बरं, तिच्या बाबतीत काय करणार?"

"मलाही माहीत नाही. पण मी कळवत राहीन. तू सुद्धा मला माहिती देत रहा." फोन तत्काळ बंद झाला.

वॉल्टर हातातल्या रिसिव्हरकडे पाहतच राहिला. काय करावं हे न कळून त्यानं फोन ठेवून दिला. या फोनच्या बाबतीत चमत्कारिक गोष्ट अशी होती की, त्याला फोनवर बोलणाऱ्या माणसाचं नावदेखील माहीत नव्हतं.

वॉल्टरनं सायमनच्या लिफाफ्यावर लिहिलेला नंबर काळजीपूर्वक खोडून टाकला आणि मग तो प्रयोगशाळेच्या बाहेर पडला.

लॉरीची टॅक्सी दक्षिण दिशेला सेकंड अव्हेन्यूवरून तिच्या ऑफिसकडे

जात होती. टॅक्सी ड्रायव्हर अनेक ठिकाणी सिग्नल तोडत होता. पण लॉरीचं तिकडं लक्ष नव्हतं. ती तिच्या विचारांमध्येच गुंग होती.

लॉरीनं एंजल्स हेल्थकेअर हॉस्पिटलला दिलेली भेट तिच्या दृष्टीनं सर्वस्वी अनपेक्षित ठरली होती. तिच्या अपेक्षेपेक्षा हॉस्पिटल फारच भपकेबाज निघालं होतं. तिला भेटलेल्या माणसांमध्ये मिळून-मिसळून वागणाऱ्या ते अत्यंत उद्धट अशा सर्वांचा समावेश होता. तिला आपली मुख्य कार्यकारी अधिकाऱ्यांशी भेट होईल असं वाटलं नव्हतं. पण अचानक तिची भेट झाली होती. लॉरीला ती उर्मट वाटली. आपण हेरॉल्ड बिंगहॅमला फोन करू ही तिनं दिलेली धमकी ती खरी करेल की काय असा विचार लॉरीच्या मनात आला.

ह्या भेटीमधून एक गोष्ट लॉरीनं पक्की ठरवली होती. जॅकनं निदान एम.आर.एस.ए.ची समस्या पूर्ण सुटेपर्यंत तरी शस्त्रक्रिया करू नये, म्हणून ती जॅकला परावृत्त करणार होती. आता तिचा निश्चय पक्का झाला होता. तिला ॲन्जेला डॉसनचं बोलणं आठवलं. एम.आर.एस.ए.मुळे झालेल्या मृत्यूंबद्दल तिनं दिलगिरी व्यक्त केली असली तरी ती तिला वरवरची वाटली होती. तिला ह्या रुग्णांच्या मृत्यूपेक्षा आपल्या हॉस्पिटलबद्दल जास्त काळजी वाटत होती. तिची ही वृत्ती पाहून लॉरीला धक्का बसला होता. एम.आर.एस.ए.ची समस्या इतकी गंभीर असताना हस्पिटलमध्ये त्यांनी शस्त्रक्रिया कशा चालू ठेवल्या हे तिला कळत नव्हतं. ते अर्थातच पैसे मिळवण्यासाठी होतं. म्हणजे त्यांना पैसा मिळवण्यापुढे लोकांच्या जिवाची जराशीही फिकीर नव्हती. ॲन्जेला डॉसनची ओळख करून देताना तिला ती डॉ. डॉसन आहे, असं सांगण्यात आलं होतं. तेव्हा ती एम.डी. डॉक्टर असेल असं लॉरीला वाटलं होतं. पण आता त्याबद्दल शंका वाटू लागली. ती नक्कीच पीएच.डी. असणार. एखादी वैद्यकीय व्यावसायिक अशी वागू शकेल यावर लॉरीचा विश्वास बसत नव्हता.

तिचे विचार आता जीवाणूंविषयी आणि त्यांच्या प्रसाराबद्दल तिच्या मनात नवनवीन प्रश्न निर्माण करू लागले होते. स्टॅफिलोकोकस जीवाणू अँथ्रॅक्सप्रमाणे हवेमधून पसरत नाहीत, याची तिला कल्पना होती. अगदी अपवादात्मक परिस्थितीत असं घडतं. पण मुळात स्टॅफिलोकोकस उबदार आणि ओलसर अशा त्यांच्या नैसर्गिक वसतीस्थानाबाहेर फार काळ जिवंत राहू शकत नाहीत. जर हवेतून असे काही जीवाणूंचे कण एखाद्याच्या नाकात किंवा तोंडात गेले तरी त्यामुळे फारसं काही बिघडत नाही. हे सगळं माहीत असल्यामुळेच तिला गोंधळात पडल्यासारखं झालं होतं. ज्या रुग्णांचा मृत्यू झाला होता, त्यांच्यामधली न्यूमोनियाची लक्षणं पाहता, जीवाणूंचा प्रसार हवेमधून झाला असावा, हे तर उघड दिसत होतं. इतकंच नाही तर दोनचार जीवाणू नाका-तोंडातून शिरणं या

ठिकाणी पुरेसं ठरणारं नव्हतं. याचा अर्थ खूप मोठ्या संख्येनं जीवाणू रुग्णांच्या श्वसनमार्गात शिरत होते. तसं असेल तर ऑपरेशन थिएटरमध्ये जीवाणू प्रचंड प्रमाणात असायला हवेत. त्यात आणखी एक गुंतागुंत होतीच. ऑपरेशन थिएटरमध्ये हवा खेळण्याच्या यंत्रणेमध्ये हेपा फिल्टर बसवलेले होते. ते जीवाणूंपेक्षाही कितीतरी पट कमी आकाराच्या विषाणूंना प्रतिबंध करू शकत होते. मग हे जीवाणू तिथं शिरतीलच कसे? शिवाय ऑपरेशन थिएटरमध्ये पाठवली जाणारी हवा दर सहा मिनिटांनी बदलली जात होती. विशेष म्हणजे रुग्णांच्या श्वासोच्छ्वासात जाणारी हवा ऑपरेशन थिएटरमधली नव्हती. म्हणूनच लॉरीचा गोंधळ उडाला होता.

"मॅम... तुम्ही सांगितलेलं ठिकाण आलं," टॅक्सी ड्रायव्हर म्हणाला.

लॉरीनं टॅक्सीचं बिल दिलं आणि ती खाली उतरून ऑफिसच्या इमारतीच्या पायऱ्या चढू लागली. तरीही अजून ती तिच्या विचारांच्याच तंद्रीत होती. त्यामुळे तिला आत शिरताच मर्लिनला पाहून आश्चर्य वाटलं.

"तुझी ड्युटी तीन वाजता संपते ना?" लॉरीनं विचारलं.

"माझ्या जागी जी कामावर येते तिनं काही मिनिटं उशीर होईल असं कळवलं आहे."

लॉरीनं मान डोलावली आणि ती आतल्या बाजूला जाऊ लागली.

"माफ करा डॉ. मॉंटगोमेरी... तुम्ही आलात की तुम्हाला ताबडतोब डॉ. बिंगहॅमनी बोलावलं आहे हा निरोप मला देण्यासाठी सांगण्यात आलं आहे."

लॉरीचा चेहरा लालसर झाला. ॲन्जेला डॉसननं बिंगहॅमला फोन करून तिच्याबद्दल ती ऑफिसात पोहोचण्याअगोदरच तक्रार केली आहे हे तिच्या लक्षात आलं. ती शक्यतो वरिष्ठांशी संघर्ष टाळत असे. त्या वेळीही लॉरीच्या मनात भीती किंवा अपराधीपणाची भावना नव्हती. पण अशा वेळी आपण आपल्यावर नियंत्रण राखू शकणार नाही, असं तिला वाटत होतं. ती लहान असल्यापासून तिला हा अनुभव आला होता. वादावादी किंवा भांडणाच्या वेळी तिला संयम बाळगता येत नसे. एकदा तिच्या सरंजामी वृत्तीच्या वडिलांनी तिच्या मोठ्या भावाच्या मृत्यूला तीच कारणीभूत झाली, असा सर्वथा चुकीचा ठपका तिच्यावर ठेवला असताना दोघांचं कडाक्याचं भांडण झालं होतं. त्या वेळच्या कटु अनुभवानंतर तिनं शक्यतो भांडणाचे प्रसंग येऊ न देण्याचा प्रयत्न केला होता. आत्तादेखील ती बिंगहॅमच्या सेक्रेटरीच्या दिशेनं जात असताना आपण उत्तेजित झालो आहोत, हे तिला जाणवत होतं.

"सरळ आत जा," बिंगहॅमची सेक्रेटरी मिसेस सानफोर्ड म्हणाली.

लॉरीनं तिच्या चेहऱ्याकडं पाहिलं. तिच्याकडे पाहून आतल्या एकूण परिस्थितीचा

काही अंदाज येतो का ते लॉरी बघत होती. पण मिसेस सानफोर्डनं तिची नजर टाळली असं लॉरीला वाटलं.

"डॉ. मॉँटगोमेरी, दरवाजा बंद करा!" बिंगहॅमनं गर्जना केली. तो त्याच्या भल्यामोठ्या टेबलापाशी बसला होता. लॉरीनं दरवाजा बंद करून घेतला. चीफ बिंगहॅमनं अशा तऱ्हेनं औपचारिक संबोधणं तिला संकटाची नांदी करणारं वाटलं.

"खाली बस," बिंगहॅम पुन्हा मोठ्या आवाजात म्हणाला.

लॉरी खुर्चीत बसली. तिचा चेहरा लालसर झाला होता. तिला आपलं कमकुवत नाही, याची कल्पना होती. तिला खरी काळजी तिच्या नकळत उसळणाऱ्या स्वभावाची वाटत होती.

"तू माझी साफ निराशा केलीस लॉरी," बिंगहॅम किंचित सौम्य स्वरात म्हणाला.

"त्याबद्दल मी दिलगिरी व्यक्त करते." लॉरीनं उत्तर दिलं. तिचा आवाज किंचित थरथरत होता. पण आपण अश्रू बाहेर येऊ दिले नाहीत म्हणून लॉरीला समाधान वाटून गेलं.

"मी तुला नेहमी विसंबून राहता येईल अशी समजत होतो. आता काय झालं?"

"मला प्रश्न नीट कळला नाही."

"मी आता काही क्षणांपूर्वीच डॉ. अॅन्जेला डॉसन यांच्याशी फोनवर बोलत होतो. तू तिच्या खासगी हॉस्पिटलमध्ये पूर्वसूचना न देता गेलीस आणि अनधिकृतपणे तिथं काही भागात फिरलीस म्हणून ती चिडली आहे. तिनं मेयरला फोन करायचीही धमकी दिलीय."

लॉरी गप्प राहिली. बिंगहॅमनं खरं तर तिनं केलेल्या प्रयत्नांबद्दल तिची बाजू घ्यायला हवी होती. उलट तो त्या खासगी हॉस्पिटलं चालविणाऱ्या मालकवर्गाची बाजू घेत होता.

"हं."

लॉरीनं आता रागावर नियंत्रण ठेवण्याचं मनाशी पक्कं केलं होतं. तिनं शांतपणानं आपण त्या ठिकाणी का गेलो हे सांगितलं. प्रचंड प्रयत्न करूनही एंजल्स हेल्थकेअर हॉस्पिटलमध्ये एम.आर.एस.ए.मुळे मृत्यू होणं थांबलेलं नाही, याची कल्पना दिली. आपण तिथं पूर्वसूचना न देता गेलो, हे म्हणणं चुकीचं आहे. उलट तिथल्या संसर्ग प्रतिबंधक समितीची प्रमुख असलेल्या बाईनं तिला बोलावलं होतं हे लॉरीनं स्पष्ट केलं. त्या बाईचा स्वभाव मदत करण्याचा असून तिनंच आपल्याला हॉस्पिटलमध्ये फिरवलं हेदेखील आवर्जून सांगितलं.

बिंगहॅम अर्धवट मुठी वळून बारीक डोळे करून लॉरीकडे रोखून पाहत

होता. आपली बाजू ऐकल्यावर तो थोडासा निवळला आहे, असं लॉरीला वाटलं.

"किती वेळा मी आणि डॉ. वॉशिंग्टननी तुम्हा लोकांना सांगितलं आहे की बाहेर जाऊन माहिती काढण्याचं काम तुमचं नाही तर ते पीएंचं आहे?"

"अनेक वेळा."

"मग?" बिंगहॅम गुरगुरत म्हणाला. "कमीतकमी सहा-सात वेळा तरी आम्ही आपलं हे धोरण आहे असं तुम्हाला बजावलं आहे. आपले पीए उत्कृष्ट आहेत. तुम्ही लोकांनी त्यांना हॉस्पिटलं किंवा गुन्हा घडला त्या जागी परिश्रम करायला लावून त्यांचा जास्तीत जास्त उपयोग करून घ्यायला हवा. मला तुम्हा लोकांची इथं गरज आहे. तुझ्याजवळ पुरेसं काम नसेल तर मी तशी व्यवस्था करीन."

"माझ्याकडं भरपूर काम आहे." लॉरी म्हणाली.

"तर मग इथून निघ आणि कामाला लाग. काम कमी वाटत असलं तर आणखी केस मागून घे." बिंगहॅम निर्वाणीच्या स्वरात म्हणाला, "आणि एंजल्स हेल्थकेअरच्या हॉस्पिटलांपासून दूर रहा." असं म्हणून त्यानं त्याच्या सहीसाठी आलेले कागद पुढे ओढले.

लॉरी खुर्चीत बसून राहिली. बिंगहॅमनं पहिलं पत्र घेऊन सही केली. पण त्यानं लॉरीकडे लक्ष दिलं नाही.

"सर..." लॉरीनं सुरुवात केली. "मी तुम्हाला काही प्रश्न विचारू का?"

बिंगहॅमनं वर पाहिलं. लॉरी अजून तिथंच आहे, हे पाहून त्याच्या डोळ्यांत आश्चर्य दिसलं, "काय ते पटकन विचार."

"मी एम.आर.एस.ए.च्या एवढ्या केस आढळल्या हे तुमच्या कानावर घातलं, पण तुम्हाला त्याचं काहीच कसं वाटलं नाही? मला याचंच आश्चर्य वाटतंय. ह्या केस का आणि कशा उद्‌भवल्या हे प्रश्न अजून अनुत्तरीत आहेत. खरं सांगायचं तर मला काळजी वाटते आहे नि मी चांगलीच गोंधळून गेले आहे."

"मला याची कल्पना नाही. पण त्याबद्दल बरेच रोगप्रसार विज्ञानातले तज्ज्ञ काम करत आहेत, हे मला ठाऊक आहे. ह्या केसचा आकडा वीसपर्यंत पोचला आहे हे मला माहिती नव्हतं."

"तुम्हाला ह्या केसबद्दल माहिती कशी कळली?"

"दोन मार्गांनी. काही महिन्यांपूर्वी डॉ. अ‍ॅन्जेला डॉसननं माझ्याशी संपर्क साधला होता. तिनं आरोग्य विभागाला कळवलं आहे आणि एक रोगप्रसार विज्ञानातला तज्ज्ञ लक्ष घालतो आहे हे सांगण्यासाठी तिनं फोन केला होता.

नंतर माझ्या एका सर्जन मित्राकडूनही कळलं. त्याची एंजल्स हेल्थकेअर कंपनीत काहीतरी गुंतवणूक आहे. तो त्याच्या अतिश्रीमंत रुग्णांवरच्या शस्त्रक्रिया एम.आर.एस.ए. समस्या उद्‌भवण्यापूर्वी तिथंच काम करत असे. तो मला अधूनमधून ह्या सगळ्याची माहिती देत असतो. कारण साधारण एक वर्षापूर्वी त्यानं मला आणि केल्व्हिनला कंपनीचे काही शेअर घेण्याबद्दल विचारलंही होतं. आम्हाला आणखी शेअर घेण्याची संधी होती.''

''काय?'' लॉरी चकित होत म्हणाली, ''तुमची या कंपनीत गुंतवणूक आहे?''

''फार मोठी नाही.'' बिंगहॅम म्हणाला, ''जेव्हा माझ्या मित्रानं, जॅसननं मला ह्या संधीबद्दल सांगितलं तेव्हा तो म्हणत होता, की कंपनी लवकरच आता सार्वजनिक होणार आहे. मी माझ्या शेअरब्रोकरला विचारलं. त्याला ही संधी छान वाटली. इतकी, की त्यानं स्वतःच माझ्यापेक्षा जास्त रक्कम गुंतवली.''

लॉरी आ वासून बिंगहॅमकडं पाहतच राहिली.

''तुला काय झालं?'' बिंगहॅमनं विचारलं. ''तुला एवढं चकित व्हायचं कारण काय? स्पेशॅलिटी हॉस्पिटलं समाजाची गरज भागवण्याचंच काम करत आहेत.''

''चकित नाही, तर मला धक्का बसलाय. बरं, तुम्ही या ॲन्जेला डॉसनला ओळखता?''

''ओळखतो, असं म्हणता येणार नाही. मी तिच्याशी फोनवर बोललोय आणि मेयरनं आयोजित केलेल्या एका समारंभात तिला भेटलो होतो इतकंच. तिनं मला प्रभावित केलं होतं हे खरं. पण हे तू का विचारते आहेस?''

''ती एम.डी. आहे की पीएच.डी. डॉक्टर?''

''एम.डी.''

लॉरी हे ऐकून आणखीनच चकित होऊन पाहू लागली.

''लॉरी, तू अशा विचित्र नजरेनं का पाहत आहेस? तुझ्या मनात काय चाललंय?''

''ज्या एंजल्स हॉस्पिटलमध्ये संकट उद्‌भवलंय त्या हॉस्पिटलमध्ये तुमची गुंतवणूक असणं आणि तुम्ही मला त्यापासून दूर राहायची आज्ञा फर्मावणं हे मला चमत्कारिक वाटतंय.''

''मला तुझ्या म्हणण्याचा रोख अजिबात पसंत नाही.'' बिंगहॅम नाकपुड्या फेंदारत म्हणाला.

''मला तुमचा अपमान करायचा नव्हता.'' लॉरी नरमाईनं म्हणाली. ''मी खरं तर तुमच्या बाजूनं विचार करते आहे. तुम्ही या सगळ्या प्रकारात काहीसं बाजूला राहणं सर्व दृष्टीनं योग्य ठरेल.''

"हं... पोरी... जरा जपून बोललीस तर बरं होईल." बिंगहॅम काहीसा वडीलकीचा आव आणत म्हणाला. मग त्यानं त्याचं जाडजूड बोट लॉरीकडं रोखलं. "एक गोष्ट नीट लक्षात घे. मी कुठल्याही प्रकारे तुझ्या कामात अडथळा आणत नाहीये. माझी तिथं गुंतवणूक आहे म्हणून तर नाहीच नाही. मी फक्त तुला एवढंच सांगतोय की तू स्वत: त्या एंजल्स हेल्थकेअरच्या हॉस्पिटलकडे जायचं नाही. तिथं जाऊन तू लोकांना भडकावणं आणि माझी पंचाईत करणं मला चालणार नाही. तुला जे काही हवं ते पीएंना सांगून करून घे. मी तुम्हाला गेली कित्येक वर्षं सांगतोय तेच तुला पुन्हा एकदा आज बजावतोय. कळलं?"

"कळलं." लॉरी म्हणाली. "पण माझं अंतर्मन सांगतंय की तिथं काहीतरी गंभीर गडबड चालू आहे."

"तसंही असेल." बिंगहॅम फटकारत म्हणाला. लॉरी आत आली तेव्हापेक्षा तो जास्तच रागावला होता. "आता इथून चालू लाग आणि आपलं काम कर. म्हणजे मग मला माझं काम करता येईल."

लॉरी उठून दारापाशी गेली. पण तिनं दार उघडण्यापूर्वी बिंगहॅमनं पुन्हा हाक मारली, "तुझं अंतर्मन नेहमीच बरोबर असतं असा माझा अनुभव आहे. तेव्हा जे समजेल ते मला कळवत रहा आणि मुख्य म्हणजे प्रसिद्धी माध्यमांपासून दूर रहा."

"मी हे लक्षात ठेवीन." लॉरी म्हणाली. तिला बिंगहॅमच्या बोलण्याचा रोख लक्षात आला होता. कारण पूर्वी काही वेळा तिच्याकडून नकळत प्रसिद्धी माध्यमांकडे बातम्या फुटल्या होत्या.

लॉरी लिफ्टनं पाचव्या मजल्याकडे निघाली. बिंगहॅमशी झालेल्या भेटीबद्दलचे विचार तिच्या मनात घोळत होते. त्याच विचारांच्या तंद्रीत तिनं तिचं स्वत:चं ऑफिस ओलांडलं आणि ती जॅकच्या ऑफिसपाशी आली. तिला जॅकशी बोलण्याची गरज वाटत होती. पण तिची निराशा झाली. कारण जॅक त्याच्या जागेवर नव्हता.

"जॅक कुठे आहे?" लॉरीनं चेटला विचारलं. तो सूक्ष्मदर्शकाखाली काहीतरी पाहण्यात मग्न असल्यानं लॉरी आत आल्याचं त्याच्या लक्षात आलं नव्हतं.

"तो त्याच्या नेहमीच्या फील्ड ट्रीपसाठी गेला आहे." चेट वर पाहत म्हणाला.

"म्हणजे?"

"तुला जॅक कसा आहे ते माहिती आहेच. जितका जास्त वादविवाद तितकं त्याला बरंच! त्यानं जे शवविच्छेदन केलं त्या माणसाचा मृत्यू कशानं झाला हे ठरवण्यासाठी तीन प्रतिस्पर्धी एकमेकांच्या नरडीचा घोट घ्यायला सज्ज आहेत.

हा माणूस दहाव्या मजल्यावरून खाली पडून मेला होता.''

"मला ही केस माहीत आहे.'' लॉरी म्हणाली, ''आता तो आणखी काय करायला गेलाय?'' लॉरीनं वैतागून विचारलं.

"मला ते कसं माहीत असणार? पण तो काहीतरी गुन्हा कसा घडला असावा ते पुन्हा करून पाहणार वगैरे बोलत होता. म्हणजे स्वतःच उडी मारण्याचा त्याचा विचार नसला तर बरं. पण मला आणखी काही माहीत नाही.''

"तो परत आला की मी त्याला शोधत होते हे सांग.''

"जरूर सांगतो.''

लॉरी निघणार होती एवढ्यात तिला चेटकडंही एक एम.आर.एस.ए. केस होती हे आठवलं.

"बरोबर,'' चेट म्हणाला, ''तुला या केसमध्ये रस आहे असं जॅक म्हणाला होता. म्हणून मी ती फाईल काढून ठेवली आहे.'' चेट म्हणाला आणि त्यानं खुर्ची सरकवली. लॉरीला खुर्चीच्या पायांचा आवाज कर्कश वाटला. चेटनं कपाटाच्या वर ठेवलेली फाईल काढून लॉरीच्या हातात ठेवली, ''नाव होतं ज्युलिआ फ्रांकोवा.''

"उत्तम.'' लॉरी म्हणाली. तिनं चटकन आतले काही कागद काढून त्यांच्यावर नजर फिरवून ही केसही एंजल्स हेल्थकेअरचीच असल्याबद्दल खात्री करून घेतली.

"तुला एवढा रस का आहे?''

"मी आज सकाळी ज्या व्यक्तीचं शवविच्छेदन केलं ती अगदी अशीच होती. गेल्या तीन महिन्यांत अशा बरेच केसेस आढळल्या आहेत. नेमकं सांगायचं तर चोवीस. ह्या सगळ्या केस आपल्यात वाटून आल्या असल्यानं त्यांची संख्या कोणाच्याही लक्षात आली नाही.''

"मला इतरांबद्दल कल्पना नव्हती.'' चेटनं कबूल केलं.

"तुलाच काय, कोणालाही ते जाणवलं नाही,'' लॉरी म्हणाली, ''मी आता हे सगळं पाहू लागले आणि मला धक्काच बसला. ह्या सगळ्या प्रकारात काहीतरी चमत्कारिक आहे आणि त्यात सत्य काय आहे ते शोधण्यासाठी जिवाची बाजी लावायला तयार आहे. मी या बाबतीत अगोदरच आपल्या चीफला डिवचलं आहे.''

"मी काही मदत करू शकत असेल तर जरूर सांग. मी ही फाईल अजून माझ्याजवळ ठेवलीय. कारण मी सी.डी.सी.कडून अहवाल येण्याची वाट पाहतोय.''

"होय. मी तिथं डॉ. राल्फ पर्सी नावाच्या एकाशी संपर्क साधला होता.''

"हे तर फारच छान झालं,'' लॉरी म्हणाली, "मी तुझ्यासाठी डॉ. राल्फ पर्सीला फोन करते. त्याच्याकडून मिळालेली माहिती मी या फाईलला लावते. त्यामुळे तुझं कामही वाचेल.'' लॉरी असं म्हणून बाहेर पडू लागली. चेटनं तिला थांबवलं.

"लॉरी, तू सकाळी मला दिलेल्या सल्ल्यानुसार माझ्या मैत्रिणीला आज दुपारी फोन केला होता.''

"मग? काय झालं?''

"तू मला सांगितलं होतंस त्याप्रमाणे मी थेट कृती केली. मी तिचं मन वळवण्यासाठी तिच्याकडं फुलंही पाठवली होती. मी माझा सगळा अहंकार जणू तिच्या पायाशी ठेवला होता. पण तिनं तो ठोकरला.''

"ती एवढी वाईट वागली का?''

"कदाचित मी अतिशयोक्ती करीत असेन. ती माझ्याशी फार वाईट वागली असं म्हणता येणार नाही. खरं तर मी नेहमीप्रमाणे माझ्या स्वभावानुसार सुरुवातीलाच माती खाल्ली असली तरीही ती माझ्याशी तशी नीट बोलली. आदल्या संध्याकाळी ती म्हणाली होती की तिला तातडीनं दोन लाख डॉलर उभे करायचे आहेत. मी संभाषण सुरू करण्यासाठी म्हणालो की माझ्याजवळ तेवढे डॉलर आहेत.''

"भिकार बेत!''

"अगदी बरोबर बोललीस. मी तिची टिंगल करतोय असा तिचा समज झाला.''

"तिच्या जागी मी असते तर मलाही तसं वाटलं असतं. बरं, शेवटी तू काय केलंस?''

"काही नाही. तिला खुलं आमंत्रण देऊन ठेवलं आणि माझा सेलफोन नंबर दिला.''

"ती तुला फोन करणार नाही.'' लॉरी च्यॅक् असा आवाज करीत म्हणाली, "तुझी अपेक्षा अवास्तव आहे. कारण तू तिच्याशी फारच आगाऊपणानं वागला आहेस. तूच तिला फोन करून तिची त्या भिकार विनोदाबद्दल क्षमा मागायला हवीस.''

"म्हणजे तिनं मला दोन वेळा साफ धुडकावलं असलं तरी मी तिला परत फोन करावा, असं तुझं म्हणणं आहे का?''

"तुला जर तिच्याबरोबर जेवणासाठी जायचं असेल तर तूच तिला फोन करायला हवास. तू तसं करू नये असं तिला वाटत असतं तर तिनं तसं स्पष्ट सांगितलं असतं.''

"मी कधी फोन करावा असं तुला वाटतं?''

"केव्हाही. तुला जेव्हा तिला भेटावसं वाटेल तेव्हा."

"म्हणजे मी आज पुन्हा फोन केला तरी चालेल? तसं करणं जरा जास्त घाईचं तर ठरणार नाही ना?"

"मी काही तुमचं संभाषण ऐकलेलं नाही. त्यामुळे मला नेमकं सांगता येणार नाही. पण तू म्हणतोस तशी शक्यता आहे. पण कदाचित ती तुझ्या फोनमुळे खूषदेखील होईल. फोन कर!" लॉरी म्हणाली आणि बाहेर जाऊ लागली, "आणि तू असं करण्यात काही गमावणार थोडाच आहेस?"

"माझा उरलासुरला स्वाभिमान."

"ओह्!" असं म्हणून लॉरी तिच्या ऑफिसच्या दिशेनं निघाली.

लॉरी निघून गेल्यानंतर चेट डोक्यामागे हात बांधून रेलून बसला आणि छताकडे पाहत विचार करू लागला. त्याला काय करावं ते कळेना. त्याला लॉरीचा सल्ला मानावा असं वाटत होतं. ती हुशार होती आणि मुख्य म्हणजे स्वत: एक स्त्री असल्यानं तिला जास्त कळत असणार हा विचार त्याच्या मनात चमकून गेला. हा विचार मनात येताच त्यानं लांब पुढं झुकून एका चिठ्ठीवर लिहिलेला ॲन्जेलाचा तिच्या कंपनीमधला फोन नंबर पाहिला आणि तिला फोन केला. त्याला आणखी विचारात पडून वेळ घालवायचा नव्हता. कदाचित त्याच्याकडून नंतर असं धाडस झालं नसतं.

मागच्याप्रमाणेच ऑपरेटरनं फोन ॲन्जेलाच्या सेक्रेटरीला दिला. त्याला आपण कोण हे सांगावं लागलं. मग ॲन्जेलाच्या सेक्रेटरीनं त्याला थांबायला सांगितलं. तो ॲन्जेला फोन घेण्याची वाट पाहत असताना आपण विनोदानं बोलावं की गंभीरपणानं यावर त्याला नीट काही ठरवता येईना. अखेर त्यानं फक्त सरळपणानं बोलायचं असं ठरवून टाकलं. ॲन्जेलानं फोन घेतला तेव्हा तिला सरळ हे सांगून टाकलं की तो सतत तिचाच विचार करत होता.

काही क्षण ॲन्जेलानं काहीच प्रतिसाद दिला नाही. तेव्हा चेट म्हणाला, "मी तुम्हाला त्रास तर देत नाही ना? मी माझ्या त्या सल्ला देणाऱ्या सहकारीशी बोललो होतो. ती म्हणाली की, तुम्हाला तसं वाटण्याची शक्यता नाही. तसं होऊ शकतं म्हणा, पण तिच्या म्हणण्यानुसार उलट तुम्हाला बरं वाटेल असं तिचं मत पडलं. मी तुम्हाला फोन नंबर दिलाय हे जेव्हा तिला सांगितलं तेव्हा ती हसली आणि तुम्ही आपणहून फोन करणार नाही, असं म्हणाली."

"तुमची सहकारी चांगलीच चतुर आहे असं म्हणावं लागेल."

"माझा त्यावरच तर भरोसा आहे," चेट म्हणाला. "असो. मी फोन

करण्याची दोन कारणं आहेत. पहिलं म्हणजे मी मागच्या खेपेस जो अनावश्यक विनोद केला त्याबद्दल मला माफी मागायची आहे.''

''आभार. पण माफी मागायची जरूर नव्हती. खरं तर मी माझ्याच विवंचनेत एवढी व्यग्र होते की, मी जरा जास्तच बोलून गेले. बरं, तुम्ही फोन करण्याचं दुसरं कारण कोणतं?''

''मला वाटलं की तुम्हाला पुन्हा डिनरसाठी आमंत्रण द्यावं. मी पुन्हा तुम्हाला अशी गळ घालणार नाही याची खात्री देतो. पण तुम्ही हे निमंत्रण स्वीकारून यावं आणि खरोखरच काहीतरी खावं अशी माझी इच्छा आहे. तुम्हाला तुमच्या कंटाळवाण्या कार्यक्रमांमधून जरासा विसावा मिळेल. कदाचित भांडवल उभारण्यासाठी काही नवीन कल्पना तुम्हाला थोडं ताजंतवानं झाल्यानंतर सुचू शकतील.''

''तुम्ही ज्या चिकाटीनं प्रयत्न करता आहात ते खरोखरच मला कौतुकाचं वाटतं. त्यामुळे मी खूषही होते आहे, हे मान्य करायला हवं.'' ॲन्जेला च्यॅक् असा आवाज करत म्हणाली, ''पण खरंच फार कामात आहे. तुम्ही फोन केलात म्हणून बरं वाटलं हे जरी खरं असलं, तरी एक डॉक्टर म्हणून मला कल्पना आहे की तुमचे रुग्ण तुमची वाट पाहत थांबले असणार....''

''ते बरोबरच आहे. पण फक्त एवढंच आहे की, ते सगळे मेलेले आहेत.''

''म्हणजे?'' ॲन्जेलानं गोंधळून विचारलं. त्याच्या स्वरावरून तो काहीतरी गमतीनं बोलतोय हे तिच्या लक्षात आलं असलं तरी त्यातला नेमका विनोद तिला कळला नव्हता.

''मी एक वैद्यकीय तपासनीस आहे.'' चेट म्हणाला. ''असो. मी आज संध्याकाळी अगदी ह्या क्षणापासून मोकळा आहे. माझं जे काही किरकोळ काम उरलंय ते मी उद्या सकाळीही पुरं करू शकतो.''

''तुम्ही इथं मॅनहटनमध्येच आहात की काय?''

''होय. मी इथं गेली बारा वर्षं काम करतोय. मला कल्पना आहे की मी एखाद्या मेंदूच्या सर्जनएवढं सेक्सी काम करत नाही. पण माझ्या दृष्टीनं हे काम म्हणजे बुद्धीला खरंखुरं आव्हान आहे. आम्ही दररोज नवीन पाहतो आणि रोजच नवीन गोष्टी आम्हाला कळतात. ते सर्जन लोक रोज तेच तेच काम करतात. याच्या उलट....'' चेटनं त्याचं वाक्य अर्धवटच सोडलं. ॲन्जेलाचा प्रतिसाद त्याला कळत नव्हता. त्याचा अनुभव असा होता की, या बोलण्यानं बायका एकतर एकदम खूष होतात किंवा थंड पडतात. त्याला मधली स्थिती नसते याची खात्री होती. पण ॲन्जेला गप्प राहिलेली पाहून तो अस्वस्थ झाला. आपण पुन्हा चुकीची खेळी केली की काय असं त्याला वाटू लागलं.

"अॅन्जेला, तू ऐकते आहेस ना?" चेट एकदम नावानं बोलत विचारू लागला.

"होय, ऐकते आहे." अॅन्जेला म्हणाली, "याचा अर्थ तू डॉ. बिंगहॅमच्या हाताखाली काम करतोस का? डॉ. लॉरी माँटगोमेरी तुझी सहकारी आहे का?"

"होय. ती आताच इथून बाहेर पडली. तू हे विचारलंस म्हणून मला गंमत वाटतेय. कारण मी तिचाच सल्ला घेतलाय."

"हं... मला अचानक एक गोष्ट आठवली," अॅन्जेला विषयाला बगल देत म्हणाली, "काही वेळापूर्वी माझ्या मुलीचा फोन आला होता. ती तिच्या एका मैत्रिणीकडं गेली आहे. तिथं त्यांनी तिला जेवणासाठी थांबायचा आग्रह केला आहे. मी थांबू का असं ती विचारत होती. मी तिला होकार दिलाय."

"याचा अर्थ तुम्ही तुमच्या संध्याकाळच्या कार्यक्रमात बदल करणार आहात असा घ्यायचा का?" चेट मनातली उत्सुकता लपवत जरा सावधपणानं म्हणाला.

"होय. तू मघाशी म्हणालास त्याप्रमाणे जरा बदल होणं मलाही गरजेचं वाटतंय. शिवाय खाण्याबद्दलही तुझं म्हणणं बरोबर आहे. मी आज दिवसभरात फक्त एक सॅन्डविच खाऊ शकले आहे."

"म्हणजे तू माझ्याबरोबर जेवायला जायला तयार आहेस तर?"

"का नसावं?" अॅन्जेलाच्या ह्या बोलण्यात प्रश्न नसून विधान होतं.

यानंतर दोघांनी कुठं जायचं यावर चर्चा केली. अॅन्जेलानं सुचवलं की, चोपन्नाव्या रस्त्यावरचं सान पिएत्रो हे रेस्टॉरंट उत्तम आहे. चेटनं त्याचं नाव पूर्वी ऐकलं नव्हतं. अॅन्जेलानं तिथं फोन करून सव्वा सात वाजतासाठी टेबल रिझर्व्ह करायचं मान्य केलं. चेटला हा बेत पसंत पडला. त्यानं आनंदानं होकार दिला.

८

३ एप्रिल २००७
दुपारचे ४ वाजून ५ मिनिटं

सदतीस वर्षं वयाच्या तीन मुलांची आई असणाऱ्या रॅमोना टॉरेससाठी तो दिवस खास होता. तिच्या नवऱ्यानं तिला भल्या पहाटे उठवलं होतं. तो तिच्यावर होणाऱ्या शस्त्रक्रियेसाठी तिला एंजल्स कॉस्मेटिक सर्जरी ॲन्ड आय हॉस्पिटलकडे घेऊन जाणार होता. इतकी पहाट असल्यानं पोरं अजून झोपली होती. तिनं मुलांना जागं केलं आणि त्यांचा निरोप घेतला.

हॉस्पिटलपाशी आल्यानंतर तिच्या नवऱ्यानं तिला मुख्य दारापाशी सोडलं. तिथल्या सेवकानं तिच्या हातातली छोटी बॅग घेतली. रॅमोनानं हात हलवून नवऱ्याचा निरोप घेतला. तिचा नवरा घरी परत जाणार होता. पाच ते अकरा वर्षं वयाच्या तिन्ही पोरांना शाळेत जाण्यापूर्वी खायला देऊन त्यांचं आवरून होतंय की नाही हे पाहण्याची त्याची जबाबदारी होती. खरं तर रॅमोनाला नवऱ्यानं आपल्याला धीर देण्यासाठी जवळ थांबावं असं वाटत होतं, पण ते शक्य नाही हे तिला कळत होतं.

रॅमोनाला नेहमीच हॉस्पिटल या प्रकाराची धास्ती वाटत असे. त्यातच तिला तिच्या सर्वांत लहान मुलाच्या वेळी बाळंतपणाचा अनुभव फारच वेदनादायक ठरला होता. बाळंतपणाच्या वेळी अडचण निर्माण झाल्यानं तिच्यावर शस्त्रक्रिया करावी लागली होती. त्या वेळी ती अक्षरशः मरणाच्या दारातून परत आली होती. सर्वांनी तिला नीट समजावून दिलं होतं की, शस्त्रक्रियेच्या वेळी तिच्या रक्तात जो दोष उत्पन्न झाला होता त्याला कोणी जबाबदार नव्हतं. सर्व ती

काळजी घेऊनही तिच्या रक्तप्रवाहात **एम्बॉलिझम**मुळे अडथळा उत्पन्न झाला होता. रॅमोनानं यासाठी हॉस्पिटललाच जबाबदार धरलं होतं. रॅमोनाचा नवरा वकील असूनही त्याला युक्तिवाद करून तिचं हे मत बदलणं शक्य झालं नव्हतं. तिचं हे मत इतकं पक्कं होतं की, त्या दिवशी सकाळी एंजल्सच्या हॉस्पिटलमध्ये शिरताना भीतीमुळे तिच्या हृदयाची धडधड वाढली होती. कपाळावर घामाचे थेंब साचले होते.

रॅमोनाने कपडे बदलले. शस्त्रक्रियेसाठीचा पोशाख अंगावर चढवतानाही ती अतिशय अस्वस्थ होती. तिचं शरीर किंचित थरथरत होतं. रॅमोनानं आपली अवस्था नर्स किंवा इतर मदतनिसांच्या लक्षात येऊ दिली नाही. कारण तिला कशीची भीती वाटते असं जर कोणी विचारलं असतं तर तिला त्याचं उत्तर देता आलं नसतं. तिला पुन्हा एम्बॉलिझमची भीती तर वाटत होतीच, पण शिवाय तिला भूल देणं ह्याचीच धास्ती होती. शस्त्रक्रिया करणारी व्यक्ती कितीही हुशार आणि प्रशिक्षित असली तरी काही काळ का होईना, आपण जगणार की मरणार हा निर्णय कोणा एकाच्या हाती असणं ही कल्पनाच तिला कशीतरी वाटत होती. कितीही म्हटलं तरी चुका होतातच. रॅमोनाला आपण त्या चुकीचा बळी ठरू नये, असं वाटत होतं. ती मेडिकल सेक्रेटरी म्हणून काम करत असल्यानं वैद्यकीय क्षेत्रात काय काय चुका होऊ शकतात हे अगदी चांगलं ठाऊक होतं.

प्रत्यक्ष शस्त्रक्रियेसाठी नेण्याच्या अगोदर स्ट्रेचरवर वाट पाहत बसली असताना रॅमोनाच्या मनात आपल्या निर्णयाचा फेरविचार करावा असा विचार एकदा डोकावला. पण नंतर तिनं स्वत:ला सावरलं. शेवटच्या मुलाच्या जन्मानंतर तिचं वजन खूपच वाढलं होतं. सुरुवातीला नाही, पण नंतर तिला स्वत:लाच आपण लठ्ठ झालो आहोत हे जाणवू लागलं होतं. तिच्या नवऱ्यानं, रिकार्डोनं कधी ते बोलून दाखवलं नसलं तरी त्यालाही तिचं वाढलेलं वजन पसंत नाही, हे तिला कळत होतं. एकदा तर तिचा मोठा मुलगा जॅव्हिएर यानं तिला ती लठ्ठ झाली असल्याची जाणीव करून दिली. तेव्हा मात्र ती सावध झाली होती. तिनं कमी खाण्याचा आटोकाट प्रयत्न करूनही काही उपयोग झाला नाही. वजन नियंत्रणात येत नाही हे पाहून तिनं लिपोसक्शन करून घ्यायचं ठरवलं. तिच्या एका मैत्रिणीनं ते करून घेतलं होतं आणि तिला त्याचा फायदा झाला होता. आपणही तसं करावं

एम्बॉलिझम (Embolism)

ही वैद्यकशास्त्रीय संज्ञा आहे. जेव्हा एखादी वस्तू (एम्बोलस) रक्तप्रवाहात शिरून अडथळा उत्पन्न करते त्या परिस्थितीला एम्बॉलिझम असं म्हणतात.

म्हणून रॅमोना तिच्या मैत्रिणीच्या प्लॅस्टिक सर्जनकडे गेली होती. त्यानंच ही आजची लिपोसक्शन शस्त्रक्रिया ठरवली होती.

साडेतीन तास चाललेल्या शस्त्रक्रियेनंतर रॅमोना शुद्धीवर आली आणि तिला भडभडून उलटी झाली. इथूनच तिला त्रासाची सुरुवात झाली आणि हळूहळू त्रास वाढतच गेला. फक्त त्या वेळी एकच गोष्ट चांगली झाली होती. गडबड असूनही तिचा नवरा तिला भेटून गेला होता. त्याला फार वेळ तिच्याजवळ थांबता आलं नव्हतं. पण ते एका परीनं बरंच झालं असं तिला वाटलं. कारण तिला काहीही केलं तरी आराम पडत नव्हता. तिनं अनेकदा हालचाल करून कोणत्या स्थितीत जरा बरं वाटतंय हे पाहण्याचा प्रयत्न केला. पण काहीही केलं तरी वेदना थांबतच नव्हत्या. तिला वेदनाशमक औषधं चालू असूनही त्यांचा फारसा उपयोग होत नव्हता.

रिकार्डो गेल्यानंतर साधारण अर्धा तास उलटला होता. रॅमोनाला एकदम थंडी वाजू लागली. तिला असा अनुभव पूर्वी कधीही आलेला नव्हता. आपल्या अंगात खोलवर थंडी शिरली आहे आणि ती सगळ्या शरीरात पसरते आहे असं तिला वाटू लागलं. तिचे दातही थडथड वाजू लागले. रॅमोनानं नर्सला बोलावलं. तिनं लगेचच रॅमोनाला पांघरण्यासाठी ब्लँकेट दिलं. नर्सनं रॅमोनाचा ताप पाहिला. तो जवळपास १०२ डिग्री होता. याचा अर्थ तिला चांगलाच ताप भरला होता.

''असं कधीकधी होतं.'' नर्स म्हणाली, ''तुमच्या शरीरात तुम्हाला जरी बाहेरून दिसत नसल्या तरी खूप मोठ्या जखमा लिपोसक्शनच्या दरम्यान झालेल्या आहेत.''

रॅमोनाला हे स्पष्टीकरण तेव्हा पटलं होतं. पण ते अगदी थोडा वेळ. अचानक तिला आपल्या छातीवर दडपण आल्यासारखं वाटू लागलं. आपल्याला श्वास घ्यायला त्रास होतोय हे तिच्या लक्षात आलं. तसंच तिला खोकल्याची जोरदार उबळ आली. पूर्वीचा एम्बॉलिझमचा भयंकर अनुभव असल्यानं अतिशय घाबरून जाऊन नर्सला बोलावण्यासाठी बटण वारंवार दाबलं.

''मिसेस टॉरेस, एकदाच बटण दाबलं तरी पुरतं,'' नर्स त्रासिकपणे म्हणाली. ती आत आली आणि तिनं रॅमोनाला काय झालं ते विचारलं. आपल्याला फुफ्फुसांमध्ये एम्बॉलिझम झालाय की काय असं वाटल्याचं रॅमोनानं नर्सला सांगितलं. नर्सनं पुन्हा ताप पाहिला. तो अगदी थोडासा वाढला होता. तिनं रॅमोनाचा रक्तदाबही मोजला. तो थोडासा कमी होता.

''माझ्यात एम्बॉलिझमची लक्षणं आहेत का?'' रॅमोनानं काळजीच्या स्वरात विचारलं.

''मला तसं वाटत नाही,'' नर्स म्हणाली, ''तरीही तुमच्या सर्जनना बोलावणं पाठवते.''

नर्स हे म्हणत असतानाच रॅमोनाला पुन्हा खोकल्याची जोरदार उबळ आली. यावेळी तिला प्रयत्न करूनही ती थांबवणं शक्य झालं नाही. रॅमोना खोकला दाबण्याचा प्रयत्न करत होती. कारण तसं झालं तर वेदना फारच व्हायच्या. टिश्यू पेपर तोंडावरून बाजूला केला तेव्हा तिला दिसलं की कफ रक्तानं लालभडक झालेला आहे.

९

३ एप्रिल २००७
दुपारचे ४ वाजून १५ मिनिटं

लाऊ सोल्डानोच्या दृष्टीनं तो दिवस निराशाजनक ठरला होता. फक्त एकच गोष्ट चांगली कळली होती. त्याच्या ज्या सार्जंट मित्राच्या मुलीवर आरोप होता तो आता जाणार होता. जॅकनं त्याला ही बातमी दिली होती. दुसऱ्या केसमध्येही आरोप ठेवण्यात आलेला बॉयफ्रेंड निर्दोष असल्याचं दिसून आलं होतं. पण लाऊला ज्या केसमध्ये रस होता, त्या केसच्या बाबतीत कणभरही प्रगती झाली नव्हती. नदीत तरंगणारा तो आशियाई माणूस कोण होता, हे अद्याप कळलं नव्हतं.

फ्रेडी कापुसोनं लाऊला सांगितलं होतं, की ज्याला ठार करण्यात आलं तो माणूस काहीतरी गुपित फोडण्याच्या बेतात होता. हे कळल्यानंतर लाऊ त्यांच्या दलाच्या मुख्यालयात परतला होता. तिथं संघटित गुन्हेगारी नियंत्रण पथकात काम करणाऱ्या सार्जंट रॉनी मॅडेनची त्यानं भेट घेतली होती. पण रॉनीला त्या उडवलेल्या माणसाबद्दल काहीच ठाऊक नव्हतं. त्यामुळे त्याला भेटून काहीच उपयोग झाला नव्हता. पण त्यानं लाऊला लुई बर्बेराबद्दल चांगली माहिती दिली. लुई बर्बेरा आपला खरा धंदा लपवण्यासाठी एमहर्स्ट भागात एक रेस्टॉरंट चालवतो आणि त्याचं नाव व्हेनेशियन आहे, हे रॉनीनं लाऊच्या कानावर घातलं. रॉनीनं फ्रेडीच्या म्हणण्याला दुजोरा देत सांगितलं की, ल्युसिया आणि वकारो फॅमिलींच्यामधले संबंध फार चांगले नसले तरी टोळीयुद्ध भडकावे एवढेही बिघडलेले नव्हते.

रॉनीशी बोलून झाल्यानंतर लाऊ हरवलेल्या व्यक्तींची नोंद होणाऱ्या विभागात

गेला. तिथं काही माहिती मिळते का हे त्यानं पाहिलं. पण त्यांना काहीच सांगता आलं नाही. लाऊनं त्यांना आपणहून थोडं काम करून माहिती काढायला हवी वगैरे सांगून पाहिलं. पण त्यांना ते फारसं पसंत पडलं नाही. कोणीतरी कधीतरी हरवलेल्या माणसाबद्दल नोंद करायला येईल ह्या अपेक्षेत ते बसले आहेत, असं लाऊला वाटलं.

इतकंच नाहीतर मनात नसताना लाऊनं एफ.बी.आय.शीही संपर्क साधण्याचा प्रयत्न केला. खरं तर त्याला त्यांच्याकडे जायला फारसं आवडत नसे. कारण आपण म्हणजे कोणी सरंजामदार आहोत आणि पोलीस दलामधले लोक अडाणी, सामान्यजन आहेत असा त्यांचा अविर्भाव असायचा. लाऊनं त्यांना ह्या केसबद्दल सांगून त्यांनी केसची नोंद घ्यावी म्हणून बराच प्रयत्न करून पाहिला. पण त्यांनी दाद दिली नाही. त्यांचं म्हणणं होतं की अधिकृत मार्गानं ही केस आमच्यापर्यंत आली की पाहू. त्याचा खरा अर्थ 'तुमच्या आलतूफालतू केसमध्ये घालवण्याएवढा वेळ आमच्याकडे नाही' असा आहे, हे लाऊला माहीत होतं.

एफ.बी.आय.मध्ये जाऊनही काही उपयोग झाला नाही तेव्हा लाऊला अचानक आपण पुन्हा क्वीन्स भागात जावं, ही कल्पना सुचली. तो लुई बर्बेराला भेटण्यासाठी क्वीन्सबोरो पुलावरून जात असताना आपण इतर केस सोडून एकाच केसच्या मागे लागलो आहोत, याची त्याला जाणीव झाली. पण त्याचा स्वभावच तसा होता. जेव्हा एखादी केस अवघड आहे, हे लक्षात यायचं तेव्हा लाऊ त्या केसमध्ये पुरता गुंगून जात असे. आत्ताची केसही तशी होती. हा तरंगणारा माणूस कोण आणि त्याला कोणी व का ठार केलं हे शोधण्याचा त्यानं निश्चय केला होता.

एमहर्स्ट अव्हेन्यूवर असणारं व्हेनेशिअन रेस्टॉरंट सापडायला अजिबात कठीण गेलं नाही. एका मॉलमध्ये दोन दुकानांच्या मध्ये ते होतं. लाऊनं त्या मॉलच्यासमोर असणाऱ्या छोट्या पट्टीवजा पार्किंग लॉटमध्ये गाडी उभी केली आणि आजूबाजूला नजर टाकली. दोन गाड्यांच्या पलीकडे काळी कॅडिलॅक गाडी उभी आहे असे पाहून लाऊ स्वतःशीच हसला. फॅमिलींमधले मध्यम दर्जाचे गुंड नेहमी आपण चटकन नजरेत भरू नये म्हणून प्रयत्न करायचे, पण तरीही सगळे जण अशाच काळ्या रंगाच्या कॅडिलॅक गाड्या वापरत असत. त्यांच्या ह्या मठ्ठपणाचं लाऊला हसू आलं होतं. त्यावेळी रेस्टॉरंटच्या समोर ही गाडी उभी आहे, हे पाहून लाऊला बरं वाटलं. याचा अर्थ लुई बर्बेरा रेस्टॉरंटमध्येच होता.

लाऊ रेस्टॉरंटमध्ये शिरला तेव्हा त्याची नजर प्रथम भिंतीवर लावलेल्या व्हेनिसच्या चित्रांकडे गेली. तो लहान असताना तो राहत असणाऱ्या भागातल्या इटालियन रेस्टॉरंटमध्ये अशी चित्रं असायची. त्यानं नंतर ती कधी पाहिली

नव्हती. लाऊला दिसलं की टेबलांवर लाल-पांढऱ्या चेकचं डिझाईन असणारे टेबलक्लॉथ होते. हा देखील मागच्या काळात जाण्याचा एक प्रयत्न होता. फरक फक्त एवढाच होता की जुन्या काळाप्रमाणे इथं चिअॅन्तीच्या बाटल्या नव्हत्या.

"रेस्टॉरंट बंद आहे," लाऊला पाहून अंधारातून आवाज आला. आत प्रकाश कमी असल्यानं लाऊला अगोदर नीट काही दिसलं नाही. तिथल्या मंद प्रकाशाला डोळे सरावल्यानंतर लाऊला दिसलं की एका गोल टेबलाभोवती पाच माणसं पत्ते खेळत बसली आहेत.

टेबलावर एस्प्रेसोचे कप विखुरलेले होते आणि अॅश ट्रे भरून वाहत होते.

"मला ते समजलं," लाऊ म्हणाला, "मी लुई बर्बेराला भेटण्यासाठी आलोय. मला सांगण्यात आलं की तो इथं भेटू शकेल."

काही क्षण पाचहीजण पुतळ्यासारखे स्तब्ध होऊन लाऊकडे पाहत होते. जरा वेळानं लाऊच्या अगदी समोर बसलेल्या माणसानं विचारलं, "तू कोण आहेस?"

"डिटेक्टिव्ह लेफ्टनंट लाऊ सोल्डानो. न्यूयॉर्क पोलीस दल. मी पॉली सेरिनोचा जुना मित्र आहे."

लाऊला दिसलं की, पॉलीचं नाव ऐकताच सगळेजण सावध होऊन ताठ बसले आहेत.

"मी कधी हे नाव ऐकलेलं नाही," तो माणूस परत म्हणाला.

"काही हरकत नाही. तूच लुई बर्बेरा आहेस का?"

"शक्य आहे."

"मला तुझ्याशी एखादं मिनिट बोलायचं आहे."

लुईनं मानेनं इशारा करताच दोघंजण रिकाम्या बारपाशी गेले तर उरलेले दोघं विरुद्ध बाजूच्या भिंतीपाशी जाऊन उभे राहिले. जाताना सगळ्यांनी आपापले पत्ते बरोबर नेले होते. ते तयारीत आहेत हे लाऊला जाणवलं. लुईनं लाऊला समोरच्या रिकाम्या खुर्चीवर बसण्यासाठी खूण केली.

"तुमच्या खेळात व्यत्यय आणला म्हणून खेद वाटतो," लाऊ बसत म्हणाला. त्यानं लुईचे सामान्य कपडे आणि अजागळ देह पाहून हा व्हिनीच्या दर्जाचा नाही हे ताडलं.

"ठीक आहे, पण तू लुई बर्बेराला का शोधतो आहेस?"

"मला त्याला एक प्रश्न विचारायचाय."

"कशा प्रकारचा प्रश्न?"

"हेच की सध्या ल्युसिया आणि वकारो यांच्या माणसांमध्ये नेहमीपेक्षा जास्त तेढ निर्माण झालेली आहे का?"

"हे विचारण्याचं कारण काय?"

"मी रस्त्यावर गावगप्पा ऐकली, की काल रात्री एकाचा व्यवसायिक सफाईनं काटा काढण्यात आला आहे. जर ह्यात मारला गेलेला माणूस दोन्हींपैकी एका बाजूचा असेल तर त्यातून संघर्षाचा भडका उडू शकतो. तुम्ही लोकांनी एकमेकांना ठार करून संपवलंत तरी आम्हाला त्याची जराही पर्वा नाही. पण या सगळ्यात जर निरपराध माणसं मरणार अशी परिस्थिती उद्‌भवली, तर आम्हाला ते आवडणार नाही. तसं झालं तर मग आम्हाला इथं येऊन साफसफाई करावी लागेल. मी काय म्हणतोय ते कळतंय ना?"

"कळतंय. पण मला अशा कोणा माणसाला ठार केल्याबद्दल काहीच माहिती नाही."

"खरं म्हणजे मी इथं आलो तेव्हा माझ्या मनात तुमच्या भल्याचाच विचार होता. तुमच्या खऱ्या धंद्याकडे पाहिलं तर तुमच्यात आणि आमच्यात शांतता राहणं दोघांनाही फायद्याचं ठरेल."

"माझा खरा धंदा म्हणजे काय? मी एक हॉटेल चालवणारा माणूस आहे."

लाऊनं समोरच्या गुंडाकडे रोखून पाहिलं. हा ओळख लपवण्याचा खेळ आता पुरे झाला हे सांगायचा मोह त्याला झाला. पण त्यानं ते टाळलं. लाऊ किंचित खाकरत म्हणाला, "बरं, मी माझा प्रश्न निराळ्या प्रकारे विचारतो. तुझ्या रेस्टॉरंटमध्ये काम करणारे सगळे वेटर्स, मदतनीस आणि किचनमधले नोकर आज कामावर हजर आहेत, की त्यांच्यातला कोणी हजर नाही? विशेषत: आशियाई वंशाचा एखादा माणूस?"

लाऊकडे पाहत लुईनं बारपाशी बसलेल्या एका माणसाला हाक मारली, "कार्लो, आज सगळेजण कामावर आले आहेत का?"

"होय. सगळेजण आले आहेत."

"पहा लेफ्टनंट, उत्तर मिळालं."

लाऊ उठून उभा राहिला. त्यानं पाकिटातून त्याचं कार्ड बाहेर काढलं आणि ते टेबलावर ठेवलं. "जर काही कारणानं तुला त्या माणसाबद्दल काही कळलं तर मला कळव." असं म्हणून लाऊ दरवाजाकडे गेला आणि बाहेर जाण्यापूर्वी मागे वळून म्हणाला, "मी असंही ऐकलं की, पॉली सेरिनो जामीनावर सुटून बाहेर येणार आहे. मी त्याची चौकशी करत होतो. म्हणून सांग. आमचा फार जुना संबंध आहे."

"मी पाहतो." लुई म्हणाला.

रेस्टॉरंटमधून लाऊ बाहेर पडून दार बंद होताच चौघंजण लगेचच टेबलापाशी परतले. ते पूर्वी होते तसेच पुन्हा आपापल्या जागी बसले. लुईच्या उजव्या

बाजूला बसलेल्याचं नाव होतं कार्लो पापारो. मोठे कान आणि चपटं नाक असणारा कार्लो चांगलाच दणकट होता.

"तू ह्या विदूषकाला ओळखतोस का?" कार्लोनं विचारलं.

"मी पॉलीकडून त्याचं नाव ऐकलं होतं. पण त्याला याआधी कधी भेटलो नव्हतो. पॉलीला त्याचा आत्यंतिक तिरस्कार वाटत असे. पण हे दोघं एकमेकांना इतका काळ भिडत राहिले की, अखेर दोघांनाही एकमेकांबद्दल आदर वाटू लागला असावा."

"हा माणूस नक्कीच जिगरबाज आहे. बरोबर कोणी न घेता किंवा बाहेर मदतीसाठी लोक सज्ज न ठेवता न्यूजर्सीमधला कोणीही पोलीस हे धाडस करूच शकणार नाही."

लुई न्यूजर्सीमधला बेयोन भागामधून आला होता. तिथं तो छोटी गँग चालवत असे. क्वीन्स भागात वकारो फॅमिलीचे उद्योग सांभाळण्यासाठी त्याची नेमणूक करण्यात आली होती. त्यावेळी त्यानं साहजिकच स्वत:ची विश्वासू माणसं आणली होती. कार्लो पापारो त्यामधलाच होता. तो फार काळ लुईबरोबर काम करत होता. ब्रेनन मोनाघन, आर्थर मॅकइवान आणि टेड पावलोस्की हे त्याचे इतर विश्वासू सहकारी होते. जर इतर काही कामगिरी नसेल तर सगळेजण मंगळवारी आणि गुरुवारी दुपारी एक पेनी पॉइंट लावून पत्ते खेळत असत.

"व्हिनी डॉमिनिक किंवा त्याच्या पागल कुत्र्यांच्या टोळीनं कुणाला उडवल्याबद्दल तुमच्या कानावर काही आलंय का?"

सर्वांनी नकारार्थी माना हलवल्या.

"मला वाटतं की आपण माहिती काढायला हवी," लुई म्हणाला, "ह्या डिटेक्टिव्हचं म्हणणं बरोबर आहे. आपण आपला उद्योग वाढवत असताना पोलिसांनी इथं नाक खुपसणं आपल्याला नक्कीच परवडणार नाही. आपण स्थानिक पातळीवर पोलिसांना पटवू शकतो. पण बाहेरून पोलिसांनी मोहीम काढली तर त्यांचंही काही चालणार नाही."

"पण आपण माहिती काढायची म्हणजे काय करायचं?"

"आपण त्या लुकड्या फ्रेडी कापुसोला गाठलं तर?" ब्रेननं सूचना केली. "आपल्याला थोडाफार खर्च येईल. पण तो कुणाला खलास केलं गेलंय ते सांगू शकेल.'

"त्याला ती xxx काही सांगता येत नाही." कार्लो म्हणाला, "तो निम्म्या वेळेला जी माहिती पुरवतो ती xxx असते. तो निव्वळ बनवाबनवी करतो झालं."

"मला वाटतं की आपण काही दिवस फ्रॅन्को पॉन्टीवर पाळत ठेवावी," लुई म्हणाला. "व्हिनीला जर कुणाला टपकवायचं असेल तर तो त्यासाठी

फ्रॅन्कोचा वापर करतो. जर आणखी काही जणांचे मुडदे पडणार असतील तर आपल्याला ते लवकरात लवकर कळणं आवश्यक आहे. आधीच ल्युसिया लोक आपल्याला भरपूर त्रास देत आहेत. आता त्यांच्यामुळे आपल्या कामात वांदे यायला नकोत.''

''फ्रॅन्कोवर पाळत ठेवणं सोपं आहे.'' आर्थर म्हणाला, ''त्याची ती जुनीपुराणी डुक्करगाडी सहज ओळखता येते.'' आर्थरच्या बोलण्यावर सगळे हसले. फ्रॅन्कोची गाडी हा सगळ्यांचा चेष्टेचा विषय होता.

''त्या गाडीचे ते टेल फिन पाहून माझं तर डोकंच उठलं,'' टेड म्हणाला. ''तो प्रकार केव्हाचा आहे... एकोणीसशे पन्नास की काय?''

''मला फ्रॅन्कोवर पाळत ठेवण्याची कल्पना जास्तच आवडू लागलीय.'' लुई म्हणाला. ''मागच्या वर्षी ते लोक ड्रग्ज कुठून मिळवतात याबद्दल आपण एकमेकांचं डोकं खात होतो ते आठवतंय ना? आपल्याला ते कधीच कळलं नव्हतं.''

''आपल्याला तेव्हा हे का सुचलं नाही,'' कार्लो कपाळावर हात मारून घेत म्हणाला, ''म्हणजे आपण एवढे कसे मठ्ठ ठरलो?''

''कदाचित आजच्या ह्या प्रसंगाचा आपल्याला फायदाच होणार असेल.'' लुई म्हणाला. आपलं बोलणं खरं होणार आहे याची लुईला त्यावेळी जराही कल्पना नव्हती.

''आपण सुरुवात कधी करायची?'' कार्लोनं विचारलं.

''माझी आई म्हणायची... देव तिला शांती देवो... ती नेहमी म्हणायची की, आज जे करायचं ते कधीच उद्यावर ढकलू नका...''

''होय. कारण आज हा कालचा उद्या असतो.'' कार्लो म्हणाला.

इतर तिघेजण जरासे नाइलाजानं हसले. कारण ह्या म्हणी त्यांनी हजार वेळा तरी ऐकल्या होत्या.

''वेळ अमूल्य आहे.'' लुई मुद्दाम चिडवण्यासाठी म्हणाला. आपल्या बगलबच्च्यांना आपल्या बोलण्याचा वैताग येतो हे त्याला ठाऊक होतं.

''ठीक आहे.'' कार्लो म्हणाला. ''आपल्याला आळीपाळीनं हे काम करायचं आहे. मी सुरुवात करतो. माझ्याबरोबर कोण येणार?''

''मी येतो,'' ब्रेनन म्हणाला.

''उत्तम.'' लुई म्हणाला. ''माझ्या संपर्कात रहा.''

१०

३ एप्रिल २००७
दुपारी ४ वाजून ४५ मिनिटं

चेटकडून आणखी एका एम.आर.एस.ए. केसची माहिती हातात पडल्यावर लॉरी तिच्या ऑफिसात आली. एम.आर.एस.ए.च्या केस उद्भवणं जवळपास अशक्य आहे. असं असूनही त्या पुन्हापुन्हा उद्भवत होत्या हा विचार तिला बेचैन करत होता. ती पुन्हा पुन्हा त्याच मुद्द्यांची मनाशी उजळणी करत होती. ज्यांचा मृत्यू झाला होता ते सर्वजण तसे निरोगी होते. सर्वसाधारण निरोगी माणसाच्या नाकात थोडे स्टॅफ जीवाणू शिरले तरी फारसं काही बिघडत नाही. त्यांना प्रतिकार करण्याची शक्ती त्यांच्यात असते. ह्या प्रतिकारशक्तीला पराभूत करण्याएवढे स्टॅफ जीवाणू अतिशय कमी वेळात शरीरात शिरले तरच काहीतरी विपरीत घडू शकतं. पण लॉरी हे नुकतंच पाहून आली होती की, असं काही घडू नये अशीच एंजल्स हॉस्पिटलच्या हवा खेळवण्याच्या यंत्रणेची रचना करण्यात आली होती. हेपा फिल्टरमधून गाळून पुरवठा होणाऱ्या हवेत स्टॅफ असणं सर्वथा असंभवनीय होतं. मुळात स्टॅफ जीवाणू हवेतून पसरत नाहीत. असं असूनही ह्या केस वारंवार का उद्भवत होत्या?

सर्व बाजूंनी विचार केल्यानंतर लॉरीला आता वाटू लागलं की एंजल्स हेल्थकेअरच्या हॉस्पिटलमधला संसर्गाचा प्रकार नैसर्गिक नसून तो मुद्दाम केला जाणारा आहे. हा विचार मनात आल्यानंतर तिला एकदम सुचलं की ऑपरेशन थिएटरमध्ये एक माणूस असा संसर्ग मुद्दाम घडवून आणू शकतो. तो म्हणजे भूल देणारा डॉक्टर. त्याच्या हातात हवेचा पुरवठा करण्याची यंत्रणा असते.

एखाद्या वाईट प्रवृत्तीचा असा डॉक्टर स्टॅफचा संसर्ग थेट फुप्फुसात घडवून आणू शकतो.

लॉरी एकदम उठली आणि घाईघाईनं तिनं बनवलेल्या केसच्या चौकटीकडे पाहू लागली. पण लगेचच आपला हा विचार बरोबर नाही, हे तिच्या लक्षात आलं, कारण ह्या सगळ्या शस्त्रक्रियांच्या वेळी भूल देणाऱ्या व्यक्ती निरनिराळ्या होत्या. मग तिला वाटलं की, एक माणूस नसून एंजल्स हेल्थकेअरचं नुकसान करण्याच्या कुटील हेतूनं प्रेरीत झालेला डॉक्टरांचा असा गटच असू शकेल. पण लगेचच तिनं ही तिची कल्पना मागे सारली. आपल्या मनाचा हा खेळ किती हास्यास्पद आहे हे तिचं तिलाच कळून आलं होतं. हा प्रकार मुद्दाम घडवणारी व्यक्ती भूल देणारा डॉक्टरही असू शकत नाही हे तिच्या लक्षात आलं. कारण अनेक केसमध्ये जखमेच्या ठिकाणी स्टॅफचा संसर्ग होऊन टॉक्सिनमुळे रुग्णांचा मृत्यू झाला होता. आपण आपले हे विचार कोणालाही, विशेषत: जॅकला तर अजिबातच सांगायचे नाहीत असा निश्चय तिनं मनाशी केला आणि ती चौकटीत रिकाम्या जागी मिळालेली माहिती भरू लागली. तिच्याकडे आता भरपूर माहिती जमा झाली होती. चेरीलनं तिला हव्या होत्या त्या हॉस्पिटलमधल्या नोंदी ई-मेलमधून पाठवल्या होत्या. क्वीन्स आणि ब्रुकलीन इथल्या वैद्यकीय तपासनिसांच्या ऑफिसमधून तिनं मागवलेल्या केसच्या फाईल दोन स्वतंत्र पाकिटांतून आल्या होत्या. तिनं अगोदर चेरीलकडून आलेल्या हॉस्पिटलमधल्या नोंदी प्रिंटरकडे पाठवल्या आणि मग ती माहितीमधून आवश्यक ते पाहून रकाने भरू लागली.

जरा वेळानं लॉरी प्रिंटर होता तिथं गेली आणि तिनं प्रिंटची चळत घेतली. लिफ्टकडे परत येताना तिच्या लक्षात आलं की, जवळ जवळ पाच वाजत आले होते. जॅक केव्हा परत येणार याची तिला काहीच कल्पना नव्हती. ॲग्नेसच्या प्रयोगशाळेकडे जात असताना तिनं सेलफोन काढून पाहिला. तो चालू आहे ना याची खात्री केली, कारण जॅकचा फोन कधीही येण्याची शक्यता होती.

ॲग्नेस कोट चढवून घरी जायला निघाली असतानाच लॉरी तिथं पोहोचली.

"कामात चांगली प्रगती झाली आहे," ॲग्नेस म्हणाली. तिनं मग लॉरीच्या केसप्रमाणे इतरही केसमधले जीवाणू एम.आर.एस.ए. असल्याचं पक्कं केलं. जेफ्रीजचे नमुने आपण सी.डी.सी.कडे, सरकारी प्रयोगशाळेत आणि त्यांच्याच डी.एन.ए. प्रयोगशाळेत डेट लिंचकडे पाठवल्याचं लॉरीच्या कानावर घातलं. यात सी.डी.सी.चे लोक सगळ्यात जास्त कार्यक्षम असून त्यांच्याकडून जीवाणूंचा नेमका उपप्रकार कोणता आहे ही माहिती दोन-तीन दिवसांत येईल असं ती

म्हणाली. ॲग्नेसच्या ह्या बोलण्यानंतर लॉरीला चेटच्या केससंदर्भात डॉ. राल्फ पर्सीला फोन करायचा आहे याची आठवण झाली. तिनं घड्याळाकडं पाहिलं. आता उशीर झाला होता. पण तरीही तिनं प्रयत्न करून पहायचं ठरवलं. ॲग्नेसचे आभार मानून ती वेळ वाचवण्यासाठी जिना चढून परत तिच्या खोलीत आली.

केटनं लॉरीला राल्फचा नंबर दिला नव्हता. त्यामुळे तिला प्रथम सी.डी.सी.च्या ऑपरेटरशी बोलावं लागलं. ऑपरेटरनं डॉ. राल्फ पर्सीला फोन जोडून दिला तेव्हा पलिकडून व्हॉईसमेलवर संदेश द्यावा तसा आवाज आला.

"डॅम!" लॉरी स्वत:शी पुटपुटली. आपण या आधी फोन का केला नाही, म्हणून लॉरीनं स्वत:ला मनोमन दूषणं दिली.

डॉ. राल्फ दिवसाचं काम संपवून घरी गेला होता. आता व्हॉईसमेल वापरण्याखेरीज काही पर्याय नव्हता. लॉरीनं तिचं नाव, तिचा सेलफोन नंबर, कामाचं स्वरूप आणि डॉ. चेट मॅकगव्हर्ननं दिलेलं रुग्णाचं नाव हे सगळं व्हॉईसमेलवर नोंदवलं.

"हं... काय चाललंय?" रिवा मेहतानं ऑफिसमध्ये शिरत विचारलं.

"आजचा दिवस फार गडबडीत गेला," लॉरी म्हणाली, "मला सी.डी.सी. मधल्या एकाशी बोलायचं होतं. पण तो घरी गेला आहे."

"आपल्याजवळ नेहमीच उद्याचा दिवस असतो." रिवा म्हणाली.

"तू मला उगीच चिडवत तर नाहीस ना?" लॉरी म्हणाली. तिला रिवाचा शेरा ऐकून उगीचच तिच्या आईच्या बोलण्याची पद्धत आठवली.

"छे!... उलट मी तुला बरं वाटावं म्हणून जरा गमतीनं म्हणाले. तू चांगलीच दमलेली दिसते आहेस."

"दमलेली म्हणणं म्हणजे जरा कमीच होईल," लॉरी म्हणाली. मग तिनं दिवसभरात काय काय घडलं ते रिवाला सांगितलं. आपण सी.डी.सी. मधल्या त्या माणसाशी का बोलू इच्छित होतो ते तिनं रिवाच्या कानावर घातलं.

"मी सी.डी.सी.मधल्या ज्या बाईशी बोलले होते तिचं काय? तू तिच्याशी बोललीस का?"

"होय. तिनं चांगली मदत केली. ती म्हणाली की ती माझ्याशी नंतर बोलेल."

"तिला फोन करून पहायला काय हरकत आहे? कदाचित तिला चेटच्या या केसबद्दल माहिती असू शकेल."

"ही कल्पना तर छान आहे," लॉरी म्हणाली. तिच्याजवळ डॉ. सिल्व्हिआ सालेर्नोचा नंबर होता. फोन लावताना लॉरीनं पुन्हा घड्याळाकडे नजर टाकली.

आता पाच वाजून गेले होते. तिला जे वाटलं होतं तसंच झालं. यावेळीही सिल्व्हिआच्या व्हॉईसमेलवर तिला निरोप ठेवण्याची वेळ आली. नाहीतरी सिल्व्हिआ फोन करणारच होती, हे लक्षात घेऊन निरोप न ठेवताच लॉरीनं फोन बंद करून टाकला.

"इजा बिजा!" रिवा गमतीनं म्हणाली. "तिथं सी.डी.सी.मध्ये कर्फ्यू वगैरे लावलाय की काय?"

लॉरीलाही हसू फुटलं. आपण आजच्या दिवसात पहिल्यांदा हसलो हे लक्षात आल्यावर दिवसभर किती ताण आपल्यावर पडलाय हे तिला जाणवलं.

रिवानं दाराच्या मागे टांगलेला कोट घेतला, "मी देखील आता सी.डी.सी.च्या लोकांचं अनुकरण करून घरी जावं असं म्हणते. बिंगहॅमबरोबर त्या केसचं काम करून मी अगदी थकून गेले आहे."

"होय, खरंच की! माझ्या नादात मी तुला ते विचारायचं विसरूनच गेलं. त्या पोलीस कोठडीत मेलेल्याचं काय झालं?"

"पोलीस आणि शहराच्या राजकारण्यांसाठी वाईट बातमी. त्या माणसाच्या गळ्यामधलं हाड अनेक ठिकाणी मोडलेलं होतं. याचा अर्थ त्याच्यावर चांगलाच दबाव पडला होता. पोलिसांनी सडकून हाणलं असणार त्याला."

"एक बरं झालं की यातून ज्या काही राजकीय किंवा कायदेशीर कटकटी उद्‌भवतील, त्याला स्वत:ला बिंगहॅमलाच तोंड द्यावं लागेल."

"ते खरं आहे म्हणा," रिवा म्हणाली, "शवविच्छेदनातून जे कळलं त्यावरून त्याचा खून झाला एवढंच आपण म्हणू शकतो. त्याचं पुढं काय करायचं ते कोर्ट नि ज्यूरी बघून घेतील." अंगावर कोट चढवून रिवा जायला निघाली. लॉरीनं ती दाराबाहेर पडताना विचारलं, "पुढचा आठवडा केसचं वाटप करताना तुला जर एम.आर.एस.ए.च्या केस आढळल्या तर तू त्या मला देशील का?"

"जरूर." असं म्हणून रिवा निघून गेली.

रिवा निघून गेल्यानंतर लॉरी पुन्हा तिच्या टेबलावर पडलेल्या फाईलींकडे वळली. तिनं आणलेले प्रिंटआऊट, हॉस्पिटलच्या नोंदी आणि केस फाईल संगतवार लावून घेतल्या. काही केसच्या बाबतीत हॉस्पिटलमधल्या नोंदी नव्हत्या. पण चेरीलनं तसं सांगितलं होतं.

लॉरीनं डेव्हिड जेफ्रीजच्या हॉस्पिटलमधल्या नोंदी वाचायला सुरुवात केली. हॉस्पिटलमधल्या नोंदी वाचत तिनं मिळालेली माहिती योग्य त्या रकान्यांमध्ये भरायला सुरुवात केली. जेफ्रीजला भूल देताना संसर्ग झाला असेल अशी तिची कल्पना होती. म्हणून लॉरीनं ते तपशील वाचायला प्रारंभ केला. हे केल्यानंतर

तिला अगोदर न सुचलेल्या आणखी काही प्रकारांत माहितीचं वर्गीकरण करता येईल, हे लक्षात आलं. तिनं मग कागदावर पट्टी घेऊन आणखी रकाने तयार केले.

डेव्हिड जेफ्रीजच्या हॉस्पिटलमधल्या नोंदी वाचून संपल्यावर तिनं दुसऱ्या केसच्या नोंदी वाचायला घेतल्या. हा मृत माणूस अठ्ठेचाळीस वर्षं वयाचा होता. त्याचं नाव गॉर्डन स्टॅनेक होतं. तिचा सहकारी पॉल फ्लोजेटनं त्याचं शवविच्छेदन केलं होतं. या गॉर्डन स्टॅनेकवरही एंजल्स हेल्थकेअरच्या ऑर्थोपेडिक हॉस्पिटलमध्ये शस्त्रक्रिया करण्यात आली होती. लॉरीनं या माणसाच्या हॉस्पिटलमधल्या नोंदी वाचता वाचता मिळालेली माहिती निरनिराळ्या रकान्यांमध्ये भरली. तिच्या हे लक्षात आलं की, या दोन्ही केसच्या बाबतीत भूल देणारे डॉक्टर वेगळे होते. इतकंच नाही तर सर्जन, नर्स आणि मदनीतसही वेगळे होते. आश्चर्याची गोष्ट म्हणजे शस्त्रक्रिया झालेली थिएटर्सही निराळी होती.

लॉरी जराशी मागे रेलून बसली. तिनं इतर केसच्या नोंदी असणाऱ्या फाईलींकडे नजर टाकली. अजून बरंच काम बाकी होतं. पण माहिती रकान्यांमध्ये भरल्यानंतर काहीतरी सापडेल अशी तिला आशा वाटत होती.

लॉरी तिसरी फाईल उचलणार होती एवढ्यात तिला बाहेरून थपथप असा आवाज ऐकू आला. पाचनंतर तिथं बरीच शांतता असल्यानं आवाज मोठा वाटत होता. हा आवाज हळूहळू वाढत जात होता. याचा अर्थ कोणातरी तिच्या खोलीकडे येत होतं. लॉरी एकदम दचकून उठली. खरं तर धावून दार घट्ट बंद करावं असा एक विचार तिच्या मनात चमकून गेला. पण ती भीतीनं जागच्याजागी गोठून गेली होती.

"हाय स्वीटी!" जॅक दारातून आत येत म्हणाला. त्यानं त्याच्या कुबड्या वापरून चालत येत लॉरीच्या कपाळाचं चुंबन घेतलं. "मी आज काय केलं असेल माहिती आहे?" जॅक कुबड्या कपाटाला टेकवत म्हणाला. पण त्यानं वाक्य अर्धवटच सोडलं. त्यानं पुढे होऊन लॉरीच्या तोंडापुढे हात हलवला,

"हॅलो... हॅलो! लक्ष कुठं आहे?"

लॉरीनं त्याचा हात झटकून टाकला. "तुझ्या त्या कुबड्यांच्या आवाजानं मी दचकले केवढी तरी!"

"मी काय केलं?"

"तू..." लॉरीनं वाक्य अर्धवटच टाकलं. आपण घाबरून गेलो होतो, हे सांगणं तिला बरोबर वाटलं नाही. ह्या साध्या घटनेनं आपल्या मनावर किती ताण आलेला आहे, याची तिला जाणीव झाली.

"माफ कर मला..." जॅक म्हणाला.

“माफी वगैरे मागण्याची आवश्यकता नाही,” लॉरी जॅकच्या गुडघ्यावर प्रेमानं हात फिरवत म्हणाली. “जर दोष असलाच तर माझा आहे. आज दिवसभर एवढा प्रचंड गडबडीचा ठरला.”

“ते जाऊ दे.” जॅक म्हणाला. त्याला काहीतरी सांगायचं होतं हे त्याच्याकडे पाहून स्पष्ट दिसत होतं. “मी गेले काही तास कशात गुंग होतो, हे मला तुला सांगायचंय.”

“मला ते ऐकायला आवडेल. पण माझ्या टेबलावरच्या ह्या फाईली पाहतो आहेस ना?”

“अर्थातच. तुझं टेबल कुठं दिसतंय त्यांच्यामुळे... पण अगोदर तू मला जी केस सोपवली होतीस तिचं काय झालं ते ऐक.”

“मला वाटतं की, आपण अगोदर माझ्या टेबलवर पडलेल्या ह्या केसच्या बाबतीत बोलावं.”

“एक मिनिट!” जॅक एकदम धारदार स्वरात म्हणाला, पण मग एकदम त्याचा स्वर खाली आला, “ओह्, गॉड! तू म्हणजे एवढी एककल्ली आहेस की बस्स!”

‘मी एककल्ली आहे, असं तू म्हणावंस?’ लॉरीच्या मनात विचार आला. पण तिनं तो बोलून दाखविला नाही.

“मी तुझ्या खोलीत पाहुणा म्हणून आलोय. तेव्हा मी आधी बोलणार.”

“ठीक आहे.” लॉरी वैतागून म्हणाली.

“मला ती जुआन रॉड्रिग्जची केस दिलीस त्याबद्दल आभार.”

“तुझं स्वागतच आहे!” लॉरी तिरकसपणानं म्हणाली.

“मृत्यूचं कारण तर उघड होतं. बांधकामावर काम करणाऱ्या ह्या माणसाला दहाव्या मजल्यावरून खाली पडल्यानं मृत्यू आला हे तर तुला माहिती आहेच. पण...”

“तू नेमकं मुद्द्याचं बोलशील का?”

जॅकनं क्षणभर तिच्याकडे पाहिलं. “तुझा मूड खराब दिसतोय.”

“तसं नाही. पण मी जे काही सांगणार आहे ते जास्त महत्त्वाचं आहे असं मला वाटतं.”

“ठीक आहे... ठीक आहे... मी ही केस एक आठवडा बाजूला ठेवतो. मग तर झालं.”

“नको. तुझं म्हणणं ऐकायचं आधी असं मी कबूल केलंय. तेव्हा सांग! फक्त भरभर सांग म्हणजे झालं.”

जॅक किंचित कुत्सितपणानं हसला आणि मग सांगू लागला. “त्या माणसाच्या

शवविच्छेदनातून फारसं वेगळं काही मिळणार नाही हे तर दिसतच होतं. शरीरातले जवळ जवळ सर्व अवयव आतल्या आत मोडून गेलेले होते. पायाच्या हाडांमध्ये अनेक फ्रॅक्चर होती. मग मी प्रत्यक्ष घटना घडली तिथं जायचं ठरवलं.''

''आणि तिथं जाऊन तू एखादा नाट्यमय प्रसंग उभा केला नसावास अशी आशा आहे! कारण मी अशा तऱ्हेनं प्रत्यक्ष ठिकाणी जाऊन आले म्हणून चीफ बिंगहॅमनं माझ्यावर गोळीबारच सुरू केला.''

''मी त्या बाबतीत चतुराई दाखवली. सगळेजण माझ्यामागं नाचत होते. मी काय केलं, तिथल्या कॉन्ट्रॅक्टरला पटवून त्याच्याकडून रॉड्रिग्जच्या वजनाएवढं वाळूचं पोतं तयार करून घेतलं. मग ते पोतं दहाव्या मजल्यावर नेऊन...''

''तू स्वत: असा दुखऱ्या पायानं दहा मजले चढून वर गेला नाहीस ना?''

''नाही. ते शक्यच नव्हतं. त्यांनी बांधकामासाठी तयार केलेल्या एका लिफ्टमधून मला वर नेलं. तो माणूस कुठं काम करत होता ते पहा. हा माणूस सुरक्षिततेसाठी कठडे तयार करत होता... आम्ही पोतं खाली सोडलं. जर मिस्टर रॉड्रिग्जचा अपघातानं तोल गेला असेल तर जसं होईल तसं. पोतं किती लांब पडलं असेल सांग बरं?''

''मला कल्पना करता येत नाही.''

''सहा फूट. पोतं अवघ्या अडीच सेकंदात खाली पडलं होतं. मग त्या माणसानं स्वत: उडी मारली असेल अशी कल्पना करून आम्ही पुन्हा पोतं खाली टाकलं. या वेळी पोतं जवळ जवळ तेवढ्याच वेळात खाली पडलं. ते किती लांब पडलं असेल?''

''कृपा करून लवकर काय ते सांगून टाक.''

''एकवीस फुटांवर... याचा अर्थ रॉड्रिग्जला अपघात झाला नव्हता, हे सिद्ध होतंय. त्यानं उडी मारली असणार.''

''पण हे कशावरून नाही की, त्यानं काठापाशी उभं राहून सरळ एक पाऊल खाली टाकलं.''

''तसं कोणी करणार नाही.''

''का?''

''कारण मला माहीत आहे. माझ्या बायकोचा आणि मुलींचा अपघाती मृत्यू झाल्यानंतर माझ्या मनात एकदा हा विचार आला होता.''

''ओह्...'' लॉरी म्हणाली. तिला हा विषय आणखी वाढवायचा नव्हता. जॅकच्या मनात ह्या घटनेच्या कटु स्मृती अजूनही जाग्या होत्या.

''मी ही केस आत्महत्येची आहे, असं नोंदवून देणार आहे. का ते विचार?''

“का?” सुरुवातीला वैतागली असूनही लॉरीनं उत्सुकतेनं विचारलं. “पण त्यानं आत्महत्याच केली हे कशावरून? कोणीतरी त्याला मागून ढकलूनही दिलेलं असू शकतं.”

“नाही. कारण त्याचा शरीराची बाह्य तपासणी करताना मला दिसलं की त्याच्या दोन्ही मनगटांवर कापल्याच्या, आता भरलेल्या जखमा होत्या. याचा अर्थ त्यानं अगोदरही आत्महत्या करायचा प्रयत्न केला होता. या वेळी मात्र त्यानं खात्रीचा मार्ग अवलंबला असं दिसतंय.”

“ही केस खरंच रंगतदार होती,” लॉरी म्हणाली, “बरं, आता मी बोलू का?”

“जरूर. पण तू काय बोलणार आहेस ते मला ठाऊक आहे.”

“होय का?” लॉरी तिरकसपणानं म्हणाली.

“ह्या फाइलींकडे पाहून मला हे लक्षात येतंय की, तू सांगणार... एंजल्स ऑर्थोपेडिक हॉस्पिटलमध्ये शस्त्रक्रियेनंतर एम.आर.एस.ए.च्या केस सतत उद्भवत आहे. तेव्हा तू तुझी शस्त्रक्रिया रद्द कर किंवा पुढे ढकल. बरोबर?”

“अगदी बरोबर!” लॉरी म्हणाली, “पण अगोचर माणसा, तपशील तर नीट ऐक आधी.”

“आपण हे सगळं कोलंबस अव्हेन्यूवर एखाद्या ठिकाणी खाता खाता बोललो तर नाही चालणार का?”

“नाही. मला हे सगळं आत्ताच सांगायचं आहे. ह्या एम.आर.एस.ए.च्या केस फार गूढ आहेत. माझ्या मते जे काही घडतंय ते मुळात घडणं शक्यच नाही. नैसर्गिकरित्या किंवा कृत्रिमपणानं.”

लॉरीचं बोलणं ऐकून जॅकच्या भुवया उंचावल्या. कोणीतरी तिथं मुद्दाम एम.आर.एस.ए. संसर्ग घडवून आणतंय ही कल्पना त्यानं तत्काळ झटकून टाकली. पण तरीही मनात शंका वाटत होती. यापूर्वी लॉरीनं अनेकदा इतरांना हास्यास्पद वाटणाऱ्या कल्पना बोलून दाखवल्या होत्या आणि त्यामधल्या अनेक नंतर खऱ्या असल्याचं लक्षात आलं होतं. “ठीक आहे. तू तुझी सगळी स्टोरी सांग. मी मधेमधे बोलणार नाही.”

लॉरीनं मग तिनं बनवलेली चौकट असणारा कागद जॅकला दिला आणि त्याला सर्व काही सांगितलं. मग शेवटी ती म्हणाली, “या सगळ्यावरून मला एकच म्हणायचं आहे की, तू शस्त्रक्रिया करून घ्यावीस की नाही या मुद्द्यावर चर्चा होऊच शकत नाही. तू शस्त्रक्रिया करून घेणार नाहीस, हे एवढं साधं नि सरळ आहे.”

“त्या महामूर्ख बिंगहॅमनं तुला धारेवर धरलं म्हणून मला वाईट वाटतंय.

खरं तर तुझ्या एंजल्स हॉस्पिटलमध्ये जाण्याचं कौतुक करायला हवं. तू हे सगळं सांगितल्यानंतर मीदेखील गोंधळात पडलोय. अपवाद फक्त तू शेवटी जो निष्कर्ष काढलास त्याचा.'' लॉरीनं काहीतरी बोलण्याचा प्रयत्न केला.

''आता ह्या विषयावर वाद घालू नकोस!'' जॅक म्हणाला, ''मी तुला मधे न अडवता तुझं सगळं म्हणणं नीट ऐकून घेतलं की नाही? मग आता माझं ऐक. तू मला परावृत्त करण्यासाठी प्रयत्न करणार, याची मला कल्पना होती. म्हणून मीदेखील स्वत: काही खास माहिती काढली आहे. सगळ्यात पहिलं म्हणजे तुझ्याकडे या ज्या केस आहेत त्या तांत्रिकदृष्ट्या नॉसोकॉमियल प्रकारच्या नाहीत.''

''ते बरोबर आहे. पण नॉसोकॉमियल संसर्गाची व्याख्या मुख्यत: संख्याशास्त्रीय कामासाठी करण्यात आली आहे.''

''तसं नाही. अठ्ठेचाळीस तास ही मुदत मुद्दाम ठरवलेली आहे. कारण ह्या काळात रुग्णाला होणारा संसर्ग बऱ्याच वेळा त्याच्या स्वत:बरोबर आलेल्या जंतूंचा असतो. तुझ्या ह्या सगळ्या केसच्या बाबतीत नक्कीच तसं असणार आहे. असं मला का वाटतं याची दोन कारणं आहेत. पहिलं म्हणजे तू जे म्हणते आहेस ते अगदी बरोबर आहे. संसर्ग नैसर्गिक किंवा कृत्रिमरित्या घडलेला नाही. तर उलट संसर्गाचं कारण स्वत: रुग्णांनीच आणलेलं आहे. ह्या सगळ्या केसमध्ये मला सी.ए.-एम.आर.एस.ए. आहेत असं वाटतंय. याचा अर्थच असा की, हे जीवाणू हॉस्पिटलच्या बाहेरून आत आलेले आहेत.''

''मी आता थोडं बोलू का?''

''अगदी जरूर असेल तर!''

''सी.ए.-एम.आर.एस.ए.ची समस्या नक्कीच अनेक हॉस्पिटलमध्ये आहे. गेल्या काही वर्षांत त्याचं प्रमाण वाढतंय.''

''तसंही असेल. पण मी काय केलं ते ऐक. मी डॉ. वेन्डेल अँडरसनच्या ऑफिसात फोन केला. मी तिथं असणाऱ्या त्यांच्या नर्सशी बोललो. ही नर्स शस्त्रक्रियांचं वेळापत्रक बनवते. मी तिला विचारलं की, माझी शस्त्रक्रिया गुरुवारऐवजी परत कधीतरी सकाळी साडेसातच्या वेळेत होऊ शकेल का? त्यावर तिनं सांगितलं डॉक्टर खरंतर साडेआठ किंवा नऊ वाजता शस्त्रक्रिया सुरू करतात. पण गुरुवारी खास माझ्यासाठी ते लवकर येणार आहेत.''

''तर मग हरकत नाही. शस्त्रक्रिया पुढे ढकल.''

''मला ती पुढे ढकलायची नाही, हाच तर मुख्य मुद्दा आहे. जर माझा विचार बदललाच तर काय करता येईल हे मी पाहात होतो इतकंच. अर्थातच माझा विचार बदललेला नाही.''

“पण का नाही?” जॅकचा आडमुठेपणा पाहून लॉरी वैतागली होती.

“कारण जितक्या लवकर शस्त्रक्रिया होईल तितक्या लवकर मी बरा होणार. जितक्या लवकर मी बरा होईन तितक्या लवकर मी सायकल चालवू लागणार नि बास्केटबॉल खेळू लागणार.”

“जीझस ख्राईस्ट!” लॉरी हताशपणानं हवेत हात उडवत म्हणाली, “तू इतका मद्दडपणा कसा करू शकतोस?”

“मी आणखी काय सांगतोय ते ऐक अगोदर,” जॅक फटकारत म्हणाला, “मी नर्सला सांगितलं की, मला अ‍ॅन्डरसनशी बोलायचं आहे. त्यांना फोन करायला सांग. तसंच झालं. तासाभरानं त्यांचा फोन आला. मी डॉक्टर अ‍ॅन्डरसनना सरळ प्रश्न केले. मी प्रथम विचारलं की, त्यांना एंजल्स हेल्थकेअर हॉस्पिटमधल्या एम.आर.एस.ए. समस्येची कल्पना आहे का? त्यांनी आपल्याला कल्पना आहे हे मान्य केलं. शिवाय त्याबद्दल जरासं गूढ आहे हेदेखील स्वत:च सांगितलं. खूप खर्च करून निरनिराळ्या उपाययोजना केल्या जात असूनही संसर्गाच्या केस उद्‌भवत आहेत हे अ‍ॅन्डरसनना माहीत आहे. अ‍ॅन्डरसननी हेसुद्धा सांगितलं की, हॉस्पिटलच्या उपायांखेरीज ते स्वत: संसर्ग नियंत्रणासाठी प्रयत्न करत आहेत.”

“म्हणजे?”

“त्यांनी सांगितलं की, शस्त्रक्रिया चालू असताना रुग्णाला जास्तीच्या ऑक्सिजनचा पुरवठा करायला ते सांगतात. शिवाय रुग्णाच्या शरीराचं तापमान संतुलित राखणं आणि रक्तातील ग्लुकोजवर लक्ष ठेवणं याकडेही ते खास लक्ष देतात.”

“त्यांच्या एखाद्या अलीकडच्या शस्त्रक्रियेनंतर संसर्ग झालाय का?”

“तू हा प्रश्न विचारलास म्हणून बरं झालं. हा प्रश्न खरं तर एखाद्या सर्जनच्या दृष्टीनं प्रतिष्ठेचा मुद्दा असतो, याची मला कल्पना आहे. तरीही मी त्यांना हा प्रश्न थेट विचारला. आश्चर्याची गोष्ट म्हणजे डॉ. अ‍ॅन्डरसननी त्याचं उत्तर दिलं. ते म्हणाले की, त्यांच्या आजवरच्या प्रॅक्टिसमध्ये, अवघ्या तीन केसमध्ये असं घडलं आहे. ह्या तीनही केस फ्रॅक्चरच्या आणि उघड्या जखमांच्या होत्या. याचा अर्थ जीवाणू जखमांमध्ये मुळातच होते. शिवाय त्यांनी सांगितलं की, ह्या तीनही केस विद्यापीठाच्या हॉस्पिटलमध्ये झाल्या होत्या, एंजल्स हेल्थकेअरच्या हॉस्पिटलमध्ये नाही.”

“म्हणजे डॉ. अ‍ॅन्डरसनच्या बाबतीत एम.आर.एस.ए.ची समस्या एकदाही उद्‌भवलेली नाही?”

“त्यांच्या त्या तीन केसच्या बाबतीत कोणते जीवाणू होते याची मला कल्पना नाही. पण महत्त्वाचा मुद्दा असा आहे की, एंजल्सच्या हॉस्पिटलमध्ये

संसर्गाची समस्या ॲन्डरसनना जाणवली नाही.''

लॉरीनं नजर दुसरीकडे वळवली. आपण वादात हरतो आहोत याची तिला जाणीव झाली होती.

''इतकंच नाही तर मी आणखीही एक प्रश्न विचारला. एक डॉक्टर दुसऱ्या डॉक्टरशी बोलतोय असं समजून त्यांनी उत्तर द्यावं असं मी म्हणालो. ठरल्याप्रमाणे शस्त्रक्रिया करावी की नाही याबद्दल मी त्यांचं मत विचारलं,'' जॅक परिणाम जास्तीत जास्त व्हावा म्हणून जरासा थांबला.

''मग?''

''त्यांनी क्षणाचाही विलंब न लावता सांगितलं की, शस्त्रक्रिया करावी. त्यांना आत्मविश्वास नसता तर त्यांनी एंजल्समध्ये शस्त्रक्रिया ठरवलीच नसती, असं ते म्हणाले. ॲन्डरसननी सांगितलं की शस्त्रक्रियेच्या अगोदर जंतुनाशक साबणाचा वापर करावा. मी या अगोदरच तसा वापर सुरू केलाय असं सांगितलं. त्यावर त्यांनी समाधान व्यक्त केलं. ते असंही म्हणाले की, उद्या शस्त्रक्रियेच्या अगोदरच्या चाचण्या करायला जाईन तेव्हा मी एम.आर.एस.ए.चा वाहक आहे की नाही याच्या चाचणीची व्यवस्था करण्यात येईल. जर मी वाहक आहे असं आढळलं तर ते शस्त्रक्रियेपूर्वी उपचार करून घ्यायला सांगतील. मगच माझ्यावर शस्त्रक्रिया होईल. सगळ्यात शेवटी ॲन्डरसन म्हणाले की गुरुवारी सकाळी साडेसातला भेटू. मग मी तीन महिन्यांत माझ्या सायकलवर बसू शकेन आणि सहा महिन्यांत बास्केटबॉल खेळू लागेन. ''

लॉरीनं टेबलावर पसरलेल्या फाईली आणि कागदांकडे नजर टाकली. तिच्या मनात राग, निराशा, हताशपणा आणि काहीही न करता येण्याची भावना ह्या सगळ्या विचारांचं मिश्रण झालं होतं. जॅकनं जे सांगितलं त्यात तथ्य आहे हे तिला मनोमन जाणवलं होतं. तरीही जॅकनं शस्त्रक्रिया करून घेऊ नये असं तिला अगदी मनापासून वाटत होतं.

''चल!'' जॅक म्हणाला आणि तिच्या खांद्यावर हलकेच थोपटलं.

जणू झोपेत असावी अशा प्रकारे लॉरी उठून उभी राहिली.

जॅकनं तिनं बनवलेली चौकट असणारा कागद तिच्या हातात दिला.

''मला वाटतं की काहीही झालं तरी तू तुझी तपास मोहीम जारी ठेवावीस. ह्या संसर्गाचं योग्य स्पष्टीकरण मिळायलाच हवं.''

लॉरीनं मान डोलावली आणि कागद टेबलावरच्या इतर ढिगाऱ्यात टाकला.

''माझं तुझ्यावर प्रेम आहे,'' जॅक म्हणाला.

''माझंही!'' लॉरी म्हणाली.

११

३ एप्रिल २००७
संध्याकाळी ५ वाजून २५ मिनिटं

"बरं, आपण पुढं काय करायचं आहे?" ॲन्जेलोनं विचारलं.

ॲन्जेलो आणि फ्रॅन्को फ्रॅन्कोच्या गाडीत बसले होते. गाडी त्यांनी फिफ्थ अव्हेन्यूवर डाव्या बाजूला उभी केली होती. बाजूला काँक्रीटचे मोठमोठे ठोकळे होते. वळणाऱ्या गाड्यांपासून ट्रम्प टॉवरचं रक्षण करण्यासाठी ते बसवले असावेत. इमारतीत शिरण्याचं मुख्य प्रवेशद्वार त्यांच्य मागच्या बाजूला होतं. त्यामुळे दाराकडे लक्ष ठेवण्यासाठी दोघांपैकी एकाला मागे वळून पहावं लागत होतं.

"प्रश्न चांगला आहे," फ्रॅन्को म्हणाला, "ही कामगिरी वाटते तेवढी सोपी नाही. बरं, वर्णन कुठंय?"

ॲन्जेलोनं त्याच्या हातात एक कागद ठेवला.

"आता तू लक्ष ठेव," फ्रॅन्को पुढे बघत म्हणाला. त्यानं कागदावर भर्रकन नजर फिरवली, "मला वाटतं की, आपल्याला केसांच्या रंगावर अवलंबून रहावं लागणार. लिंबासारख्या रंगाची छटा असणारे सोनेरी केस हा काय प्रकार आहे?"

"मला वाटतं तिच्या फिगरच्या वर्णनाचा आपल्याला अगोदर उपयोग होईल. उन्हाचा कोन पाहता आपल्याला केसांचा रंग ओळखणं जरा अवघड जाईल. शिवाय इतकी माणसं बाहेर येत आहेत..."

"ती आपल्याला आत्ता लगेच दिसली नाही तर बहुदा आपण तिला

ओळखू शकलेलो नाही असं म्हणावं लागेल.''

"मला त्याचं फारसं वाटत नाही. मला उगीचच कसली तरी शंका येतेय. काहीतरी घोटाळा होणार.''

"हे असले निराशावादी विचार बाजूला ठेव आणि गंमत करायला शीक. बरं, त्या डेटच्या वेळी वापरायच्या गोळ्या कुठं आहेत? नि डॉ. ट्रेव्हिनोकडून आणलेला स्प्रे?''

"गोळ्या माझ्या खिशात आहेत आणि इथिलिनचा स्प्रे मागच्या सीटवर आहे. हा स्प्रे किती प्रभावी आहे याची कल्पनाही येत नाही. अवघ्या दोन सेकंदात माणूस आडवा होतो.''

"हो. पण आपण एवढा उजेड असताना या ठिकाणी स्प्रे वापरू शकणार नाही.''

"होय. ते झालंच. पण जर गाडीत बसल्यानंतर तिनं दंगा करायचा प्रयत्न केला तर तो उपयोगी पडेल. मला गाडीत तिला गोळी घालायला आवडणार नाही.''

"नाहीच! माझ्या गाडीतही सजावट खराब होऊन चालणार नाही. मला त्या गोळ्या बघू दे.''

ॲन्जेलोनं जाकिटाच्या खिशात हात घालून एक छोटं पाकीट बाहेर काढलं नि ते फ्रॅन्कोच्या हातात ठेवलं. फ्रॅन्कोनं पाकिटाच्या उघड्या तोंडाच्या दोन्ही बाजू चिमटीत दाबून आत नजर टाकली. आत दहा अगदी छोट्या आकाराच्या गोळ्या होत्या.

"यामधल्या किती वापराव्या लागतात एका वेळी?''

"डॉक्टर म्हणाला की, एकच. त्यामधली एकच कॉकटेलमध्ये टाकायची आणि मग वीस मिनिटांनी तिच्याबरोबर मजा मारायची.''

"त्यानं आपल्याला एवढ्या का दिल्या?''

"कोण जाणे? कदाचित आणखी इतरांबरोबर मजा मारायला.''

फ्रॅन्कोनं पाकीट तिरपं धरून निम्म्या गोळ्या हातावर घेतल्या आणि त्या जाकिटाच्या खिशात टाकल्या. ॲन्जेलोला पाकीट परत देत म्हणाला, "आज जर ही गोळी उपयोगी पडली तर मी नंतर ह्या वापरून पाहीन.''

"आज एकूण गंमत येणार असं दिसतंय.''

फ्रॅन्को ॲन्जेलोच्या किंचित चेष्टेच्या स्वराकडे दुर्लक्ष करीत म्हणाला,

"मला वाटतं की आपल्यापैकी एकानं तिथं दारापाशी जाऊन बाहेर पडणाऱ्या प्रत्येकाकडे नीट पहायला हवं. म्हणजे मग ती आपल्या नजरेतून सुटणार नाही.''

''उत्तम. पण ती दिसली तर पुढं काय करायचं? एवढ्या लोकांसमोर आपण तिला जबरदस्तीनं गाडीत घालू शकणार नाही.''

''मग तुझा तो ओझोन पार्क पोलीस अधिकारी असल्याचा बिल्ला वापरला तर? तू म्हणत होतास की, त्याचा नेहमी उपयोग होतो.''

''होय. पण गर्दीच्या वेळी होईलच असं नाही. आजूबाजूला इतर लोक असताना माणसांना बळ येतं. ती आरडाओरडा करू शकेल. शिवाय इथं आजूबाजूला बरेच पोलीस दिसताहेत.''

''माझ्याही ते लक्षात आलंय. अजून एखादा आपल्यापाशी कसा आला नाही, याचं मला नवल वाटतंय.''

''तू बोलण्याची घाई केलीस. हा बघ, एकजण इकडं येतोय.''

फ्रॅन्कोनं मागे वळून पाहिलं. एक ढेरपोट्या पोलीस त्यांच्याकडेच येत होता. त्याच्या हातात दंड भरण्यासाठीचं तिकिटाचं पुस्तक होतं.

फ्रॅन्कोनं अॅन्जेलोकडे पाहिलं. दहा सेकंदात तो पोलीस त्यांच्यापर्यंत पोहोचणार होता, ''मी उडी मारून उतरतो. तू गाडी पलीकडच्या चौकात आण!''

''मी उडी मारून बाहेर पडलो तर?''

''नाही. इथं माझा हुकूम चालणार,'' फ्रॅन्को म्हणाला, ''सेलफोन चालू आहे ना ते पहा आणि मुख्य म्हणजे माझी गाडी नीट चालव. कुठं धडकवू नकोस.''

फ्रॅन्को गाडीतून बाजूच्या फुटपाथवर उतरला, ''गुड इव्हिनिंग, ऑफिसर.''

''इथं पार्किंग करायला किंवा उभं रहायलाही मनाई आहे.'' तो पोलीस म्हणाला आणि मग त्यानं फ्रॅन्कोकडं पाहून मग गाडीत बसलेल्या अॅन्जेलोकडं खाली वाकून पाहिलं.

''तो मला इथं फक्त सोडायला आलाय,'' फ्रॅन्को म्हणाला. त्यानं हात हलवून अॅन्जेलोचा निरोप घेतला आणि प्रेमळपणानं गाडीचं दार लावून घेतलं.

दरम्यान अॅन्जेलो गाडी चालवण्यासाठी तयार होऊन बसला होता. त्यानं गाडी सुरू केली, इतक्यात तो पोलीस ओरडला, ''सीट बेल्ट!''

''थँक्यू ऑफिसर,'' असं म्हणून अॅन्जेलोनं गाडी तिथून नेली.

फ्रॅन्कोचं हृदय धडधडत होतं. पण आता त्याला हायसं वाटलं. त्यानं त्या पोलिसाकडे पाहून स्मित केलं आणि तो ट्रॅम्प टॉवरच्या दाराकडे जाऊ लागला.

अॅमी ल्युकासनं भिंतीवर लावलेल्या घड्याळाकडे नजर टाकली. एकदाचे साडेपाच वाजलेले पाहून तिला बरं वाटलं. ती दररोज याच वेळेस बाहेर पडत

असे. आजचा दिवस बराच वेळ धावपळीचा आणि ताणाचा गेला होता. आज तिला कंपनीच्या सर्वांत मोठ्या अधिकाऱ्याच्या ऑफिसात बोलावण्यात आलं होतं. तिनं कधीही मुख्य कार्यकारी अधिकारी असणाऱ्या अॅन्जेला डॉसनला पाहिलंही नव्हतं. मग तिला भेटण्याची गोष्ट तर दूरच राहिली. तिला बोलावणं आल्यानंतर तिच्या मनावर प्रचंड ताण आला होता. एकदा तिला वाटलं की ते पॉलच्या संदर्भात असणार. पण तरीही कामावरून काढून टाकतात की काय याची धास्ती होतीच. नोकरी गमावून चालणार नव्हतं. तिच्या आईवर होणाऱ्या उपचारांसाठी तिला खूप खर्च करावा लागत होता. दर महिन्याला खर्चाची तोंडमिळवणी करण्यासाठी ओढाताण होत असे.

पॉलनं कामावर न येणं याचीही काळजी होतीच. ती गेली दहा वर्षं पॉलबरोबर काम करत होती. पाच वर्षांपूर्वी पॉल एंजल्स हेल्थकेअर कंपनीत आला तेव्हा तीदेखील त्याच्याबरोबर आली होती. पॉल तसा कामात अगदी दक्ष आणि काटेकोर होता. अपवाद फक्त तो पिऊन पडायचा तेव्हाचा. तिला त्याचीच काळजी वाटत होती. आजही तसाच कुठंतरी पिऊन तो बेहोष होऊन पडला असणार, असं तिला वाटू लागलं होतं. पूर्वी तिला पॉलच्या अशा वागण्यावर पांघरूण घालण्यासाठी त्याच्या बॉसला काहीतरी कारणं सांगून समजवावं लागत असे. एकदा तर तिनं त्याला एका गलिच्छ हॉटेलमधून घरी नेऊन सोडलं होतं.

त्या दिवशीच्या प्रसंगानंतर मात्र पॉलला उपरती झाली होती. त्यानं दारू सोडण्याचा निश्चय केला होता. तो दारू सोडण्यासाठी अल्कोहोलिक्स अॅनॉनिमस या संस्थेच्या बैठकींना जात होता ही गोष्ट फक्त अॅमीलाच ठाऊक होती. पॉल आता दारूपासून दूर गेला आहे, असं वाटत होतं. पण आज मात्र तिला तो पुन्हा तिकडं वळला असावा, असं खात्रीनं वाटू लागलं होतं.

पॉल पुन्हा दारू प्यायला गेला असेल तर अॅमीला त्याचा दोष सध्याच्या त्याच्या परिस्थितीला द्यावासा वाटत होता. त्या आठ-के फॉर्मच्या बाबतीत चाललेल्या मूर्खपणाच्या प्रकाराचा त्याच्यावर चांगलाच ताण येत होता. पॉलनं तिला त्याबद्दल स्पष्ट सांगितलं होतं. पण आपल्याला नेमकी कसली काळजी वाटते, हे मात्र तिला सांगितलेलं नव्हतं.

तिनं पॉलच्या लॅपटॉपवर आठ-के फॉर्म भरून पूर्ण केल्यावर पॉलनं तिला एक यु.एस.बी. पेनड्राईव्ह दिला होता. हे करताना त्याचा आविर्भाव एखादं गुप्त कारस्थान करत असावं असा होता.

"तू हा कुठंतरी नीट सांभाळून ठेव," पॉलनं हलक्या आवाजात तिला सांगितलं होतं.

"पण असं कशासाठी?"

ॲमीनं पॉलकडे पाहिलं होतं. त्याचा स्वर तिला फारच नाटकी वाटला होता. तो आपली गंमत तर करत नाही ना असं तिला वाटलं होतं. पॉलचा स्वभाव तसा विनोदी बोलण्याचा आहे हे तिला ठाऊक होतं, पण त्या वेळी तो गंमत करत नव्हता हे नक्की. त्यानं तिला आणखी काही न बोलता जायला सांगितलं होतं. नंतर त्यानं पुन्हा कधी यु.एस.बी. पेनड्राईव्हचा विषय काढला नव्हता.

आता घरी जायला निघाल्याच्या वेळी तिनं पेनड्राईव्ह बाहेर काढला. जणू तो पेनड्राईव्ह काहीतरी सांगणार आहे अशा प्रकारे ती त्याच्याकडे पाहत होती. तिनं क्षणभर विचार केला. 'मला काही झालं तर' या पॉलच्या शब्दांचा अर्थ काय? त्यानं सांगितलेली परिस्थिती ही आहे की काय? तिला काही ठरविता येईना. अखेर ॲमीनं तो पेनड्राईव्ह खिशात टाकला. जाता जाता आपण त्याच्या घरी फोन करावा की काय असाही विचार तिच्या मनात आला. एकदा तिला वाटलं की, पॉलच्या जुन्या गर्लफ्रेंडला फोन करून पहावा. कदाचित तो तिथं गेला असेल अशी शक्यता होती. पण तिनं तो विचार बाजूला सारला. कारण गेल्या पाच वर्षांत पॉलचा आणि त्याच्या त्या जुन्या गर्लफ्रेंडचा काहीही संबंध उरलेला नाही हे तिला माहीत होतं. अखेर हे सगळे विचार बाजूला सारून ॲमीनं टेबललॅम्प बंद केला आणि ती ऑफिसातून बाहेर पडली.

"हा काय xxx प्रकार आहे?" कार्लो नकारार्थी डोकं हलवत वैतागून म्हणाला.

"मलाही काही कळत नाहीये."

कार्लो आणि ब्रेनन कार्लोच्या काळ्या जी.एस.सी. डेनाली गाडीत बसून पाहत होते. त्यांनी फिफ्थ अव्हेन्यूवर पुलित्झर फाऊंटनपाशी गाडी बाजूला उभी केली होती.

ॲन्जेलो आणि फ्रॅन्को नापोलीटन रेस्टॉरंटमधून बाहेर पडल्या क्षणापासून कार्लो आणि ब्रेनन त्यांच्या मागावर होते. ल्युसिया फॅमिलीच्या या दोन 'अंमलबजावणी करणाऱ्या' माणसांमधला जास्त विचित्र कोण दिसतो याबद्दल कार्लो आणि ब्रेननी विनोद केले होते. एखाद्या विळ्यासारखं नाक आणि छोटे डोळे यामुळे फ्रॅन्को एखाद्या ससाण्यासारखा दिसतो असं त्याचं मत पडलं. फ्रॅन्कोपेक्षा ॲन्जेलो निराळा होता. चेहऱ्यावर भाजल्याच्या खुणा असल्यानं तो एखाद्या भयपटातल्या पात्रासारखा दिसतो असं ते म्हणाले होते.

“काय जोडी आहे नाही?” कार्लोनं सॅन्डविच समोर ठेवून गाडी सुरू केली होती.

फ्रॅन्को-अॅन्जेलो जोडीचा पाठलाग करणं फार सोपं काम होतं. कारण गर्दीतही फ्रॅन्कोची गाडी उठून दिसत असे. अडचण फक्त क्वीन्स बोरो पुलावर जाताना आली होती. सिग्नलपाशी त्यांना थांबावं लागलं होतं. उलट फ्रॅन्कोची गाडी पुढं निघून गेली होती. पण रहदारी एवढी होती की, लवकरच पुन्हा फ्रॅन्कोची गाडी दिसली होती. त्यानंतर फ्रॅन्कोनं फिफ्थ अव्हेन्यूवर अचानक गाडी बाजूला उभी करेपर्यंत काहीही अडचण आली नव्हती.

फ्रॅन्को अचानक थांबला तरी कार्लोला गाडी उभी करायला तिथं जागा मिळाली नाही. म्हणून मग त्याला पंचावन्नाव्या रस्त्यावरून वळसा घेऊन परत यावं लागलं होतं. पण सुदैवानं तसं झालं नव्हतं. कार्लो वळसा घेऊन परत आला तरी फ्रॅन्कोची गाडी त्याच ठिकाणी उभी होती.

नंतर बराच वेळ कार्लो आणि ब्रेनन गाडीतून फ्रॅन्कोच्या गाडीकडे लक्ष ठेवून होते. कार्लोनं डोकं चालवून दुर्बीण बरोबर आणली होती. त्यामुळे फार नीट दिसत नसलं तरी बऱ्यापैकी काय चाललंय ते कळत होतं. गाडीत बसलेले दोघंजण काहीतरी बोलत असावेत अशा प्रकारे त्यांची डोकी हलत होती.

कार्लोला एक पोलीस फ्रॅन्कोच्या गाडीजवळ जाताना दिसला. त्यावेळी दुर्बीण ब्रेननकडे होती.

“काय चाललंय?” कार्लोनं विचारलं.

“लक्षात येत नाहीये.”

“मला दे पाहू.” कार्लोनं ब्रेननकडून दुर्बीण घेतली. त्यांच्या व्यावसायिक उतरंडीत ब्रेनन कनिष्ठ पातळीवर होता.

“फ्रॅन्को आता आपल्या दिशेनं येतोय,” कार्लो दुर्बिणीतून पाहताच म्हणाला.

“ओहो!.... अॅन्जेलो गाडीतून निघून गेला आहे.”

“जाऊ दे. आपण फ्रॅन्कोवर नजर ठेवूया.”

“ट्रम्प टॉवरच्या दारापाशी थांबलाय आता. माझ्या अंदाजानुसार तो आतून कोणीतरी बाहेर येण्याची वाट पाहतोय.”

“पण अॅन्जेलोचं काय? मी उतरून फ्रॅन्कोच्या मागावर राहतो. तू अॅन्जेलोचा पाठलाग कर.”

कार्लोनं नकार दिला. “मला वाटतंय की अॅन्जेलो वळसा घालून परत इथंच येणार. तेव्हा आपण इथंच थांबू या. ते नक्की कुणासाठी तरी दबा धरून बसले आहेत.”

“एवढ्या गर्दीत आणि ते सुद्धा पोलीस असताना असं करणं म्हणजे

मूर्खपणाच आहे.''

''मला याबद्दल आणखी काही सांगता येणार नाही,'' कार्लो म्हणाला.

''हं... आता त्याला जो कोण हवाय तो दिसला असावा. कारण त्यानं त्याची सिगारेट गटारात फेकलीय.''

''कोण आहे? स्त्री की पुरुष?'' ब्रेननं विचारलं. त्याला कार्लोच्या हातून दुर्बीण ओढून घेण्याची अनिवार इच्छा होत होती. पण त्यानं तसं केलं नाही.

''मला वाटतं की, ती हिरवा कोट घातलेली पोरगी असावी. ती आता टॅक्सीत बसते आहे आणि घाईघाईनं फ्रॅन्कोही टॅक्सीला हात करतोय.''

कार्लोनं दुर्बीण ब्रेननच्या मांडीवर टाकत गाडी सुरू केली.

''आता आपण काय करायचं आहे?'' ब्रेनन दुर्बीणीतून फ्रॅन्को आणि त्या पोरीकडे पाहत म्हणाला, ''गॉड! ती एवढी लहानखुरी आहे की, जणू ती बारा-तेरा वर्षांची असावी... ते दोघं तिच्या मागावर कशासाठी असतील?''

''मलाही त्याचं कारण कळत नाहीये.''

''ओहो! पोरगी टॅक्सीत बसून निघालीय. फ्रॅन्को अजूनही टॅक्सी शोधतोय आपण काय करायचं? त्या पोरीच्या मागे जायचं की फ्रॅन्कोच्या?''

''अर्थातच फ्रॅन्कोच्या मागं, मूर्खा!''

ब्रेननं रागानं कार्लोकडं कटाक्ष टाकला. पण कार्लोचं तिकडं लक्ष नव्हतं.

''फ्रॅन्को सुदैवी ठरलाय. त्यालाही टॅक्सी मिळालीय.... नीट बस! आपल्याला आता रेस लावायची आहे.''

''ही काय गंमत आहे?'' टॅक्सी ड्रायव्हरनं मागच्या सीटवर बसलेल्या फ्रॅन्कोला विचारलं, ''त्या टॅक्सीचा पाठलाग कर म्हणजे काय? मी हे असलं फक्त सिनेमात घडताना पाहिलंय....''

''कसलीही गंमत नाही. टॅक्सीच्या मागे मागे रहा. तसं केलं तर वीस डॉलरची टीप देईन.''

टॅक्सी ड्रायव्हरनं खांदे उडवले आणि टॅक्सी सुरू केली. थोडेसे परिश्रम करून वीस डॉलर कमाई होणार असेल तर काय वाईट आहे असं तो मनाशी म्हणाला.

टॅक्सी वेगानं जात असल्यानं मागच्या सीटवर बसलेल्या फ्रॅन्कोला तोल सांभाळत सेलफोनवर बटणं दाबणं अवघड झालं होतं. त्यानं सीटबेल्ट लावून घेतला आणि फोन लावला.

''तू कुठे आहेस?'' फ्रॅन्कोनं दटावणीच्या आवाजात विचारलं.

"सहाव्या रस्त्यावर. मी रहदारीत अडकलोय. उत्तरेकडं जाणाऱ्या दिशेनं. तू कुठं आहेस?"

"मी टॅक्सीत आहे. फिफ्थ अव्हेन्यूवरून दक्षिणेकडं चाललोय. पक्षी उडाला आहे."

"ठीक आहे. मी शक्य तितक्या लवकर दक्षिणेला वळतो."

फ्रॅन्कोनं फोन मिटून टाकला. तो दोन कारणांसाठी स्वत:वर चडफडत होता. ती पोरगी किंवा बाई, जे काही होती, ती दिसल्यानंतर काय करायचं याची योजना त्यानं अगोदरच बनवायला हवी होती. त्याच्यापेक्षा महत्त्वाचं म्हणजे त्याच्या लाडक्या गाडीपेक्षा ॲन्जेलोची डबडी लिंकन टाऊन गाडी आणायला हवी होती. ॲन्जेलो आपल्या प्राणप्रिय गाडीला धडका मारून पोचे पाडणार ही कल्पनाच त्याच्या पोटात खड्डा पाडत होती.

"ती टॅक्सी आता आपल्याला दिसू लागलीय." ड्रायव्हर म्हणाला. त्याच्या स्वरात गर्वाची छटा होती. "त्या टॅक्सीच्या बाजूला माझी टॅक्सी उभी करू का?"

"नाही!" फ्रॅन्को घाईघाईनं म्हणाला, "फक्त त्या टॅक्सीच्या मागेमागे जात रहा."

दोन्ही टॅक्सी बराच वेळ फिफ्थ अव्हेन्यूवरून जात होत्या. फ्रॅन्कोला आता वाटू लागलं की ही पोरगी न्यूजर्सीत राहते ही पॉल यांगनं दिलेली माहिती चुकीची होती की काय? किंवा ती खरोखरच जर तिथं राहत असली तरी ती आज संध्याकाळी स्वत:च्या घरी जातेय की आणखी कुठं? तसं झालं तर सगळंच साफ बिघडणार होतं.

पण टॅक्सी न्यूयॉर्क पब्लिक लायब्ररीपाशी आल्यानंतर फ्रॅन्कोच्या मनातल्या सगळ्या शंका दूर झाल्या. कारण आता टॅक्सी उजवीकडे वळली होती. ती पोरगी आता बस टर्मिनलकडे जाते आहे हे त्याच्या लक्षात आलं होतं. फ्रॅन्कोनं फोन उघडून ॲन्जेलोला फोन केला, "तू कुठं आहेस आत्ता?"

"मी आता सेव्हन्थ अव्हेन्यूवर दक्षिणेकडं वळतोय. तू कुठे आहेस?"

"आम्ही पश्चिमेकडे जातोय. बहुदा बस टर्मिनलच्या दिशेनं. पण पक्की खात्री झाली की मग बघू."

"आपण आता काय करायचं?"

"कोणास ठाऊक? मला तिच्या पाठोपाठ बस टर्मिनलमध्ये जाऊन कदाचित तिच्याच बसनं जावं लागेल."

"सुदैवी आहेस!"

"तुझी XXX" फ्रॅन्कोनं शिवी हासडली. आपण तो पोलीस आला तेव्हा

ॲन्जेलोऐवजी स्वत:च गाडीत बसून रहायला हवं होतं असं त्याला वाटलं.

"मला तुझ्याकडून फोन आला नाही तर मी थोड्या वेळानं करीन."

"ठीक आहे."

"हे एवढं सगळं करून फायदा झाला तर बरं."

"होईल," फ्रॅन्को म्हणाला, "ह्यावर लक्षावधी डॉलर पणाला लागले आहेत."

समोरची टॅक्सी आता एट्थ अव्हेन्यूपाशी येऊन फ्रॅन्कोच्या अपेक्षेप्रमाणे उजवीकडे वळली. फ्रॅन्कोनं एका मिनिटानंतर टॅक्सी भाडं आणि टिपेशिवाय वीस डॉलरदेखील ड्रायव्हरच्या केबिनला असणाऱ्या छोट्या खिडकीत ठेवले. टॅक्सी पूर्ण थांबायच्या आतच फ्रॅन्को उडी मारून उतरला. ॲमी त्यावेळी टर्मिनलमध्ये शिरत होती.

गर्दीची वेळ असल्यानं टर्मिनलमध्ये माणसांचा जणू सागरच पसरला होता. ॲमीचा माग काढणं एका दृष्टीनं कठीण तर एका दृष्टीनं सोपं जात होतं. तिच्या उंचीमुळे ती गर्दीत हरवून जात असे. तर तिच्या केसांच्या त्या झगझगीत रंगामुळे ती लांबूनही सहज दिसत होती.

ॲमी तिकीट घेण्यासाठी रांगेत उभी राहिली. अनाचक फ्रॅन्कोला अडचण दिसू लागली. त्यानं ह्याचा अगोदर विचारच केला नव्हता. ॲमी कुठं जाणार हे त्याला ठाऊक नव्हतं. फ्रॅन्को जरासा गडबडला. रांग भराभरा सरकत होती. फ्रॅन्कोनं रांगेत पुढं घुसण्याचा किंवा बाहेर पडून ती तिकीट घेईल त्यावेळी बाजूला उभं राहून ऐकण्याचा विचार केला. पण ते बरोबर नाही हे त्याच्या लगेचच लक्षात आलं. असं काही केलं तर तिचं त्याच्याकडे लक्ष वेधलं जाऊ शकत होतं. त्याला तिनं आपल्याला अगोदर पाहणं परवडणार नव्हतं.

रांग आणखी पुढे सरकली. फ्रॅन्कोच्या पुढे ॲमीच्या दरम्यान तीन माणसं होती. ॲमी तिकीट घेण्यासाठी खिडकीपाशी गेली. फ्रॅन्कोनं कान देऊन ती काय सांगते ते ऐकण्याचा प्रयत्न केला. पण त्याला काहीही ऐकू आलं नाही. ॲमी तिकीट घेऊन त्याच्या बाजूनं निघून गेली.

आता खरी अडचण होती. अजून तीन माणसं तिकीट घेणार होती. फ्रॅन्को ॲमी कुठे जाते आहे यावर नजर ठेवून पुढे घुसू लागला.

"माफ करा. माझी बस चुकेल.... प्लीज मी पुढे गेलो तर..."

दोघांनी त्याला नाराजीनं पुढं जाऊ दिलं. पण तिसरा मात्र अडून राहिला.

"मलाही माझी बस चुकून चालणार नाही." तो म्हणाला. त्याच्या चेहऱ्यावर पांढऱ्या रंगाच्या पावडरचा थर होता. तो बहुदा प्लॅस्टरचं किंवा रंगाचं काम करणारा कामगार होता.

अशा प्रकारे कोणी विरोध करण्याची सवय नसल्यानं फ्रॅन्कोच्या मनात राग उसळला. पण त्यानं प्रयत्नपूर्वक स्वत:ला आवरलं.

"माझी बस चुकून चालणार नाही. माझी बायको बाळाला जन्म देणार आहे.''

काहीही न बोलता तो कामगार वैतागून बाजूला झाला. आता फ्रॅन्को खिडकीपाशी आला होता.

"कुठं जायचंय डॅडी?'' आतला माणूस विचारू लागला. त्यानं फ्रॅन्कोचं बोलणं ऐकलं होतं.

क्षणभर फ्रॅन्को जागीच गोठून गेला. त्यानं ह्याचा विचारच केला नव्हता. त्यानं मनोमन काहीतरी नाव आठवण्याचा प्रयत्न केला. एकदम त्याला न्यूजर्सीमधलं हॅकेनसॅक हे नाव आठवलं. त्यानं ते सांगितलं आणि वीस डॉलरची नोट देताना मागे नजर टाकली. ॲमी बरीच लांब गेली असावी, कारण ती गर्दीत दिसेनाशी झाली होती.

तिकीट घेऊन फ्रॅन्को एक्सलेटरकडे धावला. तिथं रांगेत जी युक्ती त्यानं वापरली होती तीच वापरून तो वर चढत बाहेर पडला. तिथं क्षणभर उभा राहून त्यानं सगळीकडे नजर फिरवली. त्याच्या सुदैवानं त्याला १६६ नंबरच्या बसपाशी रांगेत उभी असलेली ॲमी दिसली. तिला पाहताच त्याला हायसं वाटलं.

ॲमी जरी सापडली असली तरी आणखी एक समस्या होतीच. त्याचं तिकीट १६६ नंबरच्या बसचं नव्हतं. तरीही हा विचार तात्पुरता बाजूला ठेवून फ्रॅन्को रांगेच्या शेवटी उभा राहिला. त्यानं चटकन फोन उघडून ॲन्जेलोला फोन केला. तो तेव्हा बस टर्मिनलच्या बाहेरच होता.

"मी १६६ नंबरच्या बसमध्ये असेन,'' फ्रॅन्को फोनवर हात झाकत म्हणाला, "बस लिंकन टनेलमधून बाहेर पडली की ती कुठून कशी जाते ते माहीत नाही. मग तूपण तिकडं न्यूजर्सीत शीर. मी कुठं आहे ते तुला कळवत राहीन. मग बसमधून आम्ही उतरलो की, शक्य तितक्या लवकर पोहोचायचा प्रयत्न कर म्हणजे मग ही सर्कस संपवून टाकता येईल.''

"मी प्रयत्न करतो. पण दरम्यान मला कंपनी देण्यासाठी तुझ्या त्या डुक्करगाडीत तुझ्या त्या मारीआ प्रोव्होलोनचे आणखी काही फोटो नाहीत का?''

"तुझ्या xxx'' फ्रॅन्कोनं फोन बंद करून टाकला. ॲन्जेलोने अशा तऱ्हेने मारीआचं नाव घेऊन टिंगल केलेली त्याला आवडली नाही. त्याचं मारीआवर खरंखुरं प्रेम होतं. तिला प्रतिस्पर्धी टोळीनं शाळेत शेवटच्या वर्षात असताना

गोळीनं उडवलं होतं.

रांग पुढे सरकू लागली. आपल्याकडं चुकीचं तिकीट आहे याची त्याला फारशी फिकीर वाटत नव्हती. फ्रॅन्कोचा अंदाज चुकला नाही. कंटाळलेल्या ड्रायव्हरनं इतरांप्रमाणेच काहीही न बघता तिकीट घेतलं.

फ्रॅन्को बसमध्ये शिरला. त्याला लगेचच ॲमी दिसली. ती बसच्या मधल्या भागात खिडकीपाशी बसून पेपर वाचण्यात गुंग झाली होती. तिच्याजवळची सीट रिकामी होती. फ्रॅन्कोला एकदा वाटलं की तिच्या शेजारी बसावं. पण त्यानं तो विचार लगेचच दूर सारला. अशा प्रकारच्या कामात आश्चर्याचा धक्का देण्याच्या प्रसंगांना फार महत्त्व असतं हे त्याला ठाऊक होतं. तो तीन-चार रांगा सोडून मागच्या बाजूला बसला.

बस पुढची पंधरा मिनिटं सुटली नाही. आपणही एखादा पेपर आणायला हवा होता, असं त्याला वाटलं. पण आता इलाज नव्हता. एका परीनं हा वेळ आपल्याला मिळाला, हे बरंच झालं असं तो मनाशी म्हणाला. त्याला आता उरलेल्या मोहिमेचा बेत नीट ठरवायला भरपूर वेळ हाताशी होता. अर्थात सगळं काही सोपं नव्हतं. ॲमी उतरल्यानंतर काय करते यावर बरंच काही अवलंबून होतं. जर ॲमीला नेण्यासाठी कोणी आलं तर त्याचा अर्थ त्यांना एक नाही तर दोन माणसांना 'थंड' करावं लागणार होतं. अर्थातच त्यात धोका जास्त होता.

अखेर एकदाची बस निघाली. बस टर्मिनलच्या बाहेर पडत असताना फ्रॅन्कोच्या लक्षात आलं की, ती खास बनवलेल्या मार्गानं थेट लिंकन टनेलमध्ये प्रवेश करणार आहे. त्यामुळे शहरातली गर्दी वाचत होती खरी, पण तोटा असा होता की ॲन्जेलो त्यामळे बराच मागे राहणार होता.

बसची लयबद्ध हालचाल, इंजीनचा मंद गुरगुराट आणि बसच्या आतलं उबदार वातावरण यामुळे फ्रॅन्कोला झोप लागली. बस न्यूजर्सीत शिरेपर्यंत त्याला चांगलीच डुलकी लागली होती. जागा झाल्यावर त्यानं शेजारच्या सीटवर बसलेल्या माणसाला ही बस कुठं जाते हे विचारलं. त्या माणसानं फ्रॅन्कोकडे चमत्कारिकपणे पाहिलं, "म्हणजे शेवटचा स्टॉप कुठला असं विचारायचं आहे का?"

"होय."

"बस टेनाफ्लायला जाते हे मला माहीत आहे, कारण माझी बहीण तिथं राहते. तिथून ती पुढं कुठं जाते याची मला कल्पना नाही."

फ्रॅन्कोने त्या माणसाचे आभार मानत विचारलं, "टेनाफ्लायला जायला किती वेळ लागतो?"

"साधारण एक तास."

ॲमी टेनाफ्लाय किंवा त्याच्याही पुढे जात नसली तर बरं असं फ्रॅन्कोला वाटलं. पन्नास-साठ दमलेल्या माणसांच्या आणि ओल्या कपड्यांच्या कुबट वासानं भरलेल्या बसमधून एवढा वेळ प्रवास करावा लागणार, ही कल्पना त्याला भयंकर वाटली. फ्रॅन्को पुन्हा स्वत:च्या विचारांमध्ये गढून गेला. ॲमी उतरल्यावर काय करावं, याचा तो विचार करू लागला. आपण तिच्याशी बोलायला जावं आणि तिच्या बॉसचा विषय काढावा, असं त्यानं ठरवलं. पेपरमध्ये काहीही बातमी आलेली नव्हती. याचा अर्थ त्याचं नाहीसं होणं कोणाच्याही लक्षात आलेलं नव्हतं. अर्थातच मासे सोडून!

फ्रॅन्कोनं खिडकीबाहेर नजर टाकली. फ्रॅन्कोच्या लक्षात आलं की, लिंकन टनेलमधून बाहेर पडणारा हायवे सोडून बस आता उत्तरेकडे शहरातल्या रस्त्यानं जाऊ लागली आहे. त्यानं सेलफोन उघडला.

"तू कुठं आहेस?"

"एका क्लबमध्ये. छान जेवतोय!" ॲन्जेलो उपरोधिक स्वरात म्हणाला, "मी जॅममध्ये अडकलोय. अजून मी टनेलमध्येही शिरलो नाहीये."

"उत्तम!" फ्रॅन्को तिरकसपणानं म्हणाला, "फारच छान काम करतोस तू. बरं, ही १६६ नंबरची बस कुठं जाते हे शोधून काढलंस का?"

"नेमकं नाही. पण ही बस बर्गेन काऊंटीत कुठंतरी जाते. हा भाग जॉर्ज वॉशिंग्टन ब्रीजच्या पलीकडं आहे."

"तू टनेलमधून बाहेर पडलास की, मला फोन कर. कळलं?" फ्रॅन्कोनं फोन बंद केला आणि तो मागे रेलून बसणार एवढ्यात बस थांबली. अनेकजण उतरले. फ्रॅन्कोनं पाहिलं तर ॲमी अजून जागेवरच होती.

आता फ्रॅन्कोनं ताठ बसायचं असं ठरवलं. आपल्याला डुलकी लागली आणि नेमकी ॲमी एखाद्या स्टॉपवर उतरून गेली तर सगळंच पाण्यात जाणार होतं. तसं झालं तर व्हिनीची त्यावर काय प्रतिक्रिया होईल हा विचार त्याच्या मनात आला आणि तो आणखी ताठ बसला.

वीस मिनिटांनी फ्रॅन्कोचा जाकिटाच्या खिशात असणारा फोन थरथर करू लागला. फ्रॅन्कोनं मुद्दाम तो तसा ठेवला होता. फोन ॲन्जेलोचा होता.

"मी आता टनेलमधून पलीकडं आलोय. काय करू?"

"तू नकाशा पाहिला आहेस का?"

"होय."

"मग पहिल्या एक्झिटमधून बाहेर पड आणि उत्तरेकडं येत रहा. हं... जरा थांब!" फ्रॅन्कोनं फोन झाकला आणि त्यानं बाजूच्या माणसाकडं झुकून त्याला आत्ता बस कुठं आहे ते विचारलं. मग तो ॲन्जेलोला म्हणाला, "माझ्या शेजारी

बसलेल्या सद्गृहस्थानं सांगितलंय की, आम्ही नुकतेच क्लिफसाईड पार्क भागात शिरलोय. तेव्हा तुझं बूड आता वेगानं तिकडं हलव.''

फ्रॅन्कोचा शेजारी त्याच्याकडे पाहून मंद स्मितहास्य करत होता, पण फ्रॅन्कोला ते आवडलं नाही. मोहिमेवर असताना लोकांशी कमीतकमी संबंध ठेवणं फार आवश्यक आहे, असं त्याचं मत होतं. म्हणूनच फ्रॅन्को त्या शेजारच्या माणसाशी अगदी थातूरमातूर बोलला.

दहा मिनिटांनंतर फ्रॅन्कोच्या शेजाऱ्यानं त्याला किंचित ढोसलं.

''माझा स्टॉप आलाय,'' असं म्हणून तो उठून उभा राहिला.

फ्रॅन्कोनं त्या माणसाला बाहेर पडण्यासाठी जागा करून दिली आणि हा स्टॉप कोणता आहे ते विचारलं.

''रिजफील्ड.''

फ्रॅन्कोनं फोन उघडला आणि ॲन्जेलोला आपण कुठं आहोत याची माहिती दिली.

''याचा अर्थ मी पंधरा ते वीस मिनिटं मागे पडलोय,'' ॲन्जेलो म्हणाला. दहा मिनिटांनंतर ॲमी उठून उभी राहिली. बसचा वेग आता कमी होऊ लागला होता. फ्रॅन्कोनं बाजूच्या एका बाईला हा स्टॉप कुठला आहे हे विचारलं. तिला माहीत नव्हतं. पण तिच्या शेजारी बसलेल्या माणसानं नाव सांगितलं, ''पलिसडेस पार्क.''

फ्रॅन्कोनं खाली वाकून ॲन्जेलोला फोन केला. ''पलिसडेस पार्क.'' हे सांगत असतानाच बस थांबली. फ्रॅन्कोला रस्त्याची पाटी दिसली.

''ब्रॉड अव्हेन्यू. पलिसडेस पार्क.''

''ठीक.''

फ्रॅन्को उठून उभा राहिला. इतरही काही लोक उतरण्याच्या तयारीत होते. ॲमी बरीच पुढे होती. लोकं उतरत असल्यानं त्याला ॲमीच्या पाठोपाठ लगेच उतरता आलं नाही. फ्रॅन्को खाली उतरला तेव्हा त्याला काय करावं हे कळेना. कारण ॲमी कुठेच दिसत नव्हती. क्षणभर गोंधळून गेल्यानंतर फ्रॅन्को बसच्या मागच्या बाजूला धावत गेला, तेव्हा त्याला ॲमी रस्त्याच्या पलीकडे दक्षिण दिशेनं जाताना दिसली.

फ्रॅन्कोनं भराभरा रस्ता ओलांडला आणि त्यानं ॲमीला गाठलं.

''मिस ॲमी ल्युकास,'' फ्रॅन्कोनं ॲमीच्या मागे चार-पाच पावलं असताना हाक मारली. तिथं फारशी गर्दी नव्हती. पण तो भाग निर्मनुष्यही नव्हता. त्यामुळे ॲमीला फारसं असुरक्षित वाटणार नाही, असा त्याचा अंदाज होता.

ॲमी थांबली आणि तिनं फ्रॅन्कोकडे पाहिलं. फ्रॅन्को आणखी पुढे आल्यावर

ती एक पाऊल मागे सरकली.

"तुम्हाला त्रास देतोय म्हणून माफ करा मॅम," फ्रॅन्को म्हणाला. त्यानं पूर्वी टी.व्ही.वर पाहिलेल्या एका पात्राची नक्कल केली होती. हा कार्यक्रम त्याला फार आवडत असे. "पण मला काही प्रश्न विचारायचे आहेत."

"कशाबद्दल?" ॲमीनं नर्व्हसपणानं आजूबाजूला नजर फिरवली.

"तुमचे बॉस पॉल यांगबद्दल."

ॲमीची नजर जराशी बदलली आहे हे फ्रॅन्कोला जाणवलं.

"तो ठीक आहे ना? कुठं आहे आत्ता?" ॲमीनं विचारलं.

"तो फेडरल कस्टडीमध्ये आहे. त्यानंच तुमच्याशी संपर्क साधायला सांगितलं आहे."

ॲमीच्या चेहऱ्यावर आता काळजी दिसू लागली. "पण तो कस्टडीत असण्याचं कारण काय? आणि त्यानं माझ्याशी अशा प्रकारे संपर्क साधायला का सांगितलं? मला काहीही माहिती नाही."

"माफ करा मॅम," फ्रॅन्को हलक्या पण अधिकारी काढतात तशा आवाजात म्हणाला, "मला वाटतं की तुम्हाला माहिती आहे. हा आठ-के फॉर्मचा अतिशय गंभीर मामला आहे. मला असं कळलंय की ह्या फॉर्मची एक प्रत तुमच्याजवळ आहे. ऑफिसात, घरी किंवा इथं."

ॲमी आता भेदरलेल्या सशाप्रमाणे पाहू लागली. पण ती पळून जाण्याचा प्रयत्न न करता जागीच थांबली.

"मी एस.ई.सी.साठी काम करतो. तेव्हा आता आपण का बोलायला हवं ते लक्षात आलं असेलच."

"आलं," ॲमी कशीबशी म्हणाली.

"इथं चांगला गारठा आहे. आपण जवळ कुठं एखादी चांगली सार्वजनिक जागा असेल तर तिथं जाऊ, म्हणजे मग तुम्हाला एखाद्या अनोळखी माणसाशी बोलायला अडचणीचं वाटणार नाही."

ॲमीनं पुन्हा आजूबाजूला नजर फिरवली.

"एखादा बार असला तरी हरकत नाही. अशा ठिकाणी खासगी संभाषण सहज करता येतं. तुम्ही ह्या कायदेशीर भानगडीत गुंतलेल्या नसाल अशी आम्हाला आशा आहे."

"रस्त्याच्या पलीकडे पीटेज बार आहे," ॲमी बोट दाखवत म्हणाली.

"तुम्ही तिथं नेहमी जाता का?" फ्रॅन्कोनं विचारलं. त्याला लांबून जे दिसलं त्यानुसार तो स्थानिक बार यथातथाच वाटत होता. त्याच्या कामाच्या दृष्टीनं तो उत्तम होता, पण ॲमी जर तिथं नेहमी जाणारी असेल तर मात्र त्यात

धोका होता.

"मी कधीच तिथं जात नाही," ॲमी म्हणाली, "हा बार तसा चांगला मानला जात नाही."

"चालू शकेल," फ्रॅन्को म्हणाला, "मी माझा सहकारी फॅसिओलो याला फोन करतो."

फ्रॅन्कोनं फोन उघडला आणि ॲन्जेलोचा नंबर लावला. "एजंट फॅसिओल्डो," फ्रॅन्को मनात येणारं हसू दाबत म्हणाला, "साक्षीदार आत्ता माझ्यासमोर आहे. ती सहकार्य करते आहे. आम्ही एका बारमध्ये जाऊन बोलणार आहोत. त्याचं नाव पीटेज बार. हा बार ब्रॉड अव्हेन्यूवर आहे. पलिसडेस पार्क. जवळचा चौक सांगायचा तर..." फ्रॅन्कोनं फोन बाजूला ठेवून ॲमीला विचारलं.

"तिकडं ते रस्त्याला कडेला असणारे काँक्रीटचे खांब दिसताहेत ना? तो रूट फॉर्टीसिक्स आहे."

फ्रॅन्कोनं ही माहिती ॲन्जेलोला सांगितली आणि फोन बंद केला. मग दोघं रस्ता ओलांडून बारमध्ये शिरले.

बारच्या आत शिरल्यावर बियरचा शिळा वास नाकात भरत असला, तरी फ्रॅन्कोला बार एकदम हवा तसाच आहे, हे लक्षात आलं. आत प्रकाश मंद होता. जोरदार आवाजात रॅप म्युझिक वाजत होतं. बारमध्ये खूप गर्दी नव्हती. काहीजण टेबलांपाशी बसून पीत होते. तर काही मागच्या बाजूला खेळत होते. उजव्या बाजूला काही रिकामे लाकडी बूथ दिसले. फ्रॅन्को ॲमीला त्यातल्या एका बूथमध्ये घेऊन गेला. जाताना तिला आपला जरासाही स्पर्श होऊ नये, याची तो काळजी घेत होता. ती एवढी सहकार्य करते आहे, हे पाहून त्याला आश्चर्य आणि आनंद झाला होता. आपण टाकलेल्या जाळ्यात ती अलगद सापडली, म्हणून त्यानं मनोमन स्वत:ची पाठ थोपटली.

बूथमध्ये समोरासमोर बसल्यानंतर फ्रॅन्को हातावर हात चोळत म्हणाला, "ह्या महिन्यात असायला हवी त्यापेक्षा जास्त थंडी आहे, नाही?"

ॲमीनं मान डोलावली. पॉलनं आपल्याला या प्रकारात अडकवलं म्हणून तिला राग आला होता. शिवाय आता आपल्याला अटक होणार, या कल्पनेनं ती भेदरली होती.

"आपण काहीही न घेता इथं बसलं तर ते बारवाल्यांना चालणार नाही. तुम्ही काय घेणार? आणि एक गोष्ट सांगतो, तुम्ही जरी काहीही घेतलं नाही तरी चालेल. खरं म्हणजे मी ड्युटीवर असताना पिणं अयोग्य आहे. पण मला कॉकटेलचा एखादा ग्लास नक्कीच आवडेल."

ॲमी तशी फारशी पीत नसे. पण कधीमधी व्होडका घ्यायला तिला

आवडत असे. तिला व्होडका घेतली की, जरा शांत वाटत असे. विशेषत: मनात खळबळ असेल, तर थोडीशी व्होडका घेतली की तिचं मन स्थिर होत असे. आताही तिला व्होडकाची गरज वाटू लागली होती.

“मला डर्टी व्होडका मार्टिनी चालेल.” ॲमी थोडीशी शरमून म्हणाली.

“छान,” फ्रेन्को अजूनही उष्णता निर्माण करण्यासाठी हात चोळत होता. “मला वाटतं की, इथं वेट्रेस नाही. मला तिकडं जाऊन ऑर्डर द्यावी लागेल. तेव्हा मी आलोच एवढ्यात.”

बारपाशी जाऊन फ्रेन्कोनं ॲमीसाठी मार्टिनी आणि स्वत:साठी बूरबाँची ऑर्डर दिली. मिशाळ आणि हातांवर गोंदलेल्या बार टेंडरनं अगोदर ॲमीचं पेय बनवलं. ते समोर ठेवत तो फ्रेन्कोला म्हणाला, “मस्त माल आहे.”

बार टेंडर फ्रेन्कोचं पेय बनवण्यासाठी वळताच फ्रेन्कोनं हळूच डेटच्या वेळी वापरण्याची एक गोळी ॲमीच्या ग्लासात टाकली. दोन्ही पेयं तयार झाल्यानंतर बार टेंडरनं त्याला बिल कसं देणार ते विचारलं. फ्रेन्कोनं त्याच्यासमोर वीस डॉलरची नोट ठेवली, “सुटे राहू देत.”

टेबलापाशी परत आल्यावर फ्रेन्कोनं ॲमीचा ग्लास तिच्या हातात दिला. गोळीचा परिणाम आवाज व्हायला किती वेळ लागतो हे त्याला पहायचं होतं. संगीताचा आवाज मोठा असूनही बूथ असल्यामुळे बोलणं शक्य होत होतं. पण आता फ्रेन्कोपुढे मुख्य समस्या होती ती ॲन्जेलो येईपर्यंत काहीतरी बोलणं चालू ठेवण्याची. अर्थात त्याला ॲमीचा बॉस चौकशीसाठी ताब्यात आहे, वगैरे दिशा पकडूनच हे सगळं बोलावं लागणार होतं.

पण दहा मिनिटांनंतर फ्रेन्कोला आता काय करावं ते सुचेना. कारण त्याच्याजवळ विचारण्यासारखे काही प्रश्न उरलेले नव्हते. पण त्याच्या सुदैवानं त्याला जाणवलं की, ॲमीचं बोलणं जड होऊ लागलं आहे. तिच्या हालचालीही किंचित मंदावलेल्या दिसल्या. काही वेळानं तिच्या पापण्या जड होऊ लागल्या. आता तिला डोळे उघडे ठेवण्यासाठी प्रयास करावे लागत होते.

“आठ-के फॉर्मचं काय?” फ्रेन्कोने विचारलं. खरं म्हणजे हा आठ-के फॉर्म म्हणजे काय प्रकार आहे, याची त्याला पुसटशीही कल्पना नव्हती. त्यानं फक्त पॉल यांग आणि व्हिनीचं फोनवरचं बोलणं ऐकलेलं होतं.

“त्याचं काय?” बोलताना ॲमी अडखळली होती.

‘काय’ म्हणायच्या ऐवजी त्यात आणखी एक ल घेऊन ती ‘क्लाय’ म्हणाली होती. तिनं पेयाचा आणखी एक घोट घेतला. तिनं ग्लास खाली ठेवला तेव्हा ती किंचित थरथरते आहे हे फ्रेन्कोच्या लक्षात आलं.

“कुठं आहे तो फॉर्म?”

“माझ्या त्या जुन्या विश्वासू पर्समध्ये.” ॲमी पर्सवर टकटक करत म्हणाली.

“मला देऊन टाकायला हरकत नाही!”

“जरूर.” ॲमीनं पर्समध्ये घालण्यासाठी फिरवलेला हात हवेतच जरा वेळ फिरला होता. तिनं प्रयासानं पर्सची चेन उघडली आणि यु.एस.बी. पेनड्राईव्ह काढून फ्रेन्कोच्या हातात दिला.

फ्रॅन्कोनं तो पेनड्राईव्ह उलटासुलटा करून पाहिला. त्यानं कधीच हा प्रकार पाहिलेला नव्हता. पेनड्राईव्ह पाहत असताना त्याला डोळ्यांच्या कोपऱ्यात दिसलं की, ॲन्जेलो बारमध्ये शिरतोय. काही जणांनी त्याच्याकडे घृणेनं पाहिलं. ॲन्जेलोही त्यांच्याकडे रागानं पाहतोय, हे फ्रॅन्कोच्या लक्षात आलं. ॲन्जेलोचा चेहरा पाहून नेहमी असं होत असे.

पेनड्राईव्ह खिशात टाकून फ्रॅन्को उठून उभा राहिला. “एजंट फॅसिओलो,” त्यानं हाक मारली, “इकडं ये.”

एकदोन क्षण ॲन्जेलोला काहीच कळलं नाही. आता आपल्यालाच पुढे होऊन त्याला आणावं लागणारं, असं फ्रॅन्कोला वाटत असतानाच ॲन्जेलो स्वत:हून त्यांच्या टेबलाच्या दिशेनं येऊ लागला.

“XXX” ॲन्जेलो मागच्या दिशेनं इशारा करत म्हणाला.

“जाऊ दे. ते तुझ्या ब्रिसोनी जाकिटाकडे पाहून जळताहेत.”

“हं...” ॲन्जेलो गुरगुरत म्हणाला.

“ॲमी ल्युकास,” फ्रॅन्को ॲमीकडे बोट दाखवत म्हणाला. मग त्यानं ॲन्जेलोच्या खांद्यावर हात ठेवला, “आणि हा आहे माझा एजंट फॅसिओलो. मी मघाशी ज्याच्याशी बोललो तोच.”

“ओह् डियर!” ॲमी ॲन्जेलोच्या चेहऱ्याकडे पाहून म्हणाली.

“तिला डॉ. ट्रेव्हिनोकडची खास गोष्ट दिली आहे ना?”

“एकच. साधारण दहा मिनिटांपूर्वी.”

“उत्तम. तर मग तिला आणखी एक द्यायला हरकत नाही. तिचं पेय बहुदा संपलेलं आहे.”

“तिला आणखी एक दिलं तर ती बेहोष होईल.”

“ए!” ॲन्जेलो म्हणाला. “ती काय पीत होती? मी आणखी एक ग्लास आणतो. मला हा सगळा प्रकार XXX लवकरात लवकर संपवायचाच.”

“थांब!” फ्रॅन्को म्हणाला. “मी आणतो. तिथं बारपाशी त्या सगळ्या दारुड्यांनी तुझ्याकडं पाहून आणखी काही बोलायला नकोय मला.”

“ठीक आहे,” ॲन्जेलो म्हणाला. “मी इथं या सुंदर पोरीबरोबर थांबतो.”

फ्रॅन्कोनं ॲन्जेलोला टेबलापासून बाजूला नेलं आणि त्याच्या कानात म्हणाला,

“आपण एस.ई.सी.चे एजंट आहोत. त्याचं भान ठेवून तसा वाग.”

“बरं.” असं म्हणून अ‍ॅन्जेलो अ‍ॅमीच्या शेजारी बसू लागला. अ‍ॅमीनं सरकून त्याला जागा करून दिली.

पंधरा मिनिटांनंतर हे स्पष्ट दिसू लागलं होतं की, अ‍ॅमीला आता सगळ्याची मजा वाटत होती. काही वेळा ती चिरक्या आवाजात मोठ्यानं हसत होती. एकदोनदा तिचं हसणं ऐकून बार टेंडरनं त्यांच्याकडे नजर टाकली होती.

फ्रॅन्कोनं अ‍ॅन्जेलोकडं पाहिलं आणि दाराकडे पाहून मान हलवली.

अ‍ॅन्जेलोला त्याचा इशारा समजला. त्यानंही होकारार्थी मान डोलावली.

“काळी सुंदरी कुठं आहे?” फ्रॅन्कोनं विचारलं.

“कोपऱ्यावर जवळच,” अ‍ॅन्जेलो म्हणाला. मग तो अ‍ॅमीकडे वळून म्हणाला, “मी एका मिनिटात आलोच... हनी..”

अ‍ॅमीनं आणखी एक घोट घेतला.

“तुम्ही हे असं कशासाठी केलंय?” अ‍ॅमीच्या केसांकडे पाहत फ्रॅन्कोनं विचारलं.

अ‍ॅमीने खांदे उडवले आणि मग हसली, “गंमत आहे नाही! मी हे असं करण्याआधी माझ्याकडे कोणीही पाहत नसे.”

फ्रॅन्कोनं अ‍ॅमीकडे निरखून पाहिलं. ती आता ताठ बसण्याचा प्रयत्न करत होती. काही मिनिटांनी अ‍ॅन्जेलो परत आला. “गाडी दारातच आहे.”

“छान, अ‍ॅमी चल.” फ्रॅन्को अ‍ॅमीच्या दंडाला धरत म्हणाला.

“पण अजून माझं पिऊन झालेलं नाही,” ती जरुरीपेक्षा जास्त दुःखी स्वरात म्हणाली. पण लगेचच जोरात हसली.

“मला वाटतं, हे पुरेसं झालंय आता,” अ‍ॅन्जेलोला इशारा करत फ्रॅन्को म्हणाला. दोघांनी मिळून तिला उभं केलं. मग तिच्या दोन्ही बाजूंनी चालत, तिला आधार देत ते बारच्या बाहेर आले. तिला गाडीत घालायला काहीच प्रयास करावे लागले नाहीत. “तिच्याजवळ बस,” फ्रॅन्कोनं आज्ञा सोडली. “जर तिला ओकारी व्हायला लागली तर तिचं डोकं बाहेर काढ.”

अ‍ॅमीला मागच्या सीटवर एका बाजूला बसवून त्यांनी तिच्या बाजूच्या खिडकीची काच खाली घेतली, तेव्हा बारमधून एक माणूस बाहेर पडला. पण त्या दोघांना तो दिसला नाही. त्यानं एक ढगळा स्वेटर घातला होता. त्याच्या डोक्यावर यांकी बेसबॉलची टोपी होती. अ‍ॅन्जेलो आणि फ्रॅन्कोकडे न पाहता तो ब्रॉड अव्हेन्यूवर उत्तरेकडे चालू लागला.

“झालं का?” फ्रॅन्कोनं आरशात पाहून विचारलं.

“होय.”

फ्रॅन्कोनं नकाशा पाहिला आणि होबोकेनकडे लवकरात लवकर कोणत्या मार्गानं पोहोचता येईल याचा विचार केला. त्यानं ब्रॉड अव्हेन्यूवर यू टर्न घेतला आणि दक्षिणेकडे निघाला.

काही वेळ गेल्यानंतर अॅन्जेलो म्हणाला, ''मला वाटतं, आपण हे जे सगळं करतोय ते कळल्यावर व्हिनी खूष होईल. गर्दीच्या वेळी टनेलमधून न्यूजर्सी भागात शिरणं म्हणजे xxx प्रकार होता.''

''मी तर हे सगळं पाहून खलासच झालो असतो. दररोज असा बसचा प्रवास करायचा! म्हणजे महाभयंकर आहे सगळंच.''

मरीना भागात जाईपर्यंत कोणीही बोललं नाही. फ्रॅन्कोनं गाडी आदल्या दिवशी लावली होती, त्याच ठिकाणी उभी केली आणि बंद केली. त्यानं दिवे विझवले. काल रात्रीप्रमाणेच त्या वेळीही तिथं गडद अंधार होता. दोघं उतरून मागच्या दारापाशी आले. त्यांनी दार उघडताच अॅमीचं डोकं दुसऱ्या बाजूला कलंडलं.

''ओके बेबी! आता उठायची वेळ झाली,'' अॅन्जेलो म्हणाला. त्यानं आत शिरून अॅमीचा सीटबेल्ट सोडवला. मग दोघांनी तिला गाडीबाहेर काढलं.

''तिचं वजन फार नाहीये. होय ना?'' फ्रॅन्को म्हणाला.

''ती लहानखुरी आहे, असं तिचा बॉस काल म्हणाला होता ते खरंच आहे.''

दोघांना मिळून अॅमीला धक्क्याजवळ न्यायला काहीच अडचण आली नाही.

गार हवा लागल्यानं अॅमी जराशी शुद्धीवर आली होती. त्यामुळे ती स्वतःहून चालत होती. फक्त छोट्या फळीवरून तिला बोटीत नेणं जरासं अवघड गेलं होतं.

''आपण बोट सुरू करून आत नेईपर्यंत हिचं काय करायचं?''

''ती तशी ठीक आहे. तिला पुढच्या भागातल्या एका केबिनमध्ये ठेवू या. ती उठून धडपडत जाऊन पाण्यात पडायला नकोय. मी आत जाऊन दिवे सुरू करेपर्यंत इथं तिच्यावर लक्ष ठेव.''

धक्क्यावर जरी अॅमीला चालवणं सोपं गेलं असलं तरी बोटीत मात्र त्यांना जरासा त्रास झाला. अखेर दोघांनी तिला एका केबिनमध्ये नेऊन पलंगावर टाकलं. तिचे पाय खाली लोंबकळत होते. तिला ओकारी झाली तर, असा विचार करून त्यांनी तिच्या डोक्याखाली दोनचार टॉवेल टाकले.

तिला पलंगावर टाकल्यानंतर दोघं तिच्याकडे पाहू लागले. अचानक फ्रॅन्को पुढे झाला आणि त्यानं अॅमीच्या कोटाला हात घालून तो धसमुसळेपणानं

खेचला. बटणं इतस्तत: उडाली.

"हे बघ... " फ्रॅन्को म्हणाला. "तिचे हे केस सोडले तर ती तशी वाईट नाही. तुला काय वाटतं?"

"आपण तिला नाहीतरी डेटच्या वेळी वापरायची खास गोळी दिली आहे. तेव्हा आपण वेळ वाया घालवायला नको." अॅन्जेलो अर्धवट हसत म्हणाला.

फ्रॅन्को आणि अॅन्जेलोनं एकमेकांकडे पाहिलं. आधी अर्धवट स्मित करत ते दोघं हसू लागले.

"ठीक आहे." फ्रॅन्को म्हणाला, "एकदा आपण पाण्यात शिरलो की मग नाणं उडवूनच ठरवू."

"झकास!"

फ्रॅन्को आणि अॅन्जेलो डेकवर गेले. अॅन्जेलो बोटीचे दोर सोडण्यासाठी गेला. अॅन्जेलोनं दोऱ्या सोडेपर्यंत फ्रॅन्कोनं इंजीन सुरू केलं होतं.

मांजराच्या गुरगुराटाप्रमाणे आवाज करत इंजीन सुरू झालं. अॅन्जेलोनं धावत जाऊन दोरीचा अखेरचा भाग डोलकाठीपाशी टाकला. तो हे करत असताना धक्क्यापाशी मागच्या बाजूला क्षणभर दिवे दिसले. त्यानं अंधारात नजर ताणून पाहिलं. पण त्याला पुन्हा दिवे दिसले नाहीत. त्याला वाटलं की, कशाचंतरी प्रतिबिंब पडलं असेल. त्यानं तिकडं दुर्लक्ष केलं आणि फ्रॅन्कोला सर्वकाही ठीक असल्याचं ओरडून सांगितलं.

ब्रेनन धक्क्यावरच्या पेट्रोलपंपामागे दडून पाहत होता. तो तिथं जरा जास्त वेळ थांबला. त्याला आणखी धोका पत्करायचा नव्हता. काही वेळापूर्वी बोटीचं नाव पाहण्याचा प्रयत्न करताना बहुधा तो अॅन्जेलोला पुसटसा दिसला होता. अॅन्जेलो क्षणभर सावध होऊन अंधारात डोळे ताणून पाहतोय हे ब्रेननच्या लक्षात आलं होतं. नंतर ब्रेननच्या लक्षात आलं की, बोटीचे दिवे त्याच्या दुर्बिणीत प्रतिबिंबित होऊन अॅन्जेलोला दिसले होते.

बोटीच्या इंजिनाचा आवाज जवळजवळ ऐकू येईनासा झाल्यावरच ब्रेनन बाहेर आला. त्याला दूरवर जाणारे बोटीचे दिवे दिसले. तो आता धक्क्यावरून मागे झाला. अंधारात त्याला कार्लोची काळी गाडी दिसली नव्हती. तो गाडीवर जवळ जवळ धडकलाच होता. त्यानं धापा टाकत गाडीचं दार उघडलं.

"हं...?"

ब्रेनननं जरा दम घेऊ दे अशा अर्थी हात वर केला. मग जरा वेळानं तो म्हणाला, "त्यांनी तिला बोटीवर नेलंय."

“आपण इथं धक्क्यावर आहोत हे पाहता तुझी माहिती काही फार उद्‌बोधक नाही वाटत मला. तू म्हणाला होतास की, त्यांनी तिला कसलं तरी गुंगीचं औषध दिलं असणार.”

“नक्कीच!” ब्रेनन उसळून म्हणाला. त्याला कार्लोनं त्याच्यावर हुकमत गाजवणं फारसं आवडलं नव्हतं.

“ठीक आहे... ठीक आहे...”

“तुझा माझ्यावर विश्‍वास नसेल तर तू स्वत: जरा धावपळ कर की.”

“मी ठीक आहे म्हणालो ना? बरं, तुला काय वाटतं की त्यांनी हा सगळा उपद्‌व्याप केवळ तिच्याबरोबर झोपण्यासाठी केला असेल? म्हणजे त्यांनी केवढा खटाटोप केला पहा. क्वीन्समध्ये त्यांना हव्या तेवढ्या पोरी सहज मिळाल्या असत्या. त्यासाठी हे सगळं करत बसायची काहीच गरज नव्हती.”

“नक्कीच हे कारण नाही,” ब्रेनन फटकारत म्हणाला. “तुला असं वाटलं तरी कसं? तुझं डोकं जागेवर आहे ना?”

काही वेळ दोघे गप्प बसून राहिले. त्या संध्याकाळच्या धावपळीनं दोघंही वैतागले होते. अखेर काही वेळानं कार्लो म्हणाला, “आपण दोघं एकमेकांची बुडं शेकत बसायची गरज नाही. आपण बॉसला काय सांगायचं ते ठरवायला हवं.”

“त्यांनी तिला केवळ झोपण्यासाठी बोटीवर नेलं नाही हे तर उघडच आहे. कारण ती पोरगी फार खास आहे असंही नाही. काहीतरी असं आहे की जे आपल्याला कळलेलं नाही.”

“तुला बारमध्ये त्यांचं काहीही बोलणं ऐकू आलं नव्हतं?”

ब्रेनननं कार्लोकडे जळजळीत नजरेनं पाहिलं.

“ठीक आहे... तू मघाशी मला ते सांगितलं होतंस, पण तुला जर काही कळलं असतं तर फार बरं झालं असतं.”

“तिथलं संगीत फार दणदणीत होतं. लूम! लूम! लूम!” ब्रेनन मूठ दुसऱ्या तळहातावर आपटत म्हणाला, “संभाषण ऐकणं बाजूला राहिलं. मला माझे स्वत:चेच विचार नीट कळत नव्हते.”

“ठीक आहे. पण आता ते परत आले नाहीत तर आपण त्यांचा पाठलाग करू शकणार नाही.”

‘किती शहाणपणाचं बोलणं आहे हे!’ ब्रेनन मनाशी म्हणाला.

“मी दुर्बीण आणली म्हणून बरं झालं. मला त्यामुळे बोटीचं नाव कळलंय असं वाटतं. म्हणजे मला अंधारात नीट दिसलं नव्हतं. पण ते ‘फुल स्पीड अहेड’ असं काहीतरी होतं.”

“ओहो,” कार्लो म्हणाला, “हे महत्त्वाचं आहे. बार्बेराला ते नक्कीच आवडेल.”

‘होय का?’ ब्रेनन मनातल्या मनात म्हणाला. काही वेळा त्याल कार्लो मद्दड असूनही फॅमिलीत एवढा वर कसा काय गेला याचं आश्चर्य वाटे. कार्लोनं सेलफोन बाहेर काढून बर्बेराला फोन केला. त्यानं बर्बेराला त्या संध्याकाळी काय काय घडलं याची थोडक्यात माहिती दिली. त्याला हे सगळं ऐकून धक्का बसला होता. ती पोरगी कुठं काम करते हे त्याला हवं होतं. पण कार्लो आणि ब्रेननला ते माहीत नव्हतं. त्यानं मग बोटीचं नाव माहीत आहे का ते विचारलं.

“आम्हाला वाटतं ते की नाव ‘फुल स्पीड अहेड’ असं काहीतरी आहे. इथं अंधार आहे. पण ब्रेननं दुर्बीण आणल्यामुळे हे नाव दिसलं.”

कार्लोनं आपल्याला कामाचं श्रेय दिलं हे पाहून ब्रेननं मान डोलावली.

“तुम्ही लोक फार छान काम करता आहात,” लुई बर्बेरा म्हणाला, “तुमची माहिती फार महत्त्वाची आहे. व्हिनीनं न्यूजर्सीत एक बोट लपवली आहे हे माहिती नव्हतं. तो हल्ली ड्रग्ज कुठून आणि कशी आणतो, याचं कोडं कदाचित आता सुटेल.”

“आम्ही आता काय करायचं आहे?”

“तिथंच थांबा आणि ते परत येतात का ते पहा. त्यांच्याबरोबर ती पोरगी आहे का ते नीट पहा. जर हे काम लवकर झालं तर ट्रम्प टॉवरकडं जा आणि तिथं कोणकोणत्या कंपन्या आहेत याची यादी मिळवा. जर तिथं काही शिजत असेल तर मला तर ते लवकर कळायला हवंय.”

कार्लोनं फोन बंद केला आणि तो ब्रेननकडे वळला, “ऐकलंस ना? आपल्याला इथंच थांबायचं आहे.”

“बोटीचं नाव मी पाहिलं, याचं श्रेय देण्याबद्दल आभार.”

“ते योग्यच केलं मी. आपण कॉफी पिऊन यायचं का? हे लंपट लफंगे परत केव्हा येतात कोणास ठाऊक?”

“ही आजच्या दिवसातली तुझी सर्वोत्तम कल्पना आहे.”

“कसं काय?” ॲन्जेलो परत आल्यावर फ्रॅन्कोनं विचारलं. बोट आता व्यवस्थित वेगानं जात होती. फ्रॅन्कोनं इंजिनाचा आवाज फार मोठा येणार नाही, अशा बेतानं वेग राखला होता.

“ती म्हणाली की तिला मी जास्त आवडलो. कारण तिला ‘छोटं’ काही आवडत नाही.”

फ्रॅन्कोनं गमतीनं अॅन्जेलोला फटका मारला. अॅन्जेलोनं तो हसत चुकवला. थोड्या वेळापूर्वी नाणेफेकीचा कौल फ्रॅन्कोच्या बाजूनं लागला होता. अॅन्जेलो बोट चालवत असताना फ्रॅन्कोनं अर्धवट शुद्धीत असलेल्या ॲमीबरोबर मजा मारली होती. आता अॅन्जेलोची पाळी होती.

''आपण किती दूरवर जाणार आहोत? लांबवर दिसणाऱ्या न्यूयॉर्क शहरातल्या दिव्यांकडे पाहत अॅन्जेलोनं विचारलं. त्यांच्या उजव्या बाजूला न्यूजर्सीचा किनारा होता आणि स्वातंत्र्यदेवतेचा पुतळा मध्यभागी होता.

''काल जेवढं आत गेलो होतो तेवढंच,'' फ्रॅन्को म्हणाला, ''तू साखळी बाहेर काढली आहेस ना?''

''अजून नाही.'' काही वेळानं अॅन्जेलोनं विचारलं, ''बरं. आपण हिचं काय करणार आहोत?''

''हे तू का विचारतो आहेस? काल जे केलं तेच करायचंय. गोळी घालायची आणि पाण्यात फेकून द्यायचं.''

''गोळी घालत कशाला बसायचं?''

फ्रॅन्कोनं अॅन्जेलोकडं पाहिलं. ''आपण तिला पाण्यात फेकलं तसंच, तर ती जिवंत असेल.''

''बरं मग?''

फ्रॅन्कोनं खांदे उडवले, ''तिला जिवंत असताना फेकून देणं योग्य वाटत नाही. ते मानवी ठरणार नाही.''

''म्हणजे तू माणूस आहेस, असं तुला वाटत की काय फ्रॅन्को?''

फ्रॅन्को काही क्षण समोर पाण्याकडे पाहत राहिला. त्यानं इंजिनाचा वेग कमी केला. मग तो अॅन्जेलोकडं वळला आणि रागानं म्हणाला, ''तुला नेमकं काय म्हणायचं आहे? तू माझ्याशी कसला तरी खेळ खेळतो आहेस का?''

''नाही!'' अॅन्जेलो म्हणाला. ''जीझ... शांत हो! मी हे असं म्हणालो कारण मला खरोखरच तसं वाटतंय. तिला ठार न करता तसंच फेकणं बरोबर नाही. मला असं वाटतंय की आपण म्हातारे होऊन थोडे नरम पडतोय की काय?''

''तू फक्त तुझ्याबद्दल बोल.''

''फ्रॅन्को, आपण चर्चा करतोय, वादविवाद नाही. पूर्वीच्या काळी आपल्यासारखे जे लोक होते, त्यांच्या मानानं आपण अगदीच शेळपट आहोत.''

'''XXX , हे तू काय बोलतो आहेस?''

''मी एक सिनेमा पाहिला होता. त्यात खरेखुरे बॉस लोक काय करतात ते दाखवलं होतं. कोणातरी एकाला ते उडवण्याठी नेतात. जसं आज आपण

करतोय ना तसंच. ते त्या माणसाला बांधतात आणि त्याचे पाय सिमेंटमध्ये ठेवतात. सिमेंट वाळून घट्ट होईपर्यंत आपलं काय होणार आहे हे त्या माणसाला कळत असतं... ती माणसं आपल्यासारखी नाही, तर खरी मर्द होती!''

''तुझं डोकं सरकलंय.''

''तसंही असेल. पण मला एक दिवस हे असं करायचंय. आता तर लवकर वाळणारं सिमेंट बाजारात मिळतं. त्यामुळे काम आणखी सोपं होईल.''

''हे सगळं ठीक आहे. पण एक गोष्ट नीट ऐक. तुझ्या ह्या गमतीखातर आपण आज रात्री तसलं काही आणायला दुकानात जाणार नाही. कळलं?''

१२

३ एप्रिल २००७
संध्याकाळी ७ वाजून १७ मिनिटं

ट्रम्प टॉवरच्या दारामधून बाहेर पडून अॅन्जेला घाईघाईनं फिफ्थ अव्हेन्यूच्या गर्दीत मिसळली. दक्षिण दिशेनं पायी जाणाऱ्या माणसांची मोठी गर्दी तिथं होती. छप्पन्नाव्या रस्त्यापाशी चौकात सिग्नलजवळ तिला थांबावं लागलं. तिनं घड्याळ्याकडे नजर टाकली. डिनरसाठी जायला तिला अगोदरच उशीर झाला होता. तिला नेहमी सगळीकडेच उशीर होत होता. कामाचा रेटाच एवढा जबरदस्त होता की काहीही केलं तरी वेळ पाळता येत नव्हती.

खरं तर जेवणासाठी मुद्दाम वेगळा वेळ काढणं आपल्याला शक्य नाही याची अॅन्जेलाला कल्पना होती. पण त्या दिवशी डॉ. लॉरी मॉंटगोमेरीशी थोडीफार झक्काझक्की होणं आणि तिच्याच एका सहकाऱ्यानं जेवायला जाण्यासाठी वारंवार आग्रह करणं हा योगायोग पाहून तिला वाटलं, की त्याचा फायदा घ्यावा. आपल्या कंपनीत चालू असलेल्या कठीण पेचप्रसंगाच्या संदर्भात लॉरी घातक ठरू शकते हे अॅन्जेलाला जाणवत होतं. म्हणूनच ती किती त्रासदायक ठरू शकेल याचा अंदाज तिला हवा होता.

अॅन्जेलाचे विचार आता ऑफिसातल्या इतर अडचणींकडे वळले. पॉल यांग अजूनही कुठं आहे याचा काही पत्ता लागलेला नव्हता. तिनं बॉबला फोन करून त्याला काही कळलं का ते विचारलं. पण बॉबला काही कळलेलं नव्हतं. बॉबला तिनं विचारलं की, मायकेलनं जे जास्तीचे पन्नास हजार द्यायचं कबूल केलं होतं त्याचं काय झालं. बॉबनं सांगितलं होतं की, बाकी सगळी व्यवस्था

झालेली आहे. पण अजून फक्त प्रत्यक्ष रक्कम आलेली नाही. ही रक्कम सकाळपर्यंत आपल्या हातात पडेल असा बॉबचा अंदाज होता.

ऑफिसमधून बाहेर पडताना ॲन्जेलाला आणखी एका प्रश्नात लक्ष घालावं लागलं होतं. सिंथिया सार्पौलस आणि एंजल्स ऑर्थोपेडिक हॉस्पिटलचा प्रमुख हर्मन स्ट्रॉस यांच्यात भांडण झालं होतं. ज्या ठिकाणी डेव्हिड जेफ्रीजवर शस्त्रक्रिया झाली, त्या ठिकाणी जरी संपूर्ण साफसफाई झाली असली तरी ते ऑपरेशन थिएटर आणखी एक दिवस बंद ठेवावं असं सिंथियाचं म्हणणं होतं. उलट ते सुरू ठेवावं असं हर्मनला वाटत होतं. डेव्हिड जेफ्रीजच्यानंतर तिथं चार शस्त्रक्रिया होऊनही त्या रुग्णांना काहीही झालं नव्हतं याकडे हर्मन लक्ष वेधत होता. तरीही आणखी तपासणी करून चोवीस तासांनी काय होतंय ते पहावं यावर सिंथिया अडून बसली होती. सर्वसाधारणपणे अशा वेळी कार्ल पालांकोनं हा वाद मिटवायला हवा होता. पण सिंथियानं आपण काम सोडून जाऊ असा पवित्रा घेतल्यावर ॲन्जेलाला या सगळ्यात लक्ष घालणं भाग पडलं. एम.आर.एस.ए.चं संकट अजून पूर्णपणे टळलेलं नसताना सिंथियानं जाणं तिला परवडणारं नव्हतं.

चोपन्नाव्या रस्त्यावर ॲन्जेला डावीकडे वळून भराभरा चालू लागली. मनावर कितीही ताण असला तरी त्या संध्याकाळी तिनं जेवणाचा आनंद घेण्याचा निश्चय केला होता. अर्थात ती चेटबरोबर जेवण्यासाठी तयार झाली होती यामागे काम हे कारण होतंच. पण तरीही ती ज्या ठिकाणी जात होती ते तिचं आवडतं रेस्टॉरंट होतं.

रेस्टॉरंटची दोन्ही दारं ओलांडून आत शिरल्यावर ॲन्जेलानं कोट सोलून काढल्याप्रमाणे घाईघाईनं काढून तो तिथल्या माणसाच्या हातात दिला. पुढे गेल्यानंतर तिला रेस्टॉरंटचा मालक दिसण्याची अपेक्षा होती. प्रत्यक्षात दोन मालक होते. तिला जो माणूस मालक म्हणून माहीत होता तो अतिशय रुबाबदार आणि प्रसन्न व्यक्तिमत्त्वाचा इटालियन माणूस होता. तो नेहमी कडक इस्त्रीचा पांढरा शर्ट, उत्तम शिवलेला इटालियन सूट आणि त्यावर शोभणारा खास इटालियन पद्धतीचा रंगबिरंगी टाय असा पोषाख करत असे. तिथं त्या वेळी जो माणूस होता तो दणकट शरीरयष्टीचा होता आणि त्याचा पेहराव फारसा औपचारिक पद्धतीचा नव्हता. त्याच्याकडे पाहून हा माणूस माफिया टोळीच्या माणसाचं काम सिनेमात उत्तम करेल असं तिला वाटलं. ॲन्जेलाला पाहून तो त्याच्या जागेवरून उठून आला आणि त्यानं तिचं स्वागत केलं. ॲन्जेला एम.आर.एस.ए. समस्या उद्भवण्याच्या आधी अनेकदा ह्या रेस्टॉरंटमध्ये लंचसाठी येत असे. कारण 'पॉवर लंच' ही त्या रेस्टॉरंटची खासियत होती.

तिथल्या एका वेटरनंही तिला ओळखलं. त्यानं प्रसन्न चेहऱ्यानं स्मितहास्य

करत तिला कोपऱ्यातल्या एका टेबलाकडे बोट दाखवलं, "तुमचे पाहुणे अगोदरच आलेले आहेत."

टेबलापाशी उभ्या असलेल्या चेटनं हात हलवून अॅन्जेलाचं स्वागत केलं. अॅन्जेलानं जरासं चकित होऊन चेटकडे पाहिलं. तो किती देखणा आहे हे ती विसरून गेली होती. त्याच्या चेहऱ्यावरचं एखाद्या लहान मुलासारखं हास्य पाहून हा माणूस एखादा डॉक्टर असेल असं कोणालाही वाटलं नसतं, असा विचार तिच्या मनात आला. त्यातही चेट वैद्यकीय तपासनीस आहे हे कळल्यानंतर तिला आश्चर्य वाटल्यावाचून राहिलं नव्हतं. तिला पॅथॉलॉजी हा विषय फारसा आवडत नव्हता. कोणी माणूस करियर म्हणून हा विषय कसा निवडू शकतो हे तिला कळत नव्हतं.

अॅन्जेला टेबलापाशी जाताच चेटनं तिला आणखी एक धक्का दिला होता. तो पुढे आला आणि त्यानं तिला जवळ घेतलं. तिनंही ती औपचारिकता पूर्ण केली. अखेर तिच्या दृष्टीनं ही भेट म्हणजे तिच्या व्यवसायाचाच एक भाग होता.

"तू किती गडबडीत आहेस याची मला कल्पना आहे. तरीही तू आलीस म्हणून आभार."

"मला असं बोलावल्याबद्दल आभारी आहे. तू एवढा मागे लागला नसतास तर मी जेवण तरी केलं असतं की नाही कोणास ठाऊक."

"मी म्हणालो होतो ना, की जेवायला तर हवंच."

दोघंजण टेबलापाशी बसले.

"हं... अगोदर एक गोष्ट सांगतो, ही माझी पार्टी आहे."

"मला वाटतं की ह्यात माझा चांगलाच फायदा होणार आहे." अॅन्जेला म्हणाली. सान पिएत्रो रेस्टॉरंट किती महागडं आहे याची तिला कल्पना होती.

एखादं मिनिट इकडचं तिकडचं बोलल्यानंतर लगेचच अॅन्जेलानं वेटरला खूण केली. तिला संध्याकाळची ही भेट शक्य तितक्या लवकर आटपायची होती.

तो तरुण वेटर त्यांच्याजवळ आला. त्यानं भराभरा जवळजवळ दोन डझन पदार्थांची नावं सांगितली. मग त्यानं त्यांच्या हातावर मेन्यू ठेवले.

"हा काय विलक्षण प्रकार आहे? त्याला हे एवढं सगळं लक्षात तरी कसं राहतं?" चेट हळूच अॅन्जेलाला म्हणाला.

त्यांनी मग त्यांनी काय हवं ते ठरवलं. त्यात त्यांनी ब्रुनेलो वाईनची निवड केली होती. ऑर्डर देऊन झाल्यानंतर पुन्हा दोघं संभाषणात गुंगून गेले. चेट बोलण्यात एकदम तरबेज आहे हे अॅन्जेलाच्या लक्षात आलं. कालच्याप्रमाणेच

आजही आपल्याला त्याचा नर्मविनोदी स्वभाव आणि खुसखुशीत बोलण्याची लकब आवडते आहे हे तिला जाणवू लागलं होतं. आपण उतावळे आणि किंचित आगाऊपणा करणारे आहोत, हे त्यानं स्वतःच सांगून टाकलं होतं. तिला त्याचा हा मोकळेपणा आणि किंचित बेदरकार वृत्ती आवडली. तिला आपण त्या वेळी भेटीचा आनंद मिळवतोय याची जाणीव होऊ लागली होती. त्याला काही प्रमाणात वाईन कारणीभूत आहे हे देखील तिला कळत होतं. वाईन फारच रुचकर होती. तिला किंचित अपराधी वाटू लागलं, कारण ही वाईन महागडी आहे हे तिला माहीत होतं.

संभाषण पुढे सुरू राहिलं. डिनरसाठी येण्याचा आपला खरा हेतू उघडपणानं सांगणं अॅन्जेला टाळत होती. पण तरीही तिला काहीही करून तो विषय काढायचा होता. तिनं चेटच्या मोकळेपणाचा फायदा घ्यायचं ठरवलं. तिनं त्याला तो डॉक्टर का झाला आणि त्यातही पॅथॉलॉजी हा विषय त्यानं का निवडला असं विचारून सुरुवात केली.

"तुला खरं सांगू की काटछाट करून सजवलेली माहिती सांगू?" चेट झगझगीत हसत म्हणाला.

"खरं!" अॅन्जेला लटका जोर लावत म्हणाली, तिनं वाईनचा आणखी एक घुटका घेतला.

"बहुतेक जण, म्हणजे अठ्ठ्याण्णव टक्के जणांना डॉक्टर व्हायचं असतं. कारण त्यांना लोकांची सेवा करायची असते. पण माझं तसं नाही. मी आठवीत जाईपर्यंत मी पुढं काय करणार हे ठरवलेलं नव्हतं."

"मग काय झालं?"

"माझा एक मित्र होता. जरासा चक्रम म्हणता येईल असा. तो आमच्या बुद्धिबळ क्लबचा प्रमुख होता. त्यानं एक दिवस ठरवून टाकलं की, आपण डॉक्टर होणार. कारण अर्थातच नेहमीचं म्हणजे सेवा, ध्येयवाद वगैरे. मग काय झालं, कल्पना आहे?"

"काय?"

"रातोरात पोरींच्यात हा चक्रम एकदम लोकप्रिय झाला. माझा तर विश्वासच बसेना. मी ज्या पोरीची, म्हणजे स्टासी कॉकबर्नची डेट मिळवण्यासाठी धडपडत होतो ती चक्क ह्या 'हर्बी डिक'च्या मागे लागली." अॅन्जेलानं हसू आवरलं.

"खरंच. त्यावेळी आम्ही अशीच टोपणनावं वापरायचो... तेव्हा मी सुद्धा अचानक आपण डॉक्टर व्हायचं असं ठरवलं आणि त्याचा उपयोग झाला देखील. दोन आठवड्यांनंतर स्टासी माझ्याबरोबर नाचायला आली."

"ते ठीक आहे, पण डॉक्टर होण्यासाठी ही अशी प्रेरणा खरोखरच

पुरेशी होती?''

"मला नेहमीच जीवशास्त्र आवडायचं. तेव्हा वैद्यकीय शिक्षण आवडणं हे ओघानंच आलं. मी डॉक्टर व्हायचं ठरवलं खरं, पण माझे आई-वडील आणि बहिणी मी डॉक्टर होणार हे ऐकून वेड्याच व्हायच्या बाकी होत्या. कारण मिडवेस्टर्न अमेरिकेतल्या छोट्या गावांमध्ये अजूनही डॉक्टरला फार मान दिला जातो.''

"असं होय... पण मग पॅथॉलॉजी आणि गुन्हाअन्वेषण... ते कसं काय?''

"मला कोडी आवडतात नि सतत काहीतरी नवीन हवं असतं हे कारण कदाचित असू शकेल. शिवाय शिक्षण घेत असतानाच माझ्या हे लक्षात आलं होतं की, रुग्णांच्या बाबतीत मी फारसा चांगला ठरणार नाही, विशेषत: रुग्ण जिवंत असतील तर!''

ॲन्जेला हसली.

"आता मी विचारणार,'' चेट म्हणाला, "तू व्यवसायात कशी काय आलीस?''

ॲन्जेला घुटमळली, ह्या प्रश्नाचं काय उत्तर द्यावं याचा ती विचार करत होती. एकदा तिला वाटलं की आपण हा प्रश्न ठरावीक साच्याचं उत्तर देऊन वरवर उडवून लावावं. पण चेटचा मनमोकळेपणा, अलीकडच्या काळात आपण खरोखरच डॉक्टर का झालो याबद्दलची तिच्या मनातली साशंकता आणि त्या वेळी घेतलेली वाईन या सगळ्याचा एकत्रित परिणाम म्हणून की काय तिनंही मोकळेपणानं बोलायचं ठरवलं, "मला वाटतं की मी देखील तुझ्याप्रमाणेच बोलावं. तुला ठोकळेबाज उत्तर हवंय की प्रामाणिकपणाचं?''

"नक्कीच प्रामाणिक प्रकारचं.''

"खरं तर मला कधीच व्यवसायात शिरायचं नव्हतं. म्हणजे निदान पाच वर्षांपूर्वी तरी मला तसं वाटत होतं.''

"मग तुला काय व्हायचं होतं?''

"मला डॉक्टर व्हायचं होतं.''

"ओह् शिट्!'' चेट म्हणाला. काय बोलावं आता अशा अर्थी तो अर्धवट हसला.

"ओह् शिट्!'' ॲन्जेलानं चेटच्या बोलण्याची नक्कल केली, "मी मोठ्या घोळक्याचाच एक भाग होते. तू मघाशी म्हणालास तशी इतर अठ्ठ्याण्णव टक्के लोकांप्रमाणे मी होते. मला खरोखरच लोकांची सेवा करायची होती. इतकंच नाही, तर मला डॉक्टर होऊन छोट्या गावांमध्ये जाऊन लोकांना उपयोगी पडेल असं काम करायचं होतं.''

"मग तसं का केलं नाहीस?"

"केलं ना," ॲन्जेला म्हणाली, "मी इंटर्नल मेडिसीनमध्ये रेसिडेंट म्हणून काम केलं. पदवी मिळवली आणि माझी प्रॅक्टिसही सुरू केली. ती कुठे, तर हार्लेममध्ये."

चेट एकदम मागे रेलला. त्यानं हातातला काटा खाली ठेवला होता. क्षणभर त्याला काय बोलावं ते कळेना. काल त्यानं पहिल्यांदा ॲन्जेलाला पाहिलं होतं. पण ती डॉक्टर असेल असं त्याला चुकूनही वाटलं नव्हतं. ॲन्जेला एक डॉक्टर आहे नि शिवाय एक उद्योगक्षेत्रातील अधिकारी हे कळल्यावर आपण केवळ एक डॉक्टर आहोत ह्या विचारानं त्याचा अहं जरासा दुखावला गेला होता.

"तुला आश्चर्य वाटलं?" ॲन्जेलानं त्याच्या चेहऱ्याकडे पाहून विचारलं. त्याच्या शेजारी एखादी तोफ उडली असावी असा त्याचा अविर्भाव होता.

"मी खलास झालोय."

"का?"

"कोण जाणे."

"मी स्वत:ही चकित झाले होतेच," ॲन्जेला म्हणाली, "कदाचित मला जरी वाटत असलं की डॉक्टर होण्यामागची माझी प्रेरणा उदात्त आहे, तरी प्रत्यक्षात तसं नसावं."

"हं... हं..." चेट पुन्हा पुढे झुकला. "का बरं?"

"मी डॉक्टर व्हायचं ठरवलं याचं एक कारण कदाचित असं होतं की, मला माझ्या वडिलांना टक्कर द्यायची होती."

"खरंच?"

"होय. खरंच." ॲन्जेला म्हणाली. आपण हे बोललो म्हणून ती स्वत:च चकित झाली होती. तिनं हा विषय मनात दडपून टाकला होता.

"मी फार वैयक्तिक प्रश्न विचारत असेन तर माफी मागतो. पण वडिलांशी टक्कर कशासाठी द्यायची होती?"

"माझं बालपण वरकरणी अगदी आदर्शवत होतं," ॲन्जेला म्हणाली. जी गोष्ट आपण आपल्या अगदी जवळच्या मैत्रिणींबरोबर बोललो होतो ती आपण बोलून गेलो म्हणून तिला पुन्हा स्वत:चंच आश्चर्य वाटत होतं, "मी हे बोलून कंटाळा तर आणत नाही ना?"

"नाही... मला कुतूहल वाटू लागलंय. अर्थात मी हे नक्की सांगतो की मी जे काही ऐकेन ते फक्त माझ्याजवळच राहील."

"हे मला आवडलं," ॲन्जेला म्हणाली. तिनं वाईनचा एक घोट घेतला

आणि क्षणभर विचार केला, "माझ्या वडिलांनी मला मानसिकदृष्टीनं खूप त्रास दिला. मी माझ्या वडिलांची फार लाडकी होते. मलाही ते फार आवडायचे. मी जोपर्यंत लहान होते तोपर्यंत एखाद्या बाहुलीसारखी त्यांच्या मनाप्रमाणे वागत होते. तिथपर्यंत सगळं आदर्श चित्रात असावं तसं होतं. पण मी मोठी झाले नि स्वतंत्र विचार करू लागले तसं सगळं बदललं. मी आता घरापेक्षा माझे मित्र आणि शाळा यांच्यात जास्त रमू लागले. मी त्यांच्याकडे दुर्लक्ष करतेय असं ते अनेकदा अप्रत्यक्षपणानं बोलून दाखवू लागले. माझ्या मनात त्यामुळे जराशी अपराधीपणाची भावना निर्माण झाली होती. काही काळ मी त्यांना खूष करण्याचा प्रयत्न केला. माझी आई त्यांच्याशी पूर्णपणे निष्ठावंत होती. बिचारीची फार ससेहोलपट झाली, कारण माझ्या वडिलांची मध्यम वय उलटल्यानंतर प्रेम प्रकरणं सुरू झाली. त्यातच त्यांना दारूचं व्यसन लागलं होतं. त्यांनी ह्या सगळ्याचा दोष माझी आई आणि मला दिला. कोणी आपल्याकडे लक्ष देत नाही असा त्यांचा आरोप होता. मला हे कधीही कळलं नाही, पण ती शेवटपर्यंत वडिलांबरोबर राहिली. अखेर एका तरुण पोरीबरोबर राहण्यासाठी माझ्या वडिलांनी माझ्या आईला घटस्फोट दिला."

"मला हे सगळं ऐकून वाईट वाटतंय," चेट म्हणाला. "खरं तर तुझ्या वडिलांना तू काय मिळवलंय याचा अभिमान वाटायला हवा होता. पण या सगळ्याचा तू डॉक्टरचं, वैद्यकीय शिक्षण घेण्याच्या प्रेरणेशी कसा काय संबंध आहे?"

"माझे वडील दंतवैद्य होते. ते एकदा म्हणाले होते की त्यांना खरं तर डॉक्टर व्हायचं होतं, पण त्यांना ते जमलं नाही. मी तेव्हा साधारण दहा-अकरा वर्षांची असेन. मी त्यांना खूष करण्यासाठी डॉक्टर होईन असं त्यांना सांगितलं. अर्थात मी असं म्हणणं यात नवल काहीच नव्हतं. मी लहानपणी खेळतानाही डॉक्टर किंवा नर्स अशी होऊन खेळायची. मला तेव्हा दोन्ही एकच असं वाटायचं."

"तू तशी फार चुकलीस असं नाही. दोन्हीतला फरक हल्ली तसा कमी होत चालला आहे. आता फरक एवढाच आहे की, नर्स जास्त काम करतात आणि डॉक्टर लोकांना जास्त पैसा मिळतो."

ॲन्जेला हसली. पण तिच्या मनात अजूनही तेच विचार घोळत होते.

"पण डॉक्टर होण्यासाठी वडील हे एक कारण आहे हे मानलं तरी काहीतरी वेगळी प्रेरणा असणार, कारण नंतर इंटर्नल मेडिसीनमध्ये एम.डी. करणं आणि प्रॅक्टिस चालू करणं हे फार कष्टाचं काम आहे."

"पण मी आता प्रॅक्टिस करत नाही."

"का?"

"खरं सांगायचं तर माझी प्रॅक्टिस बंद पडली. प्रचंड कर्ज आणि दिवाळखोरीमुळे

मला ती बंद करणं भाग पडलं.''

"ओहो...'' चेट म्हणाला, "ह्या तुलनेत माझं लहानपण आणि एकूण जीवन म्हणजे बागेत बागडण्यासारखं म्हणावं लागेल. माझे वडील मी बालवाडीत असल्यापासून कॉलेजपर्यंत माझा खेळ पहायला मैदानावर हजर राहात असत. आई-वडील अजूनही एकत्र राहतात.''

"किती स्थिर जीवन आहे हे!... पण मग असं असूनही असं **कासानोव्हा**सारखं वागणं कसं काय? मी हे विचारलं म्हणून तुझी काही हरकत नाही ना? मला हे वागणं खरं नाही हे आत्ता कळतंय, पण काल संध्याकाळी तू ज्या पद्धतीनं माझ्याशी बोलत होतास ते पाहून मला तसं वाटलं.''

चेट म्हणाला, "ते एक नाटक होतं. मला धुडकावलं जाईल याची सतत भीती वाटते. ती लपवण्यासाठी मी हे असं वागलो. मला कासानोव्हा म्हणून तू माझी लायकी जरुरीपेक्षा वाढवते आहेस. कासानोव्हा यशस्वी झाला होता. मी बहुतेक वेळा अपयशाचा धनी ठरतो. काही वेळा असं होतं की, मी एखाद्या बाईबरोबर सहा-सात वेळा फिरलो की मग मला ते निरर्थक वाटू लागतं. ही एक खरीखुरी समस्या आहे की नाही याची मला कल्पना नाही. पण मला शिकत असल्यापासूनच दोन ठिकाणी लक्ष देणं जमत नाही. माझे कोणाशी म्हणावे असे संबंध जुळले नाहीत. कारण कोणतेही संबंध जुळण्यासाठी पुरेसा वेळ द्यावा लागतो.'' चेट खांदे उडवत म्हणाला. "मी असं म्हणेन की, मला योग्य ती स्त्री मिळाली नाही, सापडली नाही. कारण ते करण्यासाठी जितका वेळ मी द्यायला हवा तेवढा मी देत नाही.''

"तुझी कोणामध्ये दीर्घकाळ गुंतवणूक होती का?''

"ओह्! होती की. कॉलेजमध्ये असताना जवळ जवळ सर्व काळ. माझी गर्लफ्रेंड माझ्या मागोमाग शिकागोला येणार होती. पण अगदी अखेरच्या क्षणी तिनं माझ्याऐवजी इथल्या न्यूयॉर्कमधला कोणाला तरी पसंत करून मला धक्का दिला.''

कासानोव्हा (Casanova)

जॅकोमो जिरोलामो कासानोव्हा डी साईनगाल्ट हा एक इटालियन लेखक व धाडसी प्रवासी होता. कासानोव्हाने स्वतःच्या जीवनावर भाष्य करणारे लेखन केले आहे. त्याचा जीवनकाळ १७२५ ते १७९८ असा असून तो बायकांना भुलवण्यात पटाईत होता. हा शब्द आता इंग्रजीत बायका पटवण्यात प्रवीण किंवा बाहेरख्याली या अर्थाने वापरला जातो. फ्रेडरिको फेलिनी या सुप्रसिद्ध इटालियन दिग्दर्शकाने १९७६ मध्ये काढलेला 'कासानोव्हा' हा सिनेमा अतिशय गाजलेला आहे.

"अरेरे..."

"प्रेमात नि युद्धात सारंच क्षम्य असतं म्हणा."

"कदाचित त्या अनुभवाचा परिणाम झाला असेल."

"शक्य आहे." चेट म्हणाला. मग त्यानं विषय बदलण्यासाठी विचारलं,

"तू म्हणाली होतीस की, तुझा घटस्फोट झालेला आहे..." अॅन्जेला काही क्षण गप्प राहिली. ती सहसा घटस्फोटाबद्दल बोलणं टाळत असे. तिला सामान्यपणे वैयक्तिक बाबी उघडपणे बोलणं अवघड वाटे हे तर एक कारण होतंच. शिवाय त्या घटनेला सहा वर्षं होऊनही अजून त्या आठवणींनी मनात आगडोंब उसळत असे. पण तरीही आज तिला चेटशी मोकळेपणानं बोलावं असं वाटत होतं.

"माझं वैद्यकीय शिक्षण पूर्ण होत असताना मला एकजण भेटला. मी त्याला पाहून जागीच उडले होते. तो माझ्या वडिलांपेक्षा सर्वस्वी निराळा होता. म्हणजे मला तेव्हा तसं वाटलं होतं. पण दुर्दैवानं तो देखील तसाच निघाला. इतका की, मत्सरामुळे त्याला मला मारझोड करण्यात आनंद वाटू लागला."

"ऑ..." चेट म्हणाला, "घरगुती हिंसाचार हा कधीही अक्षम्य आणि अयोग्यच आहे. पण दुर्दैवानं आम्हाला शवागारात ते अनेकदा पहावं लागतं." वेटर अचानक रिकाम्या प्लेट नेण्यासाठी आला. त्यानं काही डेझर्ट हवं का ते विचारलं.

"मला त्याची फारशी आवड नाही." अॅन्जेला म्हणाली.

"मलाही नाही, पण काप्पुचिनोनं मजा येईल."

"मी ही वाईन संपवते," अॅन्जेला म्हणाली. वेटरनं उरलेली वाईन तिच्या ग्लासात ओतली आणि रिकामी बाटली घेऊन तो निघून गेला.

"हं... तर तुझी प्रॅक्टिस दिवाळखोरीत गेली... ही केव्हाची गोष्ट आहे?"

"दोन हजार एक." अॅन्जेला म्हणाली, "ते वर्ष माझ्या आयुष्यातलं सर्वांत वाईट वर्ष ठरावं. माझी प्रॅक्टिस बंद पडली आणि घटस्फोट झाला. हे सगळं एका वर्षात घडलं. हे वर्ष माझ्या आयुष्यात आलं नसतं तर किती बरं झालं असतं."

"मी कल्पना करू शकतो." चेट म्हणाला, "तर मग अशा तऱ्हेनं प्रॅक्टिस बंद पडल्यावर तू व्यवसायात आलीस. बरं... तुझी नोकरी कशा स्वरूपाची आहे? वैद्यकीय सल्लागार की काय?"

"नाही. मी कंपनीची संस्थापक आणि मुख्य अधिकारी आहे."

चेटनं अविश्वासानं मान हलवली. "संस्थापक आणि मुख्य अधिकारी! मला आता काय बोलावं ते कळत नाही. पण हे झालं तरी कसं?"

"माझी प्रॅक्टिस दिवाळखोरीत गेली तेव्हा मला कळलं की, वैद्यकीय क्षेत्रातल्या अर्थकारणाचं शिक्षण मला मिळालेलंच नाही. मला वैद्यकीय व्यवसायाची ही बाजू जराही माहिती नाही. मग मी पुन्हा शिक्षण सुरू केलं नि कोलंबिया विद्यापीठातून एम.बी.ए.ची पदवी घेतली."

चेटनं आता उघडपणे कपाळावर हात मारून घेतला. "पुरे... पुरे! मला हे सगळं ऐकून मी किती फालतू आहे याची जाणीव होऊ लागली आहे."

"तू हे गमतीनं म्हणतो आहेस ना?"

"होय तर."

वेटर आला आणि चेटला काप्पुचिनो देऊन गेला.

"मला एक प्रश्न विचारायचा आहे." ॲन्जेला म्हणाली. तिला एकदम लक्षात आलं की, आपण संभाषणात गुंगून गेलो आणि ती ज्यासाठी डिनरला यायला तयार झाली होती तो विषय बाजूला राहून गेला.

"विचार."

"मला डॉ. लॉरी माँटगोमेरींबद्दल विचारायचं आहे."

"काय विचारायचं आहे?"

"तुला ती कशी वाटते? म्हणजे काम पूर्ण करण्यासाठी प्रयत्नांची पराकाष्ठा करणारी की निवांतपणानं जमेल तेवढं काम करणारी?"

"पहिल्या प्रकारची. ती आणि तिचा नवरा एकदा एखादं काम करायला लागले की, त्याचा पिच्छा पुरवतात. ते दोघं एवढं प्रचंड काम करतात की त्यांच्यापुढे आम्ही आळशी गोळे वाटू लागतो."

ॲन्जेला एकदम अस्वस्थ झाली. चेट तिला निराळं सांगेल असं तिला उगीचच वाटलं होतं.

"मी आज तिला भेटले," ॲन्जेला म्हणाली, "ही भेट फार चांगल्या वातावरणात झाली असं म्हणता येणार नाही. आमच्या इथं गेल्या काही महिन्यांत मिथिसिलीनला दाद न देणाऱ्या स्टॅफची समस्या उद्‌भवली आहे. आम्ही सगळे प्रयत्न करून ती आटोक्यात आणायचा प्रयत्न करतोय."

"लॉरी मला त्याबद्दल बोलली होती." चेट म्हणाला, "इतकंच नाही तर तुमच्या इथल्या एका केसचं शवविच्छेदन मीच केलं होतं."

"ओहो!"

"होय. ती माझ्याकडं त्या केसची माहिती घेण्यासाठी आली होती. मी काही आठवड्यांपूर्वी केलेल्या त्या रुग्णाच्या तपासणीचा अहवाल अजून आलेला नाही. लॉरीनंही आज त्याच तपासण्या करण्यासाठी नमुने पाठवले आहेत. दोन्ही केस तुमच्याच हॉस्पिटलमधल्या आहेत असं ती म्हणत होती."

"ती पुढं काय करणार आहे याबद्दल काही बोलली का? म्हणजे आम्ही आम्हाला जे शक्य आहे ते सगळं करतो आहोत.."

"काळजी करू नकोस. लॉरी म्हणत होती की जीव जाण्याची वेळ आली तरी चालेल पण ती ह्या समस्येची उकल केल्याशिवाय स्वस्थ बसणार नाही."

ॲन्जेलाचा घसा एकदम कोरडा पडला. तिनं वाईनचा घुटका घेतला.

"तिनं हे असे शब्द वापरले?"

"होय. अगदी ह्याच शब्दात ती बोलली."

अचानक ॲन्जेलाला तिथून उठून जावंसं वाटू लागलं. तिनं हातातला ग्लास खाली ठेवला. नॅपकीन घडी करून बाजूला ठेवला आणि मग घड्याळाकडे नजर टाकली.

"आपली ही उत्तम संध्याकाळ संपत आलीय असं मला का वाटू लागलंय?" चेट खिन्न स्वरात म्हणाला, "मला वाटलं होतं की आपण थोडं चालत जाऊन सेंट रेगीस किंगकोल बारमध्ये एखादं ड्रिंक घेतलं असतं..."

"आज नको. मला बरंच काम करायचंय अजून. बरं, आपण बिल अर्धअर्ध केलं तर?"

"नाही! मी अगोदरच सांगितलं होतं."

"ठीक आहे." ॲन्जेला म्हणाली. "बरं, आता मला जायला हवं." तिनं उठून खुर्ची मागे सारली. एकदम काय झालं हे चेटला न कळल्यानं तो गोंधळून गेला.

"आपण पुन्हा बोलूच," ॲन्जेला हात पुढे करत म्हणाली.

"मला आशा आहे..."

ॲन्जेलानं पुन्हा एकदा स्मितहास्य केलं आणि ती घाईघाईनं रेस्टॉरंटच्या बाहेर पडली.

चेट पुन्हा सावकाश खुर्चीत बसला. त्याची आणि वेटरची नजरानजर झाली. वेटरनं त्याच्याकडे पाहून सहानुभूती दर्शवत खांदे उडवले.

१३

३ एप्रिल २००७
रात्री ९ वाजून ५ मिनिटं

मायकेलनं दात-ओठ खात सेलफोन बंद केला. तो सोहो भागातल्या सिप्रियानी नावाच्या खाजगी क्लबच्या टॉयलेटमध्ये होता, क्लबमधलं कानात दडे बसवणारं म्युझिक टाळण्यासाठी तो या ठिकाणी आला होता. तो त्याच्या दोन मित्रांबरोबर तिथं मजा करण्यासाठी आला होता. त्यांनी त्यांच्याबरोबर न्यूजर्सीमधून तीन चिकण्या पोरी आणल्या होत्या. त्याचा फोन वाजला होता. फोन अॅन्जेलाचा होता म्हणून त्यानं घेतला होता. पण काहीही ऐकू येत नव्हतं, म्हणून तो टॉयलेटमध्ये आला होता.

मायकेलनं तिथल्या अनेक चित्रांनी भरलेल्या भिंतीवर दणादणा मुठी आपटण्याचा त्याला होणारा मोह आवरला. त्याला खरं तर राग अनावर होत होता. "XXX" मायकेलनं जेवढ्या जोरात जमेल तेवढ्या आवाजात शिवी हासडली. खालच्या संगीतामुळे भिंती थरथरत होत्या. त्याच्य कानात प्रचंड काहीतरी हलल्यासारखं वाटत होतं. त्यानं तिथल्या बेसीनची कड गच्च धरून ठेवली. जणू तो ते उखडून काढणार असा त्याचा आवेश होता. त्यानं आरशात पाहिलं. त्याचा अवतार भयानक होता. त्यानं रंगवलेले केस उभे होते. एखाद्याला दहा हजार व्होल्टचा झटका बसला तर कसं होईल तसं त्याच्याकडे पाहून वाटत होतं. त्याचे डोळे सिनेमातल्या ड्रॅक्युलासारखे वाटत होते.

मायकेलनं एक दीर्घ नि:श्वास टाकला. आपण चिडलो असलो तरी आता आपण स्वत:वर नियंत्रण मिळवलंय हे मायकेलच्या लक्षात आलं. त्याच्या त्या

कुत्रीनं, माजी बायकोनं त्याच्यापुढे आणखी अडचणींचा पाढा वाचला होता. तो स्वत:च ह्या सगळ्या प्रकारात गळ्यापर्यंत बुडाला होता. नाहीतर त्यानं तिला खड्ड्यात जा म्हणून सांगितलं असतं. पण आता काहीतरी करणं भाग होतं. काहीतरी म्हणजे व्हिनीला क्वीन्समध्ये भेटायला जाणं आणि त्याचे ते चकचकीत पॉलिश केलेले बूट चाटणं.

पुन्हा एकदा मायकेलला भिंतीवर दणके मारायची उर्मी आली. पण त्यानं मूठ नाही तर तळहातानं फटके मारले. त्यामुळे त्याला कमी लागलं. दोन-चार फटके मारल्यानंतर मायकेल शांत झाला. त्याने सेलफोन काढला आणि थरथरत्या बोटांनी व्हिनीचा नंबर लावला. हा व्हिनीचा खाजगी फोन होता. व्हिनी तो दिवसरात्र स्वत:जवळ बाळगत असे.

"तू मला फोन केला आहेस, तो आता तरी काहीतरी चांगली बातमी देण्यासाठी आहे की नाही?"

व्हिनी अतिशय शांत आवाजात बोलतोय हे लक्षात येताच मायकेल मनोमन शहारला. त्याला व्हिनीचा हा आवाज चांगला लक्षात होता. त्यानं एकदा एका माणसाला घालवून देताना हा आवाज वापरला होता. तो माणूस निघून गेल्यावर व्हिनीनं फ्रॅन्कोकडे पाहून फक्त मान डोलावली होती. त्यानंतर त्या माणसाचा कधीच पत्ता लागला नव्हता.

"मला तुझ्याशी बोलायला हवं," मायकेल जास्तीत जास्त अवसान आणून म्हणाला.

"आज रात्री?" व्हिनीनं विचारलं. त्याच्यामागून आनंदाचे स्वर आणि हलकंफुलकं संगीत ऐकू येत होतं. मायकेलला फ्रॅन्क सिनात्राचं गाणं चालू हे हे लक्षात आलं. याचा अर्थ व्हिनी अजून नापोलीटन रेस्टॉरंटमध्ये होता.

"जितकं लवकर जमेल तेवढं बरं," मायकेल म्हणाला, "तुला अशा प्रकारे त्रास देतोय म्हणून माफ कर. जर अत्यंत आवश्यक नसतं तर मी हे असं केलंच नसतं."

"ठीक आहे. पण उगीच टोलवाटोलवी केलेली चालणार नाही. काहीतरी पचका झाला आहे हे सांगायला तू येणार असशील तर जेवढं लवकर येशील तेवढं चांगलं होईल."

मायकेलनं आता वेगानं काम करायला सुरुवात केली. तो पुन्हा खाली क्लबमध्ये आला. क्लब तसा रिकामा झाला होता. फक्त त्याचे दोन मित्र आणि न्यूजर्सीहून आणलेल्या त्या तीन पोरी होत्या. आपल्याला महत्त्वाच्या कामासाठी जावं लागतंय, पण आपण लवकरच परत येऊ असं सांगून तो वेळ वाचवण्यासाठी जिन्यावरून धावत बाहेर पडला. त्यानं गाडीत उडी घेतली आणि गाडी सुरू

केली. विल्यम्सबर्ग पूल ओलांडून त्यानं एक्सप्रेसवे पकडला. साधारण वीसेक मिनिटांनी तो नापोलीटनच्या जवळ येऊन पोहोचला होता.

ह्या वीस मिनिटांच्या प्रवासात मायकेल बराचसा शांत झाला होता. व्हिनीनं साफ नकार दिला तर काय करता येईल यावर त्यानं थोडाफार विचार केला. पण त्याला आणखी काही मार्ग सुचेना. आता फक्त काहीही करून व्हिनीला आपलं म्हणणं पटवून देणं एवढंच शिल्लक आहे हे त्याच्या लक्षात आलं. गाडीत बसून विचार करताना हे सगळं ठीक वाटलं तरी आता रस्ता ओलांडून रेस्टॉरंटमध्ये शिरत असताना व्हिनीला तोंड देण्याच्या कल्पनेनं त्याची गाळण उडाली होती.

दाराबाहेर थांबून व्हिनीशी बोलण्याची सुरुवात कशी करावी यावर मायकेलनं क्षणभर विचार केला. मग तो आत शिरला. आतमध्ये वाढदिवसाची पार्टी चालू होती. छतापाशी फुगे आणि रंगबिरंगी पताका लावलेल्या दिसत होत्य. डान्स फ्लोअरच्या मागच्या बाजूला *'हॅपी बर्थडे व्हिक्टोरिओ'* असा मोठा बॅनर लावलेला दिसला. व्हिनी दुपारी जिथं बसला होता तिथंच आत्ताही होता. कॅरोलही त्याच्या बाजूला बसली होती. मायकेलला टेबलापाशी बसलेले इतर लोक मात्र ओळखता आले नाहीत. फ्रॅन्क सिनात्राचं गाणं अजूनही चालू होतं.

मायकेलनं व्हिनीकडे पाहिलं आणि तो चकित झाला. व्हिनी एवढ्या जोरजोरात हसत होता की हसून हसून त्याच्या डोळ्यांतून पाणी येत होतं. व्हिनीचं आपल्याकडे लक्ष जाईल या अपेक्षेनं मायकेल तिथंच उभा राहिला. पण पाच मिनिटं झाली तरी व्हिनीचं त्याच्याकडे लक्ष गेलं नाही. मग नाइलाजानं मायकेल व्हिनीच्या टेबलाच्या दिशेनं जाऊ लागला. त्याला काहीजण ओळखीचे आहेत हे दिसलं, पण जास्त करून बरेच जण अनोळखी होते. त्याला फ्रेडी आणि रिची बारपाशी बसलेले दिसले, पण फ्रॅन्को आणि ॲन्जेलो कुठंही दिसत नव्हते.

टेबलाच्या अगदी जवळ गेल्यावर अखेर व्हिनीचं मायकेलकडे लक्ष गेलं. त्याला पाहूनही व्हिनीच्या चेहऱ्यावरचं हसू मावळलं नाही हे पाहून त्याला बरं वाटलं. व्हिनीनं टेबलापाशी असलेल्या सर्वांची ओळख करून दिली. मायकेलनं त्यांच्याशी हस्तांदोलन करण्याचा उपचार पूर्ण केला. मग व्हिनी उठला आणि त्यानं मायकेलला मागे ये अशी खूण केली.

व्हिनी रेस्टॉरंटच्या आतल्या बाजूला गेला. त्यानं किचनचा भागही ओलांडला. किचनमध्ये प्रचंड लगबग चालू होती. किचनच्या आत शेवटी एक दरवाजा होता. व्हिनी सरळ दार उघडून आत शिरला. टेबलापाशी बसलेल्या मालकानं, पावलो साल्व्हातोनं आश्चर्यानं वर पाहिलं.

“पावलो, माझ्या मित्रा,” व्हिनी गुणगुणल्याप्रमाणे म्हणाला, “तुझं हे ऑफिस मी थोडा वेळ वापरलं तर तुझी काही हरकत नाही ना?”

पावलो उठून उभा राहिला. “अजिबात नाही.” असं म्हणून तो किचनमध्ये निघून गेला. जाताना त्यानं दार बंद करून घेतलं होतं.

“हं मायकी...” व्हिनी म्हणाला, “उद्या सकाळपर्यंत थांबता येणार नाही असं काय घडलंय?”

मायकेलनं मग सांगितलं की, ही अडचण अशी आहे की फक्त व्हिनीच सोडवू शकतो. तो व्हिनीच्या अहंकारावर फुंकर घालायचा प्रयत्न करत होता. मायकेलनं मग भराभर अॅन्जेलानं त्याला जे सांगितलं होतं ते व्हिनीच्या कानावर घातलं. एका वैद्यकीय तपासनीस बाईनं हॉस्पिटलमध्ये नाक खुपसलं आहे. एम.आर.एस.ए. प्रकरणाचा जर प्रसिद्धी माध्यमांना जरासाही वास लागला, तर आय.पी.ओ. पार गाळात जाणार हे त्यानं सांगितलं. ही डॉक्टर बाई फार जिद्दी आहे त्यामुळे तिला कोणीतरी नीट समजावून देणं गरजेचं आहे, असं म्हणून मायकेलनं बोलणं पूर्ण केलं.

व्हिनीचा प्रतिसाद नकारार्थी नाही हे पाहून मायकेलला बरं वाटलं. मायकेल बोलत असतना त्याच्या चेहऱ्यात काहीही फरक पडला नव्हता. पण मायकेलचं बोलणं पूर्ण झाल्यानंतर मात्र अगदी अनपेक्षितपणे व्हिनी कडवटपणानं हसला.

“त्या बाईचं नाव डॉ. लॉरी मॉंटगोमेरी आहे का?”

“होय.” मायकेलनं थक्क होत उत्तर दिलं.

“अरेरे... काय ही शोकांतिका!” व्हिनी आनंदानं टाळ्या वाजवत म्हणाला.

“तू तिला ओळखतोस?”

“होय,” व्हिनी शांतपणानं म्हणाला, “आमच्या दोघांमध्ये थोडा ऐतिहासिक भाग आहे. मिस मॉंटगोमेरीनं माझ्या बायकोशी असणाऱ्या माझ्या वादात नाक खुपसून मला दोन वर्षं तुरुंगवास घडवलेला आहे. म्हणूनच आम्ही दोघं एकमेकांना फार चांगलं ओळखतो असं म्हणता येईल. पण त्या कुत्रीनं मला जेवढा त्रास दिला त्यापेक्षा जास्त कोणाला दिलाय ते माहीत आहे?”

“मला अंदाज करता येत नाही.” मायकेल गोंधळून पण जरासा खुषीत म्हणाला. त्याच्या दृष्टीनं ही कलाटणी सुदैवी ठरणारी होती.

“अॅन्जेलो! पंधरा वर्षांपूर्वी तिच्यामुळेच त्याचा चेहरा एवढा भयानक जळला, भाजला होता. अॅन्जेलो तेव्हा मरता मरता वाचला होता.”

व्हिनीनं किंचित थरथरत्या बोटांनी जाकिटातून सेलफोन बाहेर काढला. एकदोन क्षणांनंतर सेलफोन बाहेर आला. मग त्यानं फोन केला. फ्रॅन्कोनं फोन उचलल्यानंतर व्हिनीनं स्पीकर सुरू केला.

"तुमचं काम कसं चाललंय? सफरीची मजा घेता आहात ना?"

"मजा चाललीय," फ्रॅन्को म्हणाला, "संध्याकाळी सुरुवातीला चांगलाच त्रास पडला, पण नंतर मात्र त्याची भरपाई झाली. माशांना त्यांचं खाद्य मिळालं आहे."

"झकास." व्हिनी म्हणाला, "बरं, अॅन्जेलो तिथं आहे का?"

"आहे. इथंच आहे."

"मग त्याला दे."

अॅन्जेलोनं फोनवर बोलायला सुरुवात केली. त्याला ओठ नीट मिटता येत नसल्यानं त्याचे व, प आणि म असणारे उच्चार चमत्कारिक येत असत.

"अॅन्जेलो... मी तुला असं म्हणालो की, डॉ. लॉरी मॉँटगोमेरी... बरं तुला हे नाव आठवतंय ना?"

अॅन्जेलोनं फक्त विकट हास्य केलं.

"मी तुला हे सांगतोय की ती आपल्या एका अतिशय महत्त्वाच्या कामात खोडा घालते आहे. तुम्ही काल जसं त्या मिस्टर यांगला समजावलंत तसं तिच्याबाबतीतही करावं लागणार आहे हे मी तुला सांगितलं तर?"

अॅन्जेलो पुन्हा मोठ्यानं हसला, "ही कामगिरी मी फुकट करायला तयार आहे. अर्थात मी मला हवी तशी पार पाडू शकणार असेन तर."

"तुला तुझी इच्छा पूर्ण करता येईल." व्हिनीनं फोन बंद करून मायकेलच्या गळ्यात हात टाकला आणि त्याला घेऊन तो किचनमधून बाहेर जाऊ लागला, "आजचा दिवस चांगला ठरला असं म्हणावं लागेल. ती आठ-के फॉर्मची समस्या झोपवण्यात आली आहे. तू त्या लॉरी मॉँटगोमेरीची काळजी करू नकोस."

मायकेलनं मान डोलावली. व्हिनीबरोबर थोडी वाईन घेतल्यावर तो गाडीत जाऊन बसला. जीवनात कधी काय घडेल याचा अंदाज करणं किती अवघड आहे हे त्याला नव्यानं जाणवलं होतं.

१४

३ एप्रिल २००७
रात्री ९ वाजून ४५ मिनिटं

अॅडम विल्यमस त्याच्या रेंजरोव्हर गाडीमधून न्यूयॉर्ककडे चालला होता. गेले शंभरएक मैल लुडविग फॉन बिथोव्हेनची सुप्रसिद्ध नाईन्थ सिंफनी वाजत होती. अॅडमनं आवाज एवढा मोठा ठेवला होती की त्याला आपण बर्लिनच्या एखाद्या सभागृहात मध्यभागी बसून ऐकत आहोत असा भास होत होता. काही वेळानं स्वत: अॅडमनं मोठ्या आवाजात गायला सुरुवात केली. तो संगीतात एवढा तल्लीन होऊन गेला की सिंफनी संपत आली तेव्हा त्याच्या अंगावर आनंदानं रोमांच उभे राहिले.

सिंफनी संपत आली असतानाच अॅडमनं वळण घेतलं आणि गाडी लिंकन टनेलसमोर असणाऱ्या टोल बूथपाशी घेतली. टोल टॅक्स भरल्यावर त्यानं न्यूजर्सीकडून न्यूयॉर्ककडे जाणाऱ्या लिंकन टनेलमध्ये प्रवेश केला. त्यानं आता बाखची सी.डी. लावली. काही वेळानं त्या संगीतात समरस होऊन अॅडमनं स्टिअरिंग व्हीलवर बोटांनी ताल धरला.

वॉशिंग्टन डी.सी.हून न्यूयॉर्कला येण्यापर्यंतचा प्रवास छान पार पडला होता. पण आता अॅडमला त्याची कामगिरी पुरी करण्याचे वेध लागले होते. त्याला त्याच्या लक्ष्याबद्दल फार कमी माहिती मिळाली होती. परंतु अॅडमला तेच आवडत असे. मुख्य म्हणजे त्याच्यावर कामगिरी सोपवणाऱ्यांना त्याचा हा स्वभाव पसंत होता. आपल्या व्यवसायत लक्ष्याची जेवढी जास्त माहिती असेल तेवढा गुंता वाढतो असं अॅडमचं मत होतं. त्याला फक्त लक्ष्याचा फोटो, पत्ता

आणि फोटो नसला तर वर्णन, एवढं पुरेसं होई. ज्या कामगिरीत फोटो मिळालेला नाही आणि फक्त वर्णन उपलब्ध आहे, अशा वेळी ॲडम नेहमीच जरुरीपेक्षा जास्त वेळ राखून ठेवत असे. त्याला घाईगर्दी आवडत नसे. प्रत्येक गोष्ट बिनचूकच झाली पाहिजे यावर त्याचा कटाक्ष असे. सहाजिकच त्याला काम पुरं करायला जरा जास्त वेळ लागत असे. आत्ता तो ज्या कामगिरीवर निघाला होता ती अशीच होती. लक्ष्याचं फक्त वर्णन मिळालं होतं. म्हणूनच ॲडमनं ह्यासाठी पूर्ण तीन दिवस राखून ठेवले होते.

रेंजरोव्हर टनेलमधून बाहेर पडून मॅनहटनच्या मध्यभागात आली. इराकमधून परत आल्यापासून ॲडम न्यूयॉर्कला आलेला नव्हता. एट्थ अव्हेन्यूवरून उत्तरेकडे जात असताना ॲडम आजूबाजूला काहीशा अलिप्त नजरेनं पहात होता. ते अर्थातच नवल वाटण्याजोगं नव्हतं. कारण सध्या तो सगळ्याच गोष्टींकडे अतिशय निर्विकारपणे पाहू लागला होता. तो लहान असताना आणि कॉलेजात शिकत असतानाही कितीतरी वेळा या शहरात आलेला होता. सुरुवातीला घरच्यांच्याबरोबर, काही वेळा एकटा, तर काही वेळा त्याच्या प्रेयसीबरोबर. पण आता ॲडम आजूबाजूला जे पहात होता तेच आपण जणू वेगळ्या कुठल्यातरी जन्मात पूर्वी पाहिलेलं आहे असं त्याला वाटत होतं. एक प्रकारे ते खरंही होतं. पूर्वी तो अगदी वेगळा माणूस होता. तो स्वत:च्या आयुष्याचे 'इराकपूर्व' आणि 'इराकनंतर' असे दोन भाग करत असे.

इराकला जाण्यापूर्वीचा ॲडम विल्यमसन हा काहीसा बुजरा, हुशार आणि अत्यंत सभ्य वृत्तीचा तरुण होता. त्याचा नेटकेपणा त्याच्या न्यू इंग्लंडमधील उच्चवर्गीय जीवनशैलीशी सुसंगत होते. त्याचं शिक्षण उत्तम दर्जाच्या बोर्डिंग स्कूलमध्ये झालं होतं. तिथं उत्कृष्ट आचारविचारांचं शिक्षण घेऊन तो हार्वर्डमध्ये दाखल झाला होता. त्यानं हार्वर्डमध्ये जाणं यात आश्चर्यकारक काहीच नव्हतं. त्याचे वडील, आजोबा, पणजोबा असं करत करत अगदी **मे फ्लॉवर** नौका मॅसॅच्युसेट्सच्या किनाऱ्याला लागली, इथपर्यंत त्यांच्या घराण्याची ती खास परंपरा होती.

ॲडमच्या अत्यंत सुरक्षित अशा विश्वाला तडा गेला तो ९/११ नंतर. जणू

मे फ्लॉवर (May flower)

मे फ्लॉवर हे अमेरिकन इतिहासात गाजलेल्या जहाजाचं नाव आहे. इंग्लंडमधील रुढीप्रिय ख्रिश्चन धर्माला कंटाळून काहीजण तिथून निघून अमेरिकेत गेले. ते ह्या जहाजावरून गेले. ही घटना १६२० मध्ये घडली. मे फ्लॉवर मॅसॅच्युसेट्सच्या किनाऱ्याला लागल्यानंतर पुढील काळात अमेरिकेत वसाहती स्थापन झाल्या.

एखादा ग्रह त्याच्या कक्षेतून कोणीतरी बाहेर भिरकावून द्यावा असं घडलं होतं. वर्ल्ड ट्रेड सेंटरवर हल्ला झाला त्या वेळी ॲडम हार्वर्डच्या बिझिनेस स्कूलमधल्या आपल्या डॉर्मिटरीत दात घासत होता. तिथून व्यवसायाची सगळी गणितं शिकून तो आपल्या कुटुंबाचा परंपरागत व्यवसाय सांभाळणार हे निश्चित होतं. पण अचानकच ॲडमनं लष्करात भरती व्हायचं ठरवलं. राष्ट्रासाठी आपलं कर्तव्य पार पाडण्याच्या ध्येयानं तो झपाटून गेला होता. त्याच्या घरच्यांनी आणि त्याच्या प्रेयसीनं त्याला विरोध करण्याचा प्रयत्न केला. पण ॲडम त्याच्या निश्चयावर ठाम होता. जे काही करायचं ते शंभर टक्के करायचं असा त्याचा स्वभाव असल्यानं त्यानं लष्करी प्रशिक्षण आनंदानं पूर्ण केलं. त्याच्या समर्पित वृत्तीनं काम करण्याच्या स्वभावामुळे तो अखेर डेल्टा फोर्समध्ये निवडला गेला.

खरं तर ॲडमचा ताकदीपेक्षा बुद्धीवर जास्त विश्वास होता. पण इराकमध्ये एकदा रात्रीच्या कामगिरीवर असताना त्यानं पहिल्यांदा सुरी वापरून एका माणसाला ठार केलं. एका जिवंत आणि त्याच्यासारख्याच श्वासोच्छ्वास करत असणाऱ्या माणसाचा गळा चिरण्याचा अनुभव ॲडमच्या दृष्टीनं फार धक्कादायक होता. त्याच्या मनात अपराधीपणा आणि दु:ख या भावनांचा कल्लोळ उठला होता. पण नंतर अशा अनेक प्रसंगातून गेल्यानंतर ॲडमच्या मनातल्या ह्या सगळ्या भावना पूर्णपणे नष्ट होऊन गेल्या होत्या. कसलाही विचार न करता निर्विकारपणानं माणसं ठार मारणारं यंत्र असं ॲडमचं रूपांतर झालं होतं. त्याला त्याचा अभिमान वाटत होता असं मात्र नव्हतं. हा आपल्या कामाचा एक भाग आहे आणि आपल्याकडून हीच अपेक्षा आहे असं तो मनाशी म्हणत असे.

कोलंबस सर्कलपाशी ॲडम वळला आणि समोर सेंट्रल पार्कमधली हिरवीगार वृक्षराजी दिसली. मॅडिसन अव्हेन्यूवरून उत्तरेकडे जाऊन तो हॉटेल पिअरेकडे जाणार होता. हॉटेल पिअरे हे न्यूयॉर्कमधलं जुन्या वैभवशाली काळापासून असणारं प्रसिद्ध हॉटेल होतं. ॲडम लहान होता तेव्हापासून या हॉटेलात राहिला होता. आत्ता ह्या कामगिरीवरदेखील त्यानं ह्याच ठिकाणी राहण्याचा आग्रह धरला होता. त्याच्यावर कामगिरी सोपवणाऱ्याला हे बिलकूल पसंत नव्हतं. त्याच्या मते ॲडमनं जरा कमी प्रसिद्ध हॉटेलात राहिलेलं बरं ठरणार होतं. तिथं त्याला त्याची रेंजरोव्हर गाडीही सहज वापरता येणार होती. पण ॲडमनं ह्याच हॉटेलात राहणार असं निक्षून बजावलं होतं. ह्या हॉटेलात आल्यावर आपल्या मनात गतकाळाच्या आठवणी जाग्या होतात की नाही हे ॲडमला पहायचं होतं. इराकमधल्या अनुभवांनंतर त्याच्या मनात कसल्याच भावभावना शिल्लक उरल्या नव्हत्या.

इराकमध्ये असताना एक कामगिरी फसली होती. तो आणि त्याचे सहकारी गोळीबारात सापडले होते. ॲडमचे काही साथीदार ठार झाले होते. ॲडम वाचला होता. पण त्याचा पाय मोडला होता. बेशुद्ध असलेला ॲडम त्याच्या शत्रूच्या हाती सापडला होता. प्रशिक्षणादरम्यान ॲडम जे काही शिकला होता ते युद्धकैदी म्हणून आलेल्या परिस्थितीला तोंड देण्यासाठी पुरेसं ठरलं नव्हतं. त्याच्या मोडक्या पायावर व्यवस्थित उपचार झाले नव्हते. सतत छळ होत होता. शिवाय कोणत्याही क्षणी आपल्याला गोळी घालण्यात येईल किंवा मुंडकं उडवलं जाईल असं सतत वाटत होतं.

काही काळानंतर ॲडमला कळलं की असं होणं स्वाभाविक असतं, पण तरीही त्याच्या बाबतीत जे घडलं त्यानं तो हादरून गेला होता. या प्रकाराला स्टॉकहोम सिंड्रोम म्हणतात असं त्याला सांगण्यात आलं होतं. कैदेत असताना काही महिन्यांनी तो आपल्याला पकडणाऱ्यांना ओळखू लागला होता. त्याला त्यांची मतंही पटू लागली होती. त्यानं एक व्हिडिओ टेपही बनवली होती. ती अल जझिरावर दाखवली गेली होती. त्यात त्यानं इराकमधल्या बंडखोरांचं कौतुक केलं होतं आणि अमेरिकेनं इराकमध्ये केलेल्या हस्तक्षेपाबद्दल जोरदार टीका केली होती. त्याचं मन एवढं पालटून गेलं होतं की, जेव्हा दुसऱ्या कोणा कैद्याच्या बदल्यात त्याची सुटका करण्याचे प्रयत्न करण्यात आले तेव्हा आनंद व्यक्त करावा की दु:ख हे त्याला कळलं नाही. काहीही झालं तरी आपण आता आपल्या पूर्वीच्या आयुष्यात रमू शकणार नाही याबद्दल त्याची खात्री पटली होती.

एकसष्टाव्या रस्त्यावर ॲडम डावीकडे वळला आणि पिअरे हॉटेलच्या दारापाशी येऊन त्यानं गाडी उभी केली.

"आज राहणार ना सर?" तिथल्या डोअरमननं विचारलं.

ॲडमनं होकार दिला आणि काहीही न बोलता त्यानं गाडीच्या डिकीमधून त्याची टेनिसबॅग बाहेर काढली. ती त्यानं डोअरमनला उचलू दिली नाही. त्यात त्याच्या व्यवसायाला लागणाऱ्या वस्तू होत्या. दुसरी छोटी बॅग मात्र त्यानं डोअरमनकडे सोपवली.

"सर, तुम्हाला गाडी संध्याकाळी लागेल का?" डोअरमननं हॉटेलचं दार उघडत विचारलं.

ॲडमनं मान डोलावली.

"उत्तम. मी ही इथंच दाराजवळ ठेवतो." असं म्हणून डोअरमननं ॲडमला रिसेप्शन टेबलाशी दिशा दाखवली. पण ॲडमला त्याची गरज नव्हती. ॲडमला हॉटेल परिचित होतं. त्यानं इकडेतिकडे नजर फिरवली. काहीही बदललेलं

नव्हतं. त्याला ते परिचित दृश्य पाहून काहीही वाटलं नाही. जणू त्या आठवणी दुसऱ्या कोणाच्यातरी आयुष्यातल्या आहेत अशा निर्विकारपणे त्यानं आजूबाजूला पाहिलं होतं.

त्याचं नाव नोंदवून घेतल्यानंतर रिसेप्शनिस्टनं पोर्टरला हाक मारली, "हेस्टर, हे मिस्टर ब्रामफोर्ड. कनेक्टिकटहून आले आहेत. त्यांना त्यांची खोली दाखवशील का? हं, मिस्टर ब्रामफोर्ड, सेंट्रल पार्कचं फार छान दृश्य दिसेल अशी खोली आम्ही तुम्हाला दिली आहे."

ॲडमनं या कामगिरीसाठी जी अनेक नावं वापरायची ठरवली होती, त्यामधलं ब्रामफोर्ड हे एक होतं. त्यासाठी लागणारी सर्व कागदपत्रं त्याच्याजवळ होती. ॲडम ज्यांच्यासाठी काम करत होता त्यांचे संबंध अमेरिकन सरकारमध्ये फार वरच्या वर्तुळापर्यंत होते. त्यांच्या जगात अनेक ठिकाणी शाखा होत्या. त्यामुळे वेगवेगळी ओळखपत्रं मिळवणं हा त्यांच्या दृष्टीनं पोरखेळ होता.

"इकडून या मिस्टर ब्रामफोर्ड." हेक्टर लिफ्टकडे बोट दाखवत म्हणाला.

लिफ्टमधून जाताना ॲडमला इराकमध्ये काय घडलं ते आठवत होतं. हॉटेलमधली स्वच्छता आणि सजावट पाहून त्याला त्यानं इराकमध्ये कैदेत असताना जी नरकसदृश परिस्थिती पाहिली होती त्याची आठवण झाली. एका पृथ्वीतलावर ह्या दोन जागा असू शकतात का असा प्रश्न त्याला पडला होता. युद्धकैद्यांची अदलाबदल झाल्यानंतर ॲडमला जर्मनीला पाठवण्यात आलं होतं. तिथं त्याच्या मोडलेल्या पायावर शस्त्रक्रिया करण्यात आल्या. त्याच्यावर मानसिक उपचारही करण्यात आले. सततची काळजी, निद्रानाश आणि मनात दाटलेली खेदाची भावना या सगळ्यामधून तो बाहेर पडावा म्हणून त्याला मानसोपचारतज्ज्ञ मदत करत होते. त्यातून तो थोडाफार बाहेर पडलादेखील. पण पूर्वीच्या आयुष्यात पुन्हा परतण्यासाठी लागणारं मानसिक स्वास्थ्य तो मिळवू शकला नाही. खूप उपचार होऊनही आपण आपले डेल्टा फोर्समधले सहकारी गमावले याचं दु:ख तो कधीच विसरू शकला नाही. तसंच इराकमध्ये काम करत असताना त्याला माणसं मारण्याचं जे व्यसन लागलं होतं, त्यापासूनही तो कधीच मुक्त होऊ शकला नाही.

ॲडमवर उपचार करणाऱ्या तज्ज्ञ बाईनं वैतागून ॲडममध्ये सुधारणा होणार नाही असं निश्चित केलं होतं. तिनंच मग एक वेगळा उपाय सुचवला. इराकमध्ये लढताना त्याच्यात जे बदल झाले होते, त्यांचाच उपयोग होऊ शकेल अशी एखादी नोकरी किंवा काम पहायचं अशी तिची कल्पना होती. तिनंच मग ॲडमची 'रिस्क कंट्रोल ॲन्ड सिक्युरिटी सोल्युशन्स' नावाच्या कंपनीच्या प्रमुखाशी गाठ घालून दिली होती. त्यातूनच ॲडम त्यांच्यासाठी काम

करू लागला होता. त्यांनी त्याची खरी ओळख पुसून टाकून त्याला नव्यानं ओळख मिळवून दिली होती. ते लोक त्याला त्याच्या कामासाठी भरपूर मोबदला देत असत, पण अधिकृतरित्या त्यांचा त्याच्याशी कसलाही संबंध नव्हता.

हेस्टरनं ॲडमला त्याच्या खोलीत नेऊन खोली दाखवली. ॲडमनं दिलेली टीप घेऊन तो बाहेर पडला. काही क्षण ॲडम खिडकीसमोर उभा राहिला. तिथून सेंट्रल पार्कचं दृश्य दिसत होतं. पार्कच्या मध्यभागी असणारा स्केटिंगचा प्रकाशात झगझगणारा भाग नजरेत भरत होता.

ॲडमनं खिडकीपासून दूर होत खांद्यावरची बॅग उतरवली. ती उघडून त्यानं त्याच्या आवडत्या हत्यारांकडे नजर टाकली. त्यानं ही हत्यारं काळजीपूर्वक टॉवेलमध्ये गुंडाळून ठेवली होती. त्यानं ती बाहेर काढली आणि ती व्यवस्थित आहेत याची खात्री करून घेतली. त्यानं मग बॅगेच्या आतल्या कप्प्यामधला एक कागद बाहेर काढला. त्यावर लक्ष्याचं नाव, फारसं उपयोगी न पडणारं वर्णन आणि लक्ष्याचा कामाच्या ठिकाणचा पत्ता 'मुख्य वैद्यकीय तपासनिसाचं ऑफिस, न्यूयॉर्क' होता.

१५

३ एप्रिल २००७
रात्री १० वाजून १५ मिनिटं

"हे मला ठीक दिसत नाही. अजिबातच नाही." टॉम फ्लॅनॅगन म्हणाला. विद्यापीठाच्या हॉस्पिटलच्या अतिदक्षता विभागात जे आठ तज्ज्ञ काम करत असत त्यात डॉ. फ्लॅनॅगनचा समावेश होता. तो बहुधा तिथंच असे किंवा कोणत्याही क्षणी बोलावलं तर उपलब्ध असे. तो त्या वेळी विद्यापीठाच्या हॉस्पिटलमधल्या संसर्गजन्य रोग विभागाचा प्रमुख असणाऱ्या डॉ. मर्लिन राव्हेलोशी बोलत होता.

"दुर्दैवानं मलाही तसंच वाटतंय," डॉ. मर्लिन राव्हेलोनं दुजोरा दिला. फ्लॅनॅगन आणि राव्हेलो अतिदक्षता विभागात रॅमोना टॉरेसच्या बेडपाशी उभे राहून चर्चा करत होते. त्यांच्या उजव्या बाजूला फुफ्फुसांचा तज्ज्ञ असणारा डॉ. रेमंड ग्रेडी उभा होता. तो तिला हवेचा पुरवठा करणाऱ्या यंत्रामध्ये काहीतरी बदल करून तिला पुरेशी हवा मिळावी म्हणून प्रयत्न करत होता. तिला श्वासोच्छ्वास करणं अवघड जात होतं. त्यानं यंत्रावरची रीडिंग वाचली.

"तिला पुरेसा पुरवठा होत नाहीये," रेमंड पलीकडच्या बाजूला उभा असणाऱ्या डॉ. फिलीस बोरमनला उद्देशून म्हणाला. हृदयविकारतज्ज्ञ असणाऱ्या फिलीसला त्यांनी तिथं मुद्दाम बोलावून घेतलं होतं. ती एका मॉनिटरवर ई.सी.जी. पहात होती. तिच्या बाजूला चीफ रेसिडेंट डॉ. मार्विन पूल उभा होता.

"त्याचं कारण अगदी स्पष्ट आहे," डॉ. बोरमन म्हणाली, "हा क्ष-किरण फोटो पाहा. फुफ्फुसं गच्च भरलेली आहेत."

"ह्या केसमधून आपल्याला काय उपयोग झाला त्याच्याकडे पाहा," डॉ. फ्लॅनॅगन म्हणाला, "ह्या एंजल्स हेल्थकेअरकडून येणाऱ्या केसमुळे प्रचंड सेप्टिक शॉक बसलेल्या रुग्णाची काळजी कशी घ्यावी याबद्दलचा आपला अनुभव वाढतो आहे."

"ते ठीक आहे," डॉ. राव्हेलो म्हणाली, "पण आपण त्यामधल्या एकाला जरी वाचवू शकलो तर बरं होईल."

"ह्यात आपली काहीही चूक नाही. लिपोसक्शन करून घेतल्यानं ह्या रुग्णाच्या शरीरात संसर्ग फार मोठ्या प्रमाणात पसरू शकला."

"पण इथं आपल्याला नेक्रोटायझिंग न्यूमोनिया दिसतोय हे विसरू नका," डॉ. राव्हेलो म्हणाली.

"हा न्यूमोनिया जिथं शस्त्रक्रिया झाली तिथल्या संसर्गातून झाला आहे की हा प्राथमिक न्यूमोनियाचा प्रकार आहे? म्हणजे मला असं म्हणायचं आहे की स्टॅफमुळं प्राथमिक स्वरूपाचा न्यूमोनिया होणं ही फार दुर्मिळ गोष्ट आहे. होय ना?"

"ते बरोबर आहे. पण या केसच्या बाबतीत वेळ जरा चमत्कारिक आहे. या इथं पेशी विनाशाची लक्षणं दिसू लागण्याअगोदर फुप्फुसांमध्ये लक्षणं दिसू लागली होती ना?"

"निदान नोंदींवरून तरी तसंच दिसतंय."

"हे फारच चमत्कारिक आहे. विशेषत: कालच्या केसमध्ये तर शस्त्रक्रियेच्या जागी संसर्ग झालेला भाग फारच छान होता हे लक्षात घेता मला हे विचित्र वाटतंय."

"ठीक आहे, लोक हो..." डॉ. फ्लॅनॅगननं घोषणा केली. "फुप्फुसांचं काम रसातळाला चाललंय. हृदयाचं कामही त्याच दिशेनं जातंय. रक्तदाब जवळ जवळ नाहीच. मूत्र तयार होण्याचं प्रमाण शून्य झालेलं आहे. याचा अर्थ मूत्रपिंड आणि यकृत त्यांचं काम करत नाहीत हे स्पष्ट दिसतंय... तुम्ही सर्वांनी प्रचंड मेहनत घेतलीत त्याबद्दल आभार. पण आपण ही लढाई गमावलेली आहे."

डॉ. फ्लॅनॅगन आणि डॉ. राव्हेलो टेबलापाशी अखेरच्या नोंदी करायला गेले. टेबलापाशी बसताना राव्हेलोनं विचारलं, "आपण आणखी काही वेगळं केलं असतं तर उपयोग झाला असता का?"

डॉ. फ्लॅनॅगननं नकारार्थी मान हलवली. "मला तसं वाटत नाही. आपण तिच्यावर शक्य ते सर्व उपचार केलेत. आपण तिला ॲक्टिव्हेटेड प्रोटिन-सी आणि विविध कॉर्टिकोस्टिरॉईडही दिली होती. ज्या क्षणी आपण पुन्हा एकदा एम.आर.एस.ए.चा मुकाबला करतोय हे लक्षात आलं त्याचक्षणी तू प्रतिजैविकांचा

प्रकार बदलला होतास. तेव्हा आपण योग्य तेच केलंय हे नक्की. तिला इथं आणलं तेव्हाची तिची परिस्थिती पाहता आपल्या हाती फारसं काही करण्यासारखं नव्हतंच हे लक्षात घ्यायला हवं,''

''पण हे एंजल्सचे लोक अशा रुग्णांना लवकर आपल्याकडं का पाठवत नाहीत?''

''हा चांगला प्रश्न आहे. पण मला वाटतं की या रुग्णांच्या बाबतीत शस्त्रक्रियेनंतर संसर्ग अपेक्षेपेक्षा कितीतरी जास्त वेगानं पसरतो आहे. म्हणजे हे बघ, या बाईवर आज सकाळीच लिपोसक्शन करण्यात आलं होतं. सकाळी साडेसात वाजता. तिच्या नोंदींमध्ये असं दिसतंय की, साधारण दुपारी चार वाजता सर्वसाधारण स्वरूपाची लक्षणं दिसू लागली. हा संसर्गाचा वेग फार प्रचंडच म्हणाला पाहिजे.''

''स्टॅफजवळ किती घातक प्रकारची टॉक्सिन असतात हे पाहता असं घडलं यात फारसं नवल नाही. या केसमध्ये तर स्टॅफजवळ पॅन्टन-व्हलेंटाईन ल्युकोसिडीन म्हणजेच पी.व्ही.एल. जनुक असणार याबद्दल मी पैज लावायला तयार आहे.''

''एंजल्स हेल्थकेअरच्या हॉस्पिटलमध्ये एम.आर.एस.ए.च्या इतक्या केस आढळत आहेत याचं नवल वाटतं का?'' डॉ. फ्लॅनॅगननं विचारलं.

''होय आणि नाही. स्टॅफ हा सर्वसामान्यपणे शस्त्रक्रियेच्या जागी आढळणारा जीवाणू आहे. पूर्वी तीस-चाळीस वर्षांपूर्वी त्याचं प्रमाण फक्त दोन टक्के असायचं. पण आता हेच प्रमाण साठ टक्के झालंय नि ते सारखं वाढताना दिसतंय.''

''मला ह्या सगळ्या प्रकारात एक गोष्ट खटकते आहे, ती म्हणजे ह्या स्पेशॅलिटी हॉस्पिटलची भूमिका. अशा प्रकारच्या केसच्या बाबतीत त्यांच्याकडे पुरेशी साधनसामग्री नसते. त्यांना अशा रुग्णांना बाहेर पाठवावं लागतं. मला एक अशी केस माहिती आहे, जी अशाच एका स्पेशॅलिटी ऑर्थोपेडिक हॉस्पिटलमध्ये झाली होती. रुग्णाला हृदयविकाराचा झटका आला होता आणि त्यांनी काय केलं माहीत आहे?''

''काय?''

''त्यांनी ९११ नंबरला फोन केला.''

''हा विनोद तर नाही ना!'' राव्हेलो संपूर्ण अविश्वासानं उद्गारली.

''त्यांच्या इथं रुग्णाची काळजी घ्यायला ड्युटीवर एकही डॉक्टर हजर नव्हता, ह्यावर विश्वास बसतो का?''

''रुग्ण वाचला का?''

''मला वाटतं, नाही.''

“ही गंभीर गोष्टीची अक्षरश: विटंबना आहे.”

“होय. पण आपण काय करू शकतो? बरं, तुला ह्या स्पेशॅलिटी हॉस्पिटलच्या बाबतीत सध्या काय वाद चालू आहे याची कल्पना आहे ना?”

“थोडीफार आहे. एक प्रकारे आपण इथं आहोत ही चांगलीच गोष्ट आहे. आपण खासगी क्षेत्रामधल्या नसत्या वादविवादांमध्ये विनाकारण ओढले जाण्यापासून वाचतो.”

“मला तसं वाटत नाही. अखेर या सगळ्याचा परिणाम आपल्यावरही होणार आहेच. कदाचित आपल्या पगारावरही परिणाम होईल. ह्या स्पेशॅलिटी हॉस्पिटलच्या संदर्भात एक मुख्य समस्या अशी आहे की, त्यांना फक्त खास वर्गातल्या लोकांमध्ये रस असतो. धडधाकट, उत्तम आर्थिक पार्श्वभूमी असणारे आणि भरभक्कम आरोग्य विमा उतरवलेले हे लोक छोट्यामोठ्या गोष्टींसाठी हॉस्पिटलमध्ये येतात आणि लगेच निघूनही जातात. त्यांच्याकडून हॉस्पिटलला आपल्याला मिळतो तेवढाच पैसा मिळतो. पण स्पेशॉलिटी हॉस्पिटलमध्ये रुग्णांची शुश्रूषा करायची यंत्रणा नसल्यानं त्यांचा प्रचंड फायदा होतो.”

“पण मी ऐकलं होतं की, सरकारनं त्यांच्यावर बंदी घातली होती. त्याचं हेच कारण होतं की काय?”

“नाही.” डॉ. फ्लॅनॅगन म्हणाला, “सरकारचं मत काही काळ त्यांच्या विरोधात होतं. नेमकं सांगायचं तर २००३ ते २००६ दरम्यान सरकार त्यांच्या विरोधात होतं, कारण अशा हॉस्पिटलमध्ये डॉक्टरांची काही प्रमाणात का होईना पण मालकी असते. आरोग्य सेवा क्षेत्राच्या संदर्भात कायदा असा आहे की ज्या ठिकाणी डॉक्टरांचा आर्थिक हितसंबंध आहे अशा संस्थेत किंवा प्रयोगशाळेत रुग्णांना डॉक्टरनं पाठवू नये. पण ह्या कायद्यात एक पळवाट मिळालेली आहे. पण डॉक्टरनं जर एखाद्या संपूर्ण हॉस्पिटलकडे रुग्णाला पाठवलं आणि त्यात त्या डॉक्टरची मालकी असली तरी चालतं. कल्पना अशी आहे की, संपूर्ण हॉस्पिटल असेल तर रुग्णांच्या बाबतीत त्यांचं शोषण व्हायला धोका कमी असणार.”

“पण स्पेशॅलिटी हॉस्पिटलला आपण संपूर्ण हॉस्पिटल असं कसं म्हणणार? तिथं फारच मर्यादित सेवा पुरवल्या जातात.”

“हेच तर आहे! आपलं हॉस्पिटल संपूर्ण हॉस्पिटल आहे असं म्हणून ते ती पळवाट वापरतात.”

“पण मग त्यांच्यावरची बंदी का उठवण्यात आली?”

“मला फारशी कल्पना नाही. ह्या संदर्भात काही खटले झाले आहेत. त्यांच्यामध्ये हे सगळे मुद्दे चर्चेत आले होते. ज्या लोकांनी ह्या वादाबद्दल वाचलं

आहे किंवा ते सुनावण्यांना हजर होते त्यांच्यापैकी बऱ्याच जणांना वाटतं की, बंदी तशीच कायम रहायला हवी होती. कारण केवळ पैसा उकळण्यासाठीच नवनवीन स्पेशॅलिटी हॉस्पिटलं उभारली जात आहेत, हे त्यांना दिसत होतं.''

''मग काय झालं?''

''फारसं स्पष्टीकरण न देता अचानक बंदी उठवण्यात आली. माझा अंदाज आहे की या सगळ्या प्रकारामागे निरनिराळ्या लॉबींमधली स्पर्धा असावी. अमेरिकन मेडिकल असोसिएशन विरुद्ध अमेरिकन हॉस्पिटल असोसिएशन आणि फेडरेशन ऑफ अमेरिकन हॉस्पिटल्स यांच्या एकत्रित लॉबीचा ह्यात सहभाग असणार. मला वाटतं आपल्याला अनुकूल परिस्थिती करण्यासाठी डॉक्टरांच्या लॉबीनं जास्त पैसा खर्च केला असावा.''

''हे फारच वाईट आहे. याचा अर्थ अखेर सगळा पैशाचा खेळ आहे. मला आता आपण एक डॉक्टर असल्याची लाज वाटू लागलीय.''

''हं... पण सगळं काही इतकं वाईट आहे असं म्हणता येणार नाही. शिवाय यात रुग्णांनाच जास्त सुखसोई पुरवणारी स्पेशॅलिटी हॉस्पिटलं हवी असतात. तिथं त्यांना जास्त आराम मिळतो...''

''हे आपण रॅमोना टॉरेसला विचारायला हवं होतं,'' रोव्हेला म्हणाली, ''जर ती सुरुवातीलाच आपल्याकडं आली असती तर तिची जगण्याची शक्यता कितीतरी पटीनं जास्त वाढली असती.''

''हा मुद्दा चांगला आहे, खरोखरच चांगला मुद्दा आहे,'' फ्लॅनॅगन म्हणाला.

१६

३ एप्रिल २००७
रात्री ११ वाजून ५ मिनिटं

"ए... XXX" कार्लोनं ब्रेननच्या खांद्याला गदागदा हलवत त्याला उठवलं. ब्रेनन झोप लागून बसल्याजागी इतका घसरला होता की, त्याचे पाय समोरच्या डॅशबोर्डला टेकले होते. एकदम झोपेतून उठवल्यामुळे ब्रेनन दचकून आजूबाजूला पाहू लागला. क्षणभर त्याला आपण कुठं आहोत हे कळलं नाही. पण पुढच्याच क्षणी तो सावरून समोर पाहू लागला.

"मला वाटतं आपले चार्ज आता पोर्टकडे परतत आहेत," कार्लो म्हणाला, "फ्रन्ट ॲन्ड सेंटर!" कार्लोला अपमानित अवस्थेत हाकलून देईपर्यंत त्यानं दीड वर्षं लष्करात नोकरी केली होती. अजूनही तिथली भाषा तो अधूनमधून वापरत असे.

ब्रेनन डोळे किलकिले करून धक्क्याच्या पलीकडे बारकाईनं पाहू लागला. आकाशात आता चंद्र उगवल्यामुळे हडसन नदीच्या पाण्यात चांदणं चमचम करत असल्यानं त्याला नीट दिसत नव्हतं. कार्लो आणि ब्रेनन अजूनही धक्क्यापाशी पार्किंग लॉटमध्ये कार्लोच्या गाडीत बसून वाट पहात होते.

"मला काही ते दिसत नाहीत." ब्रेनन हे म्हणतो न म्हणतो तोच त्याला चंद्रप्रकाशात पुढे येणाऱ्या मोठ्या बोटीची आकृती दिसली.

"हं... मला आता ती दिसली. पण ही बोट त्यांचीच कशावरून?"

"आज रात्री इथून आत गेलेल्या किती बोटी आपण पाहिल्या?"

"ते ठीक आहे. पण अजूनही तेच असतील हे नक्की म्हणता येणार

नाही,'' ब्रेनन दुर्बिणीतून पहात म्हणला. पाण्याच्या पृष्ठभागावर पसरलेल्या धुक्यामधून बाहेर पडणारी ती बोट भुताटकी झाल्यासारखी भासत होती. ''त्यांनी दिवे का लावलेले नाहीत?''

''ते मला कसं माहीत असणार?''

''आपण आता काय करायचं?''

''इथंच बसायचं. ते काय करतात आणि त्यांच्याबरोबर ती पोरगी आहे का ते पहायचं. ते इथून निघून गेले की, मग आपण बोटीत शिरू.''

बोट धक्क्यापाशी लागायला बराच वेळ लागला. अॅन्जेलो आणि फ्रॅन्कोनं ती पक्की बांधून ठेवली. मग दोघं धक्क्यावर कोरड्या जागेत उतरले. कार्लोनं त्याच्या बाजूची खिडकी खाली घेतली. एवढ्या लांबूनही त्यांना फ्रॅन्को आणि अॅन्जेलो एखादी पार्टी करून आल्यासारखे हसतखिदळत आहेत हे जाणवलं. ते दोघं हसत हसत फ्रॅन्कोच्या गाडीत शिरले. त्यांनी दारं धाडकन बंद केली आणि निघून गेले.

''त्यांनी बोटीची सफर मजेत केलेली दिसते.''

''होय. त्या पोरीच्या जिवाच्या मोबदल्यात की काय कोण जाणे.'' कार्लो म्हणाला, ''काय डुकरं आहेत ही!''

''मला तसं वाटत नाही. पण ती कोण असावी असा प्रश्न मला पडलाय. हा एवढा उपद्व्याप करायचं कारण काय? ती मला काही फार खास वगैरे वाटली नाही.''

''कदाचित आपल्याला ह्या सगळ्याचा अर्थ लागत नसेल. पण लुईला कळू शकेल,'' कार्लो म्हणाला. ''बरं, तू तुझी हत्यारं आणली आहेस ना?''

''ती माझ्याजवळ कायमच असतात.''

''तुला दार उघडता आलं आणि अलार्म यंत्रणा निकामी करता आली तर आपण जरा आत एक नजर टाकून येऊ या.''

''मी हे काम सहज करू शकेन.'' ब्रेनन आत्मविश्वासानं म्हणाला. ब्रेनन दोन गोष्टींमध्ये प्रवीण होता. त्याला कसलीही कुलपं लीलया उघडता येत असत आणि त्याला इलेक्ट्रॉनिक उपकरणांचं चांगलं ज्ञान होतं. शाळेतून हाकलून दिल्यानंतर तो कसल्याशा संस्थेत इलेक्ट्रॉनिक विषयात कसलं तरी प्रशिक्षण घेत होता.

कार्लोनं त्याची गाडी फ्रॅन्कोची गाडी होती त्या जागेच्या अगदी जवळ उभी केली. बाहेर पडण्यापूर्वी त्यानं डॅशबोर्डवर ठेवलेला फ्लॅशलाईट घेतला. दोघं बोटीच्या जवळ आल्यावर कार्लो थांबला.

''काहीतरी विसरलं म्हणून ते परत आले, असं तर होणार नाही?''

"मी परत जाऊन गाडी तिथून हलवू का?"

कार्लोनं नकारार्थी मान हलवली. "नको. फक्त आपण तिकडं गाडीचे दिवे दिसत नाहीत ना यावर लक्ष ठेवू."

दोघं पटकन बोटीत उतरले. "तू दाराकडे बघ." कार्लो म्हणाला, "मी तिकडं लक्ष ठेवतो."

"बोट फारच मस्त आहे," ब्रेनन म्हणाला आणि दाराजवळ जाऊन त्यानं त्याची हत्यारं बाहेर काढली. तिथं फारसा उजेड नव्हता. पण ब्रेननला त्याची गरजही नव्हती. कुलपं उघडणं हे स्पर्शाचं काम असतं.

"तुझा काय अंदाज आहे?" कार्लोनं नजर धक्क्याकडे ठेवतच विचारलं.

"निव्वळ पोरखेळ आहे." ब्रेनन म्हणाला. त्यानंतर दोन मिनिटांच्या आत ब्रेननं दार उघडलंही होतं. अलार्मची यंत्रणा जुनाट स्वरूपाची होती. ती निकामी करायला त्याला जराही वेळ लागला नाही. मग त्यानं कार्लोला हाक मारली. कार्लोनं आत शिरून फ्लॅशलाईट वापरून भराभरा आतल्या सगळ्या वस्तूंची तपासणी केली. त्यानं बारकडे बोट दाखवलं, "ह्याचा अर्थ ते भरपूर प्यायले असणार. त्यांचा मूड तसा का होता हे आता लक्षात येतंय."

"पण ती पोरगी जर सापडली तर? तिचं काय करायचं?"

"काहीतरी युक्ती करावीच लागेल, ते नंतर पाहू." असं म्हणून कार्लोनं पुन्हा एकदा धक्क्याच्या दिशेनं नजर टाकली. आता त्यांना एका मोठ्या बोटीचा आडोसा मिळाला होता. कार्लो मग पायऱ्या उतरून खाली गेला. खाली बऱ्याच खोल्या कॉरिडॉरच्या दोन्ही बाजूला होत्या. कार्लोनं भराभरा दारं उघडून आत नजर टाकली. त्याला काहीही आढळलं नाही. फक्त शेवटच्या खोलीची परिस्थिती निराळी होती. इथं भलामोठा पलंग होता. त्याचा वापर झाला असल्याचं जाणवत होतं. त्यावर एक मोठा टॉवेलही दिसत होता.

"हीच गुन्हा घडलेली जागा असणार," कार्लो म्हणाला. त्यानं फ्लॅशलाईट सगळीकडे फिरवला, "ती पोरगी इथून गेलेली आहे. आपलं काम झालंय, तेव्हा आता इथून निघू या."

कार्लो आणि ब्रेनन आल्याप्रमाणेच बाहेर पडले. त्यांनी पुन्हा धक्का आणि त्याच्या पलीकडचा पार्किंगचा भाग याकडे नजर टाकली. सारं काही शांत होतं.

कार्लो ब्रेननकडे वळला. "मला अचानक एक कल्पना सुचलीय. आपण बोटीवर एखादं माग काढणारं उपकरण लपवलं तर? ते शक्य होईल का?"

"सहज शक्य होईल." ब्रेनन म्हणाला, "बरं, कशा प्रकारचं उपकरण बसवायचं? बोट कुठंकुठं गेली याची नोंद ठेवणारं की बोटीच्या हालचालींवर

रिअल टाईममध्ये नजर ठेवणारं? ह्या प्रकारच्या उपकरणामुळे आपण बोट नेमकी कुठं आहे हे कोणत्याही क्षणी पाहू शकतो.''

''दुसऱ्या प्रकारचं,'' कार्लो स्वत:च्या कल्पनेवर खूष होत म्हणाला.

''उत्तम. आपण बोटीवर हे उपकरण कुठंही सहजासहजी लपवू शकतो, कारण ते पत्त्यांच्या एखाद्या जोडाएवढ्या आकाराचं असेल. मग आपण इंटरनेट वापरून बोटीचा माग काढत राहू शकू.''

''छान! पण अगोदर आपण हे सगळं लुईच्या कानावर घालू या.''

''जरा ऐक,'' ॲन्जेलो विनवणी करत म्हणाला, ''फारसं दूर जावं लागणार नाही.''

''पण आता जवळ जवळ मध्यरात्र झाली आहे आणि मी दमलोय.''

फ्रॅन्को आणि ॲन्जेलो लिंकन टनेलमधून न्यूयॉर्ककडे परत चालले होते. फ्रॅन्कोचा विचार मॅनहटनमधून सरळ जाऊन क्वीन्स भागाकडे जाणाऱ्या टनेलमधून बाहेर पडण्याचा होता.

''माझा उद्देश नापोलीटन रेस्टॉरंटमध्ये एकवार डोकावयाचा आहे.'' फ्रॅन्को म्हणाला, ''पार्टी आता जवळपास संपत आली असेल. ती सेक्रेटरी आता इतिहासजमा झालीय हे मला व्हिनीच्या कानावर घालायचं आहे.''

''पण आपल्याला फक्त वीस ब्लॉक तर बाजूला जायचंय. ती अजून तिथं राहते का एवढंच मला पहायचं आहे. ती जर अजून इथंच राहात असेल तर काम एकदम सोपं होईल. मी सूड घेण्यासाठी किती आतुर झालोय याची तुला कल्पना नसेल. मी त्या कुत्रीमुळे कोठडीत दोन वर्षं काढली आहेत. तिच्याचमुळे माझा चेहरा हा असा झालाय.''

फ्रॅन्कोनं ॲन्जेलोकडे नजर टाकली. त्याच्या विद्रूप चेहऱ्याची आता फ्रॅन्कोला थोडीफार सवय झाली होती. आपण त्याच्याजागी असतो तर आपण असं केलं असतं की नाही असा विचार त्याच्या मनात आला.

''असा किती वेळ लागेल?'' ॲन्जेलो म्हणाला, ''दहा मिनिटं. फार फार तर पंधरा मिनिटं.''

''ठीक आहे. ठीक आहे.'' फ्रॅन्को नाईलाज झाल्यासारखा म्हणाला.

वीस मिनिटांनंतर फ्रॅन्कोची मोठी गाडी एकोणिसाव्या रस्त्यावरून हळूहळू जात होती. इमारतींच्या दर्शनी बाजूंकडे पाहण्यासाठी ॲन्जेलो खाली वाकला होता. मागच्या खेपेचा प्रसंग त्याच्या मनात अजून धगधगत होता. आपण इमारत ओळखू शकू असं त्याला पक्कं वाटत होतं.

"कोणती इमारत... xxx" फ्रॅन्को वैतागून म्हणाला. अॅन्जेलोबद्दल त्याला मघाशी कणव वाटली होती म्हणून त्यानं थोडा वेळ खर्च करायची तयारी दाखवली होती. पण आता अॅन्जेलो एवढा वेळ लावतोय हे पाहून तो त्रासून गेला होता.

"हीच ती!" अॅन्जेलो अचानक म्हणाला.

"नक्की ना?" फ्रॅन्कोनं अॅन्जेलो बोट दाखवत होता त्या इमारतीकडे पाहिलं. अॅन्जेलो ज्या विटांच्या इमारतीकडे बोट दाखवत होता ती तिच्या बाजूच्या इमारतीसारखीच होती, "हीच इमारत कशावरून?"

"माझ्यावर विश्वास ठेव. हीच ती!"

अॅन्जेलो गाडीतून उतरत असताना फ्रॅन्कोनं त्याला लवकर ये अशी ताकीद दिली. आपण ऐकलंय हे दाखवण्यासाठी अॅन्जेलोनं हात हलवला. तो इमारतीपाशी आला. त्यानं वर नजर टाकली. पाचव्या मजल्यावरचे दिवे चालू होतं. डॉ. लॉरी मॉँटगोमेरी मागच्या बाजूला पाच-बी नंबरच्या अपार्टमेंटमध्ये राहात होती. त्यानं इमारतीचा दरवाजा उघडून कॉरिडॉरमध्ये पाय टाकला. असं करताना त्याला अचानक त्याचा पूर्वीचा पार्टनर टोनी रग्गोरिओची आठवण झाली. त्या मूर्खानं तेव्हा लॉरी समजून दुसऱ्या कोणातरी बाईवर इथंच हल्ला केला होती. टोनीबरोबर काम करणं फार अवघड होतं. पण अॅन्जेलोचा त्याला काहीच इलाज नव्हता. अखेर एक दिवस टोनी स्वत:च्याच बेदरकारपणामुळे ठार झाला होता.

फ्रॅन्कोनं टपालपेट्या लावल्या होत्या तिथं जाऊन नावं पाहिली. पण आता पाच-बी मध्ये कोणीतरी मार्टिन सोलोवे नावाचा दुसरा माणूस राहात होता असं त्याला दिसलं. ते पाहून क्षणभर अॅन्जेलो गोंधळून गेला खरा, पण लगेच त्याला आठवलं की, ती कुठं काम करते हे त्याला माहीत होतं. तरीही बारा वर्षांच्या अवधीत तिनं नोकरी बदलली असण्याची शंका त्याला सतावत होती.

अॅन्जेलो परत आला. त्याच्या तोंडाकडे पाहून फ्रॅन्कोला काय झालं ते कळलं होतं.

"हं, ती इथं राहात नाही तर?"

"नाही." अॅन्जेलो म्हणाला. त्यानं मग ती इथून दुसरीकडे कुठंतरी गेली आहे की काय ही आपल्या मनातली शंका बोलून दाखवली.

"ए... जरा नीट विचार कर. ती जर याच शहरात नसती तर तिनं पुन्हा नवीन कटकट कशी काय निर्माण केली असती?"

अॅन्जेलोच्या चेहऱ्यावरचे स्नायू फारसे हलत नसत. पण तरीही त्याचा मूड बदलला आहे हे फ्रॅन्कोला जाणवलं.

१७

४ एप्रिल २००७
सकाळी ४ वाजून १५ मिनिटं

अॅन्जेलाला काही केल्या झोप येत नव्हती. तिनं वाचण्याचा प्रयत्न केला. खरं तर तिला वाचल्यावर झोप येईल असं वाटलं होतं. पण तसं झालं नाही. मग तिनं टी.व्ही. लावला. टी.व्ही.वर कसला तरी टॉक-शो चालू होता. तो पाहात असली तरी अॅन्जेलाचं मन पुन:पुन्हा समस्यांवर घुटमळत होतं. भांडवलाची कमतरता, पॉल यांग कधीही आठ-के फॉर्म पाठवेल याची धास्ती, लॉरी मॉँटगोमेरी एम.आर.एस.ए.ला प्रसिद्धी देऊन नवीन अडचणी निर्माण करेल अशी शंका आणि ह्या सगळ्याचा होणारा भयंकर परिणाम याबद्दल तिचे विचार पुन:पुन्हा पिंगा घालत होते.

अखेर अॅन्जेलानं ह्या सगळ्या उपायांचा नाद सोडला आणि अँबीएनची गोळी घेतली. गेल्या काही महिन्यांत आपण जरुरीपेक्षा जास्त वेळा झोप येण्यासाठी गोळ्यांची मदत घेतली आहे याची तिला जाणीव होती. पण आज काही इलाज नाही असं तिनं मनाशी ठरवलं. एंजल्स हेल्थकेअरचा आय.पी.ओ. पार पाडणं हे केवळ तिच्या एकटीवरच अवलंबून होतं आणि तिला तिचं अवसान टिकवण्यासाठी झोपेची सक्त जरुरी होती.

गोळीचा परिणाम झाला. अॅन्जेला गाढ झोपी गेली. अर्थात तिची झोप अधूनमधून चाळवत होतीच. तिला अनेक भीतिदायक स्वप्नं पडत होती. आपण एका अत्यंत अरुंद भागावरून कड्याच्या बाजूनं चाललो आहोत आणि ती वाट क्षणोक्षणी चिंचोळी होते आहे असं स्वप्न तिला पडलं. अखेर तिला

चालता येईना. ती खाली घसरली. तिनं बोटांनी कड्याला काही क्षण लोंबकळण्याचा प्रयत्न केला. पण अखेर हात सुटले आणि ती खोल अंधाऱ्या खाईत पडली.

ॲन्जेला जागी झाली तेव्हा तिच्या हृदयाची प्रचंड धडधड होत होती. आपण जिवंत आहोत आणि आपण पाहिलं ते स्वप्न होतं हे लक्षात येताच तिला बरं वाटलं. तिनं अंदाज केला त्यानुसार आपण साधारण पाच तास झोपू शकलो हे तिच्या लक्षात आलं. तिनं झोपायचा आटोकाट प्रयत्न केला. पण तिला झोप येईना. अखेर साडेचारच्या सुमारास तिनं पुन्हा झोपण्याचा नाद सोडून दिला आणि नाइलाजानं ती उठली.

किचनकडे जाताना ॲन्जेला मुलीच्या खोलीपाशी जराशी थांबली. तिला उठवावं की नाही यावर तिचा विचार पक्का होईना. अखेर तिनं तिच्या खोलीचं किलकिलं असणारं दार हलकेच ढकललं. तिला मिशेलची गाढ झोपी गेलेली आकृती दिसली. मिशेलचे गडद रंगाचे केस उशीवर विखुरले होते. अंधूक प्रकाशात मिशेल एखाद्या निरागस परीसारखी दिसत होती.

क्षणभर ॲन्जेलाच्या मनात तिला जवळ घेण्याची इच्छा उचंबळून आली. तिच्याकडे पाहताना त्याच वेळी तिला मायकेलनं केलेली प्रचंड फसवणूक, अपमान आणि दिवाळखोरीची मानहानी याचबरोबर सध्याची तिच्या लाडक्या एंजल्स हेल्थकेअर कंपनीची बिकट अवस्था हे सगळंही आठवत होतं. तिनं मनाला आवर घातला आणि जशी आत गेली होती तशीच हलक्या पावलांनी ॲन्जेला मिशेलच्या खोलीतून बाहेर पडली. तिनं दार बंद केलं नाही, होतं तसंच किलकिलं ठेवलं. मिशेलला नेहमी आपल्या खोलीबाहेरच्या वातावरणाशी संपर्क आहे असं वाटण्यासाठी दार उघडं ठेवायची सवय होती.

किचनमध्ये जाऊन ॲन्जेलानं एस्प्रेसो कॉफी यंत्र सुरू केलं. हेडीची बेडरूम किचनच्या बाजूला होते. तिची झोपमोड होऊ नये म्हणून ॲन्जेलानं प्रयत्न केला. कॉफी तयार होत असताना ॲन्जेलाचे विचार पुन्हा भरकटले. तिच्या मनात काल संध्याकाळी चेटशी ती काय बोलली होती याचे विचार येऊ लागले. आपण डॉक्टर का झालो हे सांगताना आपण आपल्या वडिलांवर सूड म्हणून ते केलं असं जरी ती म्हणाली असली, तरी आपण वैद्यकीय शिक्षण घेताना पुरेपूर आनंद लुटला होता हे ॲन्जेलाला आठवलं. आपण प्रॅक्टिस सुरू केली तो दिवसही किती आनंदाचा होता हे तिला जाणवलं. एंजल्स हेल्थकेअर कंपनी सुरू केली त्या वेळीही आपल्याला समाधान वाटलं होतं, पण त्याची जातकुळी वेगळी होती हे तिच्या लक्षात आलं.

कॉफीचा भरलेला कप घेऊन ॲन्जेला तिच्या स्टडीरूममध्ये आली. ही तिची घरातली सर्वांत आवडती जागा होती. एका भिंतीला तळापासून छतापर्यंत

बसवलेल्या रॅकमध्ये खच्चून पुस्तकं भरलेली होती. लहानपणापासूनच अॅन्जेलाला पुस्तकांची प्रचंड आवड होती. आपण आजवर एकही पुस्तक टाकून दिलेलं नाही याचा तिला सार्थ अभिमान होता.

अॅन्जेलानं टेबलापशी बसून पॅड उघडलं. आपल्यापुढे नेमक्या कोणत्या अडचणी आहेत आणि त्या कशा सोडवायचा हे ती लिहू लागली. तिनं प्रथम पॉल यांगचं नाव लिहिलं. हा माणूस दारूच्या आहारी जाणारा आहे ही गोष्ट आपल्यापासून लपवून ठेवण्यात आली हे आठवून तिला राग आला. बॉबनं असं करावं याचं तिला आश्चर्य वाटलं. मग लगेच तिला आपण एक डॉक्टर आहोत हे आठवलं. व्यसनांच्या जाळ्यात अडकलेला माणूस त्यातून बाहेर पडणं किती अवघड असतं याची तिला जाणीव झाली. आय.पी.ओ.चं काम पूर्ण झाल्यानंतर त्याला दारू सोडण्यासाठी कंपनीच्या खर्चानं मदत करायची हे तिनं पॉलच्या नावापुढे लिहिलं.

तिनं पॅडवर डॉ. लॉरी मॉंटगोमेरी हे नाव लिहिलं आणि ती थबकली. आपण ह्या बाबतीत फारसं काही करू शकत नाही. सगळं मायकेलच्या हातात आहे हे तिला जाणवलं. आदल्या संध्याकाळी तिनं मायकेलला ह्या वैद्यकीय तपासनिसाबद्दल सांगितलं होतं. तेव्हा आपण काहीतरी करू असं तो म्हणाला होता. पण तिला मायकेलचा स्वभाव चांगला ठाऊक होता. तो तिची तात्पुरती समजूत काढण्यासाठी बोलत होता की तो खरोखरच काही करणार होता हे तिला समजत नव्हतं. काहीही झालं तरी ही बाई आपल्या कंपनीला धोकादायक ठरणार असं तिला राहून राहून वाटत होतं. तिला थांबवण्यात उशीर होऊन चालणार नव्हता.

अॅन्जेलाची नजर फोनवर गेली आणि मग घड्याळावर. पहाटेचे चार वाजून पस्तीस मिनिटं झाली होती. खरं तर ही वेळ कोणालाही फोन करण्यासारखी नव्हती. तरीही तिनं फोन करायचा असं ठरवलं. तिला पूर्वीच्या अनुभवांमुळे माहीत होतं की, काही वेळा मायकेलच्या पार्ट्या पहाटेपर्यंत चालत असत. मायकेल झोपला असला आणि त्याला उठवलं तरी फारसं बिघडणार नाही असा विचार तिनं केला. पूर्वी अनेक वेळा अशा पहाटेच्या वेळेस झोकांड्या खात घरी परतून मायकेलनं तिची आणि काही वेळा मिशेलचीही झोपमोड केलेली होती हे तिला आठवलं.

बदला घेण्याच्या आनंदात अॅन्जेलानं मायकेलला फोन केला. आपल्याला व्हॉईसमेलवर निरोप ठेवावा लागणार असं तिला उगीचच वाटत होतं. पण तसं झालं नाही. मायकेलच्या फोनवर कॉलर आय.डी. सुविधा होती. तो आपला फोन घ्यायचं टाळेल असं तिला वाटत असतानाच मायकेलनं फोन उचलला होता.

“हे अतिशय महत्त्वाचं असलं तर बरं!” मायकेल किंचित अडखळत म्हणाला.

“मायकेल, मी ॲन्जेला बोलतेय.”

काही क्षण मायकेल बोलला नाही. ॲन्जेलाला कोणातरी बाईचा जड आवाज ऐकू आला. तिची बोलण्याची ढब खास न्यूजर्सीतली होती. अपरात्री कोणी फोन केला म्हणून ती फुणफुणत होती.

“ऐकतो आहेस ना?”

“पहाटेचे XXX साडेचार झालेत!”

“साडेचार नाही. चार वाजून पस्तीस मिनिटं. मी काल तुला त्या डॉ. लॉरी मॉंटगोमेरी बाईबद्दल सांगितलं होतं ना, मला त्याबद्दल काळजी वाटते आहे.”

“मी ते पाहून घेतो असं म्हणालो होतो.”

“होय ना?”

“होय. मी तिचं काय करायचं ते पाहीन असं म्हणालो होतो आणि मी तसं केलंय. आता गप्प बस आणि पुन्हा झोप!”

“तुला खात्री आहे? म्हणजे माझ्या कानावर आलंय की ती बाई एखाद्या गोष्टीचा पिच्छा पुरवणारी आहे.”

“ती कशीही असली तरी काही फरक पडत नाही. माझा क्लायंट खरं तर तिला वैयक्तिकरित्या ओळखतो. आपण तिच्याशी आनंदानं बोलू असं तो म्हणत होता. ती त्याचं ऐकेल याची मला खात्री आहे. माझ्या अंदाजानुसार ती डॉक्टर माझ्या क्लायंटचं काहीतरी प्रचंड देणं लागते.”

तिला मायकेलचं म्हणणं पटलं नाही. पण तिनं त्याचे आभार मानले आणि फोन ठेवून दिला.

१८

४ एप्रिल २००७
पहाटे ४ वाजून ४५ मिनिटं

लॉरी बराच वेळ जागी होती. आपण किती वेळ झोपलो आणि किती वेळ जागे होतो हे तिला कळलं नाही. अखेर तिनं घड्याळाकडे नजर टाकली तेव्हा पहाटेचे पावणेपाच वाजले आहेत हे तिच्या लक्षात आलं. आता साधारण एक तासानं जॅक उठणार आणि मग त्यानंतर पंधरा मिनिटांनी आपल्याला अंथरुणातून बाहेर ओढणार हे तिला ठाऊक होतं. हा कार्यक्रम रोजचाच होता. लॉरी रात्री जागणाऱ्यांपैकी होती. रात्री दहा वाजत जेव्हा जॅकला डोळे उघडे ठेवणं जड जात असे आणि त्यावेळी तिला जणू नव्यानं संजीवनी मिळाल्यासारखं होई. बऱ्याच वेळा ती रात्री एखादी कादंबरी वाचण्यात गढून जाई आणि सकाळी उठल्यावर पुन्हा असं करायचं नाही असा निश्चय करे.

आता टक्क जागी होऊन लॉरी अंधारात छताकडे पहात बसली होती. आपल्याला काय होतंय हे तिला कळत होतं. आपल्याला नैराश्यानं घेरलंय आणि असं आपल्याला पहिल्यांदाच होतंय हेदेखील तिच्या लक्षात आलं. नैराश्याचा झटका येणं म्हणजे काय हे तिनं ऐकलं असलं तरी तिला त्याचा कधी अनुभव आला नव्हता. आपला अपेक्षाभंग मात्र अनेकदा झालाय हे तिला आठवलं. तिला लहानपणापासूनच लहान मुलांचं फार आकर्षण होतं. मोठी झाल्यावरही तिला आपण आई व्हावं असं सारखं वाटे. पण शिक्षण घेण्याच्या नादात तिला योग्य जोडीदार मिळवण्याएवढा वेळच मिळाला नव्हता. पण आता जॅकच्या प्रेमात पडून लग्न केल्यावरही तिला त्याच्या मनातल्या पूर्वीच्या

भयगंडांशी मुकाबला करावा लागला होता. अगोदर जॅकचा मूल होऊ द्यावं की नाही याबद्दलचा निर्णय होत नव्हता. आता त्या दोघांनी मूल होऊ द्यावं असं ठरवलं होतं, पण तसं होतं नव्हतं. आपलं वाढलेलं वय पाहता आपण आई होण्याची शक्यता कमी होत चालली आहे की काय याची तिला धास्ती वाटत होती. त्यातच जॅक आता स्वत:वर शस्त्रक्रिया करून घेत होता आणि खूप मोठी जोखीम पत्करत होता.

लॉरी कुशीवर वळली आणि तिनं जॅककडे प्रेमानं पाहिलं. तो एक हात डोक्याखालच्या उशीखाली ठेवून निवांत झोपला होता. जॅक कधीकधी आडमुठेपणा करत असला तरी तिचं त्याच्यावर मनापासून प्रेम होतं. आत्ता हे एवढं सगळं माहीत असूनही जॅक आपला शस्त्रक्रिया करून घ्यायचा हेका का सोडत नाही असं तिला राहून राहून वाटत होतं.

आता आपण आणखी झोपू शकणार नाही हे लक्षात आल्यावर लॉरी उठली. अंगावर बाथरोब चढवून ती हलकी पावलं टाकत स्टडीरूममध्ये आली. ही स्टडीरूम एकशेसहाव्या रस्त्याच्या बाजूला होती. आता जरासं उजाडू लागलं होतं. तिनँ खिडकीतून खाली पाहिलं. तिला जॅकचं प्राणप्रिय असणारं बास्केटबॉलचं मैदान दिसलं. ते जर अदृश्य झालं तर किती बरं होईल असा विचार तिच्या मनात आला.

लॉरीची नजर आता टेबलाकडे गेली. टेबलाच्या तिच्या बाजूला जराही जागा शिल्लक नव्हती. तिनं हॉस्पिटलच्या नोंदी, सगळ्या चोवीस केसच्या फाईली वगैरे सगळं घरी आणलं होतं. संध्याकाळी ते पहायचं असं तिनं ठरवलं होतं खरं, पण तिला ते जमलं नव्हतं. आता आपण लवकर उठलोय तर हे वाचावं असा विचार तिच्या मनात आला. पण तो बसण्याअगोदरच मावळला. आपण काहीही केलं तरी जॅक त्याला हवं तेच करणार असं तिला मनोमन खात्रीनं वाटत होतं.

लॉरीनं स्वत:साठी कॉफी बनवून घेतली आणि डायनिंग टेबलपाशी बसून ती आपल्या बाळासंबंधी विचार करू लागली. कृत्रिम गर्भधारणेच्या कल्पनेला जॅक कसा प्रतिसाद देईल याबद्दल तिच्या मनात साशंकता होती. त्यांनी अद्याप ह्याबद्दल एकदाही चर्चा केलेली नव्हती. पण तिला जॅकची खात्री वाटत नव्हती हे खरं. स्वत:ला हवं म्हणून नाही, तर केवळ तिला खूष करण्यासाठी जॅक मूल होऊ द्यायला तयार झाला होता, याची तिला पक्की कल्पना होती.

पलंगावर पडल्यावर जरी लॉरीला झोप लागली नसली तरी त्या ठिकाणी टेबलापाशी बसल्या बसल्या तिला डुलकी लागली. ती जागी झाली ते जॅकच्या चाहुलीनं. जॅक पाठीमागे हात बांधून तिच्याकडे आश्चर्यचकित होऊन पाहात दारात उभा होता.

"तू इथं किचनमध्ये अशी पेंगत का बसली आहेस?"

"मला झोप येत नव्हती," आपल्या बोलण्यातला विरोधाभास जाणवूनही लॉरीनं उत्तर दिलं.

जॅक टेबलापाशी आला. त्यानं तिच्या खांद्यावर हात ठेवला, "तुला अजूनही माझ्या शस्त्रक्रियेबद्दल काळजी वाटत असेल तर मी तुला वचन देतो की मला काहीही होणार नाही."

"होय तर! जणू सगळं तुझ्याच हातात आहे असं बोलतो आहेस. तुला एवढा अडेलतट्टूपणा करायचं कारण काय?" लॉरी तिरकसपणानं म्हणाली.

"हे कोण बोलतंय पाहा!"

"जर तुझ्या जागी मी असते, तर मी तू जेवढी मोठी जोखीम पत्करतो आहेस ना, तेवढी नक्कीच पत्करली नसती."

"अरे हो... हो!" जॅक म्हणाला, "आपण ह्याबद्दल पूर्वी अनेकदा बोललो आहोत हे आठवतंय ना? या विषयावर आपल्यात दुमत आहे, यावर आपण सहमत होऊया. कामावर जायच्या अगोदर मला शस्त्रक्रियेपूर्वी करायच्या तपासण्यांसाठी हॉस्पिटलमध्ये जायचंय. मी तुला त्या एम.आर.एस.ए.च्या चाचणीबद्दल बोललो होतो ना ती सुद्धा करायची आहे. मी तिथं भूल देणाऱ्या डॉक्टरशी पटकन बोलून घेणार आहे. म्हणूनच तर मी आज लवकर उठलोय. तू देखील माझ्याबरोबर येतेस का? ह्या सगळ्या तपासण्या होताना पाहून तुला कदाचित जरा विश्वास वाटेल."

क्षणभर लॉरीला वाटलं की आपण फटकून काहीतरी बोलून आपला ह्यापुढे काहीही संबंध नाही असं म्हणावं. पण लगेच तिनं विचार बदलला. ती अशा तऱ्हेनं स्वत:ला बाजूला करू इच्छित नव्हती. तिला आता आपण अनधिकृतपणे हॉस्पिटलला जाणार याची काळजी करायचं काही कारण नव्हतं. कारण आता ती जॅकबरोबर त्याची बायको ह्या नात्यानं तिथं जाणार होती. जर तिला त्या एंजल्सच्या हॉस्पिटलमध्ये काय गडबड आहे हे शोधायचं असेल तर ही तिच्या दृष्टीनं एक सुवर्णसंधी ठरणार होती. जॅकला भेटण्यासाठीही ती तिथं जाऊ शकणार होती.

"ठीक आहे. मी येते."

लॉरी काहीही फाटे न फोडता एकदम यायला तयार झाली म्हणून जॅक जरासा चकित झाला होता, "उत्तम. चला तर मग. आपण शॉवर घेऊन निघू या."

फ्रॅन्को जागा झाला. पण त्यानं एकच डोळा उघडला होता. त्याचा सेलफोन

वाजत होता. पांघरुणातून हात बाहेर काढून फोन घेण्याआधी त्यानं रेडिओवरच्या घड्याळाकडे नजर टाकली. पावणेपाच वाजले होते. शेलक्या शिव्या हासडतच त्यानं फोन घेतला.

"हं?" फ्रॅन्कोचा स्वर असा होता की पलीकडच्या माणसाला त्याला फोन आलेला आवडलेला नाही हे स्पष्ट जाणवलं असतं. त्यानं ह्या वेळेला फोन घेतला तो एकाच कारणासाठी. व्हिनीचा फोन केव्हाही येऊ शकतो याची त्याला कल्पना होती.

"आपल्याला निघायला हवं," फोनवर अॅन्जेलो बोलत होता, "पण तुझी बोटीसारखी ती अवजड गाडी नको. आपण व्हॅन नेऊ या."

पुन्हा एकदा खास ठेवणीतल्या शिव्या निवडून फ्रॅन्कोनं अॅन्जेलोचा उद्धार केला. किती वाजलेत हे त्यानं अॅन्जेलोला विचारलं.

"पहाटेची वेळ आहे हे मलाही कळतंय," अॅन्जेलो म्हणाला, "मी काल रात्री घरी गेल्यावर वैद्यकीय तपासनिसाच्या ऑफिसात फोन केला होता. मी चौकशी केली तेव्हा कळलं की ती बाई अजून तिथंच काम करते. ती किती वाजता कामावर येते हेदेखील मी विचारलं. हे लोक खूप जास्त तास काम करतात हे मला माहीत आहे. म्हणूनच तिला पहाटेच उचलण्याचा माझा इरादा आहे."

"तू जरा जास्त उतावळा होतो आहेस." फ्रॅन्कोनं तक्रार केली.

"व्हिनीनं हे काम कालच उरकायला सांगितलं होतं हे आठवतंय ना?"

"होय."

"होय ना? मग आपण नापोलीटनमध्ये भेटू. मी व्हॅन आणतो."

"नापोलीटन आत्ता बंद असेल."

"होय, खरंच की."

"अॅन्जेलो, तू जरा जास्त घाई करतो आहेस. जरा सावकाशीनं घे! घाईगर्दी केली की हातून चुका होतात. उतावळेपणामुळे तू नापोलीटन रेस्टॉरंटमध्ये सकाळी दहापर्यंत शुकशुकाट असतो हेदेखील विसरलास की नाही बघ."

"तुझं म्हणणं बरोबर आहे. मी उतावळा झालोय हे खरंच आहे. पण माझ्या जागी तू असतास तर तू देखील हेच केलं असतंस. मी काय सांगतो ते ऐक आता. मी तुला तुझ्या घरी साडेसहा वाजता भेटतो. ठीक आहे?"

"तू मला नापोलीटनमध्ये भेटलास तरी हरकत नाही." फ्रॅन्को म्हणाला. त्यानं विचार केला की इथूनच अॅन्जेलोच्या गाडीतून गेलं तर आपल्याजवळ नंतर आपली गाडी नसेल, "मी गाडी तिथं पार्क करतो. तिथं सकाळी जागा असते." असं म्हणून फ्रॅन्कोनं फोन बंद केला.

फ्रॅन्कोनं पांघरूण दूर उडवून दिलं. आजचा दिवस फार गडबडीचा जाणार हे त्याच्या लक्षात आलं. तुलनेनं सुरक्षित असणाऱ्या भागात एका सरकारी नोकराला उडवणं ही सोपी गोष्ट नाही. म्हणूनच आपण अॅन्जेलोला जरासं आवरायला हवं असं त्याला वाटू लागलं.

पहिली रिंग वाजताच अॅडम विल्यमसननं फोन उचलला. कामगिरीवर असताना अॅडम नेहमीच एखाद्या मांजरासारखा सावध झोपत असे.

"मिस्टर ब्रामफोर्ड, सहा वाजले आहेत. तुमच्या विनंतीवरूनच मी फोन केलाय. आज हवा ढगाळ असेल आणि गरमही होईल. पावसाची एखादी सरही येऊ शकेल."

अॅडमनं टेलिफोन ऑपरेटरचे आभार मानले आणि लगेच खोलीत ज्यूस, अंडी, ब्रेड, बेकन, परतलेले बटाटे आणि कॉफी असा भरगच्च नाश्ता मागवला. अशा प्रकारच्या कामगिरीवर जाताना सावजाचा माग काढण्यासाठी दिवसभरही थांबावं लागतं. पुन्हा खाण्यासाठी केव्हा वेळ मिळेल याची खात्री देता येत नाही.

सर्व काही ठीक आहे याची खात्री झाल्यानंतर, भरगच्च नाश्ता केल्यानंतर अॅडम शॉवर घेण्यासाठी गेला. इराकहून परतल्यानंतर त्याला फक्त अशा कामगिरीवर असताना आपण कोणीतरी आहोत याची जाणीव होत असे. फक्त त्याचे डेल्टा फोर्सचे मित्र बरोबर नाहीत ही एक उणीव त्याला जाणवत होती. त्या अखेरच्या लष्करी मोहिमेनंतर तो त्यांच्या सहवासाला मुकला होता.

जॅक एंजल्स ऑर्थोपेडिक हॉस्पिटलमध्ये शिरला. लॉरी त्याच्या मागे दोनचार पावलांवर होती. काल दुपारी अडीच वाजतापेक्षा सकाळी सव्वासहाला हॉस्पिटलमध्ये चांगलीच गर्दी दिसत होती. जॅक माहितीकक्षापाशी गेला तेव्हा लॉरी त्याच्या मागोमागच होती. जरी तिनं तिथं येण्यासाठी योग्य कारण असलं, तरी तिला काल जे घडलं तशा प्रकारची वादावादी होणं टाळायचं होतं. लोरेन न्यूमन भेटली असती तर गोष्ट वेगळी होती. पण शक्यतो सिंथिया सार्पौलस किंवा ती अॅन्जेला डॉसन समोर येऊ नये असं तिला वाटत होतं. अर्थात कदाचित लोरेनलादेखील लॉरीला पाहून दुसऱ्या कोणाला तरी बोलावणं भाग पडण्याची शक्यता होती. कारण काहीही झालं तरी ते लोक तिचे बॉस होते याची लॉरीला कल्पना होती.

जॅकला दुसऱ्या मजल्यावर जाण्यासाठी सांगण्यात आलं. जॅक आणि लॉरी लिफ्टपाशी उभे असताना लॉरी अतिशय सावधगिरीनं वागते आहे हे जॅकच्या लक्षात आलं.

"तुला काय झालंय?" जॅकनं विचारलं, "जणू एखाद्या खारीला कुत्र्याचा वास येऊन ती भेदरावी असं तुझं का झालंय?"

"मी तुला सांगितलं की मला काल इथं चांगली वागणूक मिळाली नव्हती. म्हणूनच मी हॉस्पिटलची मुख्य अधिकारी किंवा त्यांची संसर्गजन्य रोगप्रसार प्रतिबंधक समितीची प्रमुख यांची भेट होऊ नये अशी मनोमन प्रार्थना करते आहे."

"एवढं घाबरायचं काही कारण नाही. तुला इथं येण्याचा पूर्ण हक्क आहे."

"तसं असलं तरी मला कसलीही कटकट नको आहे."

दोघं दुसऱ्या मजल्यावर आले. तिथं रुग्णांना थांबण्यासाठीची जागा त्यांना सहज सापडली. हा भाग देखील उत्तम सजवलेला होता. त्याची सजावट एखाद्या घरातल्या दिवाणखान्यात असावी अशी होती. शस्त्रक्रियेच्या अगोदर करायच्या तपासण्यांसाठी अनेकजण तिथं आलेले होते. पण तिथं कोणाला फारसं थांबावं लागत नव्हतं. जॅक आणि लॉरीला बसावंही लागलं नाही. ते तिथं जाताच लगेचच जॅकला रक्त वगैरे घेण्यासाठी पाचारण करण्यात आलं.

"तुझ्याजवळ सेलफोन आहे ना?" लॉरीनं विचारलं.

"अर्थातच आहे. का?"

"माझ्याजवळही आहे. मी पटकन चौथ्या मजल्यावरच्या पॅथॉलॉजी प्रयोगशाळेत जाऊन येते. तुझं इथलं काम झालं आणि तरीही मी परत आलेली नसेन तर मला फोन कर."

"याचा अर्थ तू तुझ्या वेळेचा सदुपयोग करायचा असं ठरवलं आहेस तर."

"होय." लॉरीनं होकार दिला. सुरुवातीला तिला असं वाटत होतं की इथं हॉस्पिटलमध्ये कोणी आपल्याला ओळखू नये. पण आता तिचा विचार बदलला होता. मिळालेल्या संधीचा फायदा घेऊन डॉ. वॉल्टर ऑसगुड भेटतो का ते ती पाहणार होती. कदाचित डॉ. ऑसगुडला त्यांच्या तीन केसमध्ये आढळलेला रोगजंतूचा प्रकार नेमका कोणता आहे हे कळण्याची उत्सुकता वाटत असेल. काल त्याच्याशी बोलताना त्यानं आपण सगळ्या केसमध्ये उपप्रकार कोणता ते पाहात नाही असं सांगितलं होतं. लॉरीला ते खटकलं होतं. विशेषत: संसर्गाचा मार्ग अद्याप कळलेला नसताना असं वागणं तिला रोगप्रसार विज्ञानाच्या दृष्टीनं विसंगत वाटलं होतं.

चौथ्या मजल्यावर पोहोचल्यावर तिनं समोर आलेल्या पहिल्या व्यक्तीला डॉ. ऑसगुड कुठं भेटतील असं विचारलं.

"मला कल्पना नाही." ती तंत्रज्ञ म्हणाली. "तुम्हाला प्रयोगशाळेचे पर्यवेक्षक डॉ. सायमन फ्राईडलँडर यांना विचारावं लागेल. त्यांचं ऑफिस तिकडं मागच्या बाजूला आहे." तिनं मागच्या बाजूकडे बोट दाखवलं.

लॉरी त्या तंत्रज्ञ पोरीनं दाखवलेल्या ऑफिसकडे गेली. दार उघडं होतं. आत तिला एक हडकुळा दाढीवाला माणूस बसलेला दिसला. त्यानं कडक इस्त्रीचा पांढराशुभ्र कोट घातलेला होता. तो टेबलावर ठेवलेली कागदपत्रं वाचत होता.

"एक्सक्यूज मी..." लॉरीनं हाक मारली.

"काही मदत हवी का?"

"मला डॉ. वॉल्टर ऑसगुडना भेटायचं आहे. ते आज इथं आले आहेत का हे तुम्ही सांगू शकाल का?"

"नाही... आज कोणता वार आहे बरं...?" सायमन मागे वळला आणि त्यानं मागच्या बाजूला लावलेला तक्ता वाचला, "आज ते एंजल्स हार्ट हॉस्पिटलमध्ये असतील. ते इथं सोमवारी आणि गुरुवारी येतात."

"आभारी आहे." लॉरी म्हणाली.

"मी तुम्हाला काही मदत करू शकेन... मी ह्या प्रयोगशाळेचा पर्यवेक्षक आहे."

"मला थेट डॉ. ऑसगुड यांच्याशीच बोलायचं आहे." लॉरी म्हणाली.

"काही तातडीचं काम आहे का? त्यांना आपण फोन करू शकतो."

"काम एम.आर.एस.ए. साथीच्या संदर्भात आहे."

"हे महत्त्वाचं आहे हे नक्की. बरं, तुम्ही कोण आहात?"

लॉरीनं आपली ओळख करून दिल्यानंतर फ्राईडलँडरनं फोन लावला. त्यानं फोनवर कोणी एक डॉ. लॉरी माँटगोमेरी आलेली असून तिला बोलायचं आहे असं सांगितलं. लॉरीनं फोन घेण्यासाठी हात पुढे केला पण सायमन फ्राईड- लँडरनं तिला हातानंच इशारा करून थोपवलं. तो डॉ. ऑसगुडशी बोलत राहिला. लॉरीला त्यांचं बोलणं कळत नव्हतं. अधूनमधून तिच्याकडे पाहात फ्राईडलँडर 'होय', 'नाही', 'माझ्या लक्षात आलं' वगैरे बोलत होता. अखेर त्यानं फोन ठेवून दिला आणि मग लॉरीकडे वळून म्हणाला, "माफ करा. पण डॉ. ऑसगुड फारच कामात आहेत. त्यांनी तुम्हाला दिवसभरात कधीही त्यांच्या ऑफिसात फोन करायला सांगितला आहे. मी तुम्हाला त्यांचा नंबर देऊ शकतो." त्यानं एक व्हिजिटिंग कार्ड घेतलं. त्याच्यावर असणाऱ्या एंजल्स हेल्थकेअरच्या फोन नंबरभोवती त्यानं वर्तुळ काढलं आणि ते कार्ड लॉरीच्या हाती दिलं.

आपल्याला अशा प्रकारे धुडकावून लावण्यात आल्यानं जराशी अपमानित झालेली लॉरी वळली आणि तिथून बाहेर पडली.

आता खरोखरच आणीबाणीची परिस्थिती उद्‌भवली आहे असं डॉ. वॉल्टर ऑसगुडनं स्वत:ला बजावलं. त्याची ह्या डॉ. लॉरी मॉँटगोमेरी बाईशी पहिली ओळख झाली होती त्याच क्षणी ही बाई त्रासदायक ठरणार हे त्याच्या लक्षात आलं होतं. आता ती पुन्हा एंजल्सच्या हॉस्पिटलमध्ये आली होती. कंपनीच्या मुख्य कार्यकारी अधिकारी असणाऱ्या व्यक्तीनं तसं स्पष्ट सांगूनही ती पुन्हा आली होती. इतकंच नाही तर तिला त्याच्याशीच बोलायचं होतं. त्यानं पुन्हा एकदा तो खास नंबर बाहेर काढला. यावेळी फोनची रिंग बराच वेळ वाजली.

"आता काय आहे?" तोच माणूस जड आणि किंचित झोपाळलेल्या आवाजात म्हणाला.

"तीच समस्या."

"तू लॅन्डलाईनवरून बोलतो आहेस का?"

"होय."

"मग मला ह्या नंबरवर फोन कर," असं म्हणून त्या माणसानं ऑसगुडला एक नंबर सांगितला.

वॉल्टर काही मिनिटं थांबला. मग त्यानं त्या नवीन नंबरला फोन लावला. पलीकडच्या त्याच माणसानं फोन उचलला, पण आता त्याच्या आवाजात घोगरेपणा नव्हता, "तू त्या वैद्यकीय तपासनीस बाईबद्दल बोलतो आहेस का?"

"होय. ती आज सकाळी इथं आली होती. तिला तसं करू नये असं बजावूनही ती पुन्हा तपास करत होती. मला तिच्यामुळे काळजी वाटते. जर तिच्याबद्दल काही केलं नाही तर मी पुढं काम करू शकेन असं मला वाटत नाही."

"काहीतरी नक्की केलं जातंय. तू धीर धरायला हवास."

"केलं जातंय म्हणजे नक्की काय?" वॉल्टर म्हणाला. इथं तो जोखीम उचलत असताना त्याला ही गुप्तता आवडत नव्हती.

"आत्ता ह्या क्षणाला एकजण तुमच्या शहरात हजर आहे. अशा तऱ्हेच्या समस्या सोडवणं ह्यातच तो तज्ज्ञ आहे."

"मला आणखी तपशील कळायला हवेत."

"जेवढं कमी कळेल तेवढं बरं."

"तुझ्या म्हणण्याचा अर्थ असा की ह्या क्षणाला कोणीतरी एकजण इथं न्यूयॉर्कमध्ये आहे.''

"नेमकं हेच तर मी सांगतोय.''

"तिचं किंवा त्याचं नाव किंवा नंबर मिळेल का?''

"ते शक्य नाही.''

"मला या परिस्थितीत पुढे काम करता येईल असं वाटत नाही.''

"ह्या ठिकाणी तुला काही ठरवण्याचं स्वातंत्र्य आहे असं मला वाटत नाही. तू सुरुवात केलीस तुझ्या मर्जीनं, पण आता थांबायचा निर्णय घेणं तुझ्या मर्जीवर अवलंबून नाही. अजून काही दिवस तरी दबाव असाच राहायला हवा.''

वॉल्टरला राग आला आणि भीतीही वाटली. भीतीनं रागावर मात केली. तो काहीही बोलला नाही.

"तू गप्प बसलास याचा अर्थ वस्तुस्थिती तुला समजली असा आहे.''

"ती जर पुन्हा इथं आली तर जो कोण तुम्ही लोकांनी पाठवला आहे त्याला यश आलं नाही असं होईल. तसं झालं तर मी पुन्हा फोन करू का?''

"होय. पण तशी वेळ येणार नाही. आम्ही तिच्याकडे तिला समजवण्यासाठी सर्वोत्कृष्ट मध्यस्थ, वाटाघाटी करणारा सर्वोत्तम माणूस पाठवला आहे.''

"अजून एक प्रश्न. मला तुमचं नाव माहीत नाही.''

"माझं नाव माहीत असायची गरजही नाही.'' कालच्याप्रमाणे ह्या खेपेसही फोन एकदम बंद झाला होता.

टाइम्समधला एक-दोन बातम्या जेमतेम वाचून झाल्या असताना जॅक परत आला. त्याच्याबरोबर एक तरुण डॉक्टर होता. त्याचे कपडे एकदम झकपक होते. ही ह्या हॉस्पिटलची खासियत असावी. तो अत्यंत स्मार्ट दिसतो आहे, हे लॉरीनं मनोमन कबूल केलं. तो विद्यापीठाच्या हॉस्पिटलमधल्या रेसिडेंट डॉक्टरांपेक्षा कितीतरी टापटीप दिसतोय हे तिला स्पष्टपणानं जाणवलं.

जॅकनं त्या तरुण डॉक्टरची ओळख डॉ. जेफ अलब्राईट अशी करून दिली. लॉरीनं त्याच्या डोळ्यांइतके निळेशार डोळे कधीच पाहिले नव्हते.

"मी सुदैवी आहे,'' जॅक लॉरीला म्हणाला, "डॉ. अलब्राईट यांनी वेळ काढून माझ्यासाठी इथं यायचं कबूल केलं आहे. मी त्यांना तुझ्या मनात असणाऱ्या एम.आर.एस.ए. विषयीच्या शंकांबद्दल बोललो. त्यांनी तुझं समाधान व्हावं म्हणून तुझ्याशी बोलण्याचं औदार्य दाखवलं आहे.''

लॉरीनं त्या डॉक्टरशी हस्तांदोलन केलं. जॅक ओळख करून देताना जे

काही म्हणाला होता त्यावरून आपण एक जरुरीपेक्षा जास्त काळजी करणाऱ्या आईसारख्या आहोत असा त्याचा समज झाला असणार हे तिच्या लक्षात आलं. जॅक एखाद्या बैलासारखा धडधाकट आहे असं जेफ म्हणाल्यावर, बैल तरी खरोखर नेहमी निरोगी असतात का असा विचार तिच्या मनात येऊन गेला. जेफचं ठरावीक साच्याचं बोलणं पूर्ण झाल्यानंतर लॉरीनं त्याला प्रश्न विचारला की, त्याच्या किती केसमध्ये रुग्णाला एम.आर.एस.ए.च्या संसर्ग झाला होता.

जेफ अलब्राईटनं आळीपाळीनं नर्व्हसपणे जॅक आणि लॉरीकडे नजर टाकली. जॅकनं त्याला एम.आर.एस.ए. बद्दल नेमकं काही विचारलेलं नसणार हे लॉरीच्या लक्षात आलं.

"एका केसमध्ये," अखेर जेफ अलब्राईट म्हणाला, "काही महिन्यांपूवी खांद्याच्या शस्त्रक्रियेनंतर सर्वस्वी अनपेक्षितपणे संसर्ग झाला होता आणि त्यात रुग्णाचा मृत्यू झाला होता."

"त्याचं नाव काय होतं?"

"ही माहिती सांगायची मला परवानगी आहे असं वाटत नाही." ही केसही अखेर वैद्यकीय तपासनिसांकडे आली असल्यानं ही माहिती विचारण्याचा कायदेशीर अधिकार आपल्याला आहे याची कल्पना असूनही लॉरीनं हा मुद्दा इथंच सोडून दिला. नावाला काही महत्त्व नव्हतं. आपण ह्या केसची माहिती नोंदवलेली आहे एवढी तिची खात्री झाली होती. तिला जॅकची शस्त्रक्रिया पुढे ढकलण्यात जास्त रस होता.

"ह्या केसमध्ये काही निराळं होतं असं तुम्हाला काही आठवतंय का?" जेफनं नकारार्थी मान हलवली, "तसं फारसं निराळं काही नव्हतं. हं, एक गोष्ट मात्र होती. आमची दर आठवड्याला एम.आर.एस.ए.साठी तपासणी होत असते. ज्या आठवड्यात ह्या रुग्णाचा मृत्यू झाला, त्या आठवड्यात मी एम.आर.एस.ए. पॉझिटिव्ह ठरलो होतो. हे त्या रुग्णामुळे घडलं की काय हे मला सांगता येणार नाही. पण आता मात्र मी पॉझिटिव्ह नाही हे नक्की, कारण कालच तपासणी झाली होती."

"मी देखील ह्या भयंकर रोगजंतूपासून मुक्त आहे हे सांगायला मला आनंद वाटतो." जॅक म्हणाला.

"सोमवारी डेव्हिड जेफ्रीजच्या शस्त्रक्रियेच्यावेळी भूल देण्यासाठी तुम्हीच होतात का?"

"नाही. मी नव्हतो. डोन्लोरेस सुआरेझ होता."

"माझ्याशी बोलल्याबद्दल आभार," लॉरी फिकटपणानं हसत म्हणाली. जेफशी बोलून तिला फारसा विश्वास वाटला नव्हता.

“आम्ही तुमच्या नवऱ्याची उत्तम काळजी घेऊ.” जेफनं आश्वासन दिलं आणि गुडबाय करून तो निघून गेला.

“हं, तर मग?” जॅक म्हणाला, “हे सगळं उत्तम आहे असं म्हणायला हवं. अजिबात थांबावं न लागणं हे फक्त आश्चर्यकारक आहे.”

“सगळं काही चकचकीत, स्वच्छ आणि मन प्रसन्न करणारं आहे,” लॉरीनं कबूल केलं, “पण हे एवढं सगळं व्यवस्थित असूनही मुख्य समस्या अजून का आहे ते उलगडलेलं नाहीच.”

“तुला हे सगळं स्पष्टीकरण पटलेलं नाही की काय?”

“एम.आर.एस.ए.ला ह्या अशा चैनीच्या सजावटीशी काहीच देणंघेणं नसतं.”

“तुझ्याशी बोलणं अशक्य आहे,” जॅक सुस्कारा टाकत म्हणाला, “प्रत्येक हॉस्पिटलमध्ये एम.आर.एस.ए. काही प्रमाणात असतातच.”

“पण प्रत्येक हॉस्पिटलमध्ये इथं होणारा संसर्ग नसतो. इथं एबोला विषाणूप्रमाणे हा नेक्रोटायझिंग न्यूमोनिया रुग्णांचा बळी घेत सुटला आहे.”

“हं...” जॅक हताशपणानं म्हणाला, “चल, आता आपण आपल्या कामाला जाऊ.”

“हा काय ×××× प्रकार आहे?” फ्रॅन्को चिडून म्हणाला, “यासाठीच तू माझी झोपमोड केलीस?”

फ्रॅन्कोनं समोरच्या बाजूला दिसणाऱ्या गर्दीकडे बोट दाखवलं. न्यूयॉर्क शहराच्या वैद्यकीय तपासनिसांच्या ऑफिससमोर पन्नास-साठ माणसं विस्कळीतपणानं उभी राहून बिंगहॅमनं शवविच्छेदन केलेल्या कन्सेप्शन लोपेझ नावाच्या माणसाच्या मृत्यूसंबंधी अहवालाचा निषेध करत होतो. पोलीस मुद्दाम स्पॅनिश वंशाच्या माणसांवर कोठडीत अत्याचार करतात अशा प्रकारचा मजकूर लिहिलेले कागद त्यांनी झाडूच्या दांड्यांना लावले होते.

“इतक्या सकाळी हे सगळं इथं कशाला मरायला आलेत हे कळत नाही,” ॲन्जेलो म्हणाला.

“सकाळच्या बातम्यांमध्ये झळकण्यासाठी,” फ्रॅन्को म्हणाला, “शिवाय आत्ता जे ते करताहेत त्यामुळे ट्रॅफिकमध्ये अडथळा येणार आणि त्यांच्याकडे प्रसिद्धी माध्यमांचं जास्त लक्ष जाणार हे तर उघडच दिसतंय.”

काही निदर्शक फर्स्ट अव्हेन्यूवर भरकटत होते. पोलीस त्यांना मागे ढकलून ऑफिसच्या दारासमोरच्या भागापुरते ठेवण्याचा प्रयत्न करत होते. कदाचित दंगल नियंत्रक पथकांना बोलावणं पाठवलं असून ते येईपर्यंत हे पोलीस गर्दीला

आवरण्याचा प्रयत्न करत असावेत असं वाटत होतं.

फ्रॅन्को आणि ॲन्जेलो त्यांच्या ल्युसिया फॅमिलीच्या व्हॅनमध्ये बसले होते. ही व्हॅन ते लोकांना पळवण्यासाठी आणि केनेडी विमानतळावरच्या सर्व प्रकारच्या उपद्व्यांसाठी वापरली जात असे. त्यांनी व्हॅन एकोणतीस आणि तिसाव्या रस्त्याच्या दरम्यान असणाऱ्या एका कोपऱ्यावर लावली होती. तिथून त्यांना वैद्यकीय तपासनिसांच्या ऑफिसच्या इमारतीसमोरचा भाग व्यवस्थित दिसत होता. फक्त एक रेंजरोव्हर गाडी त्यांच्यापुढे त्यांच्याप्रमाणेच नो पार्किंग भागात उभी होती. "ही गाडी अशी का उभी आहे?" ॲन्जेलो तक्रारीच्या स्वरात म्हणाला, "हा नो पार्किंग भाग आहे. लोक कायदा किती सहज धुडकावतात पाहा!"

"गप्प बस!"

ॲन्जेलोनं वैतागून स्टिअरिंग व्हीलवर मुठी आपटल्या. "ह्या XXX लोकांना आजच इथं निदर्शनं करायचं काही नडलं होतं का?"

"तू चिडला आहेस," फ्रॅन्कोनं ॲन्जेलोला सावध केलं, "आपण सरळ निघून जाणं योग्य ठरेल. हे एवढे लोक आणि पोलीस हजर असताना आपण काहीही करू शकणार नाही."

"मला फक्त एकदा तिला बघायचंय. मग आपण हार्डवेअरच्या दुकानात जाऊ."

"हार्डवेअर!" फ्रॅन्को ॲन्जेलोकडे चकित होऊन पाहू लागला. "कशाला?" ॲन्जेलोनं त्याच्याकडे फक्त भुवया उंचावून रोखून पाहिलं.

"हं... आठवलं! तुला ते सिमेंट वगैरे आणायला तर जायचं नाही ना?"

"व्हिनीनं मला हवं ते करायची मुभा दिलेली आहे. मी नेमकं मला हवं तेच करणार आहे. मी सिनेमात ते पाहिल्यापासून मला कधीतरी तसं करायचं होतंच. ही बाई त्याला अगदी लायक आहे. व्हिनीलाही ते नक्कीच आवडेल."

"ओह् गॉड!" फ्रॅन्को डोळे वर फिरवत वैतागून म्हणाला.

"ती पाहा... तीच ती!" ॲन्जेलो उत्तेजित होत म्हणाला. त्यानं वेगानं त्याच्या बाजूचं दार उघडलं होतं.

"हा काय मूर्खपणा!" फ्रॅन्को ओरडला आणि त्यानं ॲन्जेलोला धरलं. ॲन्जेलो सुटण्यासाठी धडपड करू लागला. "इथं पोलिसांचा सुळसुळाट आहे... आत्ता काही करणं म्हणजे आत्महत्या ठरेल!"

ॲन्जेलोनं भानावर येत धडपड थांबवली, पाय आत घेतला आणि दार बंद करून घेतलं. त्याला परिस्थितीची जाणीव झाली होती. लॉरी त्याच्यापासून अवघ्या पन्नाससाठ फुटांवरून जात होती. तिच्या मागून जॅक टॅक्सीतून उतरून

कुबड्या घेऊन चालत होता.

''हा तिचा बॉयफ्रेंड आहे,'' ॲन्जेलो रागानं धुमसत म्हणाला, ''तिच्याबरोबर त्यालाही गार करायला मला आवडेल.''

''शांत राहा!'' फ्रॅन्को जरबेच्या आवाजात म्हणाला, ''पिसाळलेल्या कुत्र्यासारखं करू नकोस.''

जवळ जवळ एक मिनिटभर लॉरी आणि जॅक ॲन्जेलोला दिसत होते. पण तो काहीही करू शकत नव्हता. आता ते दोघं रस्ता ओलांडण्यासाठी उभे राहिले. तेव्हा फक्त ती रेंजरोव्हर गाडीच काय ती त्यांच्यामध्ये होती.

''हे ''ह्या XXX लोक नसते तर ही संधी मस्त ठरली असती.''

''शक्य आहे,'' फ्रॅन्को म्हणाला, ''आता तू तिला पाहिलं आहेस. तेव्हा आपण इथून सटकायचं पाहू.''

ॲन्जेलोनं व्हॅन सुरू केली. ''मला वाटतं की, मी जसं तिला ओळखलं तसंच ती देखील मला ओळखेल.''

''शक्य आहे.''

''आपण दुपारी पुन्हा इथं येऊ तेव्हा मला वाटतं की आपण आणखी कुमक आणावी. रिची आणि फ्रेडीलाही आणावं.''

''कल्पना उत्तम आहे.'' फ्रॅन्को म्हणाला.

ॲडमनं आदल्या दिवशी संध्याकाळी वैद्यकीय तपासनिसांच्या ऑफिसच्या भागाचं निरीक्षण करून एक बेत पक्का केला होता. नेमकी व्यक्ती मिळावी म्हणून तो काळजी घेत होता. सकाळी सातच्या आत येऊन त्यानं त्याची रेंजरोव्हर मुद्दाम नो पार्किंग असणाऱ्या भागात उभी होती. त्याच्या रेंजरोव्हरवर या कामगिरीसाठी दहाव्या रस्त्यावरच्या 'बिडेरमायर हेवन' नावाच्या एका ॲन्टिक स्टोअरचं नाव लिहिलेलं होतं. ते अर्थातच खोटं होतं. असं लिहिलं असलं की काम सोपं होतं असा त्याचा अनुभव होता. शिवाय त्याला काम देणाऱ्यांनी गाडीसाठी न्यूयॉर्कमधली व्यावसायिक वाहनांवर असणारी खोटी नंबरप्लेट दिलेली होतीच. ॲडमला समोर दिसणारी लोकांची गर्दी पाहून चिंता वाटू लागली. त्यातच टी.व्ही. कंपन्यांच्या व्हॅन आल्या होत्या. हे तर फार धोकादायक होतं. कोणत्याही परिस्थितीत फिल्ममध्ये त्याचा चेहरा येणं त्याला परवडणारं नव्हतं.

त्याच्या अपेक्षेप्रमाणे ऑफिसचं मुख्य दार उघडंच होतं. ॲडम आत शिरला आणि प्लॅस्टिकच्या एका कोचवर हातात न्यूयॉर्क टाइम्सचा अंक घेऊन

वाचत बसला. साधारण पंधरा मिनिटं तो तिथं बसला असताना अनेकजण आत आले होते. त्यामधल्या एकीला डॉ. मेहता अशी हाक रिसेप्शनिस्टनं मारली होती. रिसेप्शनिस्टचं नाव मर्लिन विल्सन आहे हे त्याला त्यांच्या संभाषणातून कळलं.

बरोबर सव्वासातला बाहेरचं दार उघडलं. कुबड्या घेतलेला एकजण आत आला होता. त्याच्याबरोबर एक मध्यम उंचीची आणि रेखीव चेहऱ्याची बाई होती. तिचे केस फिकट सोनेरी रंगाची छटा असणारे होते. अॅडमला ही बाई त्याला पुरवण्यात आलेल्या वर्णनाशी मिळतीजुळती आहे असं वाटलं.

''गुडमॉर्निंग,'' रिसेप्शनिस्ट त्या दोघांना उद्देशून म्हणाली. तिनं त्या बाईला नावानं हाक मारली नव्हती. आता अॅडमला पर्यायी बेताचा विचार करावा लागणार होता. तो कुबड्या घेतलेला माणूस आणि त्याचं संभाव्य सावज आतल्या बाजूला इतर डॉक्टरांप्रमाणे जाऊ लागले.

''एक्सक्यूज मी,'' अॅडमनं हाक मारली. जॅक आणि लॉरी थांबले. अॅडम उठून उभा राहिला आणि त्यानं लॉरीला विचारलं, ''तुम्हीच लॉरी माँटेगोमेरी आहात का?''

''हे तुम्ही का विचरता आहात?''

''मी ए.बी.सी. कलेक्शन कंपनीकडून आलोय. तुम्ही पूर्वी कधी ग्रीनवीच व्हिलेजमधल्या सोहो भागात राहात होतात का?''

लॉरीनं जॅककडे प्रश्नार्थक नजर टाकली आणि उत्तर दिलं, ''नाही.''

''पण तुमचं नाव लॉरी माँटगोमेरी आहे ना?''

''आहे. पण मी तिथं कधीच राहात नव्हते.''

''माफ करा. तुम्हाला उगीचच त्रास दिल्याबद्दल माफ करा.'' असं म्हणून अॅडम दाराच्या दिशेनं जाऊ लागला.

''पण तुम्ही सोहोमधल्या लॉरी माँटगोमेरीची चौकशी कशासाठी करता आहात?''

''फोनचं एक बिल अजून भरलेलं नाही आणि...''

''ठीक आहे...'' असं सांगून लॉरी आत जाण्यासाठी वळली.

अॅडम दाराबाहेर पडला. जाताना आपण तिथल्या कुठल्याही कॅमेऱ्यात दिसणार नाही याची खबरदारी त्यानं घेतली होती.

१९

४ एप्रिल २००७
सकाळी ७ वाजून २० मिनीटे

"हं... लोकहो, आता मात्र हद्द झाली." लाऊ सोल्डानोनं हातातलं वर्तमानपत्र बाजूला टाकलं आणि तो घड्याळाकडं नजर टाकत म्हणाला, "तुम्ही लोक नेहमी लवकर येण्याच्या बढाया मारता खऱ्या. पण ही काही लवकर यायची वेळ झाली नाही."

"हा काय प्रकार आहे? आज कोणता दिवस उगवलाय, अं? कधीकधी तुझं तोंड कित्येक महिने दिसत नाही आणि आज सलग दुसऱ्या दिवशी आला आहेस?" जॅकनं विचारलं.

"माझ्या अवताराकडं पाहून मी काल रात्रीही झोपलेलो नाही हे तुझ्या लक्षात आलंच असेल."

"तू तुमच्या खात्यात दुसऱ्या कोणाला काम करूच देत नाहीस की काय?" लाऊनं क्षणभर विचार केला. हा प्रश्न आपण स्वतःला कधी विचारला नव्हता हे त्याच्या लक्षात आलं. "कदाचित मला दुसरा काही उद्योगधंदा नाही हे कारण असेल."

"हे तू स्वतःच म्हणालास. मी तसं म्हणत नाही." जॅक एका खुर्चीत बसत आपला दुखरा गुडघा उंच ठेवत म्हणाला.

"आम्ही खरं तर याच्या अगोदर आलो असतो. पण आम्ही जॅकच्या शस्त्रक्रियेपूर्वीच्या तपासण्यांसाठी हॉस्पिटलमध्ये गेलो होतो." लॉरी म्हणाली.

लाऊनं एकदा लॉरीकडे पाहिलं आणि मग जॅककडे पाहत विचारलं, "म्हणजे

तुझ्यावर उद्या शस्त्रक्रिया होणार आहे की काय?''

''आपण ह्या विषयावर बोलण्यापेक्षा, तू इथं का आला आहेस याबद्दल बोलायचं का?''

लॉरीनं जॅकला कॉफी हवी का असं विचारलं. त्यानं अंगठा उंचावून होकार दिला आणि मग तो पुन्हा लाऊ काय सांगतोय ते ऐकू लागला.

''मला आज पुन्हा बंदरावर जावं लागलं. कालच्याप्रमाणेच आजही एक प्रेत नदीत तरंगताना सापडलं. कालच्या माणसाला जसं मारलं होतं ना अगदी तशाच पद्धतीनं गोळी घालण्यात आली आहे. मी काल बंदरावरच्या रक्षकदलाला त्याबद्दल सावध केलं होतं. त्यांना पुन्हा काही असं सापडलं तर मला फोन करा असं मी सांगितलं होतं. तसंच झालंय. मला नेमकं हेच नको आहे. पूर्वी संघटित गुन्हेगारी टोळ्यांमध्ये जी युद्धं झाली आहेत ती अगदी अशाच प्रकारे सुरू झाली होती. पहिल्यांदा एक खून. मग दुसरा आणि नंतर मुडद्यांच्या राशी.''

लॉरीनं जॅकचा कॉफीचा कप त्याच्या हातात दिला आणि स्वतःचा घेऊन ती लाऊचं बोलणं ऐकण्यासाठी त्याच्या शेजारी खुर्चीत बसली.

''या वेळी फक्त एक आशेचा किरण आहे. ही केस जराशी निराळी आहे.''

''निराळी म्हणजे?''

''एका पोरीला उडवण्यात आलंय.'' लाऊ म्हणाला. पण लगेच त्यानं दुरुस्ती केली. ''म्हणजे मला एका बाईला उडवलंय असं म्हणायचं आहे.''

लाऊनं लॉरीकडं पाहूनच हे वाक्य म्हटलं होतं. बायकांचा 'पोरगी' असा उल्लेख केलेला तिला आवडत नसे, ''पण पूर्वी आम्ही फार मोठ्या प्रमाणात कधी बायकांना टोळीयुद्धात उडवलेलं पाहिलेलं नाही. तेव्हा कदाचित आजचा हा खून आणि कालचा त्या आशियाई माणसाचा खून यात संबंध नसेल. म्हणजे निदान मला तशी आशा वाटते.''

''नदीत प्रेत सापडण्यापुरतीच ही पुनरावृत्ती मर्यादित नाही,'' टेबलापाशी बसून काम करणारी डॉ. रिवा मेहता म्हणाली.

''लॉरी, तू एम.आर.एस.ए. केसबद्दल विचारत होतीस ना? आज आणखी एक आलीय. तू ती घेणार आहेस का?''

''अर्थातच.'' लॉरी म्हणाली. ती उठून रिवापाशी आली. ''ही केस ही एंजल्स हेल्थकेअर हॉस्पिटलची आहे की काय?''

''नाही. विद्यापीठाच्या हॉस्पिटलमधली.''

लॉरीनं रिवाकडून फाईल घेतली आणि ती व्हिनी बसला होता त्याच्या

शेजारच्या खुर्चीत जाऊन बसली. व्हिनी नेहमीप्रमाणे वर्तमानपत्र वाचण्यात गुंग झाला होता.

"डॅम!" जॅक लाऊला उद्देशून लॉरीकडे पाहत म्हणाला, "ही आज आलेली केस म्हणजे तिच्या हातात नवीन कोलीतच मिळणार असं दिसतंय. तेव्हा कृपा करून तो विषय काढू नकोस."

"मी प्रयत्न करतो" लाऊ म्हणाला. "पण सामान्यज्ञानाच्या बाबतीत तू तिच्या जवळपासही फिरकणार नाहीस. तू तिचा सल्ला का ऐकत नाहीस?"

"मी तुला विषय काढू नको असं म्हणालो होतो ना, मग?" जॅक हात उंचावत जणू कशापासून तरी बचाव करतोय अशा आविर्भावात म्हणाला, "आपण तुझ्या केसबद्दल बोलू. ती बाई सापडली तेव्हा तिच्या अंगावर कपडे होते की उघडी होती?"

"थोडेफार कपडे होते खरे."

"थोडेफार म्हणजे? खाली कपडे होते आणि वर उघडी होती की उलट?"

"नेमकं सांगायचं तर तिच्या अंगावर कपडे होते, पण तिनं अंडरवेअर घातलेली नव्हती. अंगावर कोट होता, पण आत ब्रा नव्हती. मला या माहितीचा काही उपयोग आहे की नाही हे कळत नाही. कारण आजकाल काही पोरींमध्ये, नव्हे बायकांमध्ये अंतर्वस्त्रं न वापरण्याचं फॅड वाढत चाललंय. होय ना?"

"मला जराही कल्पना नाही याबद्दल. ते काहीही असलं तरी आपण बलात्कार झाला असल्याची शक्यता गृहीत धरून तपासणी करायला हवी."

"अरेरे! मी तर हे विसरलोच होतो की!" लाऊ हसत हसत म्हणाला.

"बरं, ह्या बाईची ओळख पटलीय का?"

"नाही. हे देखील कालच्याप्रमाणेच आहे."

"कालच्या माणसाचं काय झालं पुढे? त्याची ओळख पटली का?"

"नाही. मी काल त्या केसमध्ये बरंच लक्ष घातलं होतं. पण मला काहीही पत्ता लागलेला नाही. ह्या माणसाचा पोशाख चांगला होता. त्याच्या हातात लग्न झाल्याची खूण असणारी अंगठी होती. या माणसाच्या घरच्या लोकांनी तक्रार का नोंदवली नाही हे कळत नाही. सहसा अशा प्रकारच्या केसमध्ये हरवला आहे म्हणून तक्रार नोंदवली गेल्यानं चोवीस तासांच्या आत मृताची ओळख पटते. मला आता असं वाटू लागलंय की हा माणूस कदाचित परदेशी असावा. आजच्या या केसच्या बाबतीत किती वेळ लागतो कोणास ठाऊक. ही बाई एकटी होती. तिची एखादी रूमपार्टनर किंवा कामाच्या ठिकाणची एखादी मैत्रीण किंवा आणखी कोणी ती हरवली आहे अशी तक्रार नोंदवेपर्यंत वाट पहावी लागणार."

“ह्या बाईचं वय साधारण किती आहे?”

“फार नाही. वीस-पंचवीस वर्षांची असावी.”

“ती धंदा करणारी असावी असं वाटतंय का?”

“ते कसं सांगणार? आजकाल पोरी कसलेही कपडे घालतात. एकच गोष्ट मात्र वेगळी आहे. तिनं केस फिकट हिरव्या-पिवळ्या लिंबासारख्या रंगानं रंगवलेले आहेत.”

“लिंबासारख्या रंगानं?”

“होय. म्हणून ते वेगळं वाटलं.”

“तिच्या पायांना साखळ्या बांधल्या असाव्यात अशी काही चिन्हं आहेत का? म्हणजे कालच्या माणसाच्या बाबतीत होत्या तशा खुणा?”

“होय. तशाच खुणा आहेत. म्हणून तर मला ह्याचा टोळीयुद्धाशी काहीतरी संबंध असावा असं वाटतंय.”

“शवविच्छेदनातून तुला नेमकं काय मिळवण्याची अपेक्षा आहे?”

“हो हो!” जॅककडे पाहून लाऊ हवेत हात उडवत म्हणाला, “ते तू सांग. तू जादूगार आहेस!”

“तसं खरंच असतं तर किती बरं झालं असतं.”

“गोळीची जखम नीट पाहा. कालचंच अतिवेगवान रिव्हॉल्व्हर वापरलं गेलंय का ते पाहायला हवं.”

“ही बाई कुठं मिळाली. दोघं एकाच ठिकाणी सापडले होते का?”

“तसं काही म्हणता येणार नाही. पण एकमेकांपासून फार दूर अंतरही नव्हतं. लाटा आणि प्रवाहाचा वेग इतका असतो की नेमकं कुठं काय घडलं ते सांगणं खरोखरच अवघड आहे.”

“ठीक आहे,” जॅक उठून उभा राहिला. “पाहू या, काय मिळतंय ते.” तो कुबड्यांचा आधार घेत उड्या मारत रिवाच्या जवळ गेला, “ही जी बाई नदीत मिळालीय तिची फाईल सहज हाताशी येईल अशी आहे का? मी ही केस घेऊ का?”

रिवानं तत्परतेनं फाईल काढून जॅकच्या हातात दिला. जॅकनं ती फाईल घेऊन व्हिनीच्या तोंडासमोरच्या वर्तमानपत्रावर मारली आणि मग ती व्हिनीच्या मांडीवर टाकत म्हणाला, “चल रे पोरा! आपण कायद्याला मदतीचा हात देऊ या.”

व्हिनी चडफडत उठला.

“आपल्याला बलात्काराची शक्यता गृहीत धरायची आहे.” जॅक म्हणाला व्हिनीनं मान डोलावली आणि तो तयारीसाठी निघून गेला.

"मी तुला नंतर खाली भेटतो." लाऊनं ओरडून सांगितलं. जॅकनं हात हलवून त्याला होकार दिला. मग तो पुन्हा रिवाकडे वळला.

"आज बऱ्याच केस दिसताहेत," असं म्हणून जॅक रिवानं काळजीपूर्वक रचलेल्या फाईलींच्या ढिगात उचकापाचकी करू लागला. रिवानं हातातल्या पट्टीनं त्याच्या हातावर हलकासा फटका मारला. "आऊच!" आपल्याला खरंच खूप लागलंय असा आविर्भाव करत जॅक हात चोळू लागला.

"इथं दोनचार केस आव्हान ठरतील अशा आहेत." रिवा म्हणाली.

"उत्तम. यामधल्या किती माझ्या वाट्याला येतील?"

"निदान तीन तरी," रिवा म्हणाली. "दोन जणांनी आज फक्त इतर काम पुरं करायचं आहे अशी विनंती केली आहे. तेव्हा आता उरलेल्या आपणा सर्वांना ह्या सगळ्या केस पुऱ्या करायच्या आहेत." काही दिवशी वैद्यकीय तपासनीस प्रत्यक्ष शवविच्छेदन न करता जुन्या केससंबंधी माहिती गोळा करून त्या पूर्ण करण्यावर लक्ष केंद्रित करत असत.

"जॅक, मला वाटतं की तू हे वाचावंस," लॉरी म्हणाली. तिनं रिवानं दिलेली एम.आर.एस.ए.ची नवीन फाईल भराभरा वाचून काढली होती.

जॅकनं डोळे फिरवले. लॉरी पुन्हा एकदा त्याचं मन वळवण्यासाठी प्रयत्न करणार हे त्याच्या लक्षात आलं.

"ही केस अगदी डेव्हिड जेफ्रीजसारखीच आहे." लॉरी सांगू लागली. 'तिच्यावर देखील एंजल्स हेल्थकेअरच्या हॉस्पिटलमध्ये शस्त्रक्रिया झाली होती. तिथं तिला एम.आर.एस.ए.चा आक्रमक संसर्ग झाला. म्हणून मग तिला उपचारांसाठी विद्यापीठाच्या हॉस्पिटलमध्ये पाठवावं लागलं होतं."

"हे ऑर्थोपेडिक हॉस्पिटल नाही ही देवाचीच कृपा म्हणायची!"

"जॅक जरा गंभीरपणानं घे!" लॉरी तक्रार करत म्हणाली, "एका पाठोपाठ एक अशा दोन जणांचा प्रचंड आक्रमक संसर्गानं मृत्यू झालाय. निदान आता तरी तू तुझ्या निर्णयाचा फेरविचार करावास. अवघ्या काही तासात स्टॅफनी त्यांचा बळी घेतलाय. हे तुला कसं दिसत नाही?"

"मला ते दिसतंय. तू त्याबद्दलचं गूढ उकलण्याचा जो प्रयत्न करते आहेस त्याला माझाही पाठिंबा आहे. पण माझ्यावर शस्त्रक्रिया करणाऱ्या डॉ. ॲन्डरसनना खात्री आहे. माझा निर्णय पक्का झालेला आहे. मी उद्या माझ्यावर शस्त्रक्रिया करवून घेणार आहे. बस्स." जॅकनं असं म्हणून दोनतीनदा जोरदार श्वास घेतला. क्षणभर त्यानं आणि लॉरीनं एकमेकांकडे रोखून पाहिलं. मग जॅक म्हणाला, "मी आता माझी पहिली केस पाहायला जातोय. ओके?"

लॉरीनं मान डोलावली. तिचे डोळे खरं तर भरून आले होते. पण तिनं

निग्रहानं डोळ्यांतलं पाणी रोखलं होतं, "ठीक आहे. आपण थोड्या वेळानं खड्ड्यात भेटू."

"खड्ड्यात भेटू." असं म्हणून जॅक निघून गेला.

लॉरी आणि रिवानं एकमेकांकडे पाहिलं. लॉरीला रिवाकडून मानसिक आधाराची गरज वाटत होती.

"ह्या पुरुषांचा प्रॉब्लेम काय असतो माहीत आहे का?" रिवा म्हणाली, "हाच की ते पुरुष आहेत. त्यांची विचार करण्याची पद्धतच निराळी असते. आपण भावनाप्रधान असतो असं ते म्हणतात. पण पुरुषही अनेकदा भावनेच्या आहारी जाऊन निर्णय घेतात. आता त्यानं शस्त्रक्रिया करायची असं ठरवलंय ना मग झालं. आता तो विवेकानं त्या निर्णयाकडे पाहूच शकणार नाही."

लॉरी विषण्णपणानं हसली, "तू हे बोललीस म्हणून आभार. मला त्याची गरज होती." असं म्हणून लॉरी जाऊ लागली. तिला रिवानं हाक मारून थांबवलं.

"तुला आणखी काही केस देणं मला भाग आहे."

लॉरीनं आपण ऐकलंय अशा अर्थी हात हलवला.

"तुला त्या फाईली आत्ता देऊ की नंतर नेतेस?"

लॉरी पुन्हा घाईघाईनं रिवापाशी आली.

"दोन्ही केस तशा वेगळ्या आहेत आणि तरीही लवकर संपतील अशाच आहेत." रिवा म्हणाली. तिनं लॉरीच्या हातात दोन पाकिटं ठेवली, "दोन्ही व्यक्ती तशा तरुण आणि धडधाकट होत्या. त्यामुळे तुझं काम झटपट होऊ शकेल. मग तू पुन्हा तुझ्या त्या एम.आर.एस.ए.च्या मागं लागू शकशील."

"मृत्यूचं संभाव्य कारण काय आहे?"

"तसं काहीही निश्चित नाही. एकजण दाताच्या डॉक्टरकडे गेलेला असताना भुलीचं इंजेक्शन दिल्यानंतर मेला. बहुदा ती त्या इंजेक्शनची रिॲक्शन असावी असं वाटेल, पण **ॲनाफायलेक्सिस**ची कोणतीही लक्षणं दिसली नव्हती. दुसरी व्यक्ती हेल्थ क्लबमध्ये सायकलवर व्यायाम करताना अचानक कोलमडून पडली होती."

"मी हजर झालो आहे! आता दिवसाचं कामकाज अधिकृतपणे सुरू झालंय

ॲनाफायलेक्सिस (Anaphylaxis)

माणूस आणि इतर सस्तन प्राण्याचं शरीर कधीकधी शरीरात शिरलेल्या परकीय पदार्थांना जोरानं प्रतिक्रिया देतं. या प्रकाराला ॲनाफायलेक्सिस म्हणतात. शरीराची ही प्रतिक्रिया प्राणघातक ठरू शकते.

असं म्हणता येईल,'' कोणीतरी घोषणावजा आवाजात म्हटलेलं लॉरी आणि रिवाला ऐकू आलं. त्यांनी मान करून पाहिलं. चेट मॅकगव्हर्न येऊन खुर्चीकडे जाताना दिसला.

''सगळेजण कुठं आहेत?'' चेटनं गोंधळून विचारलं. त्याला जॅक तिथं भेटण्याची अपेक्षा होती.

''जॅक आणि व्हिनी अगोदरच कामाला लागले आहेत.'' लॉरी म्हणाली.

''पण तू आज कालच्यापेक्षा मजेत दिसतो आहेस आणि सलग दोन दिवस वेळेवर आला आहेस. काय प्रकार आहे? तू तुझ्या त्या नवीन मैत्रिणीबरोबर डिनरला जाण्यात यशस्वी झालास की काय?''

चेट ताठ उभा राहिला आणि स्काऊट उभे रहातात तसा दक्ष अवस्थेत उभा राहून म्हणाला, ''स्काऊट कधीही खोटं बोलत नाहीत. मी काल खरोखरच डिनर डेट मिळवण्यात यशस्वी झालो. मला सांगायला अत्यंत आनंद वाटतोय की मला वाटलं त्यापेक्षा ती जास्त सुंदर आणि चतुर आहे हे लक्षात आलं. मला तिच्याबरोबर गप्पा मारताना खूप मजा आली.''

''रिवा ऐक!'' लॉरी म्हणाली ''आपण एका लहान पोराला परिपक्वता येताना साक्षी ठरतोय. हा त्याच्या मैत्रिणीशी गप्पा मारायला मिळालं म्हणून खूष झालाय.''

''मी तिला माझ्या अपार्टमेंटवर किंवा तिच्या घरी कसं नेता येईल याबद्दल बेत आखत होतो खरा. पण तिनं मला फक्त जेवण झाल्यावर वाटेला लावलं.''

''डॅम!'' लॉरी निराश झाल्याप्रमाणे म्हणाली.

''मला तुझे आभार मानले पाहिजेत लॉरी. तुझ्यामुळे निदान ती माझ्याबरोबर डिनरसाठी यायला तयार झाली.''

''तुझं स्वागत आहे चेट...'' लॉरी असं म्हणून रिवाकडे वळली, ''ह्या केस दिल्याबद्दल आभार.'' असं म्हणून ती जाऊ लागली.

पण चेट बोलतच राहिला. त्यामुळे लॉरीलाही थांबावं लागलं.

''मी एकदम चकित झालो. कारण ती एम.डी. डॉक्टर आहे. इतकंच नाही, तर एका अतिभव्य कंपनीची मुख्य कार्यकारी अधिकारी आहे. ती स्पेशॅलिटी हॉस्पिटलं उभारते आणि ती चालवते. मी तिच्यामुळे फारच प्रभावित झालो आहे.''

लॉरीनं एक आवंढा गिळला. स्पेशॅलिटी हॉस्पिटल हे शब्द ऐकून तिला एकदम अस्वस्थ वाटू लागलं होतं. ''तिचं नाव ॲन्जेला डॉसन तर नाही ना?''

''आहे! तू तिला ओळखतेस की काय?''

''साधारण माहितीची आहे,'' लॉरी म्हणाली. ती स्वतःही चकित झाली

होती, "मी तिला भेटले आहे. पण दुर्दैवानं मी काही तिच्यामुळे प्रभावित झाले नाही."

"का?"

"मला ते स्पष्ट करून सांगायला आत्ता वेळ नाही. फक्त इतकंच सांगते की तिच्या मनातले हेतू पाहता तिच्यामधल्या व्यावसायिकपणानं तिच्यातल्या डॉक्टरवर मात केली आहे असा माझा ग्रह झाला आहे."

चेट आता आणखी प्रश्न विचारणार याची लॉरीला खात्री होती. तो थांबवण्याचा प्रयत्न करत असूनही लॉरी तिथून वेगानं बाहेर पडली. जाताना ती दिवसभरात काय काय करायचं याचा बेत मनाशी आखू लागली.

काम सुरू करण्याआधी तिनं जॅनिसला भेटायचं ठरवलं. जॅनिस तिचं रात्रभराचं काम संपवून अद्याप घरी गेली नव्हती. खरं तर तिची ड्युटी रात्री अकरा ते सकाळी सात अशी होती. पण ती क्वचितच आठच्या आत घरी जात असे.

"मला काही नेमकं कळलं नाही असं काही झालंय का?" जॅनिसनं लॉरीला विचारलं. लॉरीचे सगळ्याच पीएंशी संबंध चांगले होते. पण त्यातही तिचं आणि जॅनिसचं जास्तच चांगलं जमत असे. लॉरी तिच्याकडे वारंवार निरनिराळे प्रश्न घेऊन येत असे आणि मुख्य म्हणजे ती जॅनिसच्या मतांना खूपच महत्त्व देत असे.

"मी आता रॅमोना टॉरेसची केस हाती घेणार आहे. तुझ्या नोंदीवरून मला दिसतंय की तू विद्यापीठाच्या हॉस्पिटलला भेट दिली होतीस."

"होय."

"तुला महत्त्वाचं पण अहवालात न नोंदवण्याजोगं वेगळं असं काही दिसलं होतं का?"

जॅनिसनं स्मित केलं. लॉरी नेहमीच अशा प्रकारचे प्रश्न विचारते याची तिला जाणीव होती, "खरं सांगायचं तर होय. तिथल्या डॉक्टरांना असं वाटतंय की एंजल्स हेल्थकेअरच्या हॉस्पिटलमधून सेप्टिक शॉकचे रुग्ण लवकर पाठवण्यात आले तर ते वाचण्याची शक्यता वाढेल."

"तू एंजल्स हेल्थकेअर कॉस्मेटिक सर्जरी अ‍ॅन्ड आय हॉस्पिटलला भेट दिलीस का?"

"नाही. या रॅमोनाच्या केससाठी नाही. का? तुला मी तसं करायला हवं होतं असं वाटतंय का?"

"मला तसं खात्रीनं म्हणता येणार नाही. पण एम.आर.एस.ए. केसच्या संदर्भात तू एंजल्स हेल्थकेअरच्या इतर हॉस्पिटलला भेट दिली होतीस ना?"

"होय तर, अनेकदा."

"मी तुझे अहवाल वाचले आहेत. पण ह्या एम.आर.एस.ए.च्या संदर्भात तुझं एंजल्सच्या हॉस्पिटलबद्दल सर्वसाधारण मत काय आहे?"

"तुला खरं काय ते सांगू का?" जॅनिस स्मितहास्य करत म्हणाली.

"अर्थातच. नाहीतर मी कशाला विचारलं असतं?"

"मला नेमकं काय ते सांगता येणार नाही, पण मला ह्या सगळ्यात काहीतरी चमत्कारिक वाटतंय. म्हणजे मी अहवालात लिहू शकेन असं काही नाही. पण असा संसर्ग सतत होऊनही त्यांनी शस्त्रक्रिया थांबवलेल्या नाहीत हे विचित्र आहे. मी त्यांना काही विचारलं की आम्ही शक्य आहे ते सर्व करतोय असं सांगतात. पण प्रत्यक्षात माणसं मरणं काही थांबलेलं नाही."

"मलाही त्यांच्याकडून अशीच उत्तरं मिळाली आहेत. बरं, तुझं मत सांगितल्याबद्दल मन:पूर्वक आभार. आणखी एक, चेरील आहे का?"

"नाही. ती काहीतरी कामासाठी बाहेर गेलीय. पण अर्नोल्ड आहे इथं. तुला त्याच्याशी बोलायचं आहे का?"

"नाही. फक्त एक निरोप ठेव. मला रॅमोना टॉरेसच्या हॉस्पिटलमधल्या नोंदी हव्या आहेत असं सांग. त्यांनी मला ई-मेलनं त्या पाठवल्या तरी चालेल."

"ठीक आहे," जॅनिस म्हणाली.

हातात तीन केसच्या फाईली घेऊन लॉरी वेगानं तिच्या ऑफिसमध्ये आली. तिनं वेळ वाचवण्यासाठी पुढच्या बाजूची लिफ्ट वापरली होती. ही लिफ्ट सर्वांत वेगवान होती. तिनं मार्विनला फोन करून रॅमोना टॉरेसचा नंबर दिला आणि तयारी करायला सांगितलं. त्यानं नेहमीप्रमाणे प्रसन्न स्वरात तिला होकार दिला.

लॉरीनं घड्याळाकडे नजर टाकली. तिला खरं तर सी.डी.सी.मध्ये फोन करायचा होता. पण इतक्या लवकर तिथं कोणी असेल की नाही अशी शंका तिला आली. म्हणून मग तिनं आजच्या दिवसात ज्यांचं शवविच्छेदन करायचं होतं त्यांच्याबद्दल माहिती वाचायची असं ठरवलं. अगोदर तिनं रॅमोना टॉरेसची फाईल पुन्हा एकदा वाचून काढली. तिची केस साधारणत: डेव्हिड जेफ्रीजच्या केससारखीच असणार याची कल्पना आल्यावर तिनं रॅमोनाची फाईल बाजूला ठेवली आणि त्या उरलेल्या दोनपैकी पहिली फाईल उघडली.

मृताचं नाव अलेक्झांड्रा झुबेन असं होतं. दातांवर उपचार करण्यासाठी गेली असताना सुरुवातीलाच ती अचानक बेशुद्ध पडली होती. साहजिकच उपचार थांबवून तिला तातडीनं हॉस्पिटलमध्ये नेण्यात आलं. तिचा रक्तदाब खूपच वाढलेला होता आणि श्वासोच्छ्वास जवळ जवळ बंद पडला होता.

आरिदमिआची ही लक्षणं पाहून तिला कृत्रिम श्वसन सुरू करण्यात आलं होतं. पण थोड्या वेळानं हृदयाची क्रिया बंद पडली होती. नोव्होकेनला तिच्या शरीरानं जरुरीपेक्षा जास्त प्रतिक्रिया दिल्यानं बसलेल्या ॲनाफायलेक्टिक शॉकनं मृत्यू असं निदान करण्यात आलं होतं. लॉरीनं ही फाईल बाजूला ठेवली. या केससाठी कोणतीही खास उपकरणं लागणार नाहीत याची तिला खात्री वाटली.

लॉरीनं तिसऱ्या केसची फाईल उघडली. ह्यामधली माहिती खूपच कमी होती. मृत व्यक्तीचं नाव रोनाल्ड कार्पेंटू होतं. रोजच्याप्रमाणे सायकलवर व्यायाम करत असताना तो अचानक कोलमडून पडला होता. त्याच्या बाबतीत हृदयविकाराचा झटका आल्याचं निदान करण्यात आलं होतं. या केसच्या बाबतीतही आपल्याला कसलीही विशेष साधनं लागणार नाहीत हे तिच्या लक्षात आलं. तिनं ही फाईलही खाली ठेवली आणि शवविच्छेदन करण्याच्या ठिकाणी फोन केला. फोनची रिंग वाजत असताना तिला मनात ॲन्जेला डॉसनची डेट मिळवण्यासाठी आपण चेटला सल्ला देणं हा योगायोग तिला जरा चमत्कारिक वाटला.

"हॅलो," फोनवर उत्तर आलं. उच्चार 'यलो' असा होता.

लॉरीनं मार्विनला बोलवायला सांगितल्यावर काही वेळानं त्यानं फोन घेतला.

"आपली तयारी झाली आहे का?"

"आपण गेले कित्येक तास तयारीत आहोत." मार्विन खेळकरपणानं म्हणाला.

यानंतर अवघ्या पाच मिनिटांत लॉरी शवविच्छेदनाच्या वेळी वापरण्याचा पोशाख घालून कामाला सज्ज झाली होती.

"आज तू एकदम जोषात दिसते आहेस." मार्विन म्हणाला. लॉरी फार पटकन खाली येऊन कामाला तयार झाली हे पाहून त्याला आश्चर्य वाटलं होतं.

"मला जितकं जास्त कार्यक्षम होता येईल तितकं व्हायचा मी प्रयत्न करते." लॉरी म्हणाली, "आज नक्कीच कालच्यासारखं होणार नाही. काल मी तुला ताटकळत ठेवलं म्हणून मी पुन्हा माफी मागते. काल मी कशात तरी भरकटत गेले आणि मला वेळेचं भानच राहिलं नाही."

"त्यात एवढं काही नाही," मार्विन म्हणाला. लॉरीला माफी मागावी असं वाटावं याबद्दल त्याला जरासं वाईट वाटलं होतं.

लॉरीनं रॅमोनाची त्वचा कशी आहे याचं जवळून निरीक्षण केलं. तिची त्वचा स्पंजसारखी वाटत होती. शरीरावर अनेक ठिकाणी लिपोसक्शन केल्याच्या खुणा दिसत होत्या. फोटो घेतल्यावर लॉरीनं कामाला सुरुवात केली. ती

भराभरा आणि गप्प राहून एकाग्र होऊन काम करत होती. मार्विननं सुरुवातीला काही प्रश्न विचारले, पण नंतर तिच्याकडून प्रतिसाद नाही हे पाहून तोदेखील गप्प राहून काम करत राहिला.

डेव्हिड जेफ्रीजप्रमाणे या खेपेसही दोन्ही फुप्फुसं द्रवानं गच्च भरलेली होती. शिवाय खूप मोठ्या भागात पेशींचा मृत्यू झाल्यानं अनेक भाग मृत झालेले होते.

लॉरीनं काम संपवून शेवटचा टाका घातला आणि ती मागे झाली. तिनं आजूबाजूला नजर टाकली. आता आठही टेबलांवर शवविच्छेदनाचं काम सुरू होतं.

"आज काम फारच वेगात झालं,'' मार्विन साफसफाई करत म्हणाला. "पुढची केस तू किती वेळानं घेणार आहेस?''

"साधारण पंधरा मिनिटांनी,''

मार्विन म्हणाला. "उरलेल्या दोनमधली कोणती आधी घ्यायची असं काही आहे का?''

"त्यानं काहीही फरक पडत नाही,'' लॉरी म्हणाली, "पण मी जरा वर जाऊन एक फोन करून लगेच परत येते.''

मार्विननं स्मितहास्य केलं.

लॉरी बाहेर जाता जाता क्षणभर जॅकच्या टेबलापाशी थांबली आणि त्याला तो किती हळू काम करतोय असं चिडवलं. जॅक खरं तर त्यांच्यामध्ये सर्वांत वेगानं काम करणारा म्हणून लोकांना माहिती होता.

"कारण हे दोघं म्हाताऱ्या बायकांप्रमाणे सावकाश काम करत आहेत.'' व्हिनीनंच उत्तर दिलं.

"काम जवळजवळ संपत आलंय,'' जॅक म्हणाला. "ह्या बिचाऱ्या तरुण पोरीवर फार जबरी बलात्कार झालेला आहे हे स्पष्ट दिसतंय.''

"त्यामुळे आता नवीन प्रश्न निर्माण झालाय,'' लाऊ म्हणाला, "इथं बलात्कार करून मग मारून टाकलंय की ठार करण्याचा हेतू साध्य करण्याआधी संधी साधून बलात्कार करण्यात आला आहे?''

"दुर्दैवानं शवविच्छेदनातून या प्रश्नाचं उत्तर मिळवण्यासंदर्भात आपल्याला काहीही धागा हाती लागणार नाही.'' जॅक म्हणाला.

लॉरी बाहेर पडली. तिनं हातमोजे आणि टायव्हेकचा डिस्पोजेबल पोशाख काढून कचऱ्यात टाकला. अल्कोहोल वापरून तिनं फेसमास्क स्वच्छ केला आणि पुन्हा वापरण्यासाठी लॉकरमध्ये ठेवून दिला. तिला मार्विनला जास्त वेळ तिष्ठत ठेवायचं नव्हतं, म्हणून ती वेगानं वरच्या मजल्यावर आली.

स्वतःच्या खोलीत आल्यावर लॉरीनं लगेचच सी.डी.सी.मधल्या डॉ. सिल्व्हिआ

सार्लेनोला फोन केला. खांदा आणि डोकं यांच्यात फोन धरून तिनं मोकळ्या हातांनी चेटनं दिलेली ज्युलिआ फ्रांकोवाची फाईल वर काढली. बराच वेळ झाला तरी फोन उचलला गेला नाही हे पाहून लॉरीनं घड्याळाकडे नजर टाकली. जवळपास नऊ वाजले होते. आता तरी सी.डी.सी. सुरू झालं असेल अशी तिची अपेक्षा होती. ती आता सिल्व्हिआला पेज करण्यासाठी काय करावं असा विचार करत असतानाच सिल्व्हिआनं फोन उचलला. आपण शेजारच्या खोलीत होतो म्हणून वेळ लागला याबद्दल तिनं खेद व्यक्त केला.

"मी तुम्हाला त्रास तर देत नाही ना?" लॉरी म्हणाली, "तुम्ही मला फोन करणार असं म्हणाला होतात खरं, पण मला माहिती जितकी लवकर मिळेल तितकी बरी असं वाटलं म्हणून मीच फोन केला."

"त्यात काय एवढं?" सिल्व्हिआ म्हणाली, "मी आज सकाळी फोन करणारच होते. मी डॉ. मेहतांच्या दोन्ही केसमधला रोगजंतू कोणता ते तपासून पाहिलं आहे. आणि दोन्ही केसमधला जीवाणू खात्रीनं एकच आहे. आम्ही हा जीवाणू राष्ट्रीय माहितीकोशात समाविष्ट करतो आहोत. त्यामुळे आम्ही ह्या प्रकाराचा सर्व अंगांनी अभ्यास केला आहे. आम्ही कोणकोणत्या पद्धती विश्लेषणासाठी वापरल्या त्यांची माहिती मी तुम्हाला नंतर पाठवू शकेन."

"ह्याबद्दल आभार. पण त्याची आवश्यकता आहे असं मला वाटत नाही," लॉरी म्हणाली. खरं तर सिल्व्हिआ नेमकं काय म्हणत होती ते तिला तितकंसं कळलेलंच नव्हतं, "पण आणखी एक गोष्ट आहे. तुमच्याकडे आणखी एका केसमधले नमुने पाठवण्यात आले होते, नेमकं सांगायचं तर हे नमुने डॉ. राल्फ पर्सी यांच्याकडे पाठवण्यात आले होते."

"डॉ. पर्सी माझे सहकारी आहेत. बरं, हे नमुने पाठवणाऱ्याचं नाव काय आहे?"

"डॉ. चेट मॅकगव्हर्न. आम्ही दोघं इथं एकत्र काम करतो."

"मृत व्यक्तीचं नाव काय आहे?"

घोटाळा होऊ नये म्हणून लॉरीनं नावाचं स्पेलिंग सांगितलं.

"एखादं मिनिट थांबा."

सिल्व्हिआ की-बोर्ड वापरून काहीतरी टाईप करते आहे हे लॉरीच्या लक्षात आलं.

"हं... मिळाली माहिती... ओहो! हा जीवाणूचा प्रकारदेखील सी.ए.-एम. आर.एस.ए.यू.एस.ए. ४००, एम. डब्ल्यू. २ एस.सी.सी.-एम.ई.सी. एल. ४, पी.व्ही.एल. आहे. म्हणजे त्या दोन केसमध्ये आहे तोच प्रकार या इथंही आहे. ह्या सगळ्या केस एकाच ठिकाणच्या आहेत का?"

"ही तिसरी केस दोन्हीमधल्या एका हॉस्पिटलमधली आहे." लॉरी म्हणाली.

"पहिल्या दोन केस दोन वेगळ्या हॉस्पिटलमधल्या होत्या हे आठवतंय ना?"

"होय. मला आठवलं. बरं, ह्या दोन्ही केस एकाच किंवा जवळपासच्या तारखांच्या आहेत का?"

लॉरी तिनं बनवलेल्या पण अद्याप अपूर्ण असलेल्या तक्त्याकडे पाहू लागली. रिवा मेहतानं शवविच्छेदन केलेल्या एका व्यक्तीचं नाव डिआन ल्युसेंटे होतं. तिनंही रॅमोनाप्रमाणे लिपोसक्शनचा उपचार करून घेतला होता. तिनं ह्या केसची तारीख आणि चेटच्या केसची तारीख पाहिली, "नाही. दोनमध्ये जवळ जवळ दोन आठवड्यांचं अंतर आहे."

"हे जरा चमत्कारिक आहे." सिल्व्हिआ म्हणाली, "जनुकांच्या दृष्टीनं स्टॅफिलोकोकस हा किती हरहुन्नरी जीवाणू आहे याची तुम्हाला कल्पना असेलच."

"मी बऱ्याच गोष्टी नव्यानं शिकतेय हे मी कबूल करते. पण हे मला कालच समजलंय."

"तिन्ही केस काळ आणि अंतर या दृष्टीनं एकमेकांपासून अलग असताना त्यांच्यामधला जीवाणू अगदी तंतोतंत सारखा असणं हे जरा विचित्र आहे. याचा अर्थ तिघांचा एकाच वाहकाशी संबंध आलेला असणार."

"डॉ. मेहतांनी तुमच्याकडे जो नमुना पाठवला होता, तो उपप्रकार तुमच्या इथं अगोदरच माहिती होता का?"

"होय. मी तुम्हाला मागे सांगितलं होतं त्याप्रमाणे स्टॅफचा हा उपप्रकार आम्ही पाहिलेल्यांमधला सर्वांत आक्रमक आहे. चाचण्यांसाठी वापरल्या जाणाऱ्या प्राण्यांमध्ये आणि माणसांमध्येही तो अतिशय घातक ठरतो."

"तुम्ही अशा सूक्ष्मजीवांची संवर्धनं बाहेरच्या कोणाला देता का?"

"होय. कोणी सूक्ष्मजीवांवर संशोधन करत असेल तर आम्ही त्यांना त्यासाठी संवर्धनं पाठवतो."

"ह्या विशिष्ट जीवाणूचं संवर्धन तुम्ही अलीकडे न्यूयॉर्कमध्ये कोणाला पाठवलं होतं का?"

"असं एकदम सांगणं अवघड आहे. पण मी ते शोधून काढू शकते."

"तसं केलं तर फार बरं होईल." लॉरी म्हणाली. कोणीतरी हे जीवाणू मुद्दाम पसरवतंय ही कल्पना तिच्या डोक्यात पुन्हा आली होती.

"मी आमच्या इथं चौकशी करून तुमच्या ह्या एम.आर.एस.ए. केसची माहिती कोणाला आहे का ते विचारलं होतं. पण कोणालाही माहिती नाही."

"हे जरा विचित्र आहे असं वाटतंय का?"

"नाही. कारण कोणत्या संस्थेनं मुद्दाम आमच्याशी मदतीसाठी संपर्क

साधला तरच आम्ही लक्ष घालतो. संस्थांनी माहिती आम्हाला कळवलीच पाहिजे असं काही बंधन नाही. पण कदाचित त्यांना शहर किंवा राज्य यंत्रणेला कळवावं लागत असेल.''

''मी आमच्या सूक्ष्मजीवशास्त्र विभागाला तुमच्याकडे आणखी नमुने पाठवायला सांगितलं होतं. ते तुम्हाला मिळाले का?''

''होय. त्यांच्यावर काम सुरू आहे. दोन-तीन दिवसांत किंवा फार फार तर चार दिवसांत निष्कर्ष आपल्या हाती येतील.''

लॉरीनं सिल्व्हिआचे आभार मानले आणि फोन बंद केला. काही क्षण तिनं टेबलापाशी बसून झालेल्या संभाषणाबद्दल थोडासा विचार केला. गूढ उकलण्याऐवजी आणखीनच गडद झालं आहे हे तिच्या लक्षात आलं. पण अचानक तिला वेळेचं भान आलं. ती अक्षरश: उडी मारून बाहेर पडली आणि लिफ्टकडे धावली. आपण तसं करणार नाही असं सांगूनही मार्विनला तिष्ठत ठेवलं याची तिला टोचणी लागली होती.

कार्लो आणि ब्रेनन लेक्झिंग्टन अव्हेन्यूवरच्या एका इलेक्ट्रॉनिक्सच्या दुकानातून बाहेर पडले. ब्रेननन जी.पी.एस. वर काम करणारं एक माग काढणारं उपकरण विकत घेतलं होतं. आता पावसाला सुरुवात झाली होती. त्यामुळे दोघं धावतच त्यांच्या काळ्या डेनाली गाडीत जाऊन बसले.

''पावसाला सुरुवात झाली हे चांगलंच झालं,'' कार्लो म्हणाला.

''का?'' खोक्यावरची पट्टी काढून टाकण्याचं काम करत ब्रेननन विचारलं.

''कारण मग धक्क्यापाशी कमी लोक असतील, आपण हे उपकरण तिथं लावताना कोणी आपल्याला पाहिलं नाही तर बरं. मी काय म्हणतोय ते तुझ्या लक्षात येतंय ना?''

ब्रेननन उत्तर दिलं नाही. तो खोक्यातून ते उपकरण बाहेर काढण्याच्या खटाटोपात होता.

''एऽ'' कार्लो जोरात म्हणाला. त्याला आपल्याकडे कोणी दुर्लक्ष केलेलं चालत नसे, ''तू ऐकतो आहेस की नाही?''

''ऐकतोय तसा.''

''मी धक्क्यापाशी पावसामुळे माणसं कमी असतील हे आपल्या पथ्यावर पडेल असं म्हणत होतो.''

ब्रेनन खोक्यात जे काही शोधत होता ते त्याला अखेर मिळालं असावं. त्यानं एक पाकीट बाहेर काढलं. त्यावर उपकरण वापरण्यासाठीच्या सूचना

होत्या. सर्वांत महत्त्वाचं म्हणजे ऑनलाईन वापरासाठी लागणारा नंबर त्याच्यावर होता.

"काय?" कार्लोनं वैतागून विचारलं.

ब्रेननं खिशातला छोटा चाकू वापरून उपकरण ज्या चिकटपट्टीनं अडकवून ठेवलं होतं ती चिकटपट्टी कापायला सुरुवात केली. पण ते पूर्ण करण्याआधी त्यानं कार्लोचा फटका चुकवण्यासाठी डोकं पुढे केलं.

"तू असं का केलंस?" कार्लोकडे जळजळीत नजरेनं पाहत ब्रेनन गुरगुरला.

"मी तुझ्याशी बोलत होतो ना, मग?" ब्रेननच्या अंगावर कार्लो ओरडला.

ब्रेननं रागानं कार्लोकडे पाहिलं. पण त्यानं राग आवरला. कार्लो त्याच्यापेक्षा वयानं आणि आकारानंही मोठा होता. पण तो मद्दड डोक्याचा आहे हे ब्रेननला माहीत होतं.

"पुन्हा मला मारायचं नाही." ब्रेनन एक एक अक्षर जोरानं ठासून म्हणत शांत स्वरात बोलला.

"मग मी बोलत असताना माझ्याकडं दुर्लक्ष करू नकोस."

ब्रेननं वैतागून डोळे फिरवले आणि तो त्या उपकरणाबरोबर असलेली सूचना पुस्तिका वाचण्यात मग्न झाला. काही वेळ कोणीच काही बोललं नाही. सूचना वाचून पूर्ण झाल्यावर ब्रेननं मागच्या सीटवर ठेवलेला त्याचा लॅपटॉप सुरू केला. मग त्यानं सेलफोन काढून त्या उपकरणाच्या कंपनीला फोन केला.

"ऑनलाईन काम सुरू व्हायला किती वेळ लागेल?" ब्रेननं विचारलं.

"आत्ताच तुमचं क्रेडिट कार्ड वापरात आहे हे मला समजलंय. तिथं काहीही अडचण नाही. तेव्हा मी आपण बोलत असताना उपकरण सुरू करतो आहे."

ब्रेननं त्या कंपनीच्या माणसाचे आभार मानले. मग उपकरणाची मागची बाजू उघडून त्यात चार बॅटऱ्या टाकल्या. त्या त्यानं उपकरणाबरोबरच विकत घेतल्या होत्या. नंतर ब्रेननं कंपनीची वेबसाईट उघडून त्याला नुकताच मिळालेला पासवर्ड वापरून उपकरण ऑनलाईन सुरू केलं. काही सेकंदांनी त्याला किती भागाची विंडो हवी हे विचारण्यात आलं. त्यानं ५ मैल गुणिले २.८ मैल असा भाग हवा असल्याचं उत्तर टाईप केल्यानंतर लॅपटॉपवर न्यूयॉर्क शहराचा नकाशा दिसू लागला. पाठोपाठ स्क्रीनवर एक चमचमणारा ठिपका दिसू लागला. तो लेक्सिंग्टन स्ट्रीटवर हलताना दिसत होता.

ब्रेननं लॅपटॉपचा स्क्रीन कार्लोच्या दिशेनं केला, "हे उत्तम काम करतंय. आपण आत्ता दक्षिणेकडे चाललोय हे त्यात दिसतंय."

"झकास!" कार्लो म्हणाला, "पण हे काम कसं करतं?"

"ते सांगायला बराच वेळ लागेल, पण त्यात उपग्रह संदेशांचा साधा

त्रिकोण वापरलेला असतो.''

"पुरे.'' कार्लो म्हणाला. त्याला इलेक्ट्रॉनिक उपकरणातलं फारसं कळत नव्हतं.

नेहमीप्रमाणे रहदारी प्रचंड होती. त्यातच भुरभुर पडणाऱ्या पावसामुळे गाडी चालवताना त्रास होत होता. काही वेळ अशीच हळू गाडी चालवत असतानाच अचानक कार्लोचा सेलफोन वाजू लागला. दोघंही त्या आवाजामुळे दचकले. कार्लोनं फोनकडे नजर टाकली. फोन कोणाचा आहे हे पाहिल्यावर त्यानं स्पीकर सुरू केला आणि फोन समोर ठेवला.

"हं, काय आहे?''

"काही विशेष नाही,'' आर्थर मॅकइवान त्याच्या कर्कश आवाजात म्हणाला. सगळ्यांनाच त्याच्या ह्या आवाजाचा राग यायचा, "काही म्हणजे काही नाही. त्या फ्रॅन्कोची ही डुक्करगाडी जागेवरून एक इंचदेखील हललेली नाही.''

आर्थर मॅकइवान आणि टेड पावलोस्की सकाळी आठ वाजल्यापासून फ्रॅन्कोच्या गाडीवर लक्ष ठेवून बसले होते.

"तुला तो दिसला का?''

"नाही. फ्रॅन्कोचा काहीही पत्ता नाही. हं, पण व्हिनी डॉमिनिक दिसला. तो फ्रेडी कापुसो आणि रिची हर्न्स यांच्याबरोबर आला. ते तिघंही आत नापोलीटन रेस्टॉरंटमध्ये गेलेत आणि अजून बाहेर आलेले नाहीत.''

"आणि तो स्कारफेस?''

"ॲन्जेलोही दिसलेला नाही. बरं, आम्ही इथं बसून कंटाळलोय. शिवाय त्यांनी आम्हाला पाहिलं तर?''

"तुझं म्हणणं बरोबर आहे. पण सकाळी तू लुई काय म्हणाला ते ऐकलं आहेस ना? त्याला तिकडं नेमकं काय चाललंय ते हवंय. म्हणून तर त्यानं त्या दोघांचा पाठलाग करायला सांगितलं आहे. त्याला ते कळलं की तो त्या डिटेक्टिव्हला सांगणार आहे की ह्या सगळ्याचा वकारो फॅमिलीशी काही संबंध नाही.''

"xxx'' आर्थरनं अचानक शिवी हासडली. मग आवाज हळू करून तो म्हणाला, "एक निळी व्हॅन आत्ताच इथं आलीय. तिच्यावर सोनी प्लंबिंग सप्लाय असं लिहिलंय. हं. आता त्यातून ॲन्जेलो उतरतोय. हो आणि फ्रॅन्कोही बरोबर आहे. दोघं नापोलीटन रेस्टॉरंटमध्ये शिरले.''

"चला, ते सापडले हे बरं झालं. आता त्यांच्या मागावर राहा. आणि तुम्हाला आपण सापडू असं वाटतंय ना, मग मध्येच सॅन्डविच वगैरे काहीतरी खाण्यासाठी थांबलोय असा बहाणा करा.''

"ठीक आहे.''

एकदा टनेलमध्ये शिरल्यानंतर रहदारी जरा कमी झाली. ते लवकरच होबोकेन भागात आले आणि धक्क्यापाशी येऊन थांबले. पार्किंग लॉटमध्ये त्यांना दोन-चार गाड्या उभ्या असलेल्या दिसल्या. पण पावसाची भुरभुर चालू असल्यानं धक्क्यावर कोणी नव्हतं. जरासाही वेळ न घालवता ते दोघं गाडीतून खाली उतरले. त्यांना लगेचच 'फुल स्पीड अहेड' बोट दिसली.

"मी लक्ष ठेवतो. तू तुझं काम करून ये." कार्लो म्हणाला. लगेचच ब्रेनन बोटीत उतरला आणि अवघ्या एक-दोन मिनिटांत परतला.

"तुला कोणी दिसलं तर नाही ना?" ब्रेननं विचारलं.

"कुत्रंही आलं नाही इथं." कार्लो म्हणाला, "तुझं काम कसं झालं?"

"झकास, मला छान जागा लगेच सापडली."

गाडीत बसल्यानंतर ब्रेननं लॅपटॉप सुरू केला. पुन्हा कंपनीच्या वेबसाईटवर लॉग ऑन केल्यावर स्क्रीनवर लाल ठिपका चमचम करू लागला. ते जिथं होते तिथंच तो चमकत होता. ब्रेननं लॅपटॉपचा स्क्रीन कार्लोला दिसेल असा फिरवला.

"मस्त आहे. नाही?"

कार्लोनं मान डोलावली. ब्रेनन अशा कामात आपल्यापेक्षा हुशार आहे हे पाहून त्याला मनोमन विषाद वाटला होता.

"आपण आज सकाळी त्या बाईला उचलू शकलो नाही याचं मला काही नवल वाटत नाही," फ्रॅन्को म्हणाला, "हे काम तिथं करणं सोपं नाही. ह्या भागात प्रचंड वर्दळ नेहमीच असते."

"सकाळी ती निदर्शनं चालू होती ना म्हणून. नाहीतर काम केव्हाच होऊन गेलं असतं. ती बाई आणि तिचा तो कुबड्या घेऊन चालणारा बॉयफ्रेंड आपल्या व्हॅनपासून अवघ्या काही फुटांवरून गेले रे..."

"तू हे काय बोलतो आहेस? तुला वाटतं तितकं ते सोपं नव्हतं. एकतर आपल्यापुढे ती एक गाडी उभी होती. आपण फक्त दोघंच होतो. तुला काही समजतंय का? आपण सरळ तिला लांबून उडवायचं आणि निघून जायचं असं माझं मत आहे."

"नाही!" ॲन्जेलो ताडकन म्हणाला, "मला तिला पळवायचं आहे. मी काम हे असंच पुरं करणार."

"पॉल यांग आणि ती ॲमी यांची गोष्ट वेगळी होती. ह्या मॉंटगोमेरी बाईला आपण काहीतरी बोलून व्हॅनमध्ये यायला भुलवू शकणार नाही. शिवाय तिच्याबरोबर कुबड्या घेतलेला तिचा बॉयफ्रेंड आहेच. म्हणूनच मी म्हणतो की गोळी घालून

तिथून सुटायचं. काम खलास. वैद्यकीय तपासनीस म्हणून काम करताना तिला अनेक शत्रू असतीलच की. त्यांच्यापैकी कोणीतरी केलं असं वाटेल.''

''तुझं काय म्हणणं आहे?'' व्हिनीनं विचारलं.

ॲन्जेलो, रिची, फ्रॅन्को, फ्रेडी आणि व्हिनी नापोलीटनमधल्या एका बूथमध्ये बसले होते. टेबलावर कॉफीचे कप, कॅनोलीच्या डिश आणि थोटकांनी भरलेले ॲशट्रे पसरलेले होते.

''मला फ्रॅन्कोचं म्हणणं मान्य आहे. काम खरंच आव्हानात्मक आहे.'' ॲन्जेलो म्हणाला, ''दुर्दैवानं ती तिच्या नव्वदाव्या रस्त्यावरच्या घरात आता राहत नाही. ती तिथं असती तर काम चुटकीसरशी झालं असतं. शिवाय तिचा बॉयफ्रेंड बरोबर असतो हे पहाता आणखी माणसं बरोबर लागतील हे फ्रॅन्कोचं म्हणणंसुद्धा मला पटतंय. शिवाय आपल्याला आणखी एक व्हॅन लागेल.''

''ती कशाला?'' व्हिनीनं विचारलं.

''जर काही गडबड झाली तर निसटण्यासाठी पर्यायी व्यवस्था म्हणून.'' व्हिनीनं मान डोलावली आणि तो ॲन्जेलोकडे पाहत विचार करू लागला. व्हिनी असा विचार करत असताना सगळेजण गप्प बसले होते.

''मला हे सगळं व्यवस्थित व्हायला हवं आहे,'' व्हिनी म्हणाला, ''त्या भागात दोन हॉस्पिटलं आहेत हे पाहता आपण तिला उडवलं आणि तिला हॉस्पिटलमध्ये नेलं गेलं तर आपल्या दुर्दैवानं ती वाचूही शकते. पूर्वीही ती अनेकदा वाचली आहे. तेव्हा तिला उचला आणि एकदाचा सोक्षमोक्ष लावून टाका! व्हॅनचं म्हणशील तर आपल्याकडं त्या हव्या तेवढ्या आहेत. बरं, तुम्ही लोक लंचच्या वेळेला पुन्हा वैद्यकीय तपासनिसांच्या ऑफिसकडं जाणार आहात ना? मी काय म्हणतोय ते तुम्हाला समजतंय का? आपण हे काम एका आठवड्यात वगैरे करू असं चालणार नाही.''

''होय. आम्हाला कल्पना आहे,'' ॲन्जेलो म्हणाला. व्हिनीनं तिला सरळ गोळीनं उडवण्याचा मार्ग पत्करला नाही याचा त्याला आनंद झाला होता.

''ठीक आहे ना?'' व्हिनीनं फ्रॅन्कोला विचारलं.

''हा बेत तसा ठीकच आहे,'' फ्रॅन्को नाराजी दाखवत म्हणाला, ''पण मला एका गोष्टीची काळजी वाटते.''

''कोणत्या?''

''मला अनादर करायचा नाही. पण ॲन्जेलो या कामाच्या बाबतीत जरा जास्त उतावळा झालाय. अशा कामात भावनेच्या भरात कोणी काही करायला लागलं की मी अस्वस्थ होतो. म्हणजे मला असं म्हणायचं आहे की तो या सगळ्याकडं एक कामगिरी म्हणून बघत नाही असं दिसतंय. भावनेच्या भरात

माणसं नीट विचार करू शकत नाहीत.''

व्हिनीच्या चेहेऱ्यावर कडवट हास्य पसरलं. फ्रॅन्कोचं म्हणणं बरोबर आहे हे त्याला कळत होतं. पण तो अॅन्जेलोचा बेत पूर्णपणे रद्द करणार नव्हता. तो अॅन्जेलोकडे वळला, ''हं, तर तिला बुडवण्याआधी तिच्याशी खेळायचं म्हणतो आहेस?''

''साधारण तसंच.''

''पण फ्रॅन्कोच्या मुद्द्याचं काय? भावनेच्या आहारी जाऊन उतावळेपणा करण्यानं हातून चुका होतात हे बरोबरच आहे.''

''मी काळजी घेईन आणि हे लक्षात ठेवीन.''

व्हिनी फ्रॅन्कोकडे वळल, ''झालं समाधान?''

''होय. पण त्यानं माझं ऐकायला हवं.''

व्हिनी पुन्हा अॅन्जेलोकडे वळला, ''तुम्ही दोघं एकत्र काम करता. तेव्हा एकमेकांशी बोला! कळलं? शांत राहा!''

अॅन्जेलोनं मान डोलावली.

''ठीक तर मग,'' व्हिनी म्हणाला, ''हे ठरलं आता. फ्रेडी आणि रिची तुम्ही आणखी एक व्हॅन घेऊन जा आणि एकमेकांच्या संपर्कात राहा. मलाही काय होतंय ते कळवत राहा.''

''होय!'' सगळेजण एका स्वरात म्हणाले आणि बूथमधून बाहेर पडले.

२०

४ एप्रिल २००७
सकाळी ११ वाजून ४४ मिनिटं

त्या दिवशीचं शेवटचं शवविच्छेदन उरकून लॉरी घाईघाईनं बाहेर पडली. तिच्या अपेक्षेपेक्षा शेवटच्या दोन्ही केसनी तिचा बराच वेळ खाल्ला होता. खरं तर तिला तिच्या एम.आर.एस.ए. प्रकरणाच्या मागे लागायचं होतं. पण पुढे काय करावं हे तिला कळत नव्हतं. सी.डी.सी.कडून मिळालेल्या माहितीनुसार तीन केसमधला जीवाणू तंतोतंत एकाच प्रकारचा होता. तिला असं वाटलं होतं की सिल्व्हिआकडून या माहितीचा कसा उपयोग करावा हे थोडंफार कळेल. पण तसं झालं नव्हतं.

लॉरी कपडे बदलण्यासाठी लॉकर रूममध्ये शिरली. तिला पाहून रिवानं विचारलं, "तू आत्ता काम संपवते आहेस?"

"होय," लॉकरचं कुलूप उघडत लॉरीनं उत्तर दिलं.

"मला वाटत होतं की मी तुला लवकर संपतील अशा केस दिल्या होत्या. माफ कर..."

"कदाचित मी त्या भराभरा पुऱ्या करू शकले असते, पण दोन्ही केसच्या बाबतीत मला वाटलं की जे दिसतंय ते नीट नोंदवून ठेवायलाच हवं. ह्या केस आपल्याला चांगल्याच नवीन गोष्टी शिकवणाऱ्या आहेत."

"अस्सं! त्या कशा काय?"

"ती जी दंतवैद्याकडची मृत्यूची केस होती ना, ती अशी होती की मृत्यू टाळता आला असता. वाटलं होतं तसं या ठिकाणी नव्हतं. हा कसल्याही

ॲलर्जीचा प्रकार नव्हता तर थायरॉईड आणि थायमस ग्रंथींची चांगलीच वाढ झालेली होती. तसंच हृदय आणि प्लीहादेखील आकारानं मोठी झाली होती. म्हणूनच तिचा रक्तदाबही खूप जास्त होता.''

''म्हणजे ही केस हायपर थायरॉईडीझमची होती तर.''

''अगदी बरोबर.''

''बरं, त्या दुसऱ्या केसचं काय? तो सायकलवर व्यायाम करणारा?'' रिवानं विचारलं.

''मला असं वाटत होतं की या माणसामध्ये कॉरोनरी हार्ट डिसीजची लक्षणं आढळणार. पण तसं नव्हतं.''

''मलाही तसंच वाटलं होतं. मी तुला ती केस दिली हे बरंच झालं म्हणायचं.''

''हृदय आणि कॉरोनरी रक्तवाहिन्यांच्या बाबतीत एक गोष्ट वगळता सर्व काही व्यवस्थित होतं.''

''म्हणजे?''

''उजवीकडची कॉरोनरी रक्तवाहिनी अशी चमत्कारिक कोनात वळलेली होती, की व्यायाम करताना त्याच्याकडून अपघातानं ती मुडपली गेली आणि रक्तप्रवाह एकदम बंद पडला.''

''असं कधीकधी होतं असं मी ऐकलं होतं, पण कधी पाहिलेलं नव्हतं,'' रिवा म्हणाली.

''म्हणूनच तर मी तो सगळा भाग मोकळा करून घेतला आणि तो कायमचा पहाता यावा याची व्यवस्था केलीय,'' लॉरी म्हणाली. तिनं कपडे बदलून झाल्यावर लॉकर बंद केला आणि ती बाहेर निघाली.

''वर भेटू नंतर,'' रिवा बाहेर पडणाऱ्या लॉरीला उद्देशून म्हणाली.

लंचसाठी वेळ न घालवता लॉरी सरळ पुढच्या बाजूच्या लिफ्टकडे गेली आणि पाचव्या मजल्यावर गेली. डेव्हिड जेफ्रीजच्या फुफ्फुसांच्या नमुन्यांच्या स्लाईड तयार झाल्या आहेत का हे तिला पाहायचं होतं. तसं म्हटलं तर त्यातून फार काही नवीन हाती लागेल असं तिला वाटत नव्हतं. पण त्या करायला दिल्यानंतर त्या पाहणं गरजेचं होतं. ''तू फारच उतावळी झालेली दिसतेस.'' लॉरीला तिच्या विभागात आलेली पाहून मॉरीन ओ'कॉनर म्हणाली. तिची बोलण्याची ढब खास आयरिश प्रकारची होती, ''मी त्या स्लाईड आज तयार होतील असं जरी म्हणाले असले, तरी आज सकाळी असं म्हणाले नव्हते.''

''मी इथं बसून त्रास देऊ इच्छित नाही,'' लॉरी म्हणाली, ''मी परत माझ्या ऑफिसात जाऊन थांबते.''

"त्या तयार झाल्या की मी कोणाला तरी त्या पाहून तुला कळवायला सांगते."

लॉरी घाईघाईनं पुन्हा तिच्या खोलीत आली. तिनं टेबलावर पडलेल्या कागद नि फायलींच्या ढिगाऱ्याकडे नजर टाकली. टेबलावर तिनं बनवायला घेतलेला तक्ताही दिसला. तो अजून बराच अपुरा होता. ढिगाऱ्यातल्या फायलींमधली माहिती रकान्यांमध्ये भरताना तिचा उत्साह जरासा कमी झाला होता. तिच्या अपेक्षेपेक्षा या कामाला बराच जास्त वेळ लागत होता. पण तरीही तिनं काम पुरं करायचं ठरवलं होतं आणि ती कामाला लागणार एवढ्यात तिच्या लक्षात आलं की रॅमोना टॉरेसच्या हॉस्पिटलमधल्या नोंदी तिच्याजवळ नाहीत. तिनं पीएच्या ऑफिसात फोन केला. फोन मुख्य पीए बर्ट अर्नोल्डनं घेतला. लॉरीनं आपल्याला चेरीलशी बोलायचं आहे असं सांगितल्यानंतर जरा वेळानं चेरील फोनवर आली.

"मी काय मदत करू शकते?"

"मी सकाळी जॅनीसजवळ निरोप ठेवला होती की मला रॅमोना टॉरेसच्या हॉस्पिटलमधल्या नोंदी हव्या आहेत."

"मला निरोप मिळाला होता. त्याप्रमाणे मी हॉस्पिटलमध्ये फोन करून त्यांना त्या पाठवायला सांगितलं होतं. कदाचित त्या तुझ्याकडे ई-मेलनं आल्या असतील."

"एक मिनिट..." लॉरी म्हणाली. तिनं ई-मेल उघडली. चेरीलनं सांगितलं ते बरोबर होतं. नोंदी ई-मेलनं आल्या होत्या.

"माफ कर... मी त्या आत्ता पाहिल्या. तुझं म्हणणं बरोबर आहे." लॉरी म्हणाली आणि फोन बंद केला. मग तिनं रॅमोनाची फाईल प्रिंटिंगसाठी पाठवली आणि प्रिंट आऊट आणण्यासाठी ती पहिल्या मजल्याकडे निघाली.

ॲडमची सकाळ मजेत गेली होती. हॉटेलवर परतल्यानंतर त्यानं आणखी एक कप कॉफी मागवली होती. मग तो त्याच्या आवडत्या मेट्रोपॉलिटन म्युझियमकडे गेला होता. म्युझियम नुकतंच उघडलं होतं त्यामुळे तिथं फारसे लोक नव्हते. अर्थात त्याचा इरादा फार मोठा भाग बघणं हा नव्हताच. तरुण असताना ज्या गोष्टी त्याला आवडल्या होत्या त्याच त्याला पुन्हा पहायच्या होत्या.

दुपार झाल्यानंतर ॲडम पुन्हा वैद्यकीय तपासनिसांच्या ऑफिससमोर आला. सकाळी त्यानं जिथं त्याची गाडी उभी केली होती, तिथंच आत्ताही केली. आपलं सावज लंचच्या वेळेत आपल्याला दिसण्याची शक्यता फार कमी आहे

याची त्याला कल्पना होती. पण तरीही तो आता तयारीनिशी आला होता. त्यानं हॉटेलमधल्या एका टॉवेलमध्ये गुंडाळून त्याचं आवडतं हत्यार आणलं होतं. नाईन मिलीमीटर बेरेट्टाला त्यानं सायलेन्सर जोडला होता. टॉवेलला त्यानं टेप चिकटवून त्याचा शंकूसारखा आकार केला होता. त्यातून बेरेट्टाच्या सायलेन्सरचं टोक अगदी ओझरतं दिसत होतं. शंकूच्या मागच्या मोकळ्या भागात हात घालून तो हत्यार केव्हाही वापरू शकत होता. टॉवेलमधे अशा प्रकारे दडवल्यामुळे तो ते भर वर्दळीच्या ठिकाणीही सहज चालवू शकणार होता.

सीट मागे सरकवून ॲडम रेलून निवांतपणे बसला होता आणि सी.डी. प्लेअरवर लावलेल्या आर्थर रुबेनस्टाईनच्या संगीताचा आस्वाद घेत होता. सकाळच्या तुलनेत आता त्या ठिकाणी शांतता होती. फक्त मुख्य रस्त्यावरची रहदारी मात्र जोरात होती. बस, ट्रक, टॅक्सी आणि खासगी गाड्या उत्तरेकडे जात होत्या. त्यांचा आवाज खरं तर मोठा होता, पण ॲडमच्या साऊंडप्रूफ गाडीत त्याला तो फारसा जाणवत नव्हता. आपलं सावज दृष्टीस पडलं तर आपण काय करायचं याचा बेत त्यानं आखला होता. मॉंटगोमेरी बाई दिसली की तो तिच्याजवळ जाणार होता आणि मग तत्कालिन परिस्थितीनुसार ती हाताच्या अंतरावर आली की डोक्यात गोळी झाडायची आणि तिथून निघून जायचं असा विचार त्यानं केला होता. तो सरळ लिंकन टनेलमधून शहर सोडून निघणार होता. त्याला कामगिरी देणारे लोक मिस्टर ब्रामफोर्डचं हॉटेलचं बिल चुकतं करणार होते. म्हणजे निदान त्याच्या पूर्वीच्या सर्व कामगिऱ्यांच्या वेळी अशीच व्यवस्था करण्यात आली होती.

ॲडमच्या मनात हे सगळे विचार घोळत असले तरी तो नेहमीप्रमाणे आजूबाजूला काय चाललंय याबद्दल सावध होता. त्याच्या लक्षात आलं की मागच्या बाजूला एक निळी व्हॅन येऊन थांबली आहे आणि त्यामधले दोघंजण एकमेकांशी जोरजोरानं वाद घालत आहेत. आरशात ते दृश्य पाहून ॲडमला चमत्कारिक वाटलं. सहसा सार्वजनिक जागी असा कडाक्याचा वाद होणं त्याला अपेक्षित नव्हतं. ॲडम त्यामुळे सावध झाला. त्याला आता दिसलं की दोघांमधल्या एकानं निक्षून बजावल्याप्रमाणे हात हलवला आणि तो दार उघडून बाहेर पडू लागला. त्याच्या बरोबरच्या माणसानं त्याला हातानं धरून ठेवण्याचा प्रयत्न केला. पण तो झुगारून देऊन भांडणारा माणूस बाहेर पडला.

ॲडम हे सगळं एखादा मूकपट पहावा तसा आरशात पाहत होता. त्याला अचानक जाणवलं की खाली उतरून आलेला माणूस त्याच्याच गाडीकडे येतो आहे. ॲडमला हे लक्षण बरं वाटलं नाही. आपल्याला कोणीतरी पाहिलं आहे असं त्याला होऊ द्यायचं नव्हतं. ॲडमनं त्याच्या गाडीकडे येणाऱ्या माणसाकडे

पाहून दोन गोष्टींची नोंद घेतली होती. एक म्हणजे त्या माणसाचा चेहेरा प्रचंड प्रमाणात भाजलेला होता आणि दुसरी महत्त्वाची गोष्ट म्हणजे व्हॅनची अवस्था पाहता त्याचे कपडे फारच झकपक होते. ॲडमला हा माणूस इराकमधून परतलेला सैनिक वाटला. त्यानं अशा तऱ्हेनं प्रचंड भाजलेले अनेकजण पाहिले होते.

ॲडमला आता चांगलाच धक्का बसला होता, कारण तो माणूस आता सरळ त्याच्या गाडीच्या खिडकीवर धपके मारत होता. आता दोन पर्याय होते. एकतर खिडकी उघडायची किंवा सरळ तिथून निघून जायचं. यामधला दुसरा पर्याय खरं तर जास्त योग्य होता, कारण आता मिस मॉंटगोमेरी समोर येऊनही काही करणं शक्य नव्हतं. पण हा माणूस त्याच्यासारखाच इराकमधून परतलेला सैनिक असावा म्हणून कुतूहलानं ॲडमनं खिडकी उघडली.

''इथं पार्किंगला परवानगी नाही मिस्टर!'' ॲन्जेलो खुनशीपणानं म्हणाला. आता त्या माणसाबरोबर असणारा दुसरा एकजणही तिथं आला होता. त्यानं ह्या पहिल्या माणसाला समजावण्याचा प्रयत्न केला. त्यानं त्याला व्हॅनकडे परत येण्याचा हुकूमही केला. पण तो जुमानत नाही हे पाहिल्यावर दुसरा माणूस परत व्हॅनमध्ये जाऊन बसला.

''तू ऐकलं नाहीस का?'' ॲन्जेलो चिडून म्हणाला.

''तू इराकहून परतलेला माजी सैनिक आहेस का?'' ॲडमनं विचारलं.

इराकमधला त्यानं घालवलेल्या भयानक दिवसांमुळे त्याला तिथं लढलेल्या प्रत्येकाशी आपलं काहीतरी नातं आहे असं वाटत असे.

''हा कसला प्रश्न आहे ×××'' ॲन्जेलो सापासारखा फुत्कार टाकत म्हणाला.

''ह्या भाजल्याच्या जखमा पाहून मला असं वाटलं की...'' ॲडम स्वत:वर नियंत्रण ठेवत म्हणाला.

''तू माझी टिंगल करतो आहेस का?'' ॲन्जेलो गुरकावत म्हणाला.

''उलट आहे. मला वाटलं की आपण दोघं...''

''×××! नीट ऐक.'' ॲन्जेलो खुनशीपणानं हसत म्हणाला, ''मला तुझ्या गाडीतलं संगीत आवडलंय. पण आता इथून निघायचं बघ. ताबडतोब! ह्या ठिकाणी पार्किंग करता येत नाही.''

''पण मी कुठं पार्किंग केलंय? मी तर नुसता थांबलोय.''

''ए दीडशहाण्या... बाहेर ये!''

ॲडमनं त्याला अशा बेमुर्वतखोरपणानं हुकूम सोडणाऱ्या उत्तम कपडे घातलेल्या त्या माणसाकडे आणि त्याच्याचसारखे झकपक कपडे केलेल्या

त्याच्या साथीदाराकडे एकवार नजर टाकली. खरं म्हणजे तिथून निघून जाणं शहाणपणाचं होतं. पण आता काही इलाज नव्हता, कारण ॲडमला खरोखरच राग आला होता.

ॲडम दार उघडून खाली उतरला. तो माणूस मागे सरकला. ॲडम बाहेर पडलेला पाहून त्या माणसानं जाकिटाच्या खिशातलं आपलं लाडकं रिव्हॉल्व्हर काढण्यासाठी हात जाकिटात सरकवला. तो ह्या रेंजरोव्हरमधल्या माणसाला फक्त धाक दाखवणार होता. पण त्याचा हात जाकिटाच्या दिशेनं नुसता हलताच ॲडमनं उसळी मारली होती. ॲडमच्या पहिल्या दणक्यानं ॲन्जेलोच्या हातातलं रिव्हॉल्व्हर खाली पडलं होतं. ॲन्जेलोला काही कळायच्या आत त्याच्या डोक्यावर आणि मानेवर दणके बसले होते. क्षणार्धात ॲन्जेलो खाली पडला कारण त्याच्या छातीत ॲडमची सणसणीत लाथ बसली होती.

ॲडमनं पुढच्याच क्षणी ॲन्जेलोचं रिव्हॉल्व्हर उचललं होतं आणि त्यानं गाडीत बसलेल्या त्याच्या साथीदाराकडे नजर टाकली होती. दोघांची नजर एकमेकांवर खिळली, पण क्षणभरच. गाडीत बसलेला माणूस जागचा हललाही नाही हे ॲडमच्या लक्षात आलं. त्यानं ॲन्जेलोचं रिव्हॉल्व्हर भर रस्त्यात फेकलं. लगेचच त्याच्यावरून दोन-चार गाड्याही गेल्या. ॲडम गाडीत बसला आणि फर्स्ट अव्हेन्यूवरून भरधाव निघाला.

''XXX'' आर्थर मॅकइव्हान किंचाळला, ''तू हे पाहिलंस ना?''

''होय.'' टेड पावलोस्की म्हणाला, ''हे सगळं अशक्य होतं! मी कधी कोणालाही एवढ्या वेगानं हालचाल करताना पाहिलं नव्हतं. आणि ॲन्जेलोची अवस्था बघ. त्याला उठून उभं राहायलाही त्रास होतोय.''

''तो बघ. फ्रॅन्को आता सरळ रस्त्यात गेलाय नि त्यानं ॲन्जेलोचं रिव्हॉल्व्हर उचलून आणलंय.''

आर्थर आणि टेड दोघांनी ॲन्जेलो-फ्रॅन्को जोडीचा पाठलाग केला होता. ॲन्जेलोनं त्याची गाडी चंदेरी रंगाच्या रेंजरोव्हरच्या मागे उभी केलेली पाहिल्यावर त्यांनी थोडं पुढे जाऊन कोपऱ्यावर त्यांची गाडी उभी केली होती. त्यांना वाटलं होतं की आता इथं दीर्घकाळ वाट पाहत थांबावं लागणार. पण तसं झालं नव्हतं. त्यांच्या पाठोपाठ एक पांढरी व्हॅन आली होती आणि ती निळ्या व्हॅनच्या मागे उभी राहिली होती. टेडला ल्युसिया फॅमिलीचे अनेक लोक माहीत होते. त्यामुळे त्याला ह्या पांढऱ्या व्हॅनचा ड्रायव्हर रिची हर्न्स आहे हे लगेच लक्षात आलं होतं आणि मग त्यांनी समोर घडलेला सगळा प्रकार पाहिला होता.

त्यांचा अजून जे पाहिलं त्यावर विश्वास बसत नव्हता.

आर्थरनं कार्लोला फोन लावला. तो आणि ब्रेनन त्यांचा बॉस लुई बर्बेराबरोबर जेवत होते. आर्थरनं जे घडलं ते सांगितलं, ''ॲन्जेलोनं त्या रेंजरोव्हरमधल्या माणसाशी भांडण केलं. त्या माणसानं ज्या वेगानं मारलं त्यावर तुझा विश्वास बसणार नाही. पण ॲन्जेलोला त्यानं संधीच दिली नाही. ॲन्जेलोनं रिव्हॉल्व्हर काढूनही काही उपयोग झाला नाही. जे घडलं ते विश्वास बसण्याच्या पलीकडचं आहे.''

''तुम्ही आत्ता कुठं आहात?''

''शवागाराच्या समोर. मॅनहटनमध्ये.''

''शवागाराच्या समोर? तिथं कशासाठी?''

''मला काय माहीत?''

''ॲन्जेलोनं भांडण का केलं?''

''त्याबद्दल काही कळलं नाही.''

''ॲन्जेलोची परिस्थिती काय आहे?''

''तसा बरा दिसतोय. जरासा अडखळत चालतोय. पण आता तो निळ्या व्हॅनमध्ये जाऊन बसलाय.''

''थांब. मी हे सगळं लुईला सांगतो,'' कार्लो म्हणाला. मग त्यानं आर्थरचं सगळं बोलणं लुईला सांगितलं. लुईही चकित झाला होता. मग कार्लो पुन्हा फोनवर बोलू लागला, ''लुई विचारतोय की तुम्ही त्या माणसाला ओळखलं का?''

''नाही,'' आर्थर म्हणाला, ''पण त्याच्या रेंजरोव्हरगाडीवर बिडर हेवन अशी काहीतरी अक्षरं रंगवलेली होती.''

''फोन नंबर किंवा पत्ता?''

''आम्हाला इतक्या लांबून दिसलं नाही. पण आणखी काहीतरी ओळी होत्या खऱ्या.''

''फ्रॅन्कोही तिथं आहे का?''

''होय तर! ॲन्जेलोला थांबवण्याचा प्रयत्न केला होता. त्यानं मघाशी रस्त्यात फेकलेलं ॲन्जेलोचं रिव्हॉल्व्हर आणलंय. हं... त्यांच्या व्हॅनच्या मागे आणखी एक व्हॅन उभी आहे... आणि हो!... ॲन्जेलोनं गाडी सुरू केलीय, नि आता मलाही निघावं लागणार... नाही... नाही. ॲन्जेलोनं गाडी कोपऱ्यावर थांबवलीय आणि रिचीनंही त्याच्या पाठोपाठ गाडी तिथवर नेलीय. रिचीच्या व्हॅनमध्ये आणखी कोणीतरी आहे. आम्ही कोणी जाऊन काय चाललंय ते पाहून येऊ का?''

"नाही! अजिबात नाही. त्यांना आपल्या पाळतीवर कोणी आहे हे कळायला नकोय. तेव्हा तिथंच थांबा. मी लुईला हे सांगतो." कार्लोनं मग लुईला हे सगळं सांगितलं आणि पुन्हा आर्थरशी बोलू लागला, "लुई तुमच्या कामावर खूष आहे. तुम्ही आहात तिथंच थांबून माग काढत राहा असं तो म्हणतोय. दुपारी मी आणि ब्रेनन तुम्हाला मोकळं करू."

"उत्तम."

कार्लोनं फोन बंद करून जाकिटाच्या खिशात ठेवला आणि लुईकडे पाहिलं. लुई त्याच्याकडेच पाहत होता. लुईचा मांसल चेहेरा आक्रसल्यासारखा झाला होता. त्याच्या कपाळाला आठ्या पडल्यानं दोन्ही भुवया जवळ आल्यासारख्या वाटत होत्या. तो विचारात गढून गेला आहे हे स्पष्ट कळत होतं. लुई असा विचारात पडलेला असताना गप्प राहणं योग्य असतं हे ब्रेनन आणि कार्लोला अनुभवानं माहिती होतं.

अखेर कॉलरमध्ये खोचलेला नॅपकिन बाहेर काढत लुईनं शांततेचा भंग केला, "मला हे काय चाललंय ते अजिबात कळत नाही. पण हे मात्र नक्की, की जे काही चाललंय ते थांबायला हवं. ते लोक वेडपटपणा करत आहेत. लोकांना उडवणं काय नि दिवसाढवळ्या मॅनहटनमध्ये भांडण करणं चमत्कारिक आहे आणि हे सगळं कुठे, तर शवागारासमोर?"

लुईनं थेट प्रश्न विचारेपर्यंत आपण तोंड उघडायचं नाही हे देखील कार्लो-ब्रेननला ठाऊक होतं. लुईला असं मोठ्यानं स्वत:शी बोलायची सवय होती. तो आता उठला आणि येरझाऱ्या घालू लागला. आता पुढं काय अशा अर्थी कार्लो नि ब्रेनननं एकमेकांकडे पाहिलं.

लुई बारपाशी गेला. तिथं ठेवलेल्या टुथपिकच्या ग्लासशी जरा वेळ चाळा केल्यानंतर तो पुन्हा टेबलाजवळ आला, "तुम्ही सकाळी ट्रम्प टॉवरपाशी गेला होतात तेव्हा ही कुठली कंपनी आहे तिची गाडी तिथं नव्हती याची तुम्हाला खात्री आहे?"

कार्लो नि ब्रेनननं एकदमच माना हलवून नकार दिला.

"जा, फोनबुक घेऊन ये!" लुईनं आज्ञा सोडली. ब्रेनन उठला आणि फोनबुक घेऊन टेबलपाशी परत आला.

"त्यात ती लिडर-हेवन की काय ती कंपनी सापडते का पाहा." असं म्हणून लुईनं कार्लोकडे पाहिलं. "त्या मूर्खांनी हा असला प्रकार चालू ठेवला तर अगदी लवकरच सगळं न्यूयॉर्क पोलीसदल आपल्या मागं हात धुवून लागेल.

तुला काय वाटतं?''

कार्लोनं मान डोलावली. आता लुईला उत्तर द्यायला हरकत नव्हती. ''ते ही एवढी मोठी जोखीम पत्करत आहेत, याचा अर्थ काहीतरी मोठी भानगड असणार.''

''मलाही अगदी तसंच वाटतंय. म्हणजे पाहा, तो डिटेक्टिव्ह मुद्दाम आपल्याला ताकीद देण्यासाठी आला होता.''

''फोनबुकात तसली कोणतीही कंपनी नाही,'' ब्रेनन म्हणाला.

''नसणारच. ॲन्जेलो फॅसिओलोला आडवं करणारा माणूस साधासुधा नाही हे उघड आहे. ती कंपनी म्हणजे बनाव असणार हे नक्की.''

''तुला असं वाटतं की की तो माणूस आणि ॲन्जेलो शवागारासमोर एकाच कारणासाठी थांबले असावेत. म्हणजे असं बघ, त्या ॲन्जेलोला अनोळखी माणसाशी भांडण काढायची काय गरज होती? दिवसाढवळ्या असं करायला काहीतरी महत्त्वाचं कारण किंवा कसलीतरी दुष्मनी असणार.'' ब्रेनन लुईला म्हणाला.

''कल्पना चांगली आहे. तुझं म्हणणं बरोबर आहे,'' लुई म्हणाला, ''आपण त्यांच्यावर नजर ठेवतोय हे बरंच झालं. नेमकं काय चाललंय ते कळायला हवंच. समजा त्यांनी कोणाला उडवलं तर मी डिटेक्टिव्हला फोन करून आपला त्याच्याशी काही संबंध नाही हे सांगणार आहे.''

हॉटेलवर परतेपर्यंत ॲडमचा राग बऱ्यापैकी मावळला होता. अचानक घडलेल्या त्या सर्वस्वी अनपेक्षित प्रसंगाकडे आता तो स्वच्छ नजरेनं पाहू शकत होता. त्या ठिकाणी फारसं वाईट घडलं नसलं तरी कोणीतरी तिथं काय घडलं हे पाहून पोलिसांना खबर दिली असण्याची शक्यता होती. आपण तत्काळ निघून जायला हवं होतं असं ॲडमला राहून राहून वाटत होतं. त्या भांडणाचा ॲडमला काहीही फायदा झाला नव्हता. उलट त्याचा तोटाच झाला असण्याची शक्यता होती.

''तुम्हाला तुमची गाडी लवकरच लागेल का मिस्टर ब्रामफोर्ड,'' डोअरमननं दार उघडत विचारलं.

''नाही.'' असं म्हणून ॲडम खाली उतरला. उलट त्याला गाडी गॅरेजमध्येच राहायला हवी होती.

ॲडम त्याच्या खोलीत गेला. त्याला फोन करायचा होता. पण त्याला सेलफोन वापरायचा नव्हता. टेबलपाशी बसून ॲडमनं फोन लावला. त्यानं

कोणा चार्ल्स पामरची चौकशी करायची होती. मग पलीकडून त्याला एक वेगळा नंबर सांगितला जाणार होता. मग ॲडमनं त्याचा लॅन्डलाईनचा नंबर सांगायचा आणि वाट पाहत थांबायचं अशी पद्धत होती. तसंच झालं. मिनिटाच्या आत ॲडमचा फोन वाजला.

"मला घरचा पत्ता लागेल," ॲडम इतर काहीही न बोलता थेट म्हणाला. ही माहिती मिळेल की नाही असा प्रश्नच उद्भवत नव्हता. त्याच्यावर कामगिरी सोपवणाऱ्यांचे हात सरकारमध्ये खूप वरपर्यंत पोहोचलेले असल्यानं पत्ता मिळेलच याची खात्री होती.

"काही मिनिटांनी तुला तुझ्या ब्लॅकबेरीत तो मिळेल."

संभाषण संपलं. ॲडमनं फोन बंद केला आणि मग रूमसर्व्हिसला लंच पाठवायला सांगितलं. तो लंच घेऊन मग न्यूयॉर्कमध्ये त्याला आवडणाऱ्या दुसऱ्या जागी, म्हणजे नॅचरल हिस्ट्री म्युझियमला भेट देणार होता.

"तो माणूस कराटेत एवढा तरबेज असेल हे मला कसं माहीत असणार." ॲन्जेलो तक्रारीच्या सुरात म्हणाला.

"मुद्दा तो नाही. मुद्दा असा आहे की तू विचार केला नाहीस. जेव्हा तू विचार करत नाहीस तेव्हा तू चुका करतोस. सुदैवानं फारसं वाईट काही घडलं नाही."

"तुला हे म्हणायला काय होतंय. पण माझी अवस्था बघ. मला माझ्या अंगावरून एखादा ट्रक गेल्यासारखं वाटतंय."

"तुला जो काही त्रास होतोय ना, तो धोक्याचा इशारा आहे असं समज. ॲन्जेलो, मी तुला याअगोदर कधीही असं वागलेलं पाहिलेलं नाही. तू जरुरीपेक्षा जास्त उतावळेपणा करतो आहेस."

"तुझा चेहेरा त्या बाईनं असा विद्रूप केला असता ना तर तुला मी असा का वागतोय ते समजलं असतं. बरं, माझं रिव्हॉल्व्हर कुठंय?"

"इथं माझ्या सीटखाली." फ्रॅन्को म्हणाला. त्यानं चरे पडलेलं रिव्हॉल्व्हर ॲन्जेलोच्या हातात दिलं. ॲन्जेलोनं ते उलटसुलट करून पाहिलं. मग क्लिप काढून त्यात गोळी नाही हे पाहिलं. मग त्यानं ट्रिगर दोनचार वेळा दाबून पाहिला. "तसं ठीक काम करतंय."

"पण प्रत्यक्ष चालवून खात्री करून घ्यायला हवी."

ॲन्जेलोनं क्लिप पुन्हा लावत मान डोलावली.

"मी तुला अगोदर जो प्रश्न विचारला होता त्याचं उत्तर तू अजून दिलेलं

नाहीस, तू तुझ्या स्वत:वर ताबा ठेवणार आहेस की नाही? नाहीतर मी तुला काही दिवस सुट्टीवर घरी पाठवीन. माझे शब्द ऐकून ठेव! मी त्या माँटगोमेरी बाईचं बघून घ्यायला समर्थ आहे.''

''हो...'' ॲन्जेलो अनिच्छेनं म्हणाला, ''मी माझ्यावर ताबा ठेवीन. मी व्हॅनमधून उतरायला नको होतं... पण एक चांगलं झालं. आपल्याला अडथळा आणणाऱ्या त्या गाडीला आपण तिथून पिटाळून लावलं.''

''केवढी किंमत मोजून? मी काय म्हणतोय ते माझ्यापेक्षा तुला जास्त कळत असेल. कळतंय ना?''

''होय. आता कळतंय.''

''मग आता यापुढे तिला बोटीवर आणेपर्यंत मी सांगतोय तसंच झालं पाहिजे. मग तू तुला हवं ते केलंस तरी मला त्याची पर्वा नाही. व्हिनीला तुझी ती सिमेंटचे बूट बनवायची कल्पना आवडलीय असं दिसतंय. ते ठीक आहे. तुला आणि व्हिनीला तिला नुसतं उडवण्यात रस नाही. ते देखील ठीक. पण मला कोणत्याही परस्थितीत बेजबाबदारपणा चालणार नाही. कळलं?''

''कळलं.''

''माझ्याकडे बघून सांग!''

ॲन्जेलोनं नाइलाजानं फ्रॅन्कोकडे पाहिलं.

''बोल.''

''कळलं. XXX मला कळलंय.''

''उत्तम.'' फ्रॅन्को म्हणाला, ''एक गोष्ट स्पष्ट झाली ते बरं झालं. चल आता आपण खाऊन घेऊ या. कदाचित ह्या माँटगोमेरीची आपल्याला रात्रीपर्यंत वाट पहावी लागेल.''

२१

४ एप्रिल २००७
दुपारी ३ वाजून ५ मिनिटं

"हॅलो... माफ करा..."

लॉरीनं वर पाहिलं. हिस्टॉलॉजी विभागातली कोणीतरी तंत्रज्ञ जिच्यासमोर उभी होती. तिच्या हातातल्या खोक्यात काही स्लाईड ठेवलेल्या दिसल्या.

"मॉरीननं मला ह्या आणून द्यायला सांगितलंय. त्या अगोदर तयार झाल्या नाहीत म्हणून तिनं तुमची माफी मागितली आहे. आज दोन जण आजारी पडल्याचा निरोप आला म्हणून उशीर लागला."

"हरकत नाही," लॉरीनं उठून खोकं घेतलं. "ह्या आणल्याबद्दल आभार. मॉरीनचेही मी आभार मानलेत असं सांग."

"सांगते." असं म्हणून त्या तंत्रज्ञ बाईनं स्मितहास्य केलं आणि ती निघून गेली.

लॉरीनं टेबलाकडे नजर टाकली. सतत काम केलेलं असूनही तिला जेमतेम दोन तृतियांश तक्ता भरता आला होता. तक्ता भरत असताना नवीन माहितीसाठी तिनं काही नवीन रकानेही तयार केले होते. पण हे सगळं करताना या सगळ्याचा कितपत उपयोग होईल याबद्दल तिच्या मनात शंका येत होत्या. ह्या माहितीतून आपल्याला अचानक अगोदर न दिसलेला काहीतरी समान धागा मिळेल असं तिला काम सुरू करताना वाटलं होतं. पण तसं घडलं नव्हतं.

ह्या कामामधून थोडा विसावा मिळावा या उद्देशानं लॉरीनं टेबलवरचा ढिगारा एका बाजूला करून जरा जागा करून घेतली. मग तिनं तिचा सूक्ष्मदर्शक

सुरू करून डेव्हिड जेफ्रीजच्या फुप्फुसाच्या नमुन्यांमधली पहिली स्लाईड पाहायला सुरुवात केली. तिला दिसलं की अपेक्षेप्रमाणे डेव्हिडच्या फुप्फुसांमध्ये जीवाणूंनी मन मानेल तसा धुमाकूळ घातला होता. सूक्ष्म रक्तवाहिन्या फुटल्यामुळे फुप्फुसांमधल्या हवेच्या पिशव्यांसारख्या सूक्ष्म जागांमध्ये द्रवपदार्थ साचला होता. जवळ जवळ एक तास लॉरीनं एक एक करून सगळ्या स्लाईड्सचं निरीक्षण केलं.

"हाय स्वीटी," जॅक लॉरीच्या खोलीत येत म्हणाला. आता तिला कुबड्यांच्या आवाजाची सवय झाली होती त्यामुळे ती दचकली नाही. तिनं वर पाहिलं.

"काय चाललंय?" लॉरीचा फिक्का पडलेला चेहेरा पाहून जॅकनं विचारलं, "तू अशी का दिसते आहेस?"

लॉरीनं एक दीर्घ निश्वास टाकला.

जॅकनं लॉरीच्या खांद्यावर हात ठेवत विचारलं, "तू बरी आहेस ना?"

लॉरीनं पुन्हा एकदा मोठा सुस्कारा सोडला, "मला वाटतं हे तू पाहायला हवंस." जॅकला स्लाईड पहाता यावी म्हणून लॉरी जराशी मागे सरकली. "आणि पाहताना हे लक्षात घे की अवघ्या काही तासांपूर्वी हा माणूस निरोगी होता."

जॅकनं कुबड्या बाजूला ठेवल्या आणि त्यानं सूक्ष्मदर्शकाखालची स्लाईड पाहायला सुरुवात केली. "ओहो! सगळी उती पूर्णपणानं नष्ट झालेली आहे. जवळपास काहीही शिल्लक नाही."

"तुला टाळणं शक्य असूनही, तू याच रोगजंतूची शक्यता असताना शस्त्रक्रिया करवून घेणार आहेस. हे पाहून तरी तुझा विचार जरासा बदलला का?"

"लॉरी!" जॅक चिडून म्हणाला.

"ठीक आहे. ठीक आहे." लॉरी एकदम बचावात्मक म्हणाली, "मी असंच विचारलं."

"तुझ्या आजच्या केस कशा होत्या? तू आज नेहमीपेक्षा जास्त कामात गढलेली दिसते आहेस."

"केस तशा ठीक होत्या. शिकवण्यासाठी उदाहरणं म्हणून त्या उत्तम आहेत. मी त्या झाल्यानंतर माझा हा तक्ता भरत होते. तुझ्या शस्त्रक्रियेच्या वेळी संसर्गाचा धोका कसा आहे हे दाखवणारं काही सापडतंय का ते मी पाहत होते."

"बरं मग?"

"तसं काही मला अजून तरी सापडलेलं नाही," लॉरीनं हातातल्या घड्याळाकडे

नजर टाकली, ''पण माझ्या हातात अजून पंधरा तास आहेत.''

''ओह् गॉड! आणि लॉरी, तू मला खाकी डोक्याचा म्हणावंस!''

''तू आहेसच खाकी डोक्याचा. मी फक्त चिकाटीनं काम करणारी आहे. आणि मी बरोबर आहे ही माझी जमेची बाजू आहे.''

जॅकनं हात हलवून लॉरीचं म्हणणं उडवून लावलं, ''मी आता माझ्या खोलीकडे जातोय.'' कुबड्या उचलून घेत जॅक म्हणाला, ''मला जरा वस्तू नीट ठेवल्या पाहिजेत, कारण मी काही दिवस येणार नाही.''

जॅकनं मुद्दाम काही दिवस या शब्दांवर जोर दिला होता.

''तुझ्या केस कशा होत्या?''

''काही विचारू नकोस. रिवा चांगल्या केस आहेत म्हणाली होती. पण एकही आव्हानात्मक नव्हती. फक्त त्या नदीत मिळालेल्या बाईच्या बाबतीत मात्र जरा वेगळी माहिती मिळाली. कालच्या आणि आजच्या ह्या बाईचा मारेकरी एकच असावा असं दिसतंय. तिच्यावर बलात्कार झाला होता.''

''अरेरे.''

''पुरुषांमधल्या पशुत्वाचं आणखी एक उदाहरण.''

''हे तूच म्हणालास म्हणून बरं आहे. बरं, आता इथून चालू लाग. माझ्यापाशी अवघे पंधरा तास शिल्लक आहेत.''

''संध्याकाळी किती वाजता परत जायचंय?''

''मला वाटतं की आज आपण स्वतंत्र टॅक्सी करून जावं. मला आज हा तक्ता संपवायचाच आहे. तुला थांबायचं असेल तर हरकत नाही.''

''माझं काम संपलं की मी परत येतो. जर तुझा विचार बदलला असेल तर बरोबर जाऊ. पण मी इथं रेंगाळत बसणार नाही. मला आज तिकडं बास्केटबॉल कोर्टवर जाऊन इतरांना खेळताना पहायचं आहे. मी ही शस्त्रक्रिया कशासाठी करवून घेतोय हे तिथं गेल्यावर मला पुन्हा कळेल.'' यावर लॉरीला काहीतरी सणसणीत बोलायचं होतं. पण तिनं स्वत:ला आवरलं. ''चेट अजून आहे की गेला घरी?''

''कल्पना नाही, कारण मी अजून ऑफिसात गेलो नाही. सरळ इथंच आलो.''

''जर तो असेल तर त्याचा त्याच्या त्या नव्या मैत्रिणीबाबतचा उत्साह थोडा कमी करण्यासाठी प्रयत्न कर.''

''होय का? का बरं?''

''योगायोगानं ज्या कंपनीनं एंजल्सची तीन हॉस्पिटलं उभारली आहेत त्याची ती मुख्य कार्यकारी अधिकारी आहे.''

"अस्सं! खरंच हा योगायोगच आहे. पण त्याचा उत्साह कमी कशासाठी करायचा?"

"तिनंच मला काल एंजल्स ऑर्थोपेडिक हॉस्पिटलमधून हाकलून दिलं होतं. बाकी मला माहीत नाही, पण निदान एवढ्यापुरती तरी तिच्या हेतूंबद्दल शंका आहे."

"चेटची चिंता करू नकोस," जॅक म्हणाला, "आज संध्याकाळी त्याला आणखी कोणीतरी सापडेल. एका आठवड्यानंतर त्याला ह्या बाईचं नावदेखील आठवणार नाही."

"तसं होणं चेटसाठी फार फार बरं होईल."

जॅक निघून गेल्यानंतर लॉरी पुन्हा सूक्ष्मदर्शकाकडे वळली. जरी ती जॅकशी बोलताना उत्साहानं बोलली असली तरी तिचं अवसान आता गळू लागलं होतं. पंधरा तासांचा अवधी फार अपुरा होता. जी गोष्ट कळण्यासाठी रोगप्रसार विज्ञानातले अनेक पीएच.डी. झालेले तज्ज्ञ प्रयास करून थकले होते, ते गूढ लॉरी पंधरा तासांत उकलण्याचा प्रयत्न करत होती.

स्लाईड पाहताना अचानक लॉरी थबकली. काहीतरी वेगळं तिला दिसलं होतं. ती हाय-पॉवरखाली स्लाईड बघत असल्यानं तिला जे काही दिसलं होतं ते स्लाईड सरकताना एकदम वेगानं दृष्टीच्या कक्षेबाहेर निघून गेलं होतं. म्हणून मग लॉरीनं अगदी सावकाश स्लाईड उलट दिशेनं सरकवायला सुरुवात केली. हळूहळू ते जे काही वेगळं लॉरीला दिसलं होतं ते आता नीट समोर आलं.

तिला दिसलेली वस्तू जवळजवळ गोलाकार होती आणि त्याची कडा व वस्तूच्या आकारात सममितीपणा होता. तिला ही गोष्ट महत्त्वाची वाटली. काही वेळा सूक्ष्मदर्शकाखाली पाहताना वस्तुभ्रम होतो. पण बऱ्याच वेळा अशा भ्रामक वस्तूंमध्ये सममिती नसते. त्यांचे आकार वेडेवाकडे असतात. या वस्तूचा मध्यभाग अर्धपारदर्शक होता. तिला एकदा ही वस्तू दिसत होती आणि पुढच्या क्षणी दिसत नव्हती. असं होत होतं याचं कारण सूक्ष्मदर्शकाखाली वस्तू पाहताना त्या उठून दिसण्यासाठी जी रंगद्रव्यं वापरतात, त्यामधलं एकही या वस्तूनं शोषून घेतलेलं नव्हतं. त्यामुळे ते पटकन दिसत नव्हतं. जर स्लाईड हलली तर ही वस्तू पुन्हा सापडावी म्हणून लॉरीनं काचेवर लिहिण्याच्या खास पेन्सिलीनं खुणा करून ठेवल्या. ती वस्तू पुन्हा एकदा पाहून नीट दिसते आहे याची खात्री करून घेऊन लॉरीनं जॅकला बोलावून आणलं.

"माय गॉड!" सूक्ष्मदर्शकाखालची वस्तू पाहून जॅक म्हणाला, "माझ्या आजीनं बनवलेल्या कुकीजमधली एक डेव्हिड जेफ्रीजच्या फुप्फुसात कशी काय शिरली?"

''हसण्यावारी नेऊ नकोस,'' लॉरी म्हणाली, ''तुला हे काय असावं असं वाटतंय?''

''मी गंमत करत नाहीये,'' जॅक म्हणाला, ''खरोखरच ह्याचा आकार माझ्या आजीच्या कुकीजमधला एक आहे. आम्ही त्याला स्टार असं म्हणायचो. पण या आकाराच्या बाजू मात्र जास्त गोलाकार आहेत.''

''तुला हा वस्तुभ्रम असावा असं वाटतंय का?''

''पहिल्याप्रथम तसंच वाटतंय, पण ह्याचा आकार वेडावाकडा नाही.'' जॅकनं वर पाहिलं. ''पण मला हे नेमकं काय असावं ते सांगता येणार नाही.''

''मला तर अजिबात कळत नाहीये.'' लॉरी म्हणाली.

''तुला अशा आणखी काही वस्तू आढळल्या का?''

''अजून तरी नाही. म्हणजे मी तसं पाहिलेलं नाही. पण आता पाहते.''

''तुला हे काय असावं याबद्दल काहीतरी वाटत असेलच की.''

''हे काय असावं याबद्दल मी तसा थोडाफार अंदाज बांधला आहे. पण तसं असणं शक्य नाही.''

''आता तुझा अंदाज काय आहे तो तरी सांग!''

''हा आकार मला एखाद्या डायटमसारखा वाटतोय. तुला आपण पूर्वी जीवशास्त्रात शिकलेलं आठवतंय का?''

''नाही.''

''तू नक्कीच शिकला असणार. डायटम हे शैवाल प्रकारातले सजीव असतात. त्यांच्या पेशीभित्तीकांमध्ये सिलिकाचा समावेश असतो. हे सजीव पाण्याच्या पृष्ठभागावर तरंगत जगतात.''

''ओहो... तुला हे एवढं सगळं कसं काय आठवतं?''

''त्यांचे आकार फार मोहक असतात. मी शाळेत असताना त्यांची रेखाटनं केली होती.''

''तुझ्या ह्या शोधाबद्दल अभिनंदन. पण माझं मत विचारशील तर मला ही वस्तू खरी वाटत नाही. कारण नाहीतर डेव्हिड जेफ्रीजला मरायच्या अगोदर तिथं विद्यापीठाच्या हॉस्पिटलमधल्या डॉक्टरांनी अंटार्क्टिकामधलं ग्लासभर पाणी प्यायला दिलं होतं असं मानावं लागेल.''

''वा! किती गंमत आहे, नाही?'' लॉरी उपरोधानं म्हणाली, ''ते काहीही असो, मी आता आणखी आहेत का ते पहाते.''

''शुभेच्छा! बरं मी आता निघतो. तू माझ्याबरोबर येणार आहेस का?''

''बोलावण्यासाठी आभार. पण नाही. मी हे काम पुरं करूनच मग निघणार आहे. माझ्यासाठी थांबू नकोस, कारण तू आज लवकर झोपणार आहेस याची

मला कल्पना आहे.''

''लॉरी, तू विनाकारण जे शक्य नाही ते करायचा प्रयत्न करते आहेस.''

''तसंही असेल. पण कसंही झालं तरी मला आज रात्री फारशी झोप लागणार नाहीच.''

जॅकनं खाली वाकून लॉरीला मिठीत घेतलं. तिनंही त्याला प्रेमानं जवळ घेतलं.

''नंतर भेटू.'' जॅक लॉरीच्या नाकाला बोटानं खेळकरपणानं स्पर्श करत म्हणाला, ''हा काय प्रकार होता?''

''माहीत नाही. पण मला वाटलं की... लॉरी, तू खरोखर अचाट आहेस!''

''आता इथून निघायचं बघ!'' लॉरी जॅकला गमतीनं ढकलत म्हणाली. लॉरीची मन:स्थिती विलक्षण नाजूक झाली होती. आपल्या भावनांना घातलेला बांध कधीही फुटेल असं तिला वाटत होतं. जॅकच्या शस्त्रक्रियेच्या वेळी आपण त्याच्या बाजूनं उभं राहायला हवं असंही एकदा वाटत होतं. पण त्याचबरोबर तो तिचं न ऐकता हे सगळं करतोय म्हणून तिला रागही येत होता.

कुबड्यांचा आधार घेत, लॉरीकडे स्मितहास्य करत पाहत जॅक निघून गेला. लॉरी क्षणभर टेबलावरच्या कागदपत्रांकडे आणि फाईलींकडे पाहत उभी राहिली. अचानक तिला काहीतरी आठवलं. तिनं खोलीच्या दारातून बाहेर डोकं काढलं, ''रात्री माझी वाट पाहू नकोस आणि निर्जंतुक साबण वापरायचा आहे हे लक्षात ठेव.''

''माझ्या लक्षात आहे.'' जॅक मागे न पाहता म्हणाला.

लॉरी तिच्या टेबलपाशी बसली आणि टेबलवरच्या अर्धवट भरलेल्या तक्त्याकडे नि सूक्ष्मदर्शकाकडे तिनं आळीपाळीनं नजर टाकली. तिला दोन्ही गोष्टी खुणावत होत्या. तक्ता पूर्ण करून काहीतरी हाती लागेल असं वाटत होतं. पण त्याचबरोबर स्लाईडमध्ये दिसलेल्या त्या आकाराबद्दलचं तिचं कुतूहलही वाटलं होतं.

लॉरीनं पुन्हा स्लाईड पाहायला सुरुवात केली. ती आता आणखी तसे आकार आढळतात का ते काळजीपूर्वक पाहणार होती.

ॲन्जेलोनं गाडी बाजूला घेतली. तो आणि फ्रॅन्को जेव्हा निघून गेले होते तेव्हा त्यांची गाडी जिथं होती तिथंच ॲन्जेलोनं गाडी उभी केली होती. ते फर्स्ट अव्हेन्यू आणि तिसाव्या रस्त्याच्या चौकापाशी जवळच होते. त्यांच्या उजव्या बाजूला थोड्याच अंतरावर वैद्यकीय तपासनिसांच्या ऑफिसची इमारत होती.

“रेंजरोव्हर नाही आता,” अॅन्जेलो म्हणाला. आपण दुपारी केलं ते योग्य होतं असं तो सुचवत होता.

“पण तिथं जायचं नाही,” सीटवर मागे रेलून बसत फ्रॅन्को म्हणाला आणि कॉफीचा आस्वाद घेऊ लागला. त्यानं आणि अॅन्जेलोनं येतानाच कॉफी आणि खायला आणलं होतं.

“रिची आणि फ्रेडी आलेच,” आरशात पाहत अॅन्जेलो म्हणाला. त्यांच्या मागच्या बाजूला एक फूटभर अंतरावर पांढरी व्हॅन थांबली. फ्रॅन्कोनं यावर काहीही उत्तर दिलं नाही. तो आजूबाजूला पाहून कुठं काही धोका नाही ना याची खात्री करून घेत होता.

अॅन्जेलोनं कॉफीचा एक घोट घेतला आणि सॅन्डविचचं आवरण बाजूला केलं. तो हे करत असतानाच अचानक मोठ्या आवाजात ओरडला, “तो बॉयफ्रेंड!”

अॅन्जेलोचा आवाज एवढा मोठा होता की दचकल्यामुळे फ्रॅन्कोच्या मांडीवर कॉफी सांडली. पण अॅन्जेलोचं तिकडं लक्ष नव्हतं. तो इथिलीनची बाटली आणि प्लॅस्टिकची पिशवी घेण्यात गर्क होता.

“शिट्!” फ्रॅन्को पाठ सरळ करत किंचित बूड वर करत म्हणाला. आता मात्र अॅन्जेलोनं हातातली बाटली खाली पडू दिली आणि तो मागे वळून काही कागदी रुमाल बाहेर काढू लागला. पण हे करत असताना त्याची नजर समोरच होती.

फ्रॅन्कोनं कागदी रुमालांनी सीटवरची आणि आपल्या पॅन्टवर सांडलेली कॉफी पुसून घेतली. मग त्यानं बाहेर नजर टाकली, “मॉंटगोमेरी कुठंय?”

“जीझस! ही बाई म्हणजे वैताग आहे. माहीत नाही कुठं कडमडलीय.”

दोघांनी पाहिलं की आता कुबड्या घेतलेला माणूस दारापासून पुढे आला होता आणि रहदारीच्या जवळ पण सुरक्षित अंतरावर उभा होता.

“हे बरंच झालं,” फ्रॅन्को म्हणाला, “बॉयफ्रेंड बरोबर नसताना तिला पळवणं जास्त सोपं जाईल.”

“तुझं म्हणणं बरोबर आहे. पण ती अगोदरच निघून गेलेली नसली म्हणजे झालं.”

“जरा धीरानं घे! एवढं निराश व्हायचं काही कारण नाही.”

लॉरी खुर्चीत मागे रेलून बसली. खुर्चीचा करकर असा आवाज आला. लॉरीनं डोळे चोळले. सतत सूक्ष्मदर्शकाखाली पाहिल्यानं तिच्या डोळ्यांवर

ताण आला होता. पण एक-दोन सेकंद डोळे चोळून मग पापण्यांची उघडझाप केल्यावर तिला बरं वाटलं.

तिला दिसलेली एखाद्या तबकडीसारखी वस्तू काय असावी हे अजून जरी कळलं नसलं तरी तिला तशा आणखी दोन वस्तू आढळल्या होत्या. त्यांचा आकार अगदी तंतोतंत सारखा होता. आता मात्र तिला हा वस्तुभ्रम नसावा असं खात्रीनं वाटू लागलं होतं. डेव्हिड जेफ्रीज मेला तेव्हा त्याच्या फुप्फुसांमध्ये नक्कीच हे काहीतरी होतं.

लॉरीला आता वाटू लागलं की तिला एखादा नवीन रोगजंतू सापडला आहे. कदाचित हा नवीन रोगजंतू आणि स्टॅफ यांची जोडी एवढी खतरनाक होत असावी. हा विचार मनात येताच लॉरी घाईघाईनं हिस्टॉलॉजी विभागाकडे धावली. मॉरीन दरवाजा बंद करून निघण्याच्या बेतात होती. पण लॉरीनं तिला हे काम किती महत्त्वाचं आहे हे पटवून दिलं आणि तिच्याकडून पूर्वीच्या एम.आर.एस.ए. केसच्या स्लाईड मिळवल्या. मॉरीनचे आभार मानून ती पुन्हा तिच्या खोलीत धावतच आली.

स्लाईड पाहताना लॉरी चकित झाली. कारण संख्या जरी वेगवेगळी असली तर प्रत्येक स्लाईडमध्ये त्या डायटमसारख्या दिसणाऱ्या वस्तू होत्या. एखाददुसऱ्या स्लाईडमध्ये त्या अगदीच कमी होत्या किंवा नव्हत्या. जेव्हा तिनं ही माहिती तक्त्यात भरली तेव्हा तिला दिसलं की ज्या रुग्णांचा मृत्यू लवकर झाला होता त्यांच्या फुप्फुसांमध्ये ह्या वस्तूंचं प्रमाण जास्त होतं. आता हा नवीन प्रकाराचा रोगजंतू काय आहे हे ओळखणं गरजेचं होतं. तिला आठवलं की पूर्वी जॅकला यकृतात मिळालेल्या अशाच एका वस्तूची ओळख पटत नव्हती. तेव्हा तो न्यूयॉक युनिव्हर्सिटी मेडिकल सेंटरमध्ये ती स्लाईड घेऊन गेला होता. तिथं पॅथॉलॉजी विषयातल्या एका ख्यातनाम व्यक्तीनं म्हणजे डॉ. पीटर मलोव्हरनी त्याला मदत केली होती. डॉ. पीटर मलोव्हर जरी नव्वद वर्षं उलटून गेलेली असली तरी अजून काम करत होते. त्यांची स्मरणशक्ती अजून शाबूत होती आणि कामाखेरीज त्यांना अन्य जीवन नव्हतं. वीस वर्षांपूर्वी बायकोचं निधन झाल्यानंतर डॉ. मलोव्हर कामात मग्न राहून जगत होते.

लॉरीनं काहीशा साशंक मनानं डॉ. मलोव्हर यांचा फोन लावला. हा वयोवृद्ध संशोधक खूप उशिरापर्यंत काम करतो असं तिनं ऐकलं होतं. ते खरं असावं असं तिला वाटत होतं. पण तरीही खात्री नव्हती. दोन-तीन वेळा रिंग वाजल्यावर तिला निराश वाटू लागलं असतानाच फोन उचलला गेला होता.

डॉ. मलोव्हर यांचा आवाज शांत आणि एखाद्या आजोबांसारखा स्निग्ध होता. लॉरीनं भराभरा तिला काय वाटत होतं ते सांगून टाकलं. अनेकदा घाईनं

बोलल्यामुळे तिचे शब्द अडखळत येत होते. लॉरीचं बोलणं संपल्यावर क्षणभर पलीकडून काहीच प्रतिसाद आला नाही. फोन बंद झाला की काय अशी शंका तिला आली.

"हं... ही तर अनपेक्षित मेजवानीच आहे," डॉ. मलोव्हर म्हणाले, "मला एकदम ते काय असावं सांगता येणार नाही. पण मला ते पाहायला नक्कीच आवडेल."

"मी आत्ता तिकडं आले तर चालेल?"

"जरूर."

"पण आता उशीर झालाय असं तर काही नाही ना? म्हणजे मला तुम्हाला इतक्या उशीरपर्यंत..."

"काहीतरीच काय डॉ. माँटगोमेरी... मी दररोज रात्री दहा-अकरापर्यंत इथं असतोच."

"आभारी आहे. हं... मी लगेच निघते. बरं, तुमचं ऑफिस शोधणं अवघड नाही ना?"

डॉ. मलोव्हरनी लॉरीला कसं यायचं ते सविस्तर समजावून दिलं. लॉरी लगेचच लिफ्टनं निघाली. पण लिफ्टमध्ये शिरताना तिच्या पोटानं भूक लागली असल्याची जाणीव करून दिली. आपण दुपारी काही खाल्लेलं नाही हे तिला आठवलं. डॉ. मलोव्हर आणखी बराच वेळ तिथं असणार आहेत हे लक्षात आल्यावर तिनं काहीतरी खाऊन घ्यावं म्हणून दुसऱ्या मजल्यावर लंचरूममध्ये जायचं ठरवलं.

अपेक्षेप्रमाणे जेवणाची वेळ असल्यानं लंचरूम गच्च भरली होती. तंत्रज्ञ आणि इतर कर्मचाऱ्यांचं हे वेळ काढण्याचं आवडतं ठिकाण होतं. ती एका यंत्रापुढे उभी राहून काय खाल्लं तर ते कमीतकमी नुकसान करणारं ठरेल याचा विचार करत असताना कोणीतरी तिला हाक मारली. लॉरीनं वळून पाहिलं. तिला जेफ कूपर आणि पीट मॉलिओ तिच्याकडे पाहून स्मित करताना दिसले. हे दोघं ड्रायव्हर मृतदेह आणण्याचं काम करत असत. लॉरीच्या स्वभावामुळे तिचे इतरांप्रमाणे या लोकांशीही चांगले संबंध होते. बरीच वर्षं ती तिथं काम करत होती. शिवाय ती आणि जॅक अनेकदा रात्री उशिरापर्यंत थांबत असल्यानं ह्या लोकांनाही ते दोघं चांगले माहीत होते. त्यांच्या टेबलकडे पाहून त्यांचं खाणं झालेलं आहे हे लॉरीच्या लक्षात आलं.

"डॉ. माँटगोमेरी, अलीकडं बऱ्याच दिवसांत दिसला नाहीत," जेफ म्हणाला.

"होय... तुम्ही कुठं दडी मारून बसला होतात?" पीटनं विचारलं.

लॉरी हसली, "दुसरीकडं कुठं जाणार? इथंच खोलीत किंवा खाली खड्ड्यात!"

"तुम्ही आज उशिरापर्यंत थांबलेल्या दिसता आहात. इतर वैद्यकीय तपासनीस तर पाचच्या आधीच घरी गेलेले आहेत."

"मी एका खास प्रकल्पावर काम करते आहे. मी आत्ताही घरी जात नसून मी न्यूयॉर्क मेडिकल सेंटरकडे चालली आहे."

"कशा जाणार आहात? आत्ता रहदारीची परिस्थिती माहिती नाही. शिवाय थोडा पाऊसही पडत होता."

"मी पायीच जाणार आहे. टॅक्सी करण्याजोगं अंतर नाही."

"मी तुम्हाला नेऊन सोडू का तिथं? नाहीतरी गेला तासभर मी इथं याच्याशी गप्पा मारत बसून कंटाळलोय."

"पण मधेच कामासाठी कॉल आला तर?"

"त्यानं काही फरक पडत नाही. माझ्याकडे रेडिओ आहे."

लॉरीनं एक-दोन क्षण विचार केला. मग तिनं विचारलं, "आत्ता लगेच निघायचं का?"

"जरूर." असं म्हणून पीटनं त्याच्या प्लेट वगैरे आवरायला सुरुवात केली.

पीटच्या व्हॅनमध्ये बसून जाताना लॉरीला वाटलं की ही गंमतच केलीय आपण, कारण तिला जायचं होतं ती इमारत तशी चालत जाण्याच्या अंतरावर होती. आता बाहेर पाऊसही पडत नव्हता.

"मला मी मूर्खपणा केला असं वाटतंय. उगीचच एवढ्या छोट्या अंतरासाठी तुला त्रास दिला मी."

"तसं काही नाही. मलाही त्या वैताग देणाऱ्या जेफपासून सुटका हवी होती." पीट म्हणाला.

व्हॅनमधून उतरून लॉरीनं पीटचे आभार मानले आणि हातातलं पुठ्ठ्याचं खोकं सांभाळत ती सेंटरच्या फिरत्या दारातून आत शिरली. लिफ्टमधून ती सहाव्या मजल्यावर आली. तिला जाणवलं की इथंही चांगलीच शांतता होती. बहुतेक सर्व दारं बंद होती. तिला कोणीही भेटलं नाही.

तिला तो वयोवृद्ध आणि त्याच्या क्षेत्रातला दादा समजला जाणारा संशोधक डॉक्टर एका छोट्या खिडकी नसलेल्या खोलीत बसलेला दिसला. डॉ. मलोव्हरच्या त्या छोट्याशा खोलीत एका बाजूला पुस्तकांनी भरलेलं शेल्फ होतं. भिंतीवर फ्रेम करून लावलेल्या अनेक पदव्या, मानपत्रं वगैरेंनी डॉक्टरांनी खोली सजवली होती. खोलीत असणाऱ्या जुन्या महोगनी टेबलावर अनेक शोधनिबंध आणि पॅड विखुरलेली होती.

लॉरी खोलीत शिरताच डॉ. मलोव्हरनी उठून तिच्याशी हस्तांदोलन केलं.

पाठीमागे असणाऱ्या पांढऱ्या केसांच्या केशसंभारामुळे तिला डॉ. मलोव्हर आईन्स्टाईनसारखे दिसतात हे जाणवलं. त्यांची पाठ थोडीशी वाकलेली होती.

"तुम्ही स्लाईड आणलेल्या दिसत आहेत," लॉरीच्या हातातल्या खोक्याकडे पाहत डॉ. मलोव्हर म्हणाले. त्यांच्या स्वरातली उत्सुकता लपत नव्हती. लॉरी येणार हे माहीत असल्यानं डॉ. मलोव्हरनी त्यांचा सूक्ष्मदर्शक तयारच ठेवला होता. हा शिकवण्यासाठी वापरायचा सूक्ष्मदर्शक असल्यानं एकाचवेळी दोघांनी तो वापरायची सोय होती. वरच्या बाजूला एक उत्तम डिजिटल कॅमेरा बसवलेला दिसला.

"आपण सुरुवात करायची का?" लॉरीला बसण्याची खूण करत डॉ. मलोव्हरनी विचारलं.

लॉरी बसली आणि तिनं खुणा केलेली एक स्लाईड काढून डॉ. मलोव्हर यांच्या हातात दिली. डॉ. मलोव्हरनी उत्सुकतेपोटी येणाऱ्या घाईनं ती पाहण्यासाठी सूक्ष्मदर्शकाच्या स्टेजवर लावली आणि लॉरीला ती वस्तू दृष्टीच्या क्षेत्रात आणायला सांगितलं. लॉरीनं तसं केल्यानंतर एक-दोन क्षणांनी डॉ. मलोव्हर म्हणाले, "ओहो! मला दिसलं... हं... ह्या सगळ्या वस्तू सारख्याच आकाराच्या आहेत का?"

"होय. अगदी तंतोतंत सारख्या आकाराच्या."

"त्यांचा आकार अगदी सममिती आहे. मी ह्या आकाराचं वर्णन डिशप्रमाणे गोलाकार असं करीन. तबकडीसारखा आकार, पण तुम्ही त्यावर गोळ्यागोळ्यांची रचना आहे हे पाहिलं का?"

"पाहिलं. पण ती खरी आहे की नाही अशी शंका मला आली."

"ती खरीच आहे," डॉ. मलोव्हर म्हणाले, "शिवाय फुफ्फुसाच्या उतीची नेक्रॉसिसची अवस्थाही लक्षणीय आहे."

लॉरीला सारखं वाटत होतं की त्यांनी ही वस्तू काय आहे याचं उत्तर लवकरात लवकर द्यावं.

"तुम्हाला हा आकार पाहून डायटमची आठवण का झाली हे मी समजू शकतो. मला हे लगेच सुचलं नसतं."

लॉरीला आता मात्र राहवेना. "ही वस्तू काय असेल?"

"मला कल्पना नाही."

हे उत्तर ऐकून लॉरीला काय बोलावं ते कळेना. डॉ. मलोव्हर ज्या उत्साहानं नि मन लावून पाहत होते त्यावरून तिला असं वाटलं होतं की त्यांनी ही वस्तू पाहताक्षणी ओळखली असावी.

"ह्या लोकांमध्ये एम.आर.एस.ए.चा जो जबरदस्त संसर्ग झाला त्याच्याशी याचा काही संबंध असावा असं तुम्हाला वाटतं का?"

"मला कल्पना नाही."

"ही वस्तू कशी ओळखायची याबद्दल तुम्ही काही सुचवू शकाल का?"

"हं... ते सांगता येईल. ह्यामधल्या एखाद्या वस्तूचा छेद घेऊन आपण इलेक्ट्रॉन सूक्ष्मदर्शकाखाली पाहायला हवं."

"हे करायला किती वेळ लागतो. आज रात्री ते करता येईल का?"

डॉ. मलोव्हर मागे रेलून बसले आणि हसत म्हणाले, "तुमची उत्सुकता मी समजू शकतो. पण आपण हे आज करू शकत नाही. त्याला विशेष कौशल्य लागतं. तसा माणूस आमच्या इथं आहे, पण तो आता घरी गेला आहे. फार फार तर उद्या सकाळी आल्याबरोबर मी त्याला हे करायला सांगू शकतो."

"आपण ही स्लाईड एखाद्या सूक्ष्मजीवशास्त्रज्ञाला दाखवली तर?"

"तसं करता येईल. पण त्याचा फारसा उपयोग होणार नाही." डॉ. मलोव्हर यांनी भिंतीवर लावलेल्या एका फ्रेमकडे बोट दाखवलं. ती डॉ. मलोव्हर यांची सूक्ष्मजीवशास्त्रातली पीएच.डी.ची पदवी होती. लॉरी अवाक होऊन पाहत राहिली.

"पण केवळ एकाच दृष्टिक्षेपात हे कोण ओळखू शकेल याची मला कल्पना आहे."

"कोण?"

"आमच्याच इथला डॉ. कॉलिन वायली. मला असं वाटतंय की आपण एखादा परोपजीवी पहातोय. डॉ. वायली ह्याच विषयाच्या विभागाचा प्रमुख आहे."

"आज त्यांनी ही स्लाईड पहाण्याची काही शक्यता आहे का? म्हणजे ते अजून इथं असतील का?"

"नाही. तो इथं नाही. तो एका परिषदेसाठी न्यूझीलंडला गेलाय."

"गुड लॉर्ड!" लॉरी स्वत:शीच पुटपुटली.

"इतकं निराश व्हायचं काही कारण नाही." लॉरीचा उतरलेला चेहेरा पाहून डॉ. मलोव्हर म्हणाले, "आपण आज माहितीच्या युगात आहोत. मी ह्या वस्तूचे चांगले डिजिटल फोटो काढतो आणि लगेचच डॉ. वायलीला ई-मेलनं पाठवून देतो. तो त्याचा लॅपटॉप बरोबर घेऊन गेला आहे याची मला खात्रीशीर माहिती आहे. मला तुमचा ई-मेल ॲड्रेस देता का?"

लॉरीनं पर्समधून तिच्या नावाचं कार्ड काढलं आणि डॉ. मलोव्हरच्या हातात ठेवलं.

"उत्तम."

"मला उत्तर कधीपर्यंत मिळण्याची शक्यता आहे?"

"ते सगळं डॉ. वायलीवर अवलंबून आहे."

डॉ. मलोव्हरबरोबर आणखी चर्चा केल्यानंतर लॉरी तिथून निघाली. लिफ्टमध्ये असताना तिनं निर्णय घेतला की आता सरळ घरी जायचं. जरी तिला तो तक्ता पुरा करून काय मिळतं हे पहायची उत्सुकता होती, तरी तिला वाटलं की कदाचित डेव्हिडच्या फुफ्फुसात कोणतातरी अज्ञात रोगजंतू मिळाला आहे कळल्यानंतर जॅक आपला निर्णय बदलेल.

ॲडम एकशेसहाव्या रस्त्यावर वळला. तिथली एकूण परिस्थिती पहाताच आपलं काम निवांतपणानं पुरं करता येणार ही आपली कल्पना चुकीची होती हे त्याच्या लक्षात आलं. त्याची कल्पना होती की तिथं शांतता असेल. पण उलट हवा चांगली झाल्यामुळे लोक रस्त्यावर येऊन मजा लुटत होते. लॉरी मॉंटगोमेरीच्या घरासमोरून जाताना त्याच्या मनात आणखी शंका आल्या. कारण तिच्या घराच्या अगदी समोर एक बास्केटबॉलचं मैदान होतं. तिथं असणाऱ्या अनेक मर्क्युरी व्हेपर दिव्यांमुळे दिवसासारखा प्रकाश असणार होता. पण तो तिथं नजर फिरवण्यासाठी थोडा वेळ थांबला असताना त्याला दिसलं की कुबड्यांवर चालणारा तो लॉरीचा ब्रॉयफ्रेंड किंवा नवरा जो कोणी होता तो बाजूला उभा राहून बास्केटबॉलच्या खेळात मनाने रमला होता. त्याला तिथं उभा पाहून ॲडमला वाटलं की लॉरी अगोदरच घरी आली असावी.

पण असं असूनही ॲडम फारसा निराश झाला नव्हता. त्याला अजूनही ह्या भागात आपलं काम उरकता येईल असं वाटत होतं. सकाळी कामावर जाण्यासाठी ती घराबाहेर पडली की त्याला त्याचं काम सहज पुरं करता येणार होतं. त्या दिवशी सकाळी सव्वासात वाजता कामाच्या ठिकाणी आली होती हे पाहता ती साधारण पावणेसात वाजता घराबाहेर पडत असणार असा विचार त्यानं केला.

त्याच्या हॉटेलवर परत आल्यानंतर डोअरमननं विचारलं, "मिस्टर ब्रामफोर्ड, आज संध्याकाळी तुम्हाला पुन्हा गाडीची आवश्यकता आहे का?"

"नाही. पण उद्या सकाळी सहा वाजता लागेल. अगदी बरोब्बर सहाला. त्यात काही अडचण येणार नाही ना?"

"अजिबात नाही मिस्टर ब्रामफोर्ड. गाडी सहा वाजता तयार असेल."

त्याची टेनिसची बॅग आणि इतर सामान घेऊन ॲडम घाईघाईनं हॉटेलात शिरला. लिंकन सेंटरमध्ये जो काही कार्यक्रम असेल त्याचं तिकीट मिळतं का ते तो पाहत होता.

अॅन्जेलोचं लक्ष वेधून घेण्यासाठी फ्रॅन्कोनं जाकिटाची बाही मागे सरकवून अॅन्जेलोला घड्याळ दिसावं अशा बेतानं हात पूर्ण लांब केला. त्यानं मनगटही वळवून पाहिलं. अॅन्जेलो समोरच्या अंधारात एकटक पाहत बसला होता. अधूनमधून पापण्या हलल्या नसत्या तर तो झोपला आहे असंच कोणालाही वाटलं असतं.

"आज काम होणार नाही," अखेर न राहवून फ्रॅन्को म्हणाला, "आज रात्री हे काम होणं शक्य नाही. आपण रात्रभर इथं असं बसू शकत नाही."

"कुत्री!" अॅन्जेलो चिडून म्हणाला.

"हे किती त्रासदायक आहे हे मी समजू शकतो. तिनं बहुदा आपल्याला चकवलं असावं. ती आपण इथं यायच्या अगोदरच घरी गेली असावी. आता आपल्याला उद्या सकाळी पुन्हा इथं यावं लागेल."

"अजून पंधरा मिनिटं थांबू या."

"अॅन्जेलो! हेच तू अर्ध्या तासापूर्वी म्हणाला होतास. आता आपण इथून जायला हवं. उद्या सकाळी पुन्हा येऊ. आपण बराच वेळ इथं थांबलो आहोत. कुणाच्या नजरेस ते आलं तर पंचाईत होईल. तेव्हा आता व्हॅन सुरू कर आणि मागच्या लोकांना इशारा दे."

अॅन्जेलोनं इंजीन सुरू केलं आणि दिव्यांची दोन-तीनदा उघडझाप केली.

"हं... चल. निघ आता."

अॅन्जेलोनं नाइलाजानं व्हॅन सुरू केली आणि तो हळूहळू गाडी चालवत मुख्य दरवाजासमोरून जाऊ लागला. तो आत कुठं लॉरी दिसते का ते पाहत होता.

"ही जागा नावाप्रमाणं मेलेलीच वाटते. नाही?" फ्रॅन्को म्हणाला.

फर्स्ट अव्हेन्यूवर आल्यानंतर अॅन्जेलो म्हणाला, "तिच्या बॉयफ्रेंडच्या घरी जाऊन तिला गाठावं लागणार बहुतेक."

"तो सगळ्यात शेवटचा पर्याय आहे," फ्रॅन्को मानेनं नकार देत फटकारत म्हणाला. पंधरा वर्षांपूर्वी त्यानं आणि अॅन्जेलोनं तिकडं जाऊन खाल्लेला मार त्याला चांगलाच आठवत होता. "त्याचे तिथले ते गँगवाले मित्र म्हणजे समाजावरचा कलंक आहेत. ते नेहमीच सावध असतात. तेव्हा आपण जे काही ठरवलं होतं तेच करायचं आहे. म्हणजे मला काय म्हणायचं आहे ते तुला कळलं ना?"

अॅन्जेलोनं मान डोलावली. पण त्याला हे अजिबात आवडलेलं नव्हतं.

लॉरीनं टॅक्सीमधून उतरल्यावर समोर दिसणाऱ्या बास्केटबॉलच्या मैदानाकडे नजर टाकली. तिथं जॅक कुठं दिसतो का हे ती पाहत होती. पण तो तिथं प्रेक्षक

म्हणून हजर नव्हता. ती घरात आल्यानंतर तिला तो बाथटबमध्ये बसलेला आढळला.

"तू लवकर आलीस." जॅक म्हणाला, "तुझ्या समोरचं काम पाहून तू निदान दहा वाजेपर्यंत तरी घरी येणार नाहीस असं वाटलं होतं. काम संपलं एवढ्यात?"

"नाही." लॉरी कोट काढून टाकत म्हणाली. ती बाथरूममध्ये शिरली आणि टॉयलेट सीटचं झाकण बंद करून त्यावर बसली. तिनं जॅककडे पाहिलं.

"मी निर्जंतुक करण्यासाठीचा साबण यात टाकून बसलोय." जॅक तिची नजर चुकवत म्हणाला. लॉरीला बाथरूममध्ये वाफा असताना तसं बसलेलं पाहून त्याला अस्वस्थ वाटलं होतं. याचा अर्थ तिला त्याच्याशी बोलायचं आहे हे त्याच्या लक्षात आलं. लॉरी कोणता विषय काढणार हेदेखील त्याला ठाऊक होतं.

"मला वाटलं की मी किती गंभीरपणानं सगळं करतोय हे तुला कळावं."

"मी माझा तक्ता पुरा करू शकले नाही; कारण मला त्या डायटमसारख्या अनेक वस्तू आढळल्या."

"अस्सं?" जॅकनं निरुत्साही स्वरात विचारलं.

"होय." लॉरी म्हणाली. मग तिनं डेव्हिड जेफ्रीजच्या आणि इतरांच्या स्लाईडमध्ये त्या वस्तू कशा आणि किती मिळाल्या हे सविस्तर सांगितलं.

"म्हणजे तुला त्या आणखी इतरांच्या स्लाईडमध्येही आढळल्या?" लॉरीनं तसं स्पष्ट सांगितलेलं असूनही जॅकनं पुन्हा विचारलं.

"अगदी सगळ्या नाही. पण बहुतेकांमध्ये आढळल्या. इतकंच नाही तर ज्यांचा मृत्यू लवकर झाला होता त्यांच्या शरीरात ह्या वस्तू जास्त प्रमाणात होत्या. दोन्हीमध्ये मला सरळ संबंध दिसला."

"म्हणजे तू प्रत्येक स्लाईडमध्ये दिसणाऱ्या त्या वस्तू अशाच मोजल्यास?"

"बरोबर."

"पण हे वैज्ञानिकदृष्ट्या योग्य नाही."

"मला त्याची कल्पना आहे. पण हा एक पुढच्या अभ्यासासाठी महत्त्वाचा धागा आहे."

जॅकनं डोक्यामधून हात फिरवला, "हे सगळं ठीक आहे. पण ती वस्तू नेमकी काय आहे हे आपल्या कोणालाच माहीत नाही."

"मी हे काम इथंच सोडलं नाही. तू मागे मला ज्यांच्याबद्दल कौतुकानं सांगितलं होतंस त्या डॉ. मलोव्हरना मी फोन केला."

"ते कसे आहेत? एकदम मस्त माणूस आहे की नाही? मी त्यांच्याकडं

नेहमीच आदरानं पाहतो. तेवढा म्हातारा झाल्यावरही माझ्या हातून काम व्हावं असं मला मनापासून वाटतं.''

''ते उत्तम आहेत. पण त्यांनी काय सांगितलं ते तुला ऐकायची उत्सुकता नाही का?''

''अर्थातच आहे. काय सांगितलं त्यांनी?''

''आपल्याला सांगता येणार नाही असं म्हणाले.''

जॅक जरासा हसला, ''सांगता येणार नाही म्हणाले? मला हे ऐकून धक्का बसला आहे.''

''ते म्हणाले की हा एखादा परोपजीवी असावा.''

''हं... आता बरोबर बोललीस... बरं, मग तू स्लाईड डॉ. वायलीला दाखवलीस की नाही?''

''डॉ. वायली कसल्यातरी परिषदेसाठी न्यूझीलंडला गेला आहे.''

''हं... याचा अर्थ आपल्याला वाट पहावी लागणार. कारण डॉ. वायली त्याच्या विषयातला ख्यातनाम तज्ज्ञ आहे.''

''डॉ. मलोव्हरनी त्याला ई-मेलनं डिजिटल फोटो पाठवले आहेत. आपल्याला त्यांच्याकडून नक्कीच काहीतरी कळेल.''

''पण कधी ते नक्की नाही ना?''

''नाही.''

''हं... लॉरी, तुला नेमकं काय म्हणायचं आहे?'' जॅक उठून बसत म्हणाला ''माझी शस्त्रक्रिया रद्द करण्याचा आणखी एक प्रयत्न आहे की काय? तसं असेल तर हा विषय इथंच थांबव!''

''अर्थातच आहे!'' लॉरी गरम होत म्हणाली, ''का नसावा? मला शस्त्रक्रियेनंतर पसरून एम.आर.एस.ए.च्या बरोबरीनं रुग्णांचा जीव घेणारा एक अज्ञात परोपजीवी आढळला असताना मी असा प्रयत्न का करू नये? हा परोपजीवी तू ज्या हॉस्पिटलमध्ये शस्त्रक्रियेसाठी जाणार आहेस तिथे आहे. तू जाणूनबुजून तिथं शस्त्रक्रिया करून जोखीम पत्करतो आहेस.''

''लॉरी, मी तुला पुन्हा एकदा आठवण करून देतो की माझ्यावर शस्त्रक्रिया करणारा सर्जन एंजल्स ऑर्थोपेडिक हॉस्पिटलमध्ये सतत शस्त्रक्रिया करत असूनही त्याच्या एकाही केसमध्ये हा जो काही रोगजंतू आहे तो आढळलेला नाही. अर्थातच यात हे देखील खरं की त्याला काही काळ ऑपरेशन थिएटर स्वच्छ निर्जंतुक करण्याच्या अवधीपुरतं थांबावं लागलं होतं. पण त्यानंतर मात्र त्याचं काम कसलीही अडचण न येता सतत चालू आहे... तू जे काही काम करते आहेस ते चांगलंच आहे. ते चालू ठेव. तू

एखादा नवीन रोगकारक परोपजीवी शोधून काढलास असंही होण्याची शक्यता आहे. कदाचित तुला त्यासाठी नोबेलही मिळेल!''

''उगीच वडीलकीचा आव आणून बोलू नकोस!'' लॉरी एकदम उठत म्हणाली.

''मी तसं काहीच करत नाही. मी फक्त तुझ्या मनातली नकारात्मक भावना कमी करण्याचा आणि उद्याच्या शस्त्रक्रियेसाठी माझी स्वत:ची मानसिक तयारी करण्याचा प्रयत्न करतोय. मला तुझ्याकडून भीती घालण्याची नाही तर आधाराची आवश्यकता आहे.''

लॉरी रागानं बाथरूममधून बाहेर पडली. जाताना तिनं दार जोरानं लावून घेतलं होतं. ती अंधारातच कोचावर जाऊन कोचावर पडली आणि विचार करू लागली.

कार्लोनं त्याची डेनाली गाडी व्हेनेशियन रेस्टॉरंटच्या समोर असणाऱ्या पार्किंग लॉटमध्ये रिकाम्या जागी उभी केली. त्या ठिकाणी बऱ्याच जागा भरलेल्या होत्या. याचा अर्थ बुधवारी रात्री साडेनऊ वाजता व्हेनेशियनचा धंदा जोरात चालू होता. हवा आता स्वच्छ झाली होती. आकाशात एक-दोन चांदण्याही दिसत होत्या.

ब्रेनन आणि कार्लो खाली उतरले. रेस्टॉरंटच्या दारापाशी जाताना ब्रेननं आळोखेपिळोखे दिले. पाच वाजल्यापासून गाडीत बसून राहिल्यामुळे त्याचं शरीर जड झालं होतं.

आत शिरल्यानंतर त्यांना गर्दीत लुईला शोधावं लागलं. त्यांना तो बारजवळ असणाऱ्या एका टेबलापाशी बसलेला दिसला. ''तू इथंच थांब,'' असं ब्रेननला सांगून कार्लो त्याच्या दिशेनं गेला. कार्लोकडे लक्ष गेल्यानंतर लुई उठला आणि कार्लोला घेऊन बाजूला गेला. गर्दी असूनही त्यांना बोलता येत होतं.

''हं... काय झालं? तुम्ही लवकर का आला आहात?''

''त्यांनी दुकान बंद केलं,'' कार्लो म्हणाला, ''चौघंहीजण नापोलीटनकडं गेले. त्यांनी त्यांच्या दोन्ही व्हॅन तिथं पार्क केल्या नि आत गेले. आम्ही तिथं चांगला दीड तास थांबून त्यांची वाट पाहिली. पण कोणीही बाहेर आलं नाही. म्हणून मग तुला सांगायला इथं आलोय.''

''पुढं बोल.''

''फारसं काही नाहीच सांगण्याजोगं. सकाळी आर्थर-टेड जोडी फ्रॅन्को आणि ॲन्जेलोच्या बरोबरीनं वैद्यकीय तपासनिसांच्या ऑफिससमोर ठाण मांडून

बसली होती. फक्त अ‍ॅन्जेलो आणि कोणातरी अज्ञात माणसाच्या दरम्यान बाचाबाची झाली. त्यात अ‍ॅन्जेलोनं एकतर्फी मार खाल्ला याखेरीज विशेष काहीही घडलं नाही. ते त्यांच्या आणि आम्ही आमच्या गाडीत बसून होतो.''

''त्यांनी दोन व्हॅन कशासाठी नेल्या होत्या?''

''ते अजिबात कळलं नाही.''

''ह्या सगळ्याचा काहीही अर्थ लागत नाही.'' लुई म्हणाला, ''हा सगळा एवढा खटाटोप कशासाठी केला असावा त्यांनी?''

कार्लोनं खांदे उडवले. त्यालाही या सगळ्याचा अर्थ लागत नव्हताच त्यानं आणि ब्रेनननं दुपारभर याच प्रश्नावर डोकेफोड केली होती.

''जरी अर्थ कळत नसला तरी काहीतरी अतिशय महत्त्वाचं शिजतंय हे नक्की.'' लुई हे बोलून काही वेळ गप्प राहिला आणि मग पुढे बोलू लागला, ''तुम्ही लोकांनी नजर ठेवायचं काम सुरूच ठेवा. अ‍ॅन्जेलो आणि फ्रॅन्को कुठंकुठं जातात आणि काय काय करतात ते सगळं मला कळायला हवं.''

''ठीक आहे. आणखी काही?''

''बरं, त्या माग काढणाऱ्या उपकरणाचं काय?''

''आम्ही ते आणून बोटीवर बसवलंय. ते कसं काम करतं हे ब्रेननच सांगू शकेल.''

''ते कसं काम करतं याच्याशी मला काही देणंघेणं नाही. पण बोट कुठं आणि कधी जाते येते ते मला कळायला हवं. तेव्हा ब्रेननला त्याच्याकडे लक्ष ठेवायला सांग.''

२२

५ एप्रिल २००७
पहाटे ३ वाजून १५ मिनिटं

जॅकची झोप चाळवू नये याची दक्षता घेत लॉरीनं कुशीवर वळून घड्याळाकडे नजर टाकली. ती गेला तासभर जागी होती. आता पडून राहण्यात काही अर्थ नाही हे तिच्या लक्षात आलं. निराशा, हताशपणा आणि थकवा; की ह्या सगळ्याचा एकत्रित परिणाम म्हणून आपल्याला झोप येत नाही हे तिला कळेना. पण तिचं मन मात्र सतत त्याच त्या विषयावर घोटाळत होतं.

लॉरीनं पांघरूण बाजूला केलं. अंधारातच तिनं त्या दिवशी घालायचे कपडे शोधून काढले आणि ते घेऊन ती बाथरूमकडे गेली. बाथरूममध्ये शिरल्यावर तिनं बाहेर बेडरूममध्ये डोकावून पाहिलं. जॅकच्या श्वासोच्छ्वासाच्या लयीत काही फरक झालेला नाही हे पाहून तिला बरं वाटलं.

आता इतक्या लवकर उठल्यावर घरी काय करायचं हे तिला कळेना. अचानक तिच्या मनात विचार चमकला की लवकर कामावर हजर व्हावं. आपण तिथं जाऊन तक्ता पुरा करू शकू असा तिनं मनाशी बेत केला. तसं केल्यानं जॅकच्या निर्णयात काही फरक पडेल की नाही या मुद्याला आता फारसं महत्त्व उरलं नव्हतं. संध्याकाळच्या चर्चेतून जॅक आता काहीही झालं तरी निर्णय बदलणार नाही हे तिला कळून चुकलं होतं. आता त्याची शस्त्रक्रिया अवघ्या चार तास पंधरा मिनिटांच्या काळानंतर होणार हे निश्चित झालं होतं.

लॉरीनं शॉवर घेतला आणि नेहमी ती जसा हलका मेकअप करत असे तेवढा केला. हे करताना तिच्या मनात आदल्या संध्याकाळचे विचार घोळत

होते. लॉरीनं अखेर, आपला शस्त्रक्रियेला विरोध असला तरी आपण बरं होण्यासाठी जी मदत लागेल ती करायला तयार आहे असं त्याला सांगितलं होतं. तसंच ती सकाळी त्याच्याबरोबर हॉस्पिटलमध्ये जाणार नव्हती. आपण दुपारी तिथं येऊ असं तिनं जॅकला सांगितलं होतं.

लॉरीनं भराभरा कपडे केले आणि किचनमध्ये जाऊन समोर दिसेल ते खाऊन घेतलं. तिनं जॅकसाठी चिठ्ठी लिहिली. त्याला ती दिसावी म्हणून तिनं ती आरशावरच मध्यभागी टेपनं चिकटवली. आता आपण चिठ्ठी पाहिलीच नव्हती असं जॅकला म्हणायला जागाच उरली नाही याची खात्री झाल्यावर लॉरीनं तिचा कोट, किल्ल्या, स्लाईडचा ट्रे आणि पर्स घेतली. ती बाहेर पडून दरवाजा लावणार होती इतक्यात तिला आठवलं की तिनं तिचा सेलफोन चार्जिंगसाठी लावला होता. आपण तो घ्यावा की नाही यावर तिनं क्षणभर विचार केला. तसं करताना जॅकची झोप मोडण्याची शक्यता होती. शिवाय अर्धा दिवस ती तिच्याच ऑफिसात काम करणार असल्यानं तिला सेलफोन जवळ असण्याची तितकीशी गरज भासणार नव्हती. दिवसाचा उरलेला अर्धा भाग ती जॅकच्याच हॉस्पिटलमधल्या खोलीत असणार होती हे लक्षात घेऊन तिनं सेलफोन न घ्यायचा निर्णय घेतला.

बाहेर अजून काळोख होता. रस्त्यावर दोन्ही बाजूंना कोणीही नव्हतं. आपण फोन करून टॅक्सी बोलवायला हवी होती असा विचार तिनं केला. पण आता उशीर झाला होता. तिचा अनुभव असा होता की तिच्या घरासमोरच्या रस्त्यापेक्षा कोलंबस अव्हेन्यूवर टॅक्सी मिळणं सोपं जातं. तिला वाटलं होतं तसंच झालं. ती कोलंबस अव्हेन्यूवर येताच लगेचच एक रिकामी टॅक्सी तिच्या जवळ येऊन थांबली.

टॅक्सीत बसल्यानंतर लॉरीला अस्वस्थ वाटू लागलं होतं. तिनं भराभर जे काही खाल्लं होतं त्यामुळे तिला पोटात काहीतरी गडबड आहे असं वाटायला लागलं. तिला जराशी चक्कर आल्यासारखं झालं. पाच एप्रिल २००७ हा दिवस पुन्हा कधी आठवू नये असा जाणार याची तिला खात्री वाटू लागली होती. एकदा तर आपल्याला उलटी होईल की काय असंही तिला वाटून गेलं. पण अखेर टॅक्सी तिच्या ऑफिसच्या इमारतीसमोर येऊन थांबली.

लॉरीनं उतरून टॅक्सीचं बिल चुकतं केलं आणि मग स्वत:ला सावरण्यासाठी ती एकदोन मिनिटं दारापाशी उभी राहिली. ती पायऱ्या चढून आत शिरली. तिला अचानक आलेलं पाहून रात्रीचा पहारेकरी मिस्टर नोव्हाक एकदम उडी मारून उठून उभा राहिला. त्यानं तिला हाक मारली.

"डॉ. माँटगोमेरी, गुड मॉर्निंग.... तुम्ही इतक्या लवकर कशा काय आलात?"

''जरा जास्तीचं काम आहे इतकंच.'' लॉरी लिफ्टमध्ये शिरता शिरता त्याला हात हलवून अभिवादन करत म्हणाली.

लॉरी दुसऱ्या मजल्यावर थांबली. तिथं तिनं मशीनमधून कॉफीचा एक कप घेतला. कॉफीनं तिला नेहमीच बरं वाटत असे. खोलीत आल्यानंतर लॉरीनं दिवा लावला आणि टेबलावर पडलेल्या पसाऱ्याकडे नजर टाकली. कामाला सुरवात करण्याआधी तिनं कॉफीच्या कपचं झाकण उघडलं. तिनं एक घोट घेतला मात्र आणि तिला धक्का बसला. चव इतकी भयंकर होती की ती कॉफी आहे हे सांगितलं तर त्यावर कोणाचाही विश्वास बसला नसता. तिनं झाकण पुन्हा लावून कप बाजूला सरकवून ठेवला. व्हिनी येऊन कॉफी बनवेल तेव्हा खाली जाऊन कॉफी घेता येईल असा विचार करून तिनं एक फाईल उघडली आणि मृत व्यक्तीच्या हॉस्पिटलनं दिलेल्या नोंदी वाचायला सुरुवात केली.

तिनं कामाला सुरुवात केल्यानंतर साधारण एक तास उलटल्यावर अचानक फोन बाजू लागला. तिथल्या शांत वातावरणात फोनची रिंग एकदम वाजल्यानं लॉरी दचकली. तिनं फोन उचलला. तो जॅकचा होता.

''तू किती वाजता निघालीस?''

''माहिती नाही. मी उठले तेव्हा सव्वातीन वाजले होते.''

''तू मला का उठवलं नाहीस? मी मघाशी उठलो आणि तू नव्हतीस.''

''तुझी झोप जितकी होईल तितकं बरं असं मला वाटलं.''

''तू दमलेली आहेस का?''

''कित्येक दिवस दमणूक तर झालेली आहेच. पण सुदैवानं रात्री झोप लागायला काही अडचण आली नव्हती.''

''आपण काल रात्री बोललो हे चांगलंच झालं.'' जॅक म्हणाला.

''मलाही तुझ्याशी बोलून बरं वाटलं होतं.''

''हं... पण आता मी शॉवर घेतलेला बरा. मी तिथं सव्वासहाला हजर असणं गरजेचं आहे आणि आत्ताच पाच वाजून वीस मिनिटं झालेली आहेत.''

''मी एक विचारायचं विसरले. तुझ्या शस्त्रक्रियेला किती वेळ लागणार आहे?''

''डॉ. ॲन्डरसनच्या म्हणण्यानुसार एक तासापेक्षा थोडा जास्त वेळ लागेल.''

''हे छानच आहे. म्हणजे काम तसं लवकर संपणार आहे म्हणायचं.''

''त्याच्या दृष्टीनं हे रोजचंच आहे.''

''ठीक आहे, दुपारी भेटू.''

''लॉरी, माझं तुझ्यावर प्रेम आहे.''

''माझंही.''

लॉरीनं रिसीव्हर जागेवर ठेवला. आजचा दिवस कसा जाणार आहे कोणास ठाऊक हा विचार तिच्या मनात आला आणि मग मनात भयंकर विचार घोळू लागले. त्यांच्यावर मात करण्यासाठी तिनं पुन्हा कामाला सुरुवात केली. आता अवघ्या दोन फाईली उरल्या असताना सातच्या सुमारास रिवा आली.

"तू इतक्या लवकर इथं कशी काय?"

"मला झोप येईना. मग मी काम करावं असा विचार केला."

"आजचा दिवस तू कागदपत्रं पाहणार आहेस का?" रिवानं विचारलं.

"होय. मी हे हातात घेतलेलं काम संपवणार आहे. मग मी जॅकला भेटण्यासाठी जाणार आहे. आज त्याच्यावर शस्त्रक्रिया होणार आहे."

"हो. खरंच की! मी विसरूनच गेले होते. याचा अर्थ आज केस करताना जॅकही नाही. मी आता जाऊन आज नेमक्या किती केस आल्या आहेत हे पाहिलेलं बरं."

सव्वा सात वाजता लॉरीनं तक्ता भरण्याचं काम पुरं केलं. मग तिनं सगळ्या तक्त्यावर नजर टाकून कुठं काही विशेष आकृतीबंध आढळतो का ते पाहिलं. एकूण पंचवीस केस होत्या. फक्त शस्त्रक्रियेची तारीख वगळता इतर कशातही साम्यस्थळं किंवा काही आकृतीबंध दिसत नव्हता. लॉरीनं जेव्हा तारखा पाहून त्यांच्यापुढे वारांची नावं लिहिली तेव्हा तिच्या लक्षात आलं की आय अँड कॉस्मेटिकमधल्या सगळ्या केस मंगळवारच्या होत्या. हार्ट हॉस्पिटलमधल्या केस बुधवारच्या किंवा शुक्रवारच्या होत्या आणि एंजल्स ऑर्थोपेडिकमधल्या केस एकतर सोमवारच्या किंवा गुरुवारच्या होत्या. लॉरीचं संख्याशास्त्राचं प्राथमिक ज्ञान तिला सांगत होतं की कोणत्याही ठोस निष्कर्षापर्यंत जायला पंचवीस हा आकडा पुरेसा नाही.

लॉरीनं घड्याळाकडे नजर टाकली. आता साडेसात झाले होते. याच वेळी तिकडे जॅकची शस्त्रक्रिया सुरू होणार होती. त्याच्या त्वचेत स्काल्पेल घुसत असणार हे दृश्य तिच्या डोळ्यांसमोर आलं आणि ती एकदम शहारली. तिनं एकदा तक्त्याकडे नजर फिरवली. हे काम लवकर संपलं म्हणून तिला जरा वाईट वाटलं. निदान त्या कामात मन गुंतल्यानं जॅकबद्दलचे विचार दूर राहणार होते. अचानक तिच्या मनात न्यूझीलंडला गेलेल्या डॉ. कॉलीन वायलीचा विचार आला. त्यानं जर तिच्या त्या गूढ वस्तूचे फोटो पाहिले असतील तर त्यानं उत्तर दिलं असणार. अर्थात मुळात त्याला ते फोटो मिळाले आहेत की नाही आणि त्यानं ते पाहिले आहेत की नाही यामधल्या एकाही प्रश्नाचं उत्तर तिच्याजवळ नव्हतं. शिवाय इथून त्याला काल रात्री फोटो पाठवले गेले असले तरी त्यावेळी न्यूझीलंडमध्ये सकाळ होती.

लॉरीनं ई-मेल उघडली आणि तिच्या वायलीकडून आलेली ई-मेल दिसली. तिनं घाईघाईनं ती उघडली.

डॉ. लॉरी मॉंटगोमेरी,

मला पीटरनी पाठवलेले फोटो मिळाले. अकँथमिबा पॉलिफॅगाचं सिस्ट ओळखता आलं नाही म्हणून मी पीटरची माफक चेष्टाही केली आहे. अर्थात हे सिस्ट जिथं आढळले आहेत ते पाहता त्याला अशी शंका पटकन न येणं सहाजिकच आहे. मी यापूर्वी कधीही असे सिस्ट फुप्फुसात गेलेले पाहिलेले नाहीत. ते नीट दिसण्यासाठी तुम्ही आयोडिन स्टेनचा वापर करा. पीटरनं त्यांच्यावर गोळे गोळे दिसत आहेत असं लिहिलं आहे. मला ते एम.आर.एस.ए. आहेत असं वाटतं. अलीकडेच इंग्लंडमधील बाथ इथल्या संशोधनात हे सिद्ध झालं आहे की लेजिओनेर्स डिसीजमध्ये होतं तसंच इथंही घडतं. एम.आर.एस.ए. अकँथमिबांच्या शरीरात घूसुन वाढू शकतात. खरं तर हे अकँथमिबा परोपजीवी लेजिओनेला आणि एम.आर.एस.ए. या दोन्ही जीवाणूंना खाऊन टाकतात. पण या ठिकाणी एम.आर.एस.ए. जीवाणूंनी त्यांच्यावर मात करण्यासाठी रेणूंच्या पातळीवर काय केलं हे पाहणं महत्त्वाचं ठरेल. मी सोमवारी परत येईन. माझ्याकडून आणखी काही मदत हवी असेल तर कृपा करून तसं कळवायला संकोच करू नये.

शुभेच्छा.

कॉलीन वायली.

लॉरीनं हा सगळा मजकूर पापणीही न लववता एका दमात वाचून काढला होता. ती हे वाचून थक्क झाली होती. आपल्याला अमीबांबद्दल आणि त्यातही ह्या अकँथमिबाबद्दल काहीही माहिती नाही. हे तिच्या लक्षात आलं. तिनं लगेचच शेल्फवरचं हॅरिसनचं पुस्तक काढलं आणि अकँथमिबाबद्दल काय लिहिलंय ते भराभरा नजरेखालून घातलं. माहिती खूपच त्रोटक होती. पण त्यात असं लिहिलं होतं की सी.डी.सी.कडे निश्चित ओळख पटवण्यासाठी फ्ल्युरोसंट लेबल असणारी ॲन्टीसिरम उपलब्ध होती. लॉरीला ही नोंद महत्त्वाची वाटली. डॉ. वायलीचं निदान बरोबर आहे की नाही याची खात्री करून घेण्यासाठी ह्या पद्धतीचा उपयोग होऊ शकणार होता.

लॉरीनं पुस्तक परत शेल्फमध्ये ठेवलं आणि आणखी कशात माहिती मिळते

का ते पाहिलं. पण शेल्फवर तिला तसं काही आढळलं नाही. मग लॉरी पुन्हा खुर्चीत बसली आणि तिनं गुगलमध्ये अकँथमिबा हे नाव टाईप केलं. प्रचंड संख्येनं वेबसाईट्स असल्याचं तिच्या लक्षात आलं. तिनं एक सर्वसामान्य माहिती देणारी वेबसाईट निवडली. तिथं पहिल्या पानावर अकँथमिबाची माहिती होती. हा एकपेशीय प्राणी माती आणि गोड्या पाण्यात सर्वसामान्यपणानं राहणारा असून तो जीवाणूभक्षी आहे. तो जरी स्वतंत्रपणे रहात असला तरी क्वचित प्रसंगी माणसांमध्ये संसर्ग घडवतो. पुढच्या परिच्छेदात आणखी तपशील होते. लॉरीनं ते वाचून काढले. हे वाचताना लॉरीची नजर अकँथमिबा आणि एम.आर.एस.ए. या मथळ्याकडे गेली. तिनं अधाशीपणानं हा सगळा भाग वाचून काढला. डॉ. वायलीनं जे सांगितलं होतं ते सगळं त्यात होतंच. शिवाय त्यात असंही लिहिलं होतं की एम.आर.एस.ए. अकँथमिबालाही संसर्गग्रस्त करतात. इतकंच नाही तर या परोपजीवाच्या पेशांमधून बाहेर पडलेले एम.आर.एस.ए. जीवाणू अत्यंत आक्रमक असतात. या नंतरची वाक्यं वाचून जणू कोणी आपल्याला विजेचा धक्का दिला आहे असं तिला वाटलं, कारण अकँथमिबाची सिस्ट एम.आर.एस.ए. जीवाणूंचा हवेवाटे प्रसार करू शकतात असं त्यात लिहिलं होतं.

लॉरी काही क्षण सुन्न होऊन समोर पहात बसली होती. एम.आर.एस.ए. हवेतून पसरू शकत नाहीत असं तिला अगोदर वाटत होतं. पण आता तसं नव्हतं. लॉरीनं आता प्रयत्नपूर्वक स्वतःला सावरलं. एम.आर.एस.ए. हवेतून पसरू शकतात हे कळताच तिच्या डोळ्यांसमोर अनेक शक्यता दिसू लागल्या. पण तिला जी माहिती मिळाली होती त्यानुसार भूल दिल्यानंतर रुग्ण कधीच आजूबाजूच्या हवेत श्वसन करत नव्हते. त्यांना लागणारी हवा पाईपमधून किंवा सिलिंडरमधून पुरवली जात होती.

लॉरीच्या मनात अचानक एक विचार आला. तिनं फोन काढला आणि मॅनहटन जनरल हॉस्पिटलमधल्या भूलतज्ज्ञ असणाऱ्या डॉ. रोनाल्ड हावरमेयर यांना फोन केला. पूर्वी तिनं एका केसच्या प्रसंगात या डॉक्टरांची मदत घेतली होती. त्यांनी तिला मदत केली होती. सध्या विभागप्रमुख असल्यानं डॉ. हावरमेयर उपलब्ध असण्याची शक्यता आहे हे तिच्या लक्षात आलं.

"डॉ. हावरमेयर बोलतोय."

लॉरीनं आपण कोण आहोत आणि कारण न देता तिनं थेट रुग्णांच्या श्वसनाविषयी प्रश्न विचारला.

"हे बरोबर आहे," डॉ. हावरमेयर म्हणाले, "भूल दिल्यानंतर ते रुग्णाला शुश्रूषा विभागात हलवेपर्यंत तो बाहेरची हवा घेत नाही. इतकंच नाही तर तिथं गेल्यावरही त्यांना हवेचा पुरवठा पाईपमधूनच केला जातो."

“आभारी आहे.”

“त्यात विशेष काही नाही. माझा उपयोग झाला याचा आनंद आहे.” असं म्हणून लॉरी फोन बंद करण्याच्या बेतात असतानाच डॉ. हावरमेयरनी हा प्रश्न पडायचं कारण विचारलं.

मग लॉरीनं तिच्या मनात असणारी शंका बोलून दाखवली. शस्त्रक्रियेनंतर होणाऱ्या जंतूसंसर्गासाठी एच.व्ही.ए.सी. यंत्रणेमधले जीवाणू कारणीभूत ठरू शकतील का असं लॉरीनं विचारलं.

“तुम्ही किती काळापर्यंत श्वसनाबद्दल बोलता आहात? आजूबाजूच्या हवेत बराच काळ श्वसन करणं की फक्त हवेचे तीनचार श्वास घेणं?”

लॉरीचा घसा एकदम कोरडा पडला. आता आपल्याला काहीतरी अनिष्ट ऐकायला मिळणार असं तिला एकदम वाटून गेलं.

“मी हे का विचारलं, तर दुसरी परिस्थिती असेल तर ती नेमकी विशिष्ट वेळेपुरतीच असते.” डॉ. हावरमेयर म्हणाले, “जेव्हा रुग्णाला भूलीमधून जागं करायची वेळ येते तेव्हा भूलतज्ज्ञ हवेच्या नळ्यांमध्ये शुद्ध ऑक्सिजनचा पुरवठा करतात. हे करताना रुग्ण दोन, तीन किंवा चार वेळा श्वास घेण्याची शक्यता असते.”

लॉरीनं डॉ. हावरमेयर यांचे आभार मानले आणि फोन बंद केला. लॉरीच्या मनात एकदम भीती दाटून आली. एखादा सेकंद का होईना रुग्ण बाहेरच्या हवेत श्वसन करतात आणि एम.आर.एस.ए. हवेतून पसरू शकतात ही माहिती एकत्र पाहिल्यानंतर तिच्या अंगावर भीतीनं काटा आला. तिला आठवलं की तक्त्यात तिनं भरलं होतं त्यानुसार ऑर्थोपेडिकच्या केस सोमवारी किंवा गुरुवारी असतात आणि त्या दिवशी गुरुवार होता!

लॉरी घाईघाईनं तिच्याजवळ असणाऱ्या हॉस्पिटलच्या नोंदी वाचू लागली. पहिली केस सकाळी साडेसात. दुसरी केस सकाळी सात वाजून एकतीस मिनिटं. आणखी एक केस सात वाजून चौतीस मिनिटं. “डॅम!” लॉरी मोठ्यानं ओरडली आणि तत्काळ तिच्या खोलीमधून लिफ्टच्या दिशेनं धावली.

लिफ्टमध्ये शिरल्यानंतर लॉरीनं घड्याळाकडे नजर टाकली. आता आठ वाजून काहीच मिनिटं झाली होती. जॅक शस्त्रक्रियेला साधारण एक तास लागेल असं म्हणाला होता. याचा अर्थ आपण टॅक्सीनं गेलो तर तिथं वेळेवर पोहोचू हे लॉरीच्या लक्षात आलं. तिच्या सुदैवानं तिला फर्स्ट अव्हेन्यूवर लगेचच टॅक्सी मिळाली.

संध्याकाळीच ॲन्जेलो निराश झाला होता. आता दुसऱ्या दिवशी सकाळी

तर त्याला सगळं काही संपल्यासारखं वाटू लागलं होतं. सकाळी सव्वासहाला तिथं येऊनही अजून मॉंटगोमेरी बाईचा पत्ता नव्हता. आता जवळ जवळ दोन तास उलटले होते. काल ती आणि तिचा बॉयफ्रेंड टॅक्सीनं जिथं उतरले होते, त्याच जागेजवळ ॲन्जेलोनं त्याची गाडी उभी केली होती. प्रत्येक वेळी एखादी टॅक्सी जवळ आली की ॲन्जेलो उत्सुकतेनं पहायचा, पण प्रत्येक वेळी दुसरंच कोणीतरी त्यात असायचं.

''आज ती कामावर येणार नसावी बहुतेक.'' ॲन्जेलो निराश होत म्हणाला.

''तसंच वाटतंय खरं.'' फ्रॅन्को थुंकीनं बोट ओलं करून पेपरचं पान उलटत म्हणाला,

''जणू तुला काळजी आहे XXX''

फ्रॅन्कोनं पेपर खाली केला आणि जळजळीत नजरेनं ॲन्जेलोकडे पाहिलं. त्याला ॲन्जेलोला एक तडाखा मारायचा मोह झाला. पण त्यानं तो आवरला. तो पुन्हा पेपर वाचू लागणार इतक्यात त्याला पायऱ्यांवरून कोणीतरी घाईघाईनं खाली येताना दिसली.

''ती बघ... तीच आहे!''

ॲन्जेलोनं गर्रकन मान वळवली. त्याला लॉरी एका टॅक्सीपाशी उभी असलेली दिसली.

''होली शिट् !'' ॲन्जेलो म्हणाला आणि पायाजवळची इथिलीनची बाटली घेऊ लागला.

''आता वेळ नाही. तिचा पाठलाग करायला हवा. गाडी चालू कर!'' फ्रॅंन्कोनं आज्ञा सोडली.

समोर त्यांना दिसलं की लॉरीनं टॅक्सीतून उतरणाऱ्या लठ्ठ बाईला जवळजवळ बाहेर खेचून काढलं होतं आणि स्वत: टॅक्सीत अक्षरश: उडी टाकून बसली होती. तिनं दार लावून घेतलं आणि पुढच्या क्षणी टायरचा कर्रकच्च असा आवाज करत टॅक्सी वेगानं निघाली.

''माय गॉड! हा माणूस कार रेस खेळणारा आहे की काय?'' ॲन्जेलो म्हणाला.

''समोर लक्ष ठेव. ती आपल्या नजरेतून निसटता कामा नये.''

ॲन्जेलोला हे सांगायची अजिबात गरज नव्हती. त्यानंही वेग घेतला आणि मागच्या बाजूचं दिसणाऱ्या आरशात पाहिलं. रिचीनंही गाडी लगेच सुरू केलेली पाहून तो खूष झाला.

''तुला काय वाटतं. ती रात्री ऑफिसातच राहिली असावी?''

फ्रॅन्कोनं उत्तर दिलं नाही. तो मागून कुठून पोलिसांची गाडी नाही ना याची

खात्री करून घेण्यात गर्क होता.

टॅक्सीत घाईघाईनं बसल्यावर लॉरीनं टॅक्सी ड्रायव्हरला हॉस्पिटलचं नाव आणि पत्ता सांगितला. शिवाय आपण एक डॉक्टर आहोत आणि सध्या एकाच्या जीवनमरणाचा प्रश्न आहे असंही सांगितलं. त्या तरुण ड्रायव्हरनं अगदी मनापासून प्रतिसाद दिला. त्यानं वेगानं गाडी चालवली. त्यानं सिग्नल तोडला नाही खरा, पण काही वेळा पिवळा दिवा असताना त्यानं गाडी पुढे रेटली होती. टॅक्सी वेगानं फर्स्ट अव्हेन्यूवर आली खरी. पण नंतर भर वस्तीमधून जाताना बराच वेळ लागत होता. लॉरी दर मिनिटाला अस्वस्थ होत होती. तिच्या आता लक्षात येतं होतं की डॉ. ॲन्डरसनच्या एकाही केसच्या बाबतीत एम.आर.एस.ए. संसर्ग का झाला नव्हता. कारण तो कधीच साडेसात वाजता शस्त्रक्रिया सुरू करत नव्हता. केवळ जॅकच्या विनंतीवरून तो आज इतक्या सकाळी शस्त्रक्रिया करायला तयार झाला होता. लॉरीनं चरफडत दातओठ खाल्ले. पुन्हा एकदा जॅकच्या आडमुठेपणाचा आणि काहीही न ऐकता आपलंच म्हणणं खरं करण्याच्या स्वभावाचा राग आला. पण तिनं तो आवरला.

टॅक्सी हॉस्पिटलच्या जवळ आली आहे हे लक्षात आल्यावर लॉरीनं आवश्यकते- पेक्षा जास्त रक्कम काढली आणि ती ड्रायव्हरच्या दिशेनं मधल्या पार्टिशनला असलेल्या छोट्या खिडकीतून आत सरकवली. टॅक्सी पूर्णपणे थांबायच्या आत लॉरीनं दार उघडलं होतं आणि बघता बघता ती फुटपाथवर उतरलीही होती. ती धावतच मुख्य दरवाज्यापाशी आली. पण मग तिनं तिथल्या कर्मचाऱ्याला संशय येऊ नये म्हणून वेग कमी केला. तिला येताना पाहून त्या माणसानं त्याच्या हॅटच्या कोपऱ्याला स्पर्श करून तिला अभिवादन केलं. तिचं स्वागत केलं आणि फिरत्या दाराचा उपयोग व्हावा म्हणून हलकेच धक्का दिला.

आत शिरल्यानंतर लॉरीनं प्रयत्नपूर्वक चालण्याचा वेग कमी करून तो सर्वसामान्य वाटावा याची दक्षता घेतली. मंगळवारी इथं काय घडलं होतं ते तिला आठवत होतं. तिला आपल्याला कोणी ओळखू नये असं वाटत होतं. ती लिफ्टपाशी गेली आणि तिनं बटण दाबलं. तिच्या डोळ्यांच्या कोपऱ्यातून दिसलं की एक सुरक्षा कर्मचारी ट्रॉली ढकलत येत होता. तिला पाहूनच बहुधा त्यानं ट्रॉली बाजूला सरकवली होती आणि तो तिच्या दिशेनं येऊ लागला.

आता लिफ्ट आली होती. तो माणूसही ट्रॉली घेऊन दारापाशी आला. लॉरीनं मुद्दाम दुसरीकडे पाहिलं. पण आत शिरताना त्यांची नजरानजर झालीच. लिफ्टचं दार बंद झालं. आता आपल्याला तो कोणत्याही क्षणी प्रश्न विचारणार

असं वाटत असतानाच लिफ्ट सुरू झाली. आणि लगेचच थांबली. लॉरीला आश्चर्य वाटलं. पण लिफ्ट दुसऱ्या मजल्यावर थांबली होती. तो माणूस उतरून जाताच लॉरीनं सुटकेचा नि:श्वास टाकला.

लिफ्ट पुन्हा सुरू झाली आणि चौथ्या मजल्यावर आली. लॉरी बाहेर पडून वेगानं तिथला पांढऱ्या रंगाच्या भिंती असणाऱ्या कॉरीडॉरमधून जाऊ लागली. ती इंजीन रूमपाशी जराशी थबकली. आपलं हे सगळं करणं म्हणजे अत्यंत भीतीमुळे जरुरीपेक्षा जास्त प्रतिक्रिया देणं आहे की काय असा विचार एकदा तिच्या मनात आला. तिनं घड्याळाकडे नजर टाकली. आठ वाजून चाळीस मिनिटं झाली होती. म्हणजे वेळ अगदी बरोबर होती.

लॉरीनं दार आत ढकललं. आत शिरताच तिथल्या यंत्रांचा प्रचंड गोंगाट तिच्या कानांवर आदळला. दार उघडल्याच्या आवाजामुळे एकजण एकदम दचकून मागे पाहू लागला. त्यानं पांढरा कोट घातलेला होता आणि एका हातात काहीतरी शस्त्रक्रियेसाठी लागणारी वस्तू व दुसऱ्या हातात एर्लेनमेयर फ्लास्क होता. आपल्याला जे वाटलं ते सगळं खरं आहे हे कळायला लॉरीला एक सेकंद लागला.

"नाही!" असं ओरडत लॉरी त्या माणसाच्या दिशेनं धावली. तिनं एका झेपेत त्याला गाठलं आणि त्याचा मास्क ओरबाडून काढला. तो कोण आहे हे तिच्या तत्काळ लक्षात आलं.

ह्या अनपेक्षित धक्क्यानं डॉ. वॉल्टर ऑसगुड किंचित मागे कोलमडला. पण त्यानं स्वत:ला सावरलं. तसं करताना त्याच्या हातातल्या दोन्ही वस्तू खाली पडल्या. त्याच्या फ्लास्कचे तुकडेतुकडे झाले आणि त्यातली कसलीतरी पांढरी पूड खाली पसरली. लॉरीनं त्वेषानं त्याला दोन तडाखे मारले. त्यानं हात उंचावून तडाखे चुकवण्याचा प्रयत्न केला. पण तरीही लॉरीचा एक फटका त्याच्या तोंडावर बसलाच. आता मात्र तो भानावर आला होता. त्यानं आंधळेपणानं गरागरा हात फिरवला. तो लॉरीला जोरात लागला. ती खाली पडली आणि उठून बसण्याचा प्रयत्न करू लागली. पण तिच्या डोक्यात वेदनांचा डोंब उसळला होता. वॉल्टरनं तिचे केस हातात गच्च धरले होते. लॉरीला आता काहीच करता येत नव्हतं. वॉल्टरनं तिला खेचत दारापाशी नेलं. त्यानं पायानं दाराला रेटा लावून ते उघडलं. मग त्यानं तिला स्टोअररूमच्या आत ढकललं. लॉरीनं त्याला लाथा मारायचा प्रयत्न केला. पण त्याचा काही उपयोग झाला नाही. वॉल्टर तिच्यापेक्षा आकारानं नि वजनानं जवळ जवळ दुप्पट होता. तिला आत ढकलल्यावर त्यानं तिला आणखी एक फटका मारला. तिच्या डोक्यावर बसलेल्या ह्या फटक्यामुळे लॉरी खाली पडली. दार बंद होताना पाहून ती

सगळा जीव एकवटून उभी राहिली. पण त्याअगोदरच दार बंद झालं होतं.

वॉल्टरनं चेहेऱ्याच्या बाजूला हात लावून पाहिला. तिथं थोडंसं रक्त आलेलं होतं. पण त्याकडे दुर्लक्ष केलं. त्यानं जरी एक बंद तुटला असला तरी मास्क तोंडावर चढवला. मग तो जवळच्या एका बेसीनकडे धावला. तिथं त्याला एक टॉवेल सापडला. त्यानं तो ओला केला आणि ती पांढरी पूड पडली होती तिथं आला. त्यानं पूड हलणार नाही याची काळजी घेत तो ओला टॉवेल तिथं पुडीवर पसरला.

लॉरी स्टोअररूमच्या बंद दारावर धडका मारत होती. पण तिच्याकडे लक्ष न देता त्यानं त्याचा सेलफोन बाहेर काढला. आत त्या ठिकाणीही सिग्नल येतोय हे पाहून त्याला बरं वाटलं. त्यानं वॉशिंग्टनला फोन लावला. फोनची रिंग वाजत होती. पण कोणी फोन उचलत नव्हतं. वॉल्टर अस्वस्थ झाला. कारण आता आतमधून लॉरी ओरडत होती आणि काहीतरी धडाधडा उचलून दारावर मारत होती.

अखेर फोन उचलला गेला. पलीकडून त्याला नेहमीप्रमाणे तो सेलफोन वापरतोय का असं विचारत असताना वॉल्टरनं त्याला अडवलं. ''मला हे सगळं बोलायला वेळ नाही!'' वॉल्टर ओरडला.

''मी डॉ. लॉरी मॉंटगोमेरीला आमच्या स्टोअररूममध्ये बंद केलंय. मी तिची आदळआपट ऐकवू का? तिचा बंदोबस्त न केल्याचा हा परिणाम आहे. मी काय म्हणतोय ते कळतंय का? तो जो काही माणूस पाठवला होता त्यानं सगळा विचका केलाय. आज ती इथं घुसली आणि माझा फ्लास्क फोडला. आजचा दिवस वाया गेलेला आहे. मी तुम्हा लोकांना याची दोन दिवसांपूर्वीच कल्पना दिली होती...''

''मिस मॉंटगोमेरीला कपाटात बंद केलंय?''

''कपाट नाही. मी स्टोअररूम म्हणालो. तिथं मी तिला कोंडून ठेवलंय.''

''कितव्या मजल्यावर?''

''चौथ्या. लिफ्टमधून उतरल्यावर डाव्या बाजूला. दारावर 'इंजिनिअरिंग' असं लिहिलेलं आहे.''

''कोणालाही आत येऊ देऊ नकोस.''

वॉल्टर कडवटपणानं हसला, ''जर एखादा इंजिनिअर आत आला तर मी काहीही करू शकत नाही. ते कधी येतात किंवा काय याची मला कल्पना नाही.''

''मी लगेच कोणालातरी तिथं पाठवतो.''

या वेळी मात्र फोन वॉल्टरनं बंद केला होता. क्षणभर आपण हे सगळं काय

करतोय हा विचार त्याच्या मनात आला. त्याच्या मुलावर कॅन्सरचे उपचार करायला लागणाऱ्या रकमेला मंजुरी द्यायला विमा कंपनीनं नकार दिल्यानंतर वॉल्टर या सगळ्यात ओढला गेला होता.

दारावर जोरदार धडक बसली "मला बाहेर काढ!" लॉरी आतून ओरडत होती.

"मी सुरक्षा यंत्रणेला बोलावलंय." वॉल्टरनं ओरडून सांगितलं "ते लोक आत्ता येतील."

यावर उत्तर म्हणून दारावर आणखी एक जबरदस्त धडक बसली. वॉल्टरनं तिकडं साफ दुर्लक्ष केलं आणि तो काळजीपूर्वक जमिनीवरची पांढरी पूड साफ करायला लागला.

ॲडम लॉरीच्या घरासमोर असणाऱ्या मैदानाच्या बाजूला उभा होता. तो आधी ठरवलेल्यापेक्षा जरा अगोदर तिथं आला होता. पण काहीतरी गडबड आहे असं त्याला जाणवत होतं. इतका वेळ झाला तरी ती बाई किंवा तिचा बॉयफ्रेंड कोणीही बाहेर आलेलं नव्हतं. आता बहुदा आपल्याला परत जावं लागणार असं त्याला वाटू लागलं असतानाच त्याचा सेलफोन वाजू लागला.

"तू कुठं आहेस?" वॉशिंग्टनमधल्या माणसानं विचारलं.

"एकशे सहाव्या रस्त्यावर."

"एंजल्स ऑर्थोपेडिक हॉस्पिटलमध्ये जा. तिथं तुला हवी ती व्यक्ती इंजिनिअरिंग असं लिहिलेल्या चौथ्या मजल्यावरच्या एका खोलीत कोंडून ठेवलेली आहे. आमचा एक माणूस तिथं आहे. त्याचं नाव वॉल्टर ऑसगुड. तिला तत्काळ तिथून बाहेर काढून तिचा योग्य तो बंदोबस्त करायचा आहे. काम आव्हानात्मक आहे. पण तू ते करू शकतोस."

फोन बंद करून ॲडम तिथून निघाला. निघताना त्यानं बिथोव्हन संगीताचा आवाज आणखी वाढवला.

अंधारात कोंडली गेलेली लॉरी जराशी घाबरली होती. सुरुवातीला तिनं आरडाओरडा करून दारावर धडका मारून पाहिल्या होत्या. पण त्याचा काही उपयोग झाला नव्हता. स्टोअररूम वीस फूट लांब होती आणि दोन्ही बाजूंना शेल्फमध्ये कसल्यातरी पदार्थांचे धातूचे कंटेनर ठेवलेले होते. त्यात काय होतं याची तिला कल्पना नव्हती. तिनं त्यातला एक गडगडत दारापाशी नेऊन त्यानं

दारावर धडका देऊन पाहिल्या होत्या. पहिल्या प्रयत्नात काहीच झालं नव्हतं आणि दुसऱ्या खेपेस तर कंटेनरचं झाकण उघडलं जाऊन आतला जो काही पदार्थ होता तो खाली पडला होता.

लॉरी खाली वाकली आणि तिनं त्या पदार्थाला बोट लावून पाहिलं. ती कसलीशी गुळगुळीत पूड होती. लॉरीनं बोट नाकाजवळ आणून वास घेतला. साफसफाईत वापरतात तसं काहीतरी ते आहे हे तिच्या लक्षात आतां तिनं तो कंटेनर बाजूला सरकवला. हे करत असताना तिला जाणवलं की बाहेर दार उघडल्याचा आवाज आला आहे. बाहेर वॉल्टर खेरीज आणखी कुणी आलं असेल अशा अपेक्षेनं तिनं दाराचं हॅन्डल जोरजोरात हलवलं आणि दारावर धपके मारत ती ओरडू लागली पण काही वेळानं तिनं ओरडणं थांबवलं. बहुदा आत जरी आवाज मोठा वाटत असला तरी दाराबाहेर तो ऐकू जात नसावा हे तिच्या लक्षात आलं.

लॉरी आता पुढे काय करावं याचा विचार करू लागली. तिच्या मनात एकदम विचार आला की ह्या पुडीचा काहीतरी उपयोग होऊ शकेल. आत शिरणाऱ्या माणसावर ती फेकली तर बाहेर पळण्याची संधी मिळेल असं तिला वाटलं. तिनं जमेल तेवढी पावडर पुन्हा त्या कंटेनरमध्ये भरली. तिचं हे काम पुरं होत असतानाच दार उघडलं गेलं. एक डोकं आत आलं. लॉरीनं वेगानं कंटेनरमधली पावडर त्या माणसाच्या तोंडावर टाकली आणि त्या माणसाला तिनं जोरानं धडक दिली. तो माणूस डोळ्यांवर हात ठेवत मागे सरकला. त्या क्षणाचा फायदा घेऊन लॉरी बाहेर धावली. धावताना तिला दिसलं की बाजूला उभा असलेला वॉल्टर त्या माणसाला सावरतोय.

लॉरीच्या अपेक्षेप्रमाणं या अनपेक्षित प्रकारानं दोघं दिङ्मूढ झाले होते. लॉरी आता बाहेरच्या दिशेनं न जाता चुकून आतल्या दाराच्या दिशेनं धावली होती. तिथं एक दार आहे आणि त्यामधून दुसऱ्या एच.व्ही.ए.सी. यंत्रणेकडे जाता येतं. तसंच तिथून बाहेर पडायचा एक मार्ग आहे असं आपण ऐकलंय हे तिला आठवलं.

जरी लॉरीनं तोंडावर फेकलेल्या पावडरमुळे ॲडम एक-दोन क्षण थांबला असला तरी त्याला सावरायला फारसा वेळ लागला नाही. तो लॉरीच्या मागोमाग एच.व्ही.ए.सी. यंत्रणेच्या खोलीत धावला. तिथल्या पाईपच्या जंजाळात त्याला लॉरी दिसली नाही. पण पलीकडच्या बाजूचं दार बंद होतंय ते त्याच्या लक्षात आलं.

लॉरी त्या पलीकडच्या दारामधून बाहेर पडली आणि तिला मोठी लिफ्ट दिसली. ही बहुदा सामानाची वाहतूक करण्यासाठी होती. पण लॉरीनं तिकडं न

जाता सरळ पायऱ्यांची दिशा घेतली. एका खेपेत दोन पायऱ्या असं करत ती वेगानं जिन्यावरून खाली जाऊ लागली. वरच्या बाजूला तिला कोणीतरी दार उघडून जिन्यावर धावत असल्याचा आवाज आला.

लॉरी आता तळमजल्यावर आली आणि बाहेर पडली. तिच्या उजव्या बाजूला तिला पार्किंगचं गॅरेज दिसलं. डाव्या बाजूला सरळ फिक्थ अव्हेन्यूकडे जाणारा रस्ता होता. लॉरी क्षणभरही विचार न करता तिकडे धावली. तिला आपल्या पाठीमागे कोणीतरी दार उघडून बाहेर आल्याचं जाणवलं.

धापा टाकत लॉरी वेगानं रस्त्यावर आली. रहदारी बरीच होती पण वेग फारसा नव्हता. आता दुसरं काहीच करणं शक्य नाही हे पाहून लॉरी सरळ रहदारीत शिरली आणि बस, टॅक्सी, गाडी काहीतरी थांबेल या आशेनं हातवारे करू लागली. तिला आता ॲडम तिच्याप्रमाणेच बाहेर धावत आलेला दिसला. तिनं जराही विचार न करता सरळ रहदारीच्या विरुद्ध दिशेनं धावायला सुरुवात केली. कोणीतरी मदतीसाठी थांबावं म्हणून ती हातवारे करून ओरडत होती.

"तीच आहे! होय... तीच!" लॉरीला हॉस्पिटलच्या पार्किंग रॅम्पमधून धावत बाहेर पडताना पाहून ॲन्जेलो ओरडला. त्यानं आणि रिचीनं त्यांच्या गाड्या योग्य जागा पाहून पार्क केलेल्या होत्या. लॉरीला पाहून ॲन्जेलो तत्काळ व्हॅनमधून खाली उतरला. त्याला तसं करताना पाहून फ्रॅन्कोनं त्याच्या बाजूनं उडी मारली. रिची आणि फ्रेडीही त्यांच्या पांढऱ्या व्हॅनमधून वेगानं बाहेर पडले. सगळेजण लॉरीच्या दिशेनं धावू लागले. ॲन्जेलो सगळ्यांच्या पुढे होता. पण तो अचानक थांबला. त्यांना लॉरीच्या मागून जाणारा ॲडम दिसला. तो तिच्या मागून तिला थांब असं म्हणत पळत होता. बघता बघता ॲडमनं लॉरीला जवळ जवळ गाठलं होतं.

लॉरीनं मागे वळून पाहिलं. वर एच.व्ही.ए.सी. रूममध्ये असताना तिला हा माणूस पूर्णपणे अनोळखी वाटला होता. पण आता मात्र तिला एकदम आठवलं. हाच माणूस काल तिच्या ऑफिसात कसलंतरी बिल राहिलंय असं सांगत आला होता. ती काहीही बोलायच्या किंवा करायच्या आत ॲडमनं टॉवेलमधला हात उचलला होता. क्षणभर लॉरीला टॉवेलच्या आतली काळी नळी दिसली आणि मग गोळी झाडण्याचा आवाज आला. त्या आवाजानं लॉरीनं डोळे मिटून घेतले आणि आता आपण संपलो असं तिला वाटलं. पण तिनं पुन्हा डोळे उघडले तेव्हा तिला ॲडम तिच्या पायाजवळ पडलेला दिसला. तो तडफडत होता. त्याच्या हातातल्या टॉवेलमधून त्याचं रिव्हॉल्व्हर बाहेर पडलं होतं. एकदोन

क्षणांनंतर चार माणसं लॉरीकडे धावली होती. त्यांच्यामधला एकजण 'पोलीस! पोलीस!' असं ओरडत कसलंतरी ओळखपत्र उंच धरून पळत होता. काही गाड्या थांबल्या होत्या आणि एकदोन जण मदतीसाठी उतरलेही होते. पण आता लॉरी पार्कच्या बाजूच्या फुटपाथवर बऱ्याच सुरक्षित अंतरापर्यंत जाऊन पोहोचली होती. आपल्याला मदत करणाऱ्या माणसांकडं तिनं नजर टाकली आणि तिला धक्का बसला. त्या चौघांमधला एक पंधरा वर्षांपूर्वी तिच्यावर जीवघेणा प्रसंग आणणारा गुंड ॲन्जेलो फासिओलो होता. लॉरी गोंधळून गेली आणि "मी आता ठीक आहे. थांबा!" असं ओरडून सांगू लागली. पण एवढ्यात त्या चौघांनी तिला घेरलं होतं आणि काही कळायच्या आत तिची अक्षरश: उचलबांगडी केली होती. एकदोन क्षण तिचे पाय हवेत होते. लॉरीनं ओरडून विरोध करायचा प्रयत्न केला. पण त्याचा उपयोग झाला नाही. एक हात तिच्या मागून सापासारखा वळवळत आला आणि तिचं तोंड बंद झालं. लॉरीला व्हॅनमध्ये टाकण्यात आलं. तिच्या तोंडात बोळा कोंबण्यात आला आणि पाय डक्ट टेपनं बांधण्यात आले. व्हॅन वेगानं तिथून निघाली आणि दिसेनाशी झाली.

२३

५ एप्रिल २००७
दुपारी २ वाजून १५ मिनिटं

बाजूच्या टेबलवर ठेवलेला पाण्याचा ग्लास घेताना जॅक कण्हला. तो जागा झाला तेव्हा त्याला आपण कुठं आहोत हे क्षणभर कळलं नव्हतं. पायामधली वेदना दूर जरी झाली नसली तरी वेदनाशामक औषधांमुळे ती कमी मात्र झाली होती. त्याला लावलेल्या सलाईनमधून त्याला वेदनाशामक औषध दिलं जात होतं. त्याला स्वतःला किती डोस हवा ते ठरवता येत होतं.

दुपार जवळ आली तेव्हापासून जॅक एका वेळी दोन कामं करत होता. म्हणजे एकीकडे काही मॅगझीन्स चाळता चाळता तो टी.व्ही.पहात होता. त्यानं स्वतःबरोबर काही चांगली पुस्तकं आणली होती. पण ती आज वाचू नयेत असं त्याला वाटलं होतं. ती उद्यापरवा कधीही वाचता येतील असं त्यानं मनाशी ठरवून फक्त निवांतपणे पडून रहावं ठरवलं होतं. आता शस्त्रक्रियेचा सगळा ताण संपला होता. डॉ. ॲन्डरसननी अकराच्या सुमारास चक्कर टाकून सर्वकाही उत्तम रितीनं पार पडलं असं निर्वाळा दिला होता. फक्त एकच घोटाळा होता. आपण दुपारी येऊ असं लॉरी म्हणाली असली तरी अजून तिचा पत्ता नव्हता.

एक वाजता जॅकनं ऑफिसात फोन केला. तिथं बरंच काम असेल म्हणून लॉरी अडकून पडली असावी असं त्याला वाटलं होतं. पण प्रत्यक्षात त्या दिवशी काम फार नव्हतं अशी माहिती त्याला मिळाली होती. त्यानं मग रिवाला विचारलं. लॉरी सकाळी सात वाजायच्या सुमारास तिच्या खोलीत होती. पण त्यानंतर मात्र तिला कोणीही पाहिलं नव्हतं. लॉरी कदाचित घरी गेली असेल

असा विचार करून जॅकनं घरी फोन केला. पण तिथंही फोन उचलला गेला नाही हे पाहून जॅकनं आन्सरिंग मशीनवर निरोप ठेवला.

आता काही करणं शक्यच नव्हतं. ती कुठं आहे हे कळत नसल्यानं ती येण्याची वाट पहाणं एवढंच काम उरलं होतं. पण आता दोन वाजून गेले होते आणि अजून तिचा फोनही आला नव्हता. आता मात्र जॅकला चांगलीच काळजी वाटू लागली. जॅक पाणी पिऊन पुन्हा एकदा टी.व्ही. पहात बसणार होता एवढ्यात डिटेक्टिव्ह लाऊ सोल्डानो आत आला. जॅकच्या गुडघ्यापाशी लावलेली पट्टी आणि त्याचा पाय सतत हलता ठेवणारं यंत्र पाहून लाऊला काळजी वाटलेली त्याच्या चेहऱ्यावर स्पष्ट दिसली. पण आपल्याला काहीही त्रास होत नाही हे जॅकनं त्याला सांगितल्यावर त्याला बरं वाटलं. मग जॅकनं त्याला लॉरीचा काहीच पत्ता नसल्याबद्दल सांगितलं.

''म्हणून तर मी इथं आलोय,'' लाऊ एक खुर्ची ओढत गंभीरपणे म्हणाला.

''म्हणजे काय?''

''आज सकाळी एक अत्यंत चमत्कारिक प्रसंग घडला. तुझ्यावर शस्त्रक्रिया चालू होती तेव्हा, कदाचित अगदी तुझ्या खिडकीच्या खाली, बाहेर रस्त्यावर एका माणसाला गोळी घालण्यात आली. हा माणूस कोण आहे याचा अजून पत्ता लागलेला नाही. पण तो वेगळं नाव वापरून वावरत होता हे उघड झालंय.''

जॅकनं मान डोलवली पण याचा लॉरीशी काय संबंध आहे ते त्याला कळेना.

''तुला माहिती आहेच की पाषाणहृदयीपणाचं काही मोजमाप केलं तर त्यात न्यूयॉर्कवासियांचा वरचा नंबर लागेल. हा गोळीबार झाला तेव्हा एवढी रहदारी असूनही कोणीही तिथं थांबलं नाही. नंतर काही माणसांकडून माहिती मिळाली. ती तशी बरीचशी सुसंगत आहे. ती अशी आहे की गोळीनं उडवलेला माणूस एका बाईचा पाठलाग करत होता आणि ती हॉस्पिटलमधून बाहेर पळत आली होती.''

''म्हणजे त्या बाईनं त्या माणसाला गोळी घातली की काय?''

''नाही. उलट झालं असं, की व्हॅनमधून खाली उतरलेल्या एका माणसानं त्या पाठलाग करणाऱ्याला उडवलं. आणखीही तीन माणसं तिच्याकडे मदतीसाठी धावली होती. म्हणजे निदान साक्षीदारांच्या म्हणण्यानुसार असं झालं होतं. पण महत्त्वाचं म्हणजे त्या माणसाकडे टॉवेलमध्ये गुंडाळलेलं सायलेन्सर लावलेलं नाईन मिलीमीटर ऑटोमॅटिक रिव्हॉल्व्हर होतं.''

''हा माणूस ठार झालाय का?''

"नाही. पण त्याची प्रकृती गंभीर आहे.''

"तू त्याच्याशी बोलू शकलास का?''

"नाही. त्याच्यावर तातडीची शस्त्रक्रिया करण्यात आली आहे.''

"त्या बाईचं काय? तिच्याशी बोललास का?''

"नाही. त्या बाईला मदतीसाठी म्हणून आलेल्या चौघांनी उचलून एका पांढऱ्या व्हॅनमध्ये कोंबून नेलं. मुख्य म्हणजे हे लोक आपण साध्या कपड्यातले पोलीस आहोत असं भासवत होते. हे सगळंच फार चमत्कारिक आहे.''

"पण या सगळ्याचा लॉरीशी काय संबंध?''

"त्या बाईचं जे काही वर्णन मिळालंय ते कदाचित लॉरीशी मिळतंजुळतं आहे.''

जॅक चकित होऊन लाऊकडे पहात राहिला. त्याच्यावर अजूनही भुलीच्या औषधाचा थोडा अंमल असल्यानं त्याला या सगळ्या माहितीवर नीट विचार करता येत नव्हता. "मला एक गोष्ट नीट सांग. ती लॉरीच होती असं निश्चितपणानं वाटण्याजोगं काही मिळालं आहे का?''

"नाही. पण इतर गोष्टीही ती शक्यता असावी असं दर्शवणाऱ्या आहेत इतकंच.''

"गुड गॉड!'' जॅक म्हणाला. "आणि मी हा इथं गुडघा मोडून पडलेला आहे.''

लाऊनं खुर्ची पुन्हा जागेवर ठेवली आणि मग तो जॅकजवळ आला. त्यानं जॅकच्या दंडावर प्रेमानं थोपटलं. "एक गोष्ट लक्षात घे. मी स्वत: आणि आमचे हजारोजण ह्या कामात जीव पणाला लावून सतत प्रयत्न करतो आहोत. आता ह्या क्षणी शहरातली प्रत्येक पांढरी व्हॅन थांबवून तपासणी केली जात आहे.''

जॅकनं मान डोलावली. त्याला आता भीतीनं घेरलं होतं.

२४

५ एप्रिल २००७
रात्री ८ वाजून ५ मिनिटं

आठ वाजल्यानंतर आता पुरेसा अंधार झाला आहे याची खात्री करून घेऊन अ‍ॅन्जेलोनं धक्क्याच्या भागात एक चक्कर टाकली होती. त्या दिवशी सकाळी लॉरीला पळवल्यानंतर त्यांनी दक्षिणेकडे जाऊन एका गॅरेजमध्ये पांढरी व्हॅन सोडून दिली होती. त्यांनी चौघांनी मिळून लॉरीला निळ्या व्हॅनमध्ये घातल्यानंतर रिची आणि फ्रेडी पांढरी व्हॅन घेऊन पुन्हा क्वीन्स भागाकडे रवाना झाले होते. तिथं ती व्हॅन अनेक व्हॅनच्या ताफ्यांमध्ये मिसळून जाणार होती.

अ‍ॅन्जेलो आणि फ्रॅन्कोनं लॉरीला निळ्या व्हॅनमधून न्यूजर्सीकडे नेलं होतं. तिथं त्यांनी नीतिमत्तेची फारशी पर्वा न करणाऱ्या भिकार मोटेलमध्ये आसरा घेतला होता. या मोटेलमध्ये तासावर खोल्या भाड्यानं मिळत असत. अ‍ॅन्जेलोला हे मोटेल आवडलं होतं कारण खोल्यांकडे जाणारा रस्ता मोटेलच्या घाणेरड्या ऑफिसच्या मागच्या बाजूनं होता. लॉरीला आता नेण्यासाठी ही जागा अ‍ॅन्जेलोला आदर्श वाटली होती. शिवाय सकाळच्या त्या वेळी मोटेल जवळपास रिकामंच होतं.

रिची आणि फ्रेडी दुपार व्हायच्या आत परतले होते. त्यांनी त्यांच्याबरोबर खाण्याचं सामान आणलं होतं. मग चौघांनी सगळी दुपार पत्ते खेळण्यात, खाण्यापिण्यात आणि मौजमजा करण्यात घालवली. पत्ते कुटून झाल्यानंतरच अ‍ॅन्जेलो लॉरीकडे आला. तिनं काहीही गडबड करणार नाही अशी तयारी दर्शविल्यावर त्यानं तिच्या तोंडावरचा डक्ट टेप काढला आणि तोंडात कोंबलेला

बोळाही काढून टाकला. त्यानं मग तिला तहान लागलीय का असं विचारलं. लॉरीनं होकार दिल्यानंतर त्यानं तिच्यासाठी खास तयार केलेला पाण्याचा ग्लास आणला. पाण्याची चव काहीतरीच असूनही लॉरीनं पाणी प्यायलं होतं. यानंतर तिला सांभाळणं फार सोपं गेलं होतं, कारण अॅन्जेलोनं पाण्यात डेटच्या वेळी वापरायची छोटी पांढरी गोळी टाकली होती. दुपार उलटल्यानंतर त्यांनी तिला आणखी एक गोळी दिली होती.

"हं... चल, बाहुली चल, आपण जरा बोटीवरून चक्कर मारून येऊ." अॅन्जेलो लॉरीचे खांदे हलवत म्हणाला. मग काहीही अडचण न येता त्यांनी लॉरीला बोटीवर चढवलं होतं. दोन रोहिप्नॉलच्या गोळ्या दिलेल्या असल्यानं आता टेप वगैरे लावायचीही काही गरज नव्हती. तरीही त्यांनी टेप न काढण्याचं ठरवलं. मग फ्रॅन्को आणि अॅन्जेलो व्हॅनमध्ये आणि रिची-फ्रेडी जोडी रिचीच्या गाडीत बसून धक्क्याकडे गेले. त्यांना प्रत्यक्ष धक्का दिसू लागला तेव्हा त्यांना तिथं एक गाडी उभी असलेली दिसली.

अॅन्जेलोनं ती गाडी पाहून व्हॅन एकदम उभी केली. पाठोपाठ रिचीनं गाडी थांबवली.

"गाडी कोणती आहे हे कळतंय का?" अॅन्जेलोनं विचारलं. फ्रॅन्को पुढे वाकला. समोरच्या काचेला अगदी नाक चिकटेल इतक्या जवळ जाऊन त्यानं पाहिलं. "कळत नाही. पण ती कॅडिलॅक असावी असं वाटतंय. काळी कॅडिलॅक." मग फ्रॅन्को मागे रेलून बसला. "आपण येणार असं काही व्हिनी म्हणाला होता का?"

"नाही. मला तरी म्हणाला नाही. ही गाडी व्हिनीची आहे असं तुला वाटतंय?"

फ्रॅन्कोनं खांदे उडवले, "शक्य आहे."

अॅन्जेलोनं गाडी गिअरमध्ये टाकली आणि हळूहळू पुढे जाऊ लागला. असं काही अचानक समोरं येणं त्याला पसंत नव्हतं. फ्रॅन्कोलाही असं घडणं खटकलं होतं. गाडी त्या काळ्या गाडीपासून पन्नास-साठ फुटांवर आली असताना दोघांनी नजर ताणून पाहिलं.

"मला वाटतं, ही व्हिनीचीच गाडी आहे."

फ्रॅन्को गाडीतून उतरला आणि त्या काळ्या गाडीपाशी आला. त्यानं आत काही दिसतंय का ते पाहिलं. पण काचा गडद काळ्या असल्यानं आतलं काही दिसलं नाही. त्यानं काचेवर टकटक करून पाहिलं आणि मग तो व्हॅनपाशी परत आला.

"ठीक आहे. बॉसचीच आहे. तो आपल्या अगोदरच बोटीवर आलेला असावा."

"मला जरा आश्चर्य वाटतंय." ॲन्जेलो म्हणाला. त्याला आपल्या सुडामध्ये सगळ्या शहरानं सहभागी व्हावं असं वाटत नव्हतं.

"मलाही काही कळत नाही."

ॲन्जेलोनं व्हॅन पार्क केली. लॉरीच्या पायाला लावलेला टेप काढून टाकला. मग त्यांनी तिला धक्क्यावर आणलं. त्यांना तिला जवळ जवळ उचलून आणावं लागलं होतं.

"मला वाटतं, तू त्या गोळीचा नको तेवढा डोस दिलास." फ्रॅन्को म्हणाला.

"हाय पोरांनो!" व्हिनी डेकवरून म्हणाला. तो तिथं सावलीत उभा होता. तो आता पुढं आला. त्याच्या जुन्या धाटणीच्या ग्लासमधल्या बर्फाच्या तुकड्यांचा किणकिण आवाज ऐकू आला.

"मी असा इथं आलो म्हणून तुमची काही हरकत नसावी. पण मला ही मजेदार संधी दवडायची नव्हती. तुम्ही लोकांनी ते सिमेंट वगैरे सगळं अगोदरच जमा केलेलं दिसतंय."

"आम्ही काल ते विकत घेतलं. मी आज बोटीवर आणून ठेवलंय."

"उत्तम." व्हिनी शांत आवाजात म्हणाला, "आणि हो, माझ्याबरोबर आणखीही एकजण आलाय." त्यानं मागच्या बाजूला सावलीकडे बोट दाखवलं. नाईलाज झाल्याप्रमाणे मायकेल कॅलाब्रीज सावलीतून बाहेर आला आणि फिकट हसला.

व्हिनीनं मायकेलच्या खांद्यावर हात ठेवला, "माईकी आपल्या सर्वांसाठी एवढं सगळं काम करत असतो. पण त्याचे हात कधीच बरबटत नाहीत. म्हणजे मी काय म्हणतोय ते तुम्हाला कळतंय ना? त्याला यात सहभागी व्हायला बोलावणं ही धंद्यातलीच एक खेळी आहे. उद्या काही भानगड झालीच तर आपल्याला काहीच माहिती नाही असा बहाणा करून तो हात वर करू शकणार नाही. ॲन्जेलो, हा सगळा खेळ तुझा एकट्याचा असेल याची मला कल्पना आहे. पण तुला मी त्यात सहभागी होणं आवडणार नाही असं काही मला वाटत नाही. मी फार काही जास्त अपेक्षा करतोय असं नाही ना?"

ॲन्जेलोनं मनातलं ओठावर येऊ दिलं नाही. त्यानं आणि फ्रॅन्कोनं लॉरीला काळजीपूर्वक फळीवरून बोटीत चढवलं.

"तुझं उत्तर माझ्या कानावर अद्याप आलेलं नाही."

"ठीक आहे." ॲन्जेलो नाराजी लपवत पुटपुटला.

"पाहिलंस माईकी!" मायकेलच्या पाठीवर थाप मारत व्हिनी म्हणाला, "तुझी भीती खोटी ठरली की नाही बघ. तू इथं आलास म्हणून ॲन्जेलो खूष झाला आहे. तेव्हा चला, आता मजा करू या."

अॅन्जेलो आणि फ्रॅन्कोनं जवळ जवळ झोपेत असलेल्या लॉरीला एका खोलीत नेऊन ठेवलं. रिची-फ्रेडी जोडीनं दोर सोडायला सुरुवात केली. हातात स्कॉचचा ग्लास घेऊन व्हिनी आनंदानं वर गेला आणि त्यानं डिझेल इंजीन सुरू केलं. बोट हळूहळू बाहेर पडून नदीच्या मध्यावर आली. व्हिनीनं खाली असलेल्या लोकांना हाक मारून फ्रॅन्क सिनात्राची एक सी.डी. लावायला सांगितलं. सिनात्राचे सूर सर्वांना खूष करू लागले.

त्यावेळी हवा आल्हाददायक होती. वारा फारसा नव्हता आणि पाणीही शांत होतं. चंद्राची कोर नुकतीच क्षितिजावर आली होती. उत्तरेकडे असणारा जॉर्ज वॉशिंग्टन ब्रीज दिसत होता. दक्षिण दिशेला, ते जाणार होते त्या भागातला स्वातंत्र्यदेवतेचा पुतळा दिसत होता. हवा आता इतकी छान झाली होती की सगळेजण आनंदात डेकवर इकडेतिकडे फिरत मजा करत होते. अपवाद फक्त लॉरीचा होता. ती गुंगीत पडून होती. ज्या कामासाठी ते आले होते त्याची तयारी करण्यात अॅन्जेलो मग्न होता.

दहा मिनिटांनंतर अॅन्जेलो बाहेर आला आणि त्यानं फ्रॅन्कोला लॉरीला डेकवर आणण्यासाठी मदत करायला बोलावलं. "तू म्हणालास ते बरोबरच आहे. डोस जरा जास्त झाला. ती आता जागी होणं अवघड आहे."

फ्रॅन्को अॅन्जेलोच्या मदतीला गेला. रिचीही त्यांच्याबरोबर होता. मग तिघांनी मिळून लॉरीला आणलं आणि त्याचबरोबर तिचे पाय ठेवलेली पाच गॅलनची बादली. फ्रेडी खुर्चीतून उठला आणि त्यांनी लॉरीला खुर्चीत बसवलं. फ्रेडीनं जाऊन दोर आणला. लॉरीला खुर्चीत ताठ बसवण्यासाठी दोऱ्यांची गरज होती. सगळेजण लॉरीच्या खुर्चीभोवती जमले. बोट ऑटोपायलटवर ठेवून व्हिनी खाली आला. त्यानं बादलीत बोट घालून सिमेंट कितपत वाळलंय ते पाहिलं.

"वाहवा, छान!" व्हिनी म्हणाला. लॉरीचे पाय पोटरीच्या अर्ध्यापर्यंत सिमेंटमध्ये बुडलेले होते, "सिमेंट जवळ जवळ वाळलंय."

"त्याला वाळायला साधारण अर्धा तास लागतो. मला स्टोअरमधल्या माणसानंच तसं सांगितलं होतं."

"तू त्याला या सिमेंटचा काय उपयोग करणार आहेस हे सांगितलं तर नाहीस ना?" व्हिनीनं विचारलं.

सगळेजण हसले.

"पण अडचण अशी आहे की ती गुंगीत पडलीय." अॅन्जेलो म्हणाला. "ती तडफडावी असं मला वाटत होतं. तिला सगळं कळायला हवं होतं."

"तिला जागं करायचा प्रयत्न कर." व्हिनी म्हणाला, "कदाचित थंड हवेनं तिला जाग येईल."

ॲन्जेलोनं लॉरीच्या गालांवर थपडा मारून तिला उठवण्याचा प्रयत्न केला. पण तिनं काहीही प्रतिसाद दिला नाही.

व्हिनीनं रिचीकडे पाहिलं. ''वर जा आणि बोट सांभाळ. आपण ती ऑटोपायलटच्या भरवशावर सोडून देऊ शकत नाही. नाहीतर कुठंतरी धडकायची.''

रिची नाइलाजानं शिडी चढून वर गेला. त्याला इथली गंमत चुकवायची नव्हती.

स्वातंत्र्यदेवतेच्या पुतळ्याजवळ बोट आली तेव्हा धूमधमाल जोरात सुरू झाली होती. फ्रॅन्क सिनात्राची दुसरी सी.डी. आता लावण्यात आली होती. जेव्हा सिनात्राचं 'माय वे' हे गाणं सुरू झालं तेव्हा सर्वजण गाऊ लागले होते. बोट स्वातंत्र्यदेवतेच्या पुतळ्याजवळून पुढे गेली तेव्हा व्हिनीनं रिचीला ओरडून सांगितलं की बोट व्हेराझानो ब्रीजच्या दिशेनं घे.

''हो... पण मलाही गंमत पहायची आहे.'' रिची म्हणाला, ''तू दुसऱ्या कोणालातरी बोट सांभाळायला पाठव ना.''

व्हिनीनं बोटानं फ्रेडीला वर जाण्यासाठी इशारा केला.

वीस मिनिटांनंतर व्हिनीनं पुन्हा बादलीत बोट घालून सिमेंट किती वाळलंय ते पाहिलं, ''मला वाटतं हे आता तयार झालंय.'' व्हिनी ओरडला. ॲन्जेलो पुढे आला. त्यानंही बोट लावून पाहिलं आणि मान डोलावली.

व्हिनीनं ओरडून फ्रेडीला वेग कमी करायला सांगितलं. मग त्यानं ॲन्जेलोकडे पाहिलं. ''मला वाटतं की ही जागा योग्य आहे.''

''ठीक आहे.'' ॲन्जेलो किंचित अडखळत म्हणाला.

''फ्रेडी! न्यूट्रल गिअरमध्ये टाक बोट आणि हवं असलं तर खाली ये.''

''हं... पहा..'' अन्जेलो सगळ्यांना उद्देशून म्हणाला, ''थंड हवेचा बरा परिणाम झालेला दिसतोय. ती जागी होतेय बहुतेक!''

''होय.'' व्हिनी म्हणाला.

''मला वाटतं हे सगळं काय चाललंय ते तिला कळायला हवं.'' ॲन्जेलो म्हणाला. ''त्यासाठी आपण जरा वेळ थांबायलाही हरकत नाही.''

''झकास,'' व्हिनी म्हणाला, ''आता ड्रिंक्सची आणखी एक फेरी होऊन जाऊ द्या.'' सगळेजण आनंदानं चीत्कारू लागले. पण व्हिनीनं रिचीला थांबवलं.

''पण तू नाहीस रिची. तू आज बोट चालवायची आहेस.''

सगळेजण लॉरीच्या भोवती बसून आरामात बोटीच्या सफरीची मजा लुटत होते. अर्धा तास उलटला. लॉरी हळूहळू जागी होत होती. अखेर तिचे डोळे अर्धवट का होईना उघडले होते. ती आता भानावर आली होती. पण तरीही तिला सगळं नीट समजत नव्हतं. ॲन्जेलोनं तिच्याशी बोलायचा प्रयत्न केला

होता आणि ती नीट प्रतिसाद देत नाही हे पाहून त्यानं तो नाद सोडून दिला. आता अ‍ॅन्जेलो उठून उभा राहिला, ''चल, आता ती वेळ आलीय.''

अ‍ॅन्जेलोनं लॉरीला ताठ बसवून ठेवण्यासाठी बांधलेल्या दोऱ्या सोडल्या.

''तू पण मदत करायची आहेस!'' मायकेलच्या पाठीवर आणखी एक थाप मारत व्हिनी म्हणाला.

''ते ठीक आहे. पण मला तुमच्या आनंदावर विरजण घालायचं नाही म्हणून मी मागं....''

''मूर्खासारखं बोलू नकोस!'' व्हिनी म्हणाला. ''ही गंमत सगळ्यांनी मिळून करायची आहे. समजलं?''

मायकेलनं व्हिनीकडे पाहिलं. त्याचं हे बोलणं गंभीरपणानंच घ्यायला हवं ते त्याच्या तत्काळ लक्षात आलं. नाइलाजानं तो एखाद्या चिंध्यांच्या बाहुलीसारख्या दिसणाऱ्या लॉरीजवळ आला.

''सगळे तयार!'' अ‍ॅन्जेलो म्हणाला. ''अगोदर तिला आपण उभं करू या.''

बोट जरी न्यूट्रलमध्ये असली तरी इंजिनांचा मोठा आवाज अजूनही येत होता. लॉरीला खुर्चीमधून उठवून बोटीच्या मागच्या भागात नेणं त्यांना वाटलं तेवढं सोपं गेलं नाही. सगळ्यांनी मिळून तिला कसंबसं धरून आणि त्याचवेळी पाच गॅलन सिमेंटची बादली उचलून नेण्याची कसरत केली. आता त्यांनी तिला पाण्यात फेकण्यासाठी बाजूच्या फळीवर ठेवलं आणि सर्वजण धापा टाकत पाहू लागले.

''चला, सगळेजण तयार! मोजा एक, दोन....''

अन्जेलो असं म्हणत होता तेव्हा त्यांच्या बोटीच्या बाजूला एक राक्षसी आकाराची सावली आली होती. कोणाचं तिकडं फारसं लक्ष गेलं नव्हतं. पण आता मात्र सगळेजण जागच्या जागी गोठून गेल्यासारखे झाले. सर्चलाईटचा प्रखर झोत त्यांच्या बोटीवर पडला होता. पाठोपाठ स्पीकरवरून ''जागीच थांबा!'' अशी आज्ञा फर्मावली गेली. पुढच्याच क्षणी हार्बर पोलीस दलाच्या मोठ्या गस्ती बोटीवरून एक हूक भिरभिरत आला आणि त्यानं फुल स्पीड अहेडला जखडून टाकलं. कोणालाही काही कळायच्या आत शस्त्रधारी पोलिसांनी त्यांना ताब्यात घेतलं होतं.

उपोद्घात

१० एप्रिल २००७, दुपारी २ वाजून ३० मिनिटं

एकशे सहाव्या रस्त्यावर वळताच डिटेक्टिव्ह लेफ्टनंट लाऊ सोल्डानोनं सिगारेट त्याच्या गाडीमधल्या ॲशट्रेमध्ये चुरगाळून टाकली. त्यानं लक्षावधी वेळा जॅक आणि लॉरीला आपण सिगारेट सोडू असं सांगितलं होतं, म्हणूनच त्याला त्यांच्याकडे जाताना नेहमीच अपराधी वाटत असे. लाऊनं मैदानाच्या बाजूला असणाऱ्या नो पार्किंग भागात गाडी उभी केली. त्याचं न्यूयॉर्क पोलीसदलाचं ओळखपत्र त्यानं समोरच्या बाजूनं दिसेल असं ठेवलं आणि मग तो गाडीमधून उतरला.

लाऊनं रस्त्याच्या पलीकडे नजर टाकली. त्याला जॅक आणि लॉरी रहात असणारी इमारत दिसली. जॅक आणि लॉरीच्या लग्नाअगोदर त्यांनी नूतनीकरण करून घेतलं होतं. पूर्वी त्यांची इमारत उठून दिसत असे, पण आता आजूबाजूला बऱ्याच नवीन इमारतींचं बांधकाम चालू होतं.

पूर्वी नूतनीकरण व्हायच्या अगोदर इमारतीत सरळ शिरता येत होतं. कारण केव्हातरी कुलूप तोडलं गेलं होतं आणि ते कधीच परत बसवलं गेलं नव्हतं. कुलूप तुटून निदान दीडशे वर्षं तरी झाली असतील असं लाऊ विनोदानं म्हणायचा. जॅक आणि लॉरी वरच्या दोन मजल्यांवर राहायचे. उरलेला भाग त्यांनी भाड्यानं दिला होता. अगदी गरजू, विशेषत: एकच पालक असणाऱ्या कुटुंबांना अपार्टमेंट कमी भाड्यात किंवा कदाचित फुकटही दिली असावीत असं लाऊला वाटत होतं.

बेल वाजल्यावर लॉरीनं उत्तर दिलं. ते सहाजिकच होतं, कारण शस्त्रक्रियेनंतर जॅक अजूनही पूर्णपणे बरा झालेला नव्हता. आपण कोण आहोत हे सांगितल्यावर त्यांना अडचणीचं असेल तर आपण नंतर येऊ असं लाऊ म्हणाला. तो कोर्टामधून सरळ आला असल्यानं त्यानं अगोदर फोन केला नव्हता.

"तू गंमत तर करत नाहीस ना?" लॉरीनं किंचित रागावून विचारलं.

"मी असंच विचारलं. मी फोन करायला हवा होता."

"आता तुझं बूड हलव आणि वर ये!"

लाऊला कुलूप उघडल्याचा आवाज आला. त्यानं दार ढकललं आणि त्यात पाय घालून अडवून ठेवलं. "मी येतोच वर."

"ते बरं होईल!"

लाऊला लॉरीचा मूड कसा आहे हे लक्षात येत नव्हतं. सुरवातीला ती दमल्यासारखी वाटली होती, पण नंतर मात्र बोलताना त्याला तसं वाटलं नाही. पायऱ्या चढून जात असताना सिगारेट ओढण्याच्या सवयीमुळे आपल्याला त्रास होतोय हे त्याच्या लक्षात आलं. त्यानं पुन्हा एकदा उद्याच्या उद्या सिगारेट सोडायची असा निश्चय केला.

लाऊ दारावर टकटक करण्यासाठी हात पुढे करणार होता. पण एवढ्यात दार उघडलं. दारात एक हात कमरेवर ठेवून लॉरी उभी होती, "तुला पाहून बरं वाटलं. हं, आता तू किंग लुई क्वात्रोझशी बोलायचे कष्ट घेशील का?"

लाऊनं आत डोकावून पाहिलं. जॅक कोचावर पसरला होता. त्याच्या आजूबाजूला ज्यूस, बिस्किटं, फळं अशा अनेक खाद्यपदार्थांची रेलचेल दिसत होती. लाऊनं पुन्हा लॉरीकडे पाहिलं. जेमतेम एका आठवड्यापूर्वी दोन भयंकर माफिया गुंडांच्या तावडीतून सुटण्याच्या अनुभवानंतर ती लवकर सावरली आहे हे त्याला जाणवलं. तिचे डोळे नेहमीसारखे चमकत होते.

"तो म्हणतोय की आज तो सायकलवर व्यायाम घेऊ शकेल. हे तू ऐकलंस ना? तुला काय वाटतं?"

"विनाकारण घाई होते आहे."

"आता तुम्ही दोघं एकत्र होऊन मला दाबायला पहाणार तर."

जॅक तक्रारीच्या स्वरात पण हसत हसत म्हणाला.

"मी ह्यात पडू इच्छित नाही." लाऊ हात वर करत म्हणाला, "मी फक्त तुमचं कसं काय चाललंय ते पहायला आलोय. मी तुम्हा दोघांना एक प्रश्न विचारू का? तुम्हाला इथं एकत्र कोंडून घातल्यासारखं तर वाटत नाही ना?"

लॉरी आणि जॅकनं एकमेकांकडे पाहिलं.

"का? काय झालं? मी काही चुकीचा प्रश्न विचारला का?"

जॅकनं हात हलवून लाऊचं म्हणणं आपण हसण्यावारी घेतोय हे दाखवलं. "अजिबात नाही. उलट आम्हा दोघांना एकदमच तुझं म्हणणं बरोबर आहे हे जाणवलं. होय ना लॉरी?"

"होय." लॉरी म्हणाला. "आम्हाला दोघांनाही जे करायचं आहे ते करता येत नसल्यानं आम्ही दोघं एकमेकांचं डोकं खात बसलोय."

लॉरी आणि जॅक दोघंही लाऊ आला म्हणून खूष झाले होते. लॉरीनं झटपट छानशी कॉफी बनवली.

"हं... तर तुमचं कसं काय चाललंय?" लाऊ कॉफीचा कप गुडघ्यावर ठेवत म्हणाला.

लॉरीनं जॅकला तू आधी बोल अशा अर्थाची खूण केली.

"जितका चांगला असणं अपेक्षित आहे तितका मी चांगला आहे." जॅक म्हणाला. "माझ्यावरची शस्त्रक्रिया चांगली पार पडली. केवळ लॉरीमुळे मी एम.आर.एस.ए.च्या जीवघेण्या संसर्गातून बचावलो. मी हे असं काही नाही म्हणून त्याच्याकडे दुर्लक्ष केलं होतं हे मी कबूल करतो. शिवाय जेव्हा एखादा सर्जन तुम्हाला फारसा त्रास होणार नाही असं म्हणतो, तेव्हा त्याच्यावर विश्वास ठेवायचा नाही हे मी आता शिकलोय. मी तसा बराच आहे. फक्त खिडकीतून समोर मैदानाकडे पाहणं मला पार त्रासदायक ठरतंय."

"लॉर, तुझं काय?" लाऊनं विचारलं. लाऊची मुलं लहान होती तेव्हा ती लॉरीला लॉर असं म्हणायची. ही गोष्ट पंधरा वर्षांपूर्वीची होती.

लॉरीनं प्रश्नार्थक चेहरा केला. मग म्हणाली, "लोकांना मी कशी असावी असं वाटतंय त्यापेक्षा मी कितीतरी बरी आहे. मला वाटतं की मला जो रोहिप्नॉलचा डोस दिला गेला होता त्यामुळे मला जवळपास काहीच आठवत नाहीये. मी पूर्वी डेटिंगच्या वेळी लोक गैरफायदा घेण्यासाठी वापरतात त्या गोळ्यांबद्दल ऐकलं होतं. पण त्यांचा एवढा परिणाम होतो याची मला कल्पना नव्हती. मला मागचंही नीटसं आठवत नाहीये. हा असा परिणाम होतो हे मला खरोखर माहिती नव्हतं. ऑसगुडशी माझी झटापट झाली नि त्यानं मला कोंडून ठेवलं हे नीट आठवतंय. पण त्यापुढचं काहीही नीट लक्षात येत नाही. पण कोणीतरी माझा पाठलाग केला हे जरासं आठवतंय. काय बरं त्याचं नाव?"

"ॲडम विल्यमसन," लाऊ म्हणाला. "अत्यंत दुर्दैवी माणूस आहे तो. हा इराकमध्ये देशासाठी लढलेला सैनिक आहे. त्यानं तिथं फार भयानक अनुभव घेतले होते. तिथं जे भोगलं त्यामुळे त्याच्यावर मानसिक परिणाम झाला होता."

"तो वाचला का?" जॅकनं विचारलं, कारण लाऊनं त्याच्यासाठी 'आहे' असा शब्द वापरला होता.

"होय. तो वाचला आहे आणि बराही होईल. पण तो त्याचा गुन्हा कबूल करेल की नाही हे कळत नाही. त्याच्यावर कटकारस्थान आणि खुनाचा प्रयत्न हे आरोप आम्ही ठेवले आहेत. लॉरी, तो तुला हाताच्या अंतरावरून गोळी घालण्याच्या बेतात होता. माहीत आहे ना?"

"हो... आणि तो नंतर जे घडलं त्याचा साक्षीदारही होता ना?"

"आमच्याकडे दोन साक्षीदार आहेत आणि विरोधाभास कसा आहे पहा. या ॲडमपासून तुझा जीव वाचवायला ॲन्जेलो कारणीभूत आहे."

"मला हे काहीच आठवत नाही. मला मी एकदम हॉस्पिटलमध्ये जागी झाले त्यानंतरचं सगळं नीट लक्षात येतंय."

"ते चांगलंच आहे." लाऊ म्हणाला. "त्यांनी तुला बोटीवरून खाडीत मध्यापर्यंत नेलं होतं आणि तुझे पाय सिमेंटमध्ये घट्ट बसवले होते. त्याला गुन्हेगारी जगतात 'सिमेंट बूट' म्हणतात.

"मी हे ऐकलंय." लॉरी शहारत म्हणाली.

"हं... मला एक सांग," जॅक म्हणाला, "ती बोटीवर आहे हे कसं कळलं आणि ती कुठं आहे हे कळल्यावर तुम्ही अंधारात एवढ्या मोठ्या खाडीत ती बोट कशी काय हेरलीत?"

"या सगळ्याचं श्रेय घ्यायला मला संकोच वाटत नाही." लाऊ म्हणाला. "सोमवारी आम्हाला नदीत जो माणूस मिळाला होता त्यानंतर माफिया टोळ्यांमध्ये युद्ध सुरू होणार की काय अशी शंका मला आली होती. या माणसाला उडवण्यामागे व्हिनी डॉमिनिकचा हात आहे अशी कुणकुण माझ्या कानावर आली. म्हणून मग मी त्याबद्दल आणखी माहिती काढण्यासाठी गेलो आणि ही खबर पॉली सेरिनोच्या संघटनेच्या कानावर घातली. हा माणूस त्यांचा आहे की काय असं मला वाटलं होतं. पण ते तसं नव्हतं. पण त्याचा उपयोग झाला. कारण वकारो फॅमिलीला चिंता वाटू लागल्यानं त्यांनी मग व्हिनीच्या लोकांवर नजर ठेवली. व्हिनी त्याच्या सगळ्या कारवायांसाठी बोट वापरतो ते कळलं. पुढचं काम तर त्यांनी फार अक्कलहुशारीनं केलं. त्यांनी जी.पी.एस. यंत्रणा वापरणारं एक माग काढणारं उपकरण बोटीवर दडवलं. पॉली सेरिनोच्या जागी आलेल्या लुई बर्बेरानं मला गुरुवारी रात्री फोन केला. त्यानं मला वेबसाईट आणि ती उघडण्यासाठी पासवर्ड देऊ केला. मी मग अर्थातच वेळ घालवला नाही. तुला तर आम्ही वाचवलंच. पण त्याच बरोबर व्हिनी डॉमिनिक आणि त्याचे कुख्यात गुंड एकाच फटक्यात हाती लागले. इतकंच नाही तर तिथं मायकेल कॅलाब्रीज नावाचा आणि एक जणही आम्हाला मिळाला. त्या सगळ्यांवर खुनाच्या प्रयत्नांचा आरोप ठेवण्यात आला आहेच. शिवाय आमच्या तज्ज्ञांनी

सगळी बोट तपासली. तिथं त्यांना तो मारून टाकलेला माणूस आणि दुसऱ्या दिवशी सापडलेली ती बाई यांच्या रक्ताचे डाग मिळाले आहेत. त्या माणसाचं नाव पॉल यांग आहे नि त्या बाईचं ॲमी ल्युकास. दोघंही न्यूजर्सीत रहाणारे होते आणि एंजल्स हेल्थकेअरमध्ये काम करत असत.''

लॉरी एकदम ताठ बसली. ''एंजल्स हेल्थकेअर म्हणजे? ती एंजल्सची हॉस्पिटलं चालवणारी कंपनी की काय?''

''होय. तीच ती. ही सगळी कहाणी विलक्षण गुंतागुंतीची आहे. एफ.बी.आय. आणि एस.ई.सी. मिळून तपास करत आहेत. हा सगळा प्रकार प्रचंड संपत्तीसाठी करण्यात आला होता. लॉरी तुला कल्पना नसेल, पण जाणूनबुजून एम.आर.एस.ए. संसर्ग घडवण्यात येत होता. ह्या सगळ्या वेडपट वाटणाऱ्या प्रकारातही एक सूत्र होतं. स्पेशॅलिटी हॉस्पिटलची कल्पना हाणून पाडण्यासाठी, एंजल्सचा आय.पी.ओ. थांबवण्याच्या उद्देशानं एक गट मुद्दाम हे माथेफिरू कृत्य करत होता.''

''कोण करत होतं हे सगळं?''

''अखेर या सगळ्याच्या मागे अतिशय प्रभावी गट आहेत. निवृत्त झाल्यानंतर किंवा मुदत संपून गेल्यानंतर सरकारमधून बाहेर पडलेले राजकारणी, वकील आणि इतर ताकदवान लोक एकत्र येऊन त्यांनी जबरदस्त लॉबी तयार केली आहे. सिनेटनं पूर्वी स्पेशॅलिटी हॉस्पिटल उभारण्यावर बंदी घातली होती. ही बंदी उठवल्यानंतर येणारा पहिला आय.पी.ओ. एंजल्स हेल्थकेअरचा होता. या लॉबीला तो हाणून पाडायचा होता. त्यासाठी त्यांनी एम.आर.एस.ए. चा वापर केला. त्यांना हा संसर्ग नैसर्गिक होता हे भासवून एंजल्सच्या भावी गुंतवणूकदारांना पळवून लावायचं होतं.''

''म्हणजे या लोकांनीच वॉल्टर ऑसगुडला हाताशी धरलं होतं तर? पण तो या सगळ्यात एक प्यादं होता की...?''

''होय. तसंच आहे. त्याचा वापर करून घेतला गेला. त्याच्यावर जबरदस्ती करण्यात आली नव्हती. कोणत्यातरी वैयक्तिक गरजेपोटी तो हे करायला तयार झाला होता. वॉल्टर ऑसगुडला सी.डी.सी. मधून एम.आर.एस.ए. आणि अमीबा मिळवणं अजिबात अवघड नव्हतं. त्यानं स्वत:ची खासगी प्रयोगशाळा वापरून एक अतिशय खतरनाक, जैविक दहशतवादाला उपयोगी साधन बनवलं. या विषयातल्या तज्ज्ञांनीच तसा निर्वाळा दिला आहे.''

''वॉल्टर ऑसगुड हे काम करायला तयार का झाला?''

''त्याच्या एकुलत्या एक मुलाला कसल्यातरी प्रकारचा भयंकर कर्करोग झाला आहे. त्याचा उपचार फार महागडा होता. त्याला उपचारांसाठी दरमहा

वीस हजार डॉलर खर्च करावे लागत होते. कारण विमा कंपनी हा खर्च द्यायला तयार नव्हती. विचार कर, दरमहा वीस हजार डॉलर!''

''हे सगळं नवीनच आहे.''

''मी तर या केसमध्ये कितीतरी गोष्टी नव्यानं शिकतोय.''

लाऊ म्हणाला. ''एफ.बी.आय. जोरानं काम करत आहे. ती जी लॉबी आहे ती वॉशिंग्टन डी.सी.मध्ये असल्याचं लक्षात आलंय.''

''याचा अर्थ एंजल्स हेल्थकेअर कटाचा बळी ठरत होती तर.''

''होय. पण ही कंपनीही अगदी धुतल्या तांदळासारखी आहे असं काही म्हणता येणार नाही.''

''मी याच्याशी सहमत आहे.'' लॉरी म्हणाली, ''कोणीतरी मुद्दाम एम.आर.एस.ए. चा प्रसार करतंय हे त्या लोकांना जरी माहीत नव्हतं, तरी संसर्ग होत असूनही त्यांनी शस्त्रक्रिया थांबवल्या नव्हत्या. लोक मरत आहेत याची त्यांनी पर्वा केली नव्हती.''

''सध्या सर्बनेसर ऑक्सले नियमांच्या जमान्यात कंपनीचा गुन्हा यापेक्षाही कितीतरी मोठा आहे. म्हणूनच तर एस.ई.सी.चे लोकही तपास करत आहेत. आर्थिक अडचण आल्यानंतर कंपनीनं ही माहिती एस.ई.सी.ला कळवणं बंधनकारक होतं. त्यांनी ह्या कायद्याच्या तरतुदींचा भंग केला आहे. सरकारला अशा उच्चभ्रू गुन्हेगारांना जरब बसवण्यासाठी उदाहरण म्हणून एंजल्सला जबरदस्त शिक्षा करण्यात रस आहे. या अशा प्रकरणांमध्ये नेहमी बडे सुटून जातात नि छोटी माणसं भरडून निघतात. या वेळी एंजल्स हेल्थकेअरचे बडे अधिकारी सुटणार नाहीत. त्यांना आता तुरुंगाची हवा खावी लागणार आहे. तिघांपैकी दोघांची फार मोठ्या जामिनावर सुटका झाली. पण तिसऱ्याला ते जमलं नाही.''

''पण रोख रकमेचा तुटवडा आल्यानंतर ती माहिती कळवायची असते हे आपल्याला माहीत नव्हतं असं म्हणाले तर?''

''कायद्याचं अज्ञान हा बचावाचा मुद्दा होऊच शकत नाही.'' लाऊ म्हणाला, ''शिवाय त्यांची मुख्य कार्यकारी अधिकारी वगळता इतर सर्वजण व्यवसाय क्षेत्रात अनुभवी आहेत. ती बाई मात्र नुकतीच पदवी घेऊन व्यवसायात उतरली आहे. आपण काय करायला हवं हे त्यांना कळायलाच हवं होतं. आमच्या माहितीनुसार पॉल यांगला आवश्यक ते कागदपत्र पाठवायचे होते, पण इतरांनी तसं न करण्यासाठी त्याच्यावर दडपण आणलं होतं. पॉल यांग ठार होण्यामागे हे महत्त्वाचं कारण होतं.''

''म्हणजे एंजल्स हेल्थकेअरच्या अधिकाऱ्यांवरही खुनाचा आरोप ठेवण्यात आला आहे काय?'' लॉरीनं अविश्वासानं विचारलं.

"नाही." लाऊ म्हणाला, "आम्हाला फ्रेडी कापुसो नावाच्या त्यांच्याच एका माणसानं माहिती दिली आहे. त्यानं माफीसाठी अर्ज केला आहे. त्यानं सांगितलं की यांग आणि ल्युकासचा खून व तुझ्या खुनाचा प्रयत्न या सगळ्यामागे तो मायकेल कॅलाब्रीज नावाचा माणूस होता."

"तू त्याचं नाव सांगितलेलं मला आठवतंय. त्याची यात नेमकी काय भूमिका होती?"

"एंजल्स हेल्थकेअरची मुख्य कार्यकारी अधिकारी असणारी अॅन्जेला डॉसन त्याची माजी बायको आहे. त्यानं मॉर्गन स्टॅन्लेमधली नोकरी सोडून व्हिनी डॉमिनिक अमली द्रव्यांच्या व्यापारात जो पैसा कमावतो, त्याची सोय लावण्याचं काम सुरू केलं होतं. तो काळा पैसा नीट मार्गी लावण्याच्या कामातला व्यावसायिक तज्ज्ञ होता. त्याच्यावर खुनाचा आरोप ठेवण्यात आला आहे. हा सगळा भयंकर प्रकार तुझ्यामुळे उघडकीस आला आहे. नाहीतर हे सगळं असंच चालू राहिलं असतं."

"मला याचं श्रेय घेणं बरोबर वाटत नाही." लॉरी म्हणाली. "माझा उद्देश जॅकला शस्त्रक्रियेपासून परावृत्त करणं हा होता. बाकीचं सगळं घडत गेलं इतकंच."

"वॉल्टर ऑसगुडवर कसला आरोप आहे?"

"तू ऐकलं नाहीस?"

"कशाबद्दल?"

"वॉल्टर ऑसगुडनं काल आत्महत्या केली."

"गुड ग्रीफ!"

"ज्या मुलाच्या उपचारांसाठी वॉल्टर हे सगळं करत होता तो शनिवारी मरण पावला. यानंतर ऑसगुड एकदम खचून गेला."

"ही सगळ्यांच्याच दृष्टीनं एक भीषण शोकांतिका ठरली."

"मी एक सांगू का?" जॅक पहिल्यांदाच बोलला. "एक जुनं वचन आहे. सत्ता माणसाला भ्रष्ट करते आणि निरंकुश सत्ता निरंकुश भ्रष्टाचाराला जन्म देते. वैद्यकीय क्षेत्राच्या बाबतीत फक्त फरक इतकाच आहे की इथं सत्ता नाही तर पैसा हे सगळं करवतो."

चेट मॅकगव्हर्ननं बसच्या खिडकीला नाक लावून ला ग्वार्दिया विमानतळाच्या दिशेला नजर टाकली. उड्डाणाच्या तयारीत असणारी विमानं इतकी जवळ होती की त्याला विमानांच्या खिडक्या स्पष्ट दिसत होत्या. चेटची बस क्वीन्स

भागातून रायकर्स आयलंड भागात जाणाऱ्या पुलावर उभी होती. हे दोन भाग तसे जवळ असूनही एकमेकांपासून एका अर्थी फार दूर होते. रायकर्स आयलंडमध्ये जगातला सर्वांत मोठा तुरुंग होता. तर ला ग्वार्दिया विमानतळ स्वतंत्रपणाचं मोठं प्रतीक होता.

चेट त्या दिवशी सकाळी लवकर कोर्टात गेला होता. त्याच्या कामाच्या संदर्भात कोर्टात जावं लागत असल्यानं त्याला न्यायालयाच्या कामकाज पद्धतीचा अनुभव होता. पण आता त्याला कितीतरी नवीन गोष्टी शिकायला मिळत होत्या. त्यानं टाइम्समध्ये एंजल्स हेल्थकेअरच्या अधिकाऱ्यांवर ठेवण्यात आलेल्या विविध आरोपांबद्दलची बातमी वाचली होती. त्यात अ‍ॅन्जेला डॉसनचं नाव वाचून तो अस्वस्थ झाला होता. त्याला स्वत:चा रागही आला होता. त्याला ती आवडली होती आणि त्यानं तिच्यासाठी बराच वेळ खर्च केला होता. तिच्याबरोबर छान वेळ घालवता येईल अशी अपेक्षा ठेवून त्यानं पैसाही खर्च केला होता आणि आता ती एक गुन्हेगार आहे हे त्यानं वर्तमानपत्रात वाचलं होतं. त्याच्या जुन्या गर्लफ्रेंडनं त्याला जे शिकवलं होतं तोच धडा त्याला पुन्हा एकदा मिळाला होता की बायकांवर कधीही विश्वास ठेवू नये. त्यांना हाताच्या अंतरावर ठेवणंच योग्य असतं.

चेटला सुरुवातीला जरी असं वाटलं तरी नंतर मात्र त्याच्या मनात काही प्रश्न आले. अ‍ॅन्जेलावर जे आरोप ठेवण्यात आले होते ते त्याच्या मनात असलेल्या तिच्या प्रतिमेशी सुसंगत वाटत नव्हते. जोवर आरोप सिद्ध होत नाहीत तोपर्यंत सर्वजण निरपराधीच आहेत असं मानलं पाहिजे हे सार्वकालिन वचन त्यानं स्वत:च्या मनाला सांगितलं. त्याला आणखी एक गोष्ट सतावू लागली. दोन अधिकाऱ्यांनी जामीन देऊन सुटका करून घेतली होती. फक्त अ‍ॅन्जेलाला जामीन देता आला नव्हता. तिच्याकडे जामीन देण्यासाठी काहीच शिल्लक नव्हतं याची त्याला कल्पना होती. यानंतर मात्र चेट बदलला.

चेटच्या मनात अ‍ॅन्जेलाबद्दलच्या दोन प्रतिमा सतत येऊन त्याला छळू लागल्या. उंदराचा सुळसुळाट असणाऱ्या घाणेरड्या अंधारकोठडीत अ‍ॅन्जेलाला साखळ्यांनी जखडून ठेवलं आहे हे दृश्य वारंवार त्याच्या मनात येऊ लागलं होतं. तिची दहा वर्षं वयाची मुलगी केविलवाणेपणानं सतत आक्रंदन करते आहे हे दृश्यही त्याच्या मनात पुन्हापुन्हा येत होतं. सोमवारी सकाळी चेटनं निर्णय घेतला. तो सर्वस्वी अतार्किक आहे याची त्याला स्वत:ला कल्पना होती. त्यानं मंगळवारी सकाळी जामिनासाठी प्रयत्नही सुरू केले होते.

जामीन मिळवण्यासाठी प्रयत्न करताना त्याला कितीतरी नवीन गोष्टी शिकायला मिळाल्या. त्याची अशी समजूत होती ती रक्कम घेऊन यायची, ती

जमा करायची आणि आरोपीला घेऊन जायचं हे सगळं इतकं साधं असतं. पण ॲन्जेलासारख्या मोठ्या रकमेचा जामीन लागणाऱ्या केसमध्ये आणखीही कितीतरी गुंतागुंत असते हे त्याला कळलं. सगळी व्यवस्था करायला सगळी सकाळ खर्ची घालावी लागली. त्यानं पंचवीस हजार डॉलरच्या रोख रकमेचा जामीन दिला होता. शिवाय आणखी दोन लाख डॉलरची हमी द्यावी लागली होती. ही सगळी रक्कम कायदेशीर मार्गानं मिळवलेली आहे हे त्याला अगोदर सिद्ध करावं लागलं होतं. सगळं काम उरकायला दुपार झाली होती. आता तो रायकर्स आयलंडच्या मार्गावर असताना जवळ जवळ तीन वाजले होते.

चेटनं बसमध्ये नजर फिरवली. बसमध्ये बऱ्याच प्रमाणात बायका होत्या आणि त्यातही त्या गरीब वाटत होत्या. श्रीमंत माणसंही गुन्हे करताता हे खरं असलं, तरी शिक्षा भोगण्याचं दुर्भाग्य मात्र गरिबांच्या वाट्याला जास्त येतं असं चेटला वाटलं.

कधीही संपणार नाही असं वाटणारा प्रवास अखेर संपला. बस रायकर्स आयलंडच्या पाहुण्यांसाठी असणाऱ्या केंद्रापाशी थांबली. चेट खाली उतरला. त्याला उतरताच लगेच लक्षात आलं की हा सगळा भाग अत्यंत भिकार आणि घाणेरडा आहे. कोणालाही भेट द्यायला आवडावं अशी ही जागा नव्हती.

उतरल्यानंतर कुठं जायचं हे चेटला कळेना. तो इतरांबरोबर गर्दीत मिसळून चालत राहिला. सगळेजण आता एका रंग उडालेल्या आणि खराब अवस्थेत असणाऱ्या एका इमारतीत शिरले. एकूणच सगळं वातावरण उदासवाणं होतं. आता बरेचजण त्यांना माहीत असलेल्या ठिकाणी गेले होते. चेट जागीच उभा राहिला आणि पुढे काय करावं हे न कळून इकडेतिकडे पाहू लागला. त्याला एक तिथला कर्मचारी असेल असं वाटणारा एकजण दिसला. त्याला विचारण्यासाठी म्हणून चेट त्याच्याकडे जाऊ लागला. पण त्याची गरज नव्हती, कारण त्याला तिथल्या गर्दीत त्याला ॲन्जेला बसलेली दिसली.

ॲन्जेला शून्यात नजर लावून बसली होती. तिला चेट दिसला. त्याला पाहून ती गोंधळली. तिला तो ओळखीचा आहे हे वाटलं, पण कोण ते लगेच लक्षात आलं नाही. चेट सरळ तिच्यापाशी गेला आणि तिच्याकडे पाहिलं. आता मात्र ॲन्जेलाला ओळख पटली. ती एकदम उठून उभी राहिली.

"चेट!"

"किती योगायोगानं आपली भेट झालीय इथं." चेट म्हणाला.

त्यानं काय बोलायचं हे अगोदर ठरवलेलं नव्हतं.

ॲन्जेला अस्वस्थपणानं अर्धवट हसली. "तू तो असशील असं मला वाटलं नव्हतं. कोणीतरी माझ्यासाठी जामिनाची व्यवस्था केली आहे आणि मला

तो न्यायला येणार आहे हे मला सांगण्यात आलं होतं. मला वाटलं की माझ्या कंपनीच्या कोणातरी अधिकाऱ्यानं जामीन दिला असावा. पण तू ते केलं असशील हे चुकूनही माझ्या मनात आलं नव्हतं.''

''मी निराशा केली असं तर झालं नाही ना?''

''अजिबात नाही.'' अॅन्जेला पुढे झाली आणि तिनं त्याला मिठीत घेतलं. ती लगेच दूर झाली नाही, पण ती दूर झाल्यानंतर चेटला तिच्या डोळ्यांत जमलेलं पाणी दिसलं.

''मी आणि माझी मुलगी, दोघीही तुझ्या आभारी आहोत. मला आणखी काय बोलावं ते कळत नाही.''

''आभार वगैरे ठीक आहे.'' चेट म्हणाला. ''पण मला वाटतं की आपण मी ज्या बसनं आलोय ती बस पकडावी. नाहीतर आणखी किती वेळ थांबावं लागेल याची कल्पना नाही.''

''जरूर!'' अॅन्जेला घाईघाईनं म्हणाली. रायकर्स आयलंडवरून बाहेर पडायला ती कमालीची उत्सुक होती. तिनं तिची छोटी बॅग उचचली आणि दोघं बाहेर जाऊ लागले. दोघंही आता एकमेकांना स्पर्श होऊ नये म्हणून काळजी घेत होते.

''तू हे का केलंस?'' बाहेर आल्यानंतर अॅन्जेलानं विचारलं.

''खरं सांगायचं तर मला माहीत नाही.''

अॅन्जेला जराशी थांबली आणि इकडेतिकडे नजर फिरवत म्हणाली, ''असं या ठिकाणी अडकल्यानंतर स्वातंत्र्य म्हणजे काय याची खरी कल्पना येते. हा माझ्या आयुष्याचा सर्वांत वाईट काळ आहे.''

''आपण जरा घाई करायला हवी,'' चेट म्हणाला. दोघं घाईघाईनं बसपाशी आले. बसमध्ये शेवटची दोनतीन माणसं चढत होती. ते दोघं आत शिरले. त्यांना मागच्या बाजूला दोन सीट रिकाम्या आहेत हे दिसलं. दोघं जाऊन बसले.

''मी जामिनासाठी प्रयत्न केले कारण मला वाटलं की तुझ्यावर जे आरोप केले आहेत ते तू केलेलं नसावंस.'' चेट म्हणाला.

''तुझ्या मनातल्या विश्वासाला मी तडा देतेय म्हणून मला माफ कर, पण मी त्यामधल्या काही गोष्टी खरोखरच केल्या आहेत.'' अॅन्जेला चेटकडे वळून बोलू लागली, ''मी इथं कित्येक तास सगळ्या गोष्टींवर भरपूर विचार केला आहे. मुख्य गोष्ट अशी आहे की मी जाणूनबुजून आठ-के फॉर्म भरला नाही. एस.ई.सी.च्या नियमांनुसार तो भरणं बंधनकारक असतं. पण घटनाच अशा घडत गेल्या की तो नेमका केव्हा भरायचा हेच मला कळलं नाही. सुरवातीला

रोख रकमेची चणचण भासली. मग ती एम.आर.एस.ए. संसर्गाची भानगड उपटली. कोणीतरी ते जीवाणू मुद्दाम पसरवत असेल असं मला अजिबात वाटलं नव्हतं.''

''मी माझ्या वकील मित्राशी बोललो. त्यानं मला सांगितलं की अशा प्रकारच्या केसमध्ये न्यायाधीशांवर बरंच काही अवलंबून असतं.''

''तसं व्हावं अशी मला आशा आहे.'' ॲन्जेला म्हणाली, ''पण मला आता सगळ्यात मोठी धास्ती माझा वैद्यकीय व्यवसाय करण्याचा परवाना रद्द होतो की काय, याची आहे. तसं होणं शक्य आहे. मी व्यवसाय क्षेत्रात आल्यानंतर माझ्यात जो बदल झाला तो योग्य नव्हता असं आता मला वाटू लागलंय. जणू मी झापडं लावून वावरत होते. पैसा मिळवण्याचं ध्येय कितीही मोहक असलं तरी अखेर तो भ्रमच ठरतो. हे आता मला कळतंय. कारण कितीही पैसा मिळवून समाधान होतच नाही. माझ्या दवाखान्यात खूपजण येऊन माझ्याकडून उपचार करून घेत आहेत यानं मिळणाऱ्या समाधानाची बरोबरी कशाशीही होऊ शकत नाही. मला पुन्हा वैद्यकीय व्यवसायाकडे परततायचं आहे.''

''पुन्हा बोल?'' चेटनं चकित होत विचारलं.

''मला पुन्हा प्रॅक्टिस सुरू करायची आहे. अर्थात अगोदर मला मी सध्या जी कायद्याच्या जंजाळात सापडले आहे त्यातून बाहेर पडायचं आहे. मी फार मोठा धडा शिकले आहे. व्यवसाय आणि वैद्यकीय क्षेत्र एकत्र करण्यानं व्यवसाय क्षेत्राचा फायदा होतो. पण त्यातून वैद्यकीय क्षेत्राचं अनन्वित नुकसान होतं. वैद्यकीय क्षेत्राच्या या दुर्दशेला डॉक्टरच जबाबदार असतात.''

''हे खूपच रंजक आहे.''

''रंजक?'' ॲन्जेलानं विचारलं, ''तू माझी चेष्टा करतो आहेस का? मी या सगळ्याबद्दल फार फार विचार केला आहे. मी हे सगळं अगदी गंभीरपणानं बोलते आहे.''

''बिलकूल नाही.'' चेट म्हणाला. ''उलट तुझ्या बोलण्यामुळे आता मला कळलं की मी तुझ्यासाठी जामीन मिळावा म्हणून का प्रयत्न केले.''